AF661705

डायमंड्स इन द डस्ट

पुस्तकाविषयीचे प्रशंसापर अभिप्राय

''आपली संपत्ती वाढवू आणि राखू पाहणाऱ्या लोकांसाठी 'डायमंड्स इन द डस्ट' हे विलक्षण सुंदर पुस्तक आहे. संशोधनातून काढण्यात आलेले अनेक ठोस निष्कर्ष सांगून हे पुस्तक कंपन्यांच्या इक्विटीमध्ये गुंतवणूक करणं म्हणजे यशस्वी होण्यात गुंतवणूक करण्याचा मार्ग का आहे ते स्पष्ट करतं. या पुस्तकात पद्धतशीरपणे आणि अत्यंत स्पष्टतेनं कंपन्यांचं विश्लेषण करण्याची प्रक्रिया सांगण्यात आली आहे. गुंतवणुकीला हानिकारक ठरणाऱ्या मिथकांचाही लेखक उलगडा करतात. ते फर्मच्या स्पर्धात्मक लाभांचं आणि भांडवल गुंतवणुकीचं मूल्यमापन कसं करावं ते स्पष्ट करतात. कंपन्यांचा अभ्यास करताना आवश्यक असलेल्या सगळ्या महत्त्वाच्या गोष्टी देणाऱ्या विविध चेकलिस्ट (विचाराधीन विषय तपासणीच्या महत्त्वाच्या मुद्द्यांची यादी) देण्यात आल्या आहेत. मला स्वतःला विशेषतः ही गोष्ट अतिशय आवडली. 'अखेरीस विशिष्ट गुंतवणूकदारांची नमुना उदाहरणे देण्यात आली आहेत.' त्यांच्यातून या पुस्तकात देण्यात आलेली सगळी तत्त्वं स्पष्टपणे समोर येतात. हे पुस्तक तुम्हाला निश्चितपणे अशा प्रकारच्या धुळीतील हिऱ्यांचा शोध घेण्यास मदत करेल.' **– मार्क मोबियस, मोबियस कॅपिटल पार्टनर्सचे संस्थापक**

''संपत्तीच्या निर्मितीतील सखोल स्पर्धात्मक लाभ भागधारकांना मूर्त स्वरूपात मिळवून देणं हा इक्विटी गुंतवणुकीतील अत्यंत आकर्षक पैलू आहे. मार्सेलसच्या टीमचं हे पुस्तक, ही प्रक्रिया कशा प्रकारे उलगडली जाते, त्याची रूपरेषा दाखवतं. तुम्हाला संपत्ती निर्मितीची काळजी असेल, तर तुम्ही हे पुस्तक वाचलंच पाहिजे.'' **– हर्ष मारीवाला, मॅरिको लिमिटेडचे संस्थापक**

''डायमंड्स इन द डस्ट' हे अत्यंत महत्त्वाच्या आणि कालसुसंगत विषयावरचं, डोळ्यांत अंजन घालणारं पुस्तक आहे. अतिशय स्पष्टपणे लिहिण्यात आलेल्या या पुस्तकात, १.४ अब्ज भारतीयांनी आवश्यक वस्तूंचा पुरवठा करणाऱ्या स्वच्छ सुव्यवस्थापित कंपन्यांमध्ये गुंतवणूक करणं हाच संपत्ती निर्मितीचा साधा आणि उचित मार्ग का आहे ते मार्सेलसची टीम स्पष्ट करते. उत्तम प्रकारे संशोधन करून, लेखकांनी समजण्यास सुलभ असलेल्या भाषेतून आपले युक्तिवाद आणि निष्कर्ष अत्यंत ठामपणे मांडले आहेत. हे अगदी वाचलंच पाहिजे असं पुस्तक आहे.''
– हरिश भट, 'टाटा लॉग' आणि '# टाटा स्टोरीज' या पुस्तकाचे लेखक

''तुम्ही जर थेट स्टॉक खरेदी करत असाल किंवा तसं करण्याची तुमची इच्छा असेल, तर हे पुस्तक तुम्हाला या प्रक्रियेची पद्धत देतं. शिवाय काय करावं आणि काय करू नये, याची चेकलिस्टही देतं.'' **– मोनिका हलन, 'लेट्स टॉक मनी : यू हॅव वर्क्ड हार्ड फॉर इट, नाऊ मेक इट वर्क फॉर यू' या पुस्तकाच्या लेखिका**

''प्रभावशाली फ्रँचायझींच्या उभारणीच्या माध्यमातून संपत्तीची निर्मिती करणं हा झपाट्यानं वाढत चाललेल्या अर्थकारणाचा अत्यंत आकर्षक असा एक पैलू आहे. मार्सेलसच्या टीमनं भारतातील इतर कोणाहीपेक्षा या कथनाचं अधिक चांगलं सुलभीकरण आणि विस्तारीकरण केलं आहे. परिणामी, भारतातील यशस्वी इक्विटी गुंतवणुकीची मूलभूत तत्त्वं घालून देणारं अतिशय तन्मयतेनं लिहिण्यात आलेलं आणि वाचकांना मंत्रमुग्ध करणारं हे पुस्तक आकाराला आलं आहे.'' **– संजीव बिकचंदानी, इन्फो एज (इंडिया) लि.चे सहसंस्थापक आणि उपाध्यक्ष**

डायमंड्स इन द डस्ट

विपुल संपत्तीच्या निर्मितीसाठी सातत्यपूर्ण कंपाउंडिंग

सौरभ मुखर्जी
रक्षित रंजन
सलिल देसाई

अनुवाद : मीना शेटे–संभू

MANJUL

मंजुल पब्लिशिंग हाउस

First published in India by

MANJUL

Manjul Publishing House

Corporate and Editorial Office

•2nd Floor, Usha Preet Complex, 42 Malviya Nagar,
Bhopal 462 003 – India

Sales and Marketing Office

•C-16, Sector 3, Noida, Uttar Pradesh 201301, India
Website: www.manjulindia.com

Distribution Centres

Ahmedabad, Bengaluru, Bhopal, Kolkata, Chennai,
Hyderabad, Mumbai, New Delhi, Pune

Marathi translation of *Dimonds in The Dust: Consistent Compounding for Extraordinary Wealth Creation*

Copyright © Marcellus Investment Managers Pvt. Ltd 2021
All rights reserved.

The original English edition first published in 2021
by Penguin Random House India.

Marathi language translation © Manjul Publishing House, 2023

Marathi edition first published in 2023
by Manjul Publishing House Pvt. Ltd.

ISBN: 978-93-5543-426-5

Marathi translation: Meena Shete-Sambhu

Printed and bound in India by Thomson Press (India) Ltd.

All rights reserved. No part of this publication may be reproduced, stored in or introduced into a retrieval system, or transmitted, in any form, or by any means (electronic, mechanical, photocopying, recording or otherwise) without the prior written permission of the publisher. Any person who does any unauthorized act in relation to this publication may be liable to criminal prosecution and civil claims for damages.

मार्सेलसच्या सगळ्या मेहनती कर्मचाऱ्यांना अर्पण.

हजारो कष्टाळू कुटुंबांच्या मालमत्तांच्या गुंतवणुकीचं
व्यवस्थापन आणि देखभाल करण्याकरिता
त्यांनी मार्सेलसच्या व्यवस्थापकांना मदत केली.

निवेदन

या पुस्तकात पुढे देण्यात आलेल्या स्टॉकचा उल्लेख करण्यात आला आहे. ते मार्सेलसनं व्यवस्थापन केलेल्या किंवा सल्ला दिलेल्या एखाद्या किंवा त्याहून अधिक पोर्टफोलिओंचे भाग आहेत.

एशियन पेंट्स	मारुती सुझुकी
एचडीएफसी बँक	पेज इंडस्ट्रीज
ॲबॉट इंडिया	गरवारे टेक्निकल फायबर्स
दिवीज लॅब्ज	एचडीएफसी ॲसेट मॅनेजमेंट कंपनी
टीसीएस	जीएमएम पीफॉडलर
पिडिलाइट इंडस्ट्रीज	इन्फो एज (इंडिया)
नेस्ले इंडिया	टायटन कंपनी

अनुक्रमणिका

प्रस्तावना

सौरभ मुखर्जीनं नव्यानंच पदवीधर होऊन माझ्या आर्थिक सल्ला व्यवसायात प्रवेश केला होता, तेव्हापासून म्हणजे गेल्या २५हून जास्त वर्षांपासून मी त्याला ओळखत आहे. त्याला इक्विटी संशोधनात स्वारस्य निर्माण झालं आणि 'क्लिअर कॅपिटल' या लंडनच्या प्रकल्पात आम्ही एकत्रितपणे सहभागी झालो, तेव्हापासूनच त्याच्या कारकिर्दीचं मी आनंदानं आणि अभिमानानं निरीक्षण केलं आहे. त्यानंतर तो भारतात परत आला. भारताच्या संपत्ती व्यवस्थापन समुदायातील एक आघाडीची व्यक्ती आणि गुंतवणूकविषयक गोष्टींचा नियमित समालोचक म्हणून त्याचा उदय झाला.

यशस्वी गुंतवणूकदाराला व्यवसायाची माहिती असण्याची गरज असते, असा सौरभचा आणि माझा ठाम विश्वास आहे. ही गोष्ट अगदी स्पष्ट असल्यासारखी वाटते आणि तरीही आपल्या स्वतःच्या किंवा इतरांच्या पैशाचं व्यवस्थापन करणाऱ्यांना ती स्पष्टपणे समजली आहे, असं वाटत नाही. त्यांना सिक्युरिटी बाजारांमध्ये स्वारस्य असतं, पण उत्पादन बाजारपेठांमध्ये नसतं. त्यांना स्टॉक्समध्ये स्वारस्य असतं, पण कंपन्यांमध्ये नसतं. व्यवसायानं मोठ्या प्रमाणात पैसा निर्माण केला पाहिजे हे त्यांच्या मनात पक्कं ठसलेलं असतं. परंतु लोकांना सध्या विकत घेण्याची इच्छा असलेल्या आणि अनेक आगामी वर्षांमध्ये व्यवसायांनी विकत घेण्याची इच्छा राहील अशा मालांचं आणि सेवांचं उत्पादन केलं पाहिजे, हे जास्त सुज्ञ गुंतवणूकदाराच्या मनात ठसलेलं असतं. लंडनमधील एका सुस्थापित निधी व्यवस्थापकाशी झालेल्या संभाषणातून हे द्विभाजन माझ्या अतिशय स्पष्टपणे लक्षात आलं. त्या वेळी त्याला व्यवसायाच्या व्यूहरचनेत स्वारस्य वाटावं यासाठी आम्ही त्याचं मन वळवत होतो. पण त्या वेळी तो म्हणाला, ''मला स्पर्धात्मक लाभाची फिकीर नाही. मला फक्त कोणत्या स्टॉकची किंमत वधारणार आहे ते जाणून घ्यायचं आहे.'' मी किंवा माझ्या कुठल्याही मित्रानं त्याच्या व्यवस्थापनामध्ये पैसा गुंतवता कामा नये हे मला त्या वेळीच समजून चुकलं होतं आणि मी सल्ला देत असलेल्या कुठल्याही फंडाला मी तिथे पैसा गुंतवण्याचा सल्लाही देणार नव्हतो.

स्टॉकला समजून घेण्यासाठी तुम्ही पहिल्यांदा कंपनीला समजून घेतलंच पाहिजे या तत्त्वावर मार्सेलसची स्थापना झाली आहे. स्पर्धात्मक लाभाला फक्त तत्कालीन महत्त्वच नसतं, तर दीर्घकालीन वाटचालीचा विचार करता, त्यालाच खरंखुरं महत्त्व असतं. यशस्वी गुंतवणूकदार मूलभूत मूल्याकडे पाहतात हे तुम्हाला या पुस्तकातून समजेल. ते खरोखरची क्षमता असलेल्या खऱ्याखुऱ्या व्यवसायांकडे पाहतात. मी हे लिहीत असताना माझ्यावर 'मीम' स्टॉक्स (समाजमाध्यमांमुळे व्हायरल लोकप्रियता मिळवलेले स्टॉक्स) खरेदी करण्याच्या निमंत्रणांचा वर्षाव होत आहे. त्याबरोबरच बेसबॉल कार्ड, क्रिप्टोकरन्सी आणि विनिमय करणं शक्य नसलेली टोकन यांचाही वर्षाव सुरू आहे. परंतु किमतीचा कल मूलभूत मूल्याकडे परतण्याकडे असला पाहिजे, हा गुंतवणुकीचा पायाभूत नियम आहे आणि 'कॉफी कॅन इनव्हेस्टिंग'चा हा महत्त्वाचा म्हणजे अगदी गाभ्याचा सिद्धान्त आहे.

''तुम्हाला जर एखादा स्टॉक दहा वर्षांपर्यंत आपल्या जवळ ठेवून घेण्याची इच्छा नसेल तर त्याला दहा मिनिटंसुद्धा स्वतःजवळ ठेवू नका,'' असं याविषयी वॉरन बफे म्हणतात. दीर्घकालीन स्टॉकच्या परताव्यांमध्ये प्रमाणबद्धतेचा अभाव असतो. बाजाराच्या सर्वांगीण परताव्यांचा मोठा भाग हा अल्प संख्येच्या स्टॉक्सकडूनच आलेला असतो. व्यवसायाच्या पायाभूत अर्थकारणाच्या मूल्यमापनातून तुम्हाला विलक्षण उत्तम किंवा असामान्य स्टॉक्स ठेवून घेण्याची खरोखरची एकमेव संधी मिळते.

यशस्वी गुंतवणूक करणं ही सोपी गोष्ट असते असं कोणीही म्हटलेलं नाही. परंतु हे पुस्तक तुम्हाला गुंतवणुकीच्या मूलभूत तत्त्वांकडे अगदी काळजीपूर्वक घेऊन जाईल. फसव्या हिशेबाच्या आरपार कसं पाहावं ते तुम्ही शिकाल. बाजारात किती वेळ राहावं हे तुम्ही शिकणार नाही, ते कोणालाही समजत नाही, आतापर्यंत समजलेलंही नाही. परंतु समजा, तसं करणं तुम्हाला शक्य झालंच तरीही बाजारात राहण्याच्या वेळेवर अवलंबून राहिल्यामुळे मिळणारे परतावे हे प्रभावी स्टॉक निवडीतून मिळणाऱ्या परताव्यांच्या तुलनेत खूपच कमी असतात. या पुस्तकातून तुम्ही स्पर्धात्मक लाभाचं स्वरूप कसं असतं ते शिकाल आणि उचित व शाश्वत ठरण्याजोगे स्पर्धात्मक लाभाचे स्रोत कसे ओळखावेत तेही शिकाल. चांगल्या प्रकारे गुंतवणूक करण्यासाठी तुम्हाला या गोष्टी माहीत असल्याच पाहिजेत, अन्यथा तुमचे फंड मार्सेलससारख्या कोणाकडेतरी सुपूर्द करा. या पुस्तकामुळे आपल्या स्वतःच्या संपत्तीच्या व्यवस्थापनाचं नियंत्रण स्वतःकडे घेण्यास अनेकांना स्फूर्ती मिळेल अशी मला आशा आहे. अनेकांप्रमाणेच तुमच्यासाठीही असं करणं ही खूपच मोठी झेप असेल तर हे पुस्तक तुम्हाला तुमच्या आर्थिक सल्लागाराला योग्य प्रश्न विचारण्यास तरी नक्कीच सक्षम करेल.

–सर जॉन के

लंडन,

४ जून २०२१.

उपोद्घात

टेस्ट क्रिकेट आणि गुंतवणूक : अभिजात साधर्म्य

> ''भारतातील कर्णकटू गोंगाटाच्या वातावरणात, ज्यांच्याकडे उपजत बुद्धिकौशल्य, प्रतिभा, डामडौल, दिखाऊपणा आणि बहिर्मुखतेची विशिष्ट जाणीव असते, त्यांच्यामध्ये महानतेचा आणि नेतृत्वाचा शोध घेण्याकडे लोकांचा कल असल्याचं दिसून येतं. परंतु कदाचित मोठ्या प्रमाणातील प्रमुख उलथापालथींकडे या देशाचा कल असल्यामुळे साधे, भपकेबाज नसलेले, अंतर्मुख, निश्चयी आणि बुद्धीचा उत्तम वापर करून चिवटपणे टिकून राहणारे लोक दीर्घ काळ टिकून राहणारं यश प्राप्त करतात. क्रिकेटमध्ये याचं उदाहरण म्हणून राहुल द्रविडहून आणखी कोणाकडेही निर्देश करता येणार नाही. 'कॉफी कॅन' कंपन्या या व्यावसायिक जगातील राहुल द्रविड असतात. त्याही तशाच असामान्य, निश्चयी आणि आपल्या स्पर्धकांच्या तुलनेत त्यांना मिळणाऱ्या लाभात सातत्यानं वाढ, सुधारणा करण्याचा प्रयत्न करणाऱ्या असतात.''
>
> –सौरभ मुखर्जी, द *अनयुज्वल बिलियनेअर्स*, नववं प्रकरण (२०१६)

क्रिकेटमध्ये सर्वोच्च कामगिरी करण्यासाठी फक्त तांत्रिक कौशल्य असून भागत नाही, तर त्याबरोबरच बुद्धिमत्ता आणि लक्ष एकाग्र करण्याच्या तीव्र शक्तीही असाव्या लागतात. या संदर्भात कसोटी क्रिकेट आणि भारतीय इक्विटीजमध्ये गुंतवणूक करणं यांच्यामध्ये स्वारस्यपूर्ण समानता दिसून येतात. या दोहोंच्या मूल्यमापनातून नवोदितांना गुंतवणुकीची प्रक्रिया आणि टिकाऊ, यशस्वी गुंतवणूक पोर्टफोलिओची उभारणी करण्यासाठी लागणारी साधनसामग्री समजेल.

भारतातील इक्विटींमधील गुंतवणूक आणि कसोटी क्रिकेट सामना या गोष्टी समांतर का आहेत...?

मार्सेलसमधील आम्हा क्रिकेटप्रेमी लोकांच्या गटाला फक्त खेळांचा मागोवा घेत राहण्याचंच वेड नाही, तर आम्हाला आमच्या वैयक्तिक आणि व्यावसायिक जीवनांमध्ये या खेळांपासून आणि त्यांच्या नायकांपासून वेळोवेळी प्रेरणाही मिळते. आमचं संपूर्ण राष्ट्रच क्रिकेटप्रेमी असल्यामुळे गुंतवणुकीशी असलेल्या क्रिकेटच्या साधर्म्यामधून आमचा गुंतवणूकविषयक दृष्टिकोन मांडणं सगळ्यात जास्त परिणामकारक ठरेल असं आम्हाला वाटतं.

अनेक लोकांचा असा समज असतो की, शेअरच्या किमतींवर सतत लक्ष ठेवणं आणि बातम्यांच्या प्रवाहांना व बाजारातील हालचालींना झटपट प्रतिसाद देणं अशा काही गोष्टी गुंतवणुकीत सातत्यानं करत राहाव्या लागतात. अशा प्रकारच्या 'सक्रिय' गुंतवणुकीतून तत्काळ, नजीकच्या भविष्यात परिणाम मिळतात असाही एक सर्वसामान्य समज असतो. मात्र अशा प्रकारे क्वचितच सारं काही चालतं. गुंतवणुकीत २० षटकांच्या टी २० मॅचप्रमाणे प्रत्येक चेंडू सीमारेषेबाहेर टोलवण्याचा प्रयत्न केला जात नाही. गुंतवणूक ही जास्त प्रमाणात कसोटी क्रिकेट सामन्यासारखी असते. कसोटी क्रिकेट सामन्यात तुम्ही प्रत्येक चेंडू सीमापार टोलवण्याचा प्रयत्न करणं तर दूरच, पण तुम्ही प्रत्येक चेंडू खेळण्याचाही प्रयत्न करत नाही. कसोटी क्रिकेटमध्ये तुमच्या फटक्यांची तुम्ही काळजीपूर्वक निवड करता. एक किंवा दोन धावा नियमितपणे काढत राहता आणि अधूनमधून येणारे चेंडू सीमापार टोलवत राहता. म्हणून धोकादायक, अति जोखमीचे स्टॉक सोडून देणं, त्यानंतर कमाईत व कॅशफ्लोमध्ये स्थिरपणे वाढ करणारे स्टॉक शोधणं आणि एकदा असे स्टॉक सापडले की त्यांच्यात मोठी गुंतवणूक करणं ही यशस्वी गुंतवणुकीची गुरुकिल्ली असते. कसोटी क्रिकेटप्रमाणे गुंतवणुकीतसुद्धा खेळाडूकडे म्हणजेच गुंतवणूकदाराकडे सुसंगत कौशल्यं आणि प्रशिक्षण असणं या गोष्टी आवश्यक असतातच, मात्र त्याशिवाय त्याच्याकडे त्या कौशल्यांचा आणि प्रशिक्षणाचा सुसंगतपणे वापर करण्याची मानसिक स्थिती आणि शिस्तही असावी लागते. याहूनही अधिक महत्त्वाची गोष्ट म्हणजे गुंतवणुकीसाठी दीर्घ काळापर्यंत मोठा डाव खेळत राहण्याची कुवत असण्याची गरज असते. कसोटी सामन्याप्रमाणे ही गोष्ट विजयाची हमी देणारी असते. यशस्वी आणि अयशस्वी गुंतवणुकीतील फरक हा अनेक प्रकारे कसोटी क्रिकेट आणि टी २० यांच्यातील फरकासारखा असतो.

गुंतवणूकदाराच्या कौशल्य उभारणीची प्रक्रिया ही नवोदित फलंदाजाच्या तुलनेत दहा वर्षांनी उशिरा सुरू होते. बहुतेक गुंतवणूकदार त्यांच्या विशीत असताना आर्थिक विवरणपत्रांचं विश्लेषण आणि मूल्यांकनाची तंत्रं शिकून घेतात.

गुंतवणुकीच्या या पायाभूत संकल्पना असल्या तरीही त्या संकल्पनांचे फक्त वरवरचे घटक समजून घेण्याकडे तरुण गुंतवणूकदाराचा कल असतो. दुसऱ्या शब्दांत, आपल्या जडणघडणीच्या वर्षांमध्ये गुंतवणूकदार फक्त गुंतवणुकीची भाषा शिकतो, परंतु तरीही तोपर्यंत त्याला गुंतवणुकीचं सखोल महत्त्व समजलेलं नसतं किंवा तिचं त्याला सखोल मूल्यमापन करता येत नसतं.

त्यानंतर तो जसजसा जास्त मोठा होत जातो, तसतसा जास्त अनुभवी गुंतवणूकदार होतो आणि या संकल्पनांच्या अधिक खोलात कसं शिरावं ते तो शिकतो. त्यांचा खरा अर्थ काय आहे त्याचं तो मूल्यमापन करतो. उदाहरणार्थ, गुंतवणूकदारांनी आपलं अधिमूल्यांकन करावं आणि आपल्या शेअर्सच्या प्रत्यक्ष किमतीच्या तुलनेत जास्त किंमत द्यावी, यासाठी कंपन्या जाणीवपूर्वक आपल्या हिशेबवह्या, विवरणपत्रं कशा प्रकारे तयार करतात ते त्याला समजतं. काही लहान अल्पसंख्य कंपन्या सक्षम लाभाची निर्मिती कशा करू शकतात आणि कित्येक वर्षांपर्यंत आणि अगदी काही दशकांपर्यंतसुद्धा त्यांच्या प्रतिस्पर्धी कंपन्यांना त्यांच्याशी प्रभावीपणे स्पर्धा करता येऊ नये, इतक्या शक्तिशाली कशा होतात त्याचं त्याला आकलन होतं.

क्रिकेटचा वैयक्तिक खेळाडू किंवा गुंतवणूकदार परिपक्व होण्यासाठी घेत असलेला वेळ हा व्यक्तीगणिक भिन्न असला तरी फक्त अगदी मूठभरच खेळाडू /गुंतवणूकदार दीर्घ काळापर्यंत टिकून राहण्यात यशस्वी होतात. खोलात शिरण्यासाठी आणि दहा किंवा वीस वर्षं निष्णातपणे टिकून राहण्यासाठी क्रिकेटमधील हुशारी आणि गुंतवणुकीतील बुद्धिमत्ता यांची आवश्यकता असते. त्याच वेळी या दोहोंसाठीसुद्धा सखोल विचार करण्याची आणि त्याबरोबरच वाढीच्या मनोरचनेची आवश्यकता असते. (त्यामुळेच तुमच्या कमतरता तुम्ही दूर करू शकता.) याशिवाय कठोर परिश्रमांची आणि एकाच क्षेत्रातील कौशल्यापेक्षा आणि ताठर मनोरचनेपेक्षा बहुआयामी कौशल्य संचाची आणि लवचीक मनोरचनेची आवश्यकता असते.

गुंतवणुकीचं कसोटी क्रिकेटशी साम्य असेल तर भारताचा अतिशय महान खेळाडू असलेल्या आणि सर्वकालीन, सर्वदेशीय महान खेळाडूंपैकी एक असलेल्या राहुल द्रविड या फलंदाजाहून आणखी कोणता खेळाडू जास्त अनुकरणीय असू शकेल? त्याच्याकडचा कौशल्य संच हा वरवर पाहता साधा असल्यासारखा दिसत असला तरी प्रत्यक्षात तो संपादित करणं अतिशय अवघड आहे.

गुंतवणूक ही कसोटी क्रिकेटसारखी असेल तर गुंतवणूकदारांनी राहुल द्रविडसारखं होण्याचं उद्दिष्ट बाळगलं पाहिजे.

''कोणत्याही अर्थपूर्ण मोजदादीनुसार...तो भारताचा अत्यंत महान असा सामना जिंकून देणारा फलंदाज होता. त्याने सरासरी सुमारे ७० धावा काढून प्रतिस्पर्धी संघाच्या भूमीतील मैदानात २४ सामने जिंकले आहेत (सचिन तेंडुलकरनं २० सामने जिंकले आहेत.) या समीकरणात दबाव सहन करण्याची क्षमता आणि सामन्याचा प्रभाव यांसारख्या मोजदाद न करता येण्याजोग्या गोष्टींची गणना केली तर तो मालिकेचं भवितव्य निश्चित करणारा कसोटी क्रिकेटच्या इतिहासातील सर्वांत महान फलंदाज आहे. मालिकांचा विजय निश्चित करणाऱ्या त्याच्या आठ कामगिरी या इतर कोणाहीपेक्षा अधिक महान आहेत.''

–सुरेश मेनन [१]

''राहुलची फलंदाजी काव्यात्मक आणि उन्नत होती. तो अपवादात्मक उत्तम प्रकारे पायांचा वापर करत होता आणि त्यांचा अतिशय भक्कम आधार घेत होता. या दोन्ही गोष्टींचा लाभ मिळवून तो फटके मारत होता. त्याचं डोकं डेव्हीडच्या पुतळ्याच्या मस्तकासारखं होतं. ते त्याला परिपूर्ण समतोलात ठेवत होतं.''

–स्टीव्ह वॉ [२]

ॲडलीड, २००३

सन २००३-०४मध्ये भारतीय क्रिकेट संघानं ऑस्ट्रेलियाचा दौरा केला होता, त्या वेळी १९९०च्या दशकात भारताला पुनःपुन्हा त्या देशात कसं धुतलं गेलं होतं त्याच्या स्मृती अद्यापही ताज्या होत्या. खरं तर भारतानं एखादा कसोटी सामना जिंकला तरी आपण आनंदोत्सव साजरा करावा, असं औपरोधिक वक्तव्य भारत पुन्हा तिथे मालिका खेळण्यासाठी गेलेला असताना त्या देशातील काही छिद्रान्वेषी लोक करत होते. दंतकथा बनून गेलेल्या स्टीव्ह वॉची ती अंतिम कसोटी मालिका असल्यामुळे भारताचा पराभव करण्यासाठी ऑस्ट्रेलियन खेळाडू प्रयत्नांची पराकाष्ठा करतील आणि कसोटी सामन्यांच्या इतिहासातील अत्यंत यशस्वी कॅप्टन या वॉच्या जादूई दर्जावर शिक्कामोर्तब करतील, यावर लोकांचं एकमत होतं.

राहुल द्रविड हा सन २००३-०४च्या कसोटी मालिकेच्या वेळी भारतीय संघाचा उपकप्तान होता. त्याच्याकडे सन १९९९-२०००मध्ये भारतीय संघाच्या

ऑस्ट्रेलियातील दौऱ्याच्या वेळच्या अतिशय दारुण आठवणी होत्या. त्या वेळी त्याने चार कसोटींमध्ये काढलेल्या धावांची संख्या ३५, ६, ९, १४, १९ आणि ० अशी होती. त्याची धावसंख्या अशी निकृष्ट होती आणि भारताची त्या कसोटी मालिकेत ३–० अशी पिछेहाट होऊन नाचक्की झाली होती. नंतर द्रविडनं हे मान्य केलं होतं की :

> ''तो टप्पा माझ्या दृष्टीनं अत्यंत अवघड होता. ऑस्ट्रेलियाच्या विरोधात तीन कसोटी सामने खेळायचे होते आणि त्यानंतर भारतात दक्षिण आफ्रिकेबरोबर खेळण्याच्या आधी थोडीशीही विश्रांती मिळाली नव्हती. त्या काळात माझ्या खेळाविषयी माझ्या मनात पूर्वी कधीही नव्हती इतकी साशंकता होती. मी फॉर्ममध्ये नव्हतो. मी चांगली फलंदाजी करत नव्हतो. मी चांगल्या स्थितींमध्ये पोहोचत नव्हतो. मला ज्यांचा मागोवा घेता येत नव्हता, असे चेंडू मी खेळत होतो. माझ्या मनात आत्मविश्वास नव्हता. आपण फक्त इतकंच म्हणू या की, मी पुरेशा चांगल्या प्रमाणात खेळत नव्हतो आणि ते प्रतिस्पर्धी खेळाडू माझ्या तुलनेत खूप म्हणजे खूपच चांगलं खेळत होते...''[३]

सन २००३–०४च्या मालिकेतील पहिल्या कसोटीत द्रविडनं निष्प्रभपणे सुरुवात केली होती आणि भारतानं तो सामना अनिर्णित राखण्यात यश मिळवलं होतं. भारतीय संघाचा कॅप्टन सौरव गांगुलीनं काढलेल्या शतकी धावांना त्याचं श्रेय जातं, अन्यथा क्रिकेट शौकिनांना आता भारताच्या बाबतीत १९९९–२०००ची पुनरावृत्ती होईल की काय, अशीच भीती वाटत होती. त्यानंतर ॲडलीड ओव्हलच्या मैदानावर दुसरा कसोटी सामना सुरू झाला. ती तारीख होती, १२ डिसेंबर २००३. ऑस्ट्रेलियाच्या फलंदाजांनी भारतीय गोलंदाजांचा पार धुव्वा उडवला होता आणि पहिल्या दिवसाच्या अखेरीस धावफलकावर पाच विकेटच्या बदल्यात तब्बल ४०० धावा झळकवल्या होत्या. दुसऱ्या दिवशी त्यांच्यात आणखी काही धावांची भर टाकून ५५६ धावांवर त्यांनी आपला पहिला डाव संपवला. त्यानंतर भारतानं चार विकेट गमावल्या, त्या वेळी फक्त ८५ धावा काढण्यात यश मिळवलं होतं. तेंडुलकर आणि गांगुली यांनी केव्हाच तंबू गाठला होता. या टप्प्यावर राहुल द्रविड खेळण्यासाठी आला होता. मात्र त्याचा तो डाव इतका अविस्मरणीय ठरला की, त्याने कसोटी सामना फक्त भारताच्या दिशेला झुकवण्याचं कामच केलं नव्हतं, तर ऑस्ट्रेलियाच्या वर्चस्वी युगाची समाप्ती घडवून आणली होती. सन २००३मध्ये ॲडलीडच्या मैदानावर द्रविडनं पहिल्या डावात २३३ धावा काढल्या आणि त्यासाठी तो मैदानावर दहा तास होता. दोन्ही बाजूंनी आपापले पहिले डाव खेळून संपवले होते त्या वेळी फक्त ३३ धावांनी भारत ऑस्ट्रेलियाच्या मागे होता. ऑस्ट्रेलियाचा

दुसरा डाव १९६ धावांववरच कोसळला. अजित आगरकरनं त्यांच्या ६ विकेट घेतल्या होत्या. सामना जिंकण्यासाठी २३० धावांची गरज असताना गलितधैर्य, चिंताग्रस्त झालेल्या भारतीय संघानं चार विकेट गमावून जेमतेम १७० धावा काढण्यातच यश मिळवलं होतं. (पुन्हा एकदा तेंडुलकर आणि गांगुली तंबूत परतले होते.) पुन्हा एकदा द्रविड मैदानात उतरला होता. त्याने नाबाद ७२ धावा काढल्या. त्यानंतर स्टुअर्ट मॅक् गिलच्या अंतिम लाँग हॉप पास्ट कव्हरला चिरडून टाकल्यानंतर द्रविडनं 'आरोळी ठोकली आणि त्याच्या कॅपवरच्या भारताच्या चिन्हाचं चुंबन घेतलं.'[४] अशा प्रकारे भारतानं ऑस्ट्रेलियावर सन १९८१पासून पहिल्यांदाच विजय मिळवला. तुम्ही या संस्मरणीय कसोटी सामन्याचा व्हिडिओ पाहिला तर भारताच्या चाहत्यांनी, पाठीराख्यांनी, समालोचकांनी आणि क्रिकेट खेळाडूंनी केलेला प्रचंड जल्लोष तुम्हाला दिसेल. त्यातून राष्ट्राच्या दृष्टीनं या विजयाला किती महत्त्व होतं ते तुमच्या लक्षात येईल.[५]

त्या मालिकेत आकाश चोप्रानं भारतीय फलंदाजीची सुरुवात केली होती. त्यानंतर काही वर्षांनी तो म्हणाला, ''ऑस्ट्रेलियन गोलंदाजांना काहीही करून फलंदाजांना चूक करण्यास भाग पाडण्याची सवय होती. परंतु त्या डावात राहुलनं एकही चूक केली नाही. ते त्याला चूक करण्यास भाग पाडण्याचा प्रयत्न करत होते, परंतु तो त्यांच्या समोर झुकण्याच्या मनःस्थितीत नव्हता.''[६]

ऑस्ट्रेलियन खेळाडूंच्या मनातही या कसोटी सामन्याच्या अशाच स्वरूपाच्या आठवणी आहेत. ॲडलीडवरच्या कसोटी सामन्यात ऑस्ट्रेलियाच्या आक्रमणाचं नेतृत्व करणाऱ्या जेसन गुलेस्पीनं त्यानंतर नऊ वर्षांनी असं म्हटलं होतं की :

> ''ॲडलीडमध्ये चेंडू चांगला उसळी घेत होता आणि आम्हाला असं वाटलं होतं की, जर आमच्या व्यूहरचनेवर आम्ही ठाम राहिलो तर आम्ही कोणालाही आउट करू शकू. पण द्रविड ज्या प्रकारे खेळला ते बघितल्यावर आम्हा गोलंदाजांपेक्षाही तो जास्त संयमानं खेळत असल्याचं लक्षात येत होतं. आम्ही उतावीळ झालो होतो. विशेषतः ज्या वेळी त्याने द्विशतक झळकवलं त्या वेळी आम्ही अगदीच उतावीळ झालो, कारण आम्ही त्याला आउट करू शकत नव्हतो. त्यामुळे आम्ही आखलेली खेळाची व्यूहरचना आम्हाला सोडून द्यावी लागत होती. उलटपक्षी याचा त्याला उपयोग झाला, कारण गोलंदाजाला संयम संपुष्टात आणायला लावणं हीच त्याची व्यूहरचना होती.''[७]

ॲडलीडवर घडलेल्या या महाकाव्यासारख्या वाटणाऱ्या ऐतिहासिक कामगिरीनंतर काही आठवड्यांनी राहुल द्रविडनं लेखक आणि पत्रकार रोहित ब्रिजनाथला

दिलेल्या मुलाखतीत असं सांगितलं होतं की, दुसऱ्या डावात भारताला ऐतिहासिक विजयापर्यंत नेताना माझं माझ्यावर फारसं नियंत्रणच उरलं नव्हतं. मला मनातील चढउतारांशी लढा द्यावा लागत होता. लक्ष पुनःपुन्हा केंद्रित करावं लागत होतं आणि मला काय मिळवायचं आहे, त्याची स्वतःला सारखी आठवण करून द्यावी लागत होती. आउट न होणं आणि प्रतिस्पर्ध्यांसाठी मला आउट करणं शक्य तितकं अवघड करणं हे माझं उद्दिष्ट होतं.''[८]

त्यानंतर ॲडलीड कसोटी सामन्याच्या अखेरच्या सकाळी त्याची मनःस्थिती कशी होती त्याविषयी द्रविडनं सांगितलं. तो म्हणाला :

> ''आमच्या मनात मूक आत्मविश्वास होता. आमच्याकडे जिंकण्याची मोठीच संधी होती, हे आम्हाला माहीत होतं आणि आम्ही ते करू शकत होतो हेही आम्हाला माहीत होतं. अर्थातच आम्ही थोडेसे चिंताक्रांत झालो होतो आणि ती गोष्ट अगदीच स्वाभाविक होती. भूतकाळात जे सामने आम्ही जिंकू शकलो असतो असे अनेक सामने आम्ही हरलो होतो. ही गोष्ट पुन्हा घडू द्यायची नाही असा मी चंग बांधला होता. आम्ही इतके कठोर परिश्रम केले होते की, त्यामुळे आम्ही जिंकायलाच हवं होतं. मी स्वतःला सांगितलं होतं की, काहीही झालं तरी जे करण्याची गरज होती ते मला करावंच लागणार होतं. काहीही झालं तरी मला शेवटपर्यंत टिकून राहण्याचा प्रयत्न करावाच लागणार होता. हे करण्यासाठी माझ्याकडचं सगळं कौशल्य, माझं सर्वस्व मला पणाला लावावंच लागणार होतं.''[९]

सन २००३ मध्ये द्रविडनं केलेल्या या अति-मानवी प्रयत्नांविषयी तत्कालीन कॅप्टन सौरव गांगुलीचा शब्द अंतिम ठरला होता. त्याने म्हटलं होतं की, राहुलनं देवासारखी फलंदाजी केली.[१०]

तीन हा कसोटी सामन्यातील अतिशय महान क्रमांक

सन २००३मधील ॲडलीड येथील सामना, २००१ मधील ईडन गार्डन्सचा सामना, २००२मधील हेडिंग्लेचा सामना, २००४मधील रावळपिंडीचा सामना आणि २००६मधील जमैकाचा सामना या प्रसिद्ध कसोटी सामन्यांमध्ये केलेल्या प्रचंड पराक्रमांखेरीज राहुलनं आणखीही काही अद्वितीय कामगिरी केल्या. तो कसोटी क्रिकेटमध्ये चौथ्या क्रमांकाच्या सर्वोच्च धावा काढणारा फलंदाज ठरला. त्याने १३,२८८ धावा काढल्या. (या बाबतीत तो सचिन तेंडुलकरनंतरचा दुसऱ्या क्रमांकाचा भारतीय खेळाडू ठरला.) तसंच त्याने इतर कोणत्याही फलंदाजापेक्षा

अधिक 'कसोटी सामन्यांतील चेंडू'चा सामना केला. (अगदी नेमकेपणानं सांगायचं झालं तर ३१,२५८ चेंडूंचा म्हणजेच ५,२१० षटकांचा).

तीन क्रमांकावर फलंदाजी करून राहुल द्रविडनं १०,५२४ कसोटी धावा काढल्या. तीन क्रमांकावर खेळताना त्याने खेळाच्या इतिहासात इतर कोणत्याही फलंदाजाच्या तुलनेत काढलेल्या या सर्वाधिक धावा होत्या. त्या काळातील त्याच्या सोळा वर्षांच्या आंतरराष्ट्रीय कारकिर्दीकडे नेहमीच दुर्लक्ष करण्यात आलं आहे. द्रविडनं त्या काळात सचिन तेंडुलकरपेक्षा जास्त धावा काढल्या. गांगुली कॅप्टन असताना त्याच्या नेतृत्वाखाली जिंकण्यात आलेल्या एकवीस कसोटी सामन्यांमध्ये द्रविड खेळला आणि या सामन्यांमध्ये तो 'ब्रॅडमनच्या सरासरी'शी तुलना करता येईल अशा १०३ धावांच्या सरासरीनं खेळला.[११] या सामन्यांमध्ये भारतानं काढलेल्या एकूण धावांपैकी २३ टक्के धावा द्रविडनं काढलेल्या होत्या. २०००च्या दशकाच्या उत्तरार्धात जगातील प्रथम क्रमांकाचा कसोटी संघ होण्याच्या मार्गावरून भारताला याच विजयांनी पुढे नेलं.

आपल्या कसोटी सामन्यांच्या कारकिर्दीत, द्रविड मैदानावर असताना भारतीय क्रिकेट संघानं ३२,०००पेक्षा अधिक धावा मिळवल्या. द्रविड जे कसोटी सामने खेळला त्या सामन्यांमध्ये भारतीय संघानं काढलेल्या एकूण धावांपैकी ३५.६ टक्के धावा एकट्या द्रविडनं काढल्या होत्या. या संदर्भात इतर कोणत्याही भारतीय खेळाडूच्या धावांची टक्केवारी ३० टक्क्यांच्या पलीकडे गेलेली नाही. कसोटी सामन्यांच्या इतिहासात ७००हून अधिक भागीदारींमध्ये खेळलेला द्रविड हाच एकमेव फलंदाज आहे. खरं तर इतर कोणत्याही फलंदाजानं अद्याप अगदी ६५० भागीदारींची नोंदही केलेली नाही.[१२]

भारताबाहेर खेळताना प्रतिडावात राहुल द्रविडनं सरासरी ५३.०३ धावा काढल्या आहेत. कोणत्याही भारतीय कसोटी फलंदाजानं आतापर्यंत परदेशांमध्ये काढलेल्या सरासरीचा विचार करता, या बाबतीत द्रविड दुसऱ्या क्रमांकावर आहे. (सचिन तेंडुलकर पहिल्या क्रमांकावर आहे. त्याने सरासरी ५४.७ धावा काढल्या आहेत.[१३]) द्रविडला एकूण अकरा वेळा 'सामनावीर' किताब देण्यात आला आहे. त्यापैकी आठ बक्षिसं त्याला परदेशांतील कसोटींमध्ये मिळाली आहेत आणि त्यांपैकी परदेशांतील पाच सामन्यांमध्ये भारत विजयी ठरला आहे. उलटपक्षी, तेंडुलकरला मिळालेल्या चौदा सामनावीर किताबांपैकी फक्त पाच किताब परदेशांत झालेल्या सामन्यांकरिता मिळाले आहेत आणि त्यांपैकी एकच सामना भारतानं जिंकलेला आहे. (यात बांगलादेशातील कसोटी सामन्यांना वगळण्यात आलं आहे.) खरं तर कोणत्याही भारतीय खेळाडूनं परदेशांत खेळल्या गेलेल्या सामन्यांमध्ये द्रविडइतके सामनावीर किताब मिळवलेले नाहीत.[१४]

द्रविड कशामुळे इतका चांगला खेळाडू ठरला आहे?

या पार्श्वभूमीवर, द्रविडबरोबर किंवा त्याच्या हाताखाली खेळलेल्या इतर एखाद्या भारतीय खेळाडूला तुम्ही त्याच्याविषयी विचारलं किंवा क्रिकेटवर लिहिणाऱ्या आघाडीच्या लेखकांना त्याच्याविषयी काय म्हणायचं आहे असं विचारलं तर ते असं म्हणतील की, द्रविडनं जे केलं ती अगदी 'साधी' गोष्ट होती. व्यापकपणे बोलायचं झालं तर, द्रविडच्या यशाच्या पद्धतीविषयीच्या प्रतिक्रियांना तीन आयाम असतात :

पहिला म्हणजे आधी सांगण्यात आलं आहे त्याप्रमाणे द्रविडनं अधिक चेंडू खेळण्याच्या मध्ये बराच वेळ घालवला. कसोटी सामन्यात आतापर्यंत कोणीही द्रविडइतके चेंडू खेळलेले नाही. हे करणं त्याला कसं काय शक्य झालं? सन २०११मध्ये क्रिकेटविषयी लिहिणारा लेखक समीर चोप्रा याला द्रविडनं स्वतःच असं सांगितलं होतं की, फलंदाजीविषयीचा माझा दृष्टिकोन साधा होता. गोलंदाजाला माझी विकेट घ्यावीच लागणार होती. मी स्वतःला सांगितलं होतं की मला कसोटीत किमान ३० षटकं तरी फलंदाजी करायचीच होती. जर मी हे केलं नसतं तर मी अपयशी झालो असतो. मला कोणत्या ना कोणत्या प्रकारे हे करावंच लागणार होतं.[१५]

पीटर रोबक हा क्रिकेटवर लिहिणारा जगातील एक अत्यंत मोठा लेखक होता. (सध्या हा हयात नाही.) त्याने असं म्हटलं होतं की, द्रविडचा खेळ अत्यंत साधा आहे आणि तो सरळ रेषांच्या भक्कम पायावर आधारित आहे. तंबूत बसून धावा घेता येत नसल्यामुळे तो आपल्या विकेटचं रक्षण करण्यास सज्ज असतो. यातली कुतूहल चाळवणारी गोष्ट अशी आहे की, हा विचार अनेक फलंदाजांच्या मनात येत नाही.[१६]

जेसन गुलेस्पी याने सन २००३-०४मध्ये ऑस्ट्रेलियाच्या आक्रमक खेळाचं नेतृत्व केलं होतं. आपण आधीही यावर चर्चा केली आहे. त्याने असं म्हटलं आहे :

> ''द्रविडकडे खेळाची साधी व्यूहरचना होती आणि तो तिला चिकटून राहिला होता. ही गोष्ट संयमाची असते. त्याच्याकडे दीर्घ काळ खेळी करण्याचा संयम होता. तो चेंडूला फटकावण्यासाठी योग्य चेंडू मिळेपर्यंत संयमानं प्रतीक्षा करत होता. त्याला खेळण्याची इच्छा असलेल्या विशिष्ट फटक्यांच्या शोधात तो थांबत होता. त्याला ज्या क्षेत्रात सहजगत्या आरामशीरपणे चेंडूला फटकावता येत होतं, जिथे तो आक्रमकपणे चेंडू टोलवू शकत होता त्या क्षेत्रात गोलंदाजानं चेंडू टाकेपर्यंत तो वाट पाहत होता. त्यामुळेच त्याला आउट करणं अतिशय अवघड झालं होतं. ज्या

> वेळी त्याच्या समोर वाईट चेंडू टाकला जात होता, त्या वेळी तो त्याचीही वाट पाहत थांबल्याचं दिसत होतं आणि त्यालाही तसाच जाऊ देत होता. द्रविडविषयीची ही खास गोष्ट होती. कोणत्याही प्रकारे धावा मिळवण्याची संधी तो वाया जाऊ देत नव्हता. अत्यंत चांगला खेळाडू आणि महान खेळाडू यांच्यात काही वेळा हाच फरक असतो. ज्या ज्या वेळी तुम्हाला धाव काढण्याची संधी मिळते, त्या त्या वेळी तुमच्याकडे त्या काढण्याची क्षमता असावीच लागते.''[१७]

दुसरी गोष्ट म्हणजे त्याच्या संयमाला थोड्या वेळापुरतं बाजूला ठेवलं तरी द्रविड हा तांत्रिकदृष्ट्या अत्यंत निष्णात खेळाडू होता. तो म्हणजे क्रिकेटचं चालतंबोलतं पाठ्यपुस्तक होता. क्रिकइन्फोचा संपादक संबित बालनं असं म्हटलं होतं की, द्रविडच्या फलंदाजीला नेहमीच गृहीत धरलं जात होतं, कारण ती कालौघात लुप्त झालेल्या परंपरांमध्ये अत्यंत घट्ट रुजलेली फलंदाजी होती. चांगले चेंडू वगळता हवेत कुठलीही फटकेबाजी करायची नाही. ही फलंदाजी शब्दशः समजणारी होती आणि तिच्यात कसलंही गूढ नव्हतं.[१८]

तिसरी गोष्ट म्हणजे द्रविडची कारकिर्द प्रगतिपथावर पुढे गेली आणि त्याची प्रसिद्धीही वाढली, त्या वेळी क्रिकेटच्या चाहत्यांना हे स्पष्टपणे दिसून आलं की, तो एक निष्ठावान क्रिकेट खेळाडू होता. त्याची त्याच्या खेळाशी बांधिलकी होती आणि तो तंदुरुस्त राहण्यासाठी जिवापाड कष्ट घेत होता. जॉन राईट यांनी भारतीय क्रिकेट संघाचे कोच म्हणून सन २००० ते २००५ या कालखंडात काम केलं. त्यांच्या मते, 'शारीरिक प्रशिक्षणाचा मुद्दा येतो, त्या वेळी राहुल द्रविडचा समावेश सर्वोच्च १० टक्के खेळाडूंमध्ये होतो.' आपल्याला हे सांगितलं जातं त्याचा अर्थ असा आहे की, ज्या वेळी भारताच्या क्रिकेटच्या खेळाडूंच्या सोळा जणांच्या संघाचा विचार केला जातो, त्या वेळी शारीरिक तंदुरुस्तीच्या बाबतीत राहुल द्रविडचा क्रमांक सर्वांत वरचा असतो किंवा फार फार तर तो दुसऱ्या क्रमांकावर असतो.[१९]

भारतीय संघात अनेक वर्षं द्रविडबरोबर एकाच संघातून खेळणाऱ्या वीरेंद्र सेहवागनंही हाच मुद्दा मांडला होता. अर्थातच त्याने तो त्याच्या स्वतःच्या अननुकरणीय, आगळ्या ढंगात मांडला होता. त्याने म्हटलं होतं : ''एखादा नवोदित खेळाडू राहुल द्रविडकडून काय शिकू शकेल? पहाटे लवकर उठणं, ध्यानधारणा करणं आणि त्यानंतर व्यायाम करणं व प्रशिक्षण घेणं या गोष्टी त्याने शिकल्या पाहिजेत.''[२०]

मात्र यश मिळवण्यासाठी फक्त याच सगळ्या गोष्टींची आवश्यकता असेल तर मग भारतातील इतर अनेक निश्चयी स्त्री-पुरुष द्रविडचं अनुकरण का करू शकत नाहीत? द्रविड कसोटी क्रिकेटमधून बाहेर पडला त्याला जवळजवळ

एक दशकाहून अधिक काळ उलटून गेला आहे. पण तरीही पुरुषांच्या क्रिकेट संघात चेतेश्वर पुजारा आणि महिला क्रिकेट संघात मिताली राज वगळता इतर कोणालाही ते द्रविडच्या उच्च श्रेणीचं क्रिकेट खेळत असल्याचा दावा का करता येत नाही? राहुल द्रविडसारखं होणं ही इतकी अवघड गोष्ट का आहे? या पुस्तकात पुढे आपण या विषयाकडे वळणारच आहोत. यशस्वी गुंतवणुकीच्या केंद्रस्थानी तांत्रिक कौशल्यांपेक्षाही मानवी वर्तन का असतं ते समजून घेण्याचा प्रयत्न आपण करणार आहोत.

या पुस्तकाच्या पहिल्या प्रकरणात आपल्या बचतीची गुंतवणूक कुठे करावी हे ठरवताना भारतीय कुटुंबांना तोंड द्याव्या लागत असलेल्या आव्हानांवर आपण चर्चा करणार आहोत. दुसऱ्या, तिसऱ्या आणि चौथ्या प्रकरणांत आपण यशस्वी गुंतवणुकीकरिता आवश्यक असलेल्या मूलभूत संकल्पना मांडल्या आहेत. (चांगला फलंदाज होण्यासाठी ज्याप्रमाणे मूलभूत तंत्र आवश्यक असतात, तसंच हेही आहे.) या प्रकरणांमध्ये कोणत्या कंपन्यांकडे निकृष्ट हिशेब किंवा लेखा यंत्रणा आहे आणि कोणाकडे शाश्वत स्पर्धात्मक लाभ आहेत ते आपण समजून घेणार आहोत. (ही गोष्ट फेकलेल्या चेंडूची रेष आणि लांबी यांचा विचार कसा करावा आणि विरोधी संघाच्या दर्जाचं मूल्यांकन कसं करावं या क्रिकेटमधील गोष्टींशी समांतर आहे.)

त्यानंतर पाचव्या आणि सहाव्या प्रकरणांत आम्ही तुम्हाला जास्त खोलात नेणार असून जास्त प्रगत संकल्पनांवर लक्ष केंद्रित करणार आहोत. त्यात भांडवल विभागणी, मूल्यांकन आणि गुंतवणूक प्रक्रियेचं पूर्णत्व यांचा समावेश असेल. या गोष्टींशी क्रिकेटमधील काही गोष्टींचं साम्य आहे. अत्यंत दबावाखाली असताना आणि प्रतिकूल परिस्थितींनी सर्वशक्तिनिशी हल्ला केलेला असतानाही आपला खेळ उंचावण्यासाठी अत्यंत महान क्रिकेट खेळाडूंकडे असलेली मानसिक स्थिती आणि मनश्चक्षूंसमोर चित्र साकार करण्याची त्यांची क्षमता या गोष्टींचं त्यांच्याशी साम्य आहे. जास्त मानसशास्त्रीय कौशल्य संच (याविषयी अखेरच्या दोन प्रकरणांमध्ये माहिती देण्यात आली आहे.) आणि जास्त व्यवहार्य किंवा तांत्रिक कौशल्य संच यांच्यातील फरक आपण पाहणार आहोत.

परिशिष्टांमध्ये आम्ही गुंतवणूकदारांना गुंतवणूक प्रक्रिया पार पाडत असताना मार्गदर्शक ठरणारी तपासणी-यादी (चेकलिस्ट) दिली आहे. तसंच आम्ही पुस्तकात देण्यात आलेल्या महत्त्वाच्या संकल्पनांचं सुलभीकरण करण्याचा आणि आढावा घेण्याचा प्रयत्नही केला आहे. त्यामुळे ज्यांना कोणाला व्यावसायिक मार्ग पत्करायचा नसेल आणि अभिजात गुंतवणूक तंत्रांवर प्रभुत्व मिळवायचं असेल तेसुद्धा स्वतःसाठी छानशा पोर्टफोलिओची उभारणी करू शकतील. भर मैदानात उभं राहून वर्षानुवर्षं तळपत्या सूर्याच्या उन्हात अंग भाजून घेत क्रिकेट शिकण्याच्याऐवजी ऑनलाइन काल्पनिक क्रिकेट खेळण्याशी याची तुलना होऊ शकेल.

मात्र ऑनलाइन क्रिकेट खेळत असलेल्यांशी दंतकथा बनून गेलेल्या द्रविडसारख्या क्रिकेटवीरांची तुलना करण्याची कल्पनासुद्धा करणं शक्य नसलं तरी ऑनलाइन काल्पनिक क्रिकेट खेळणं ही कुठल्याही अर्थानं शरमिंदेपणाची बाब नाही. त्याप्रमाणेच आपण व्यावसायिक गुंतवणूकदार नसतानाही व्यावसायिक गुंतवणूकदारांकडच्या कौशल्य-संचांना समजून घेणं आणि त्यांचं मूल्यमापन करणं यातही काहीच गैर नाही. खरं तर *'द व्हिक्टरी प्रोजेक्ट : सिक्स स्टेप्स टू पीक पोटेन्शियल'* या सौरभ व अनुपम गुप्ता यांच्या पुस्तकातील दुसऱ्या प्रकरणात घालून देण्यात आलेल्या टी-आकाराच्या नमुन्याचं जरी आपण मूल्यमापन केलं तरी आपण संपूर्ण आयुष्यभर त्यावर जगू शकू. त्या प्रकरणात त्यांनी असं म्हटलं आहे :

> ''तुम्ही क्रिकेटचे खेळाडू आहात, राजकारणी आहात, फंड व्यवस्थापक आहात, नर्तक आहात की चित्रपट अभिनेते आहात याने काहीही फरक पडत नाही. तुम्ही कोणत्याही क्षेत्रात असलात तरी त्या क्षेत्राच्या एखाद्याच भागातील किंवा व्याप्तीतील तज्ज्ञता असलेली व्यक्ती किंवा अक्षम व्यक्ती गुंतागुंतीच्या व स्पर्धात्मक समाजाच्या विकसित होत असलेल्या संमिश्र प्रवाहात झपाट्यानं शिखर गाठू शकेल यावर विश्वास ठेवणं कठीण असतं. म्हणूनच आपल्यासारख्या गुंतागुंतीच्या 'दुष्ट' समाजांमध्ये यश प्राप्त करण्याच्या मानसिक नमुन्याचं 'टी'(T) या अक्षराशी म्हणजेच व्यापक पायावरचं ज्ञान आणि सखोल, उद्दिष्टावर लक्ष एकवटून मिळवलेली तज्ज्ञता यांच्या मिश्रणाशी साधर्म्य असतं.

***

प्रकरण १

भारतीय गुंतवणुकीतील चार सर्वाधिक हानिकारक मिथकं

''आणीबाणीच्या परिस्थितीची आणि साठवलेली रोख रक्कम सुरक्षित ठेवण्याची आपल्याला सर्वांत जास्त काळजी वाटते. रोख रक्कम गोळा होते आणि नंतर 'शार्पशूटर' म्हणून ओळखला जाणारा एखादा कुशल नेमबाज येतो आणि आपल्या समोर आकर्षक व्यवहाराचा प्रस्ताव ठेवतो. तो ठाम, आग्रही असतो. आपल्या समोर आकडेमोड फेकतो, आकर्षकपणे आकड्यांची मांडणी करतो. आपल्या मनातील भीती, भावना आणि अपराधीपणा दूर करतो आणि आपल्याकडचे पैसे मिळवतो. त्यानंतर या व्यवहाराची सांगता अनेक प्रकारे होते. काही वेळा पैसे पूर्णपणे गमावले जातात किंवा अंशत: गमावले जातात किंवा फक्त ती गुंतवणूक वाईट असल्यामुळे तुम्हाला बँकेच्या ठेव योजनेच्या तुलनेत कमी परतावे मिळतात.''

– मोनिका हलन [१]

आजीच्या गोष्टींच्या आधारावर आणि फसव्या पणनाच्या आधारावर काही गोष्टी तुमच्या गळ्यात मारणाऱ्या विक्रेत्याच्या सल्ल्याच्या आधारावर गुंतवणूक करणं याचा अर्थ चलनवाढीच्या किंवा महागाईवाढीच्या दराहून जास्त दरानं तुम्हाला परतावे न मिळणं असाच असतो. मोठ्या प्रमाणातील श्रीमंत भारतीयांनी त्यांची बरीचशी संपत्ती चलनवाढीहून जास्त परतावे न देणाऱ्या मालमत्तांमध्ये गुंतवलेली आहे. पोर्टफोलिओत पैशाची अशी विपर्यस्त, दूषित वाटणी झालेली असणं याचा

अर्थ लाखो भारतीय कुटुंबांच्या पोर्टफोलिओतील रक्कम झपाट्यानं कमी होत चालली आहे, असा होतो. हे कसं काय घडलं आहे? आणि ही परस्थिती पूर्वपदावर आणण्यासाठी काय करावं लागेल? पुढे देण्यात आलेल्या काल्पनिक प्रकरणाच्या साहाय्यानं बहुतांश भारतीय गुंतवणूकदारांचं वर्तन समजून घेऊ या.

भारतीय लोक कशी गुंतवणूक करतात? : देविका आणि राजवीर यांची उदाहरणं.

देविका पटेल : "यंत्रणा माझी फसवणूक करत आहे."

देविका पटेलनं सन २००७मध्ये तुलनेत तरुण म्हणावं अशा वयाच्या एक्केचाळिसाव्या वर्षी शिनेडा इंडस्ट्रीजची सीईओ म्हणून सूत्रं हाती घेतली. त्या वेळी भारतीय अर्थकारणानं सन १९४७ला स्वातंत्र्य मिळाल्यापासून पहिल्यांदाच शाश्वत उच्च वाढीच्या पहिल्या कालखंडाचा अनुभव घेतला होता. शिनेडा ही महाराष्ट्रातील ठाण्यातील कंपनी होती. आफ्रिका आणि मध्य-पूर्वेतील देशांना ती वैद्यकीय धाग्यांची निर्यात करत होती.

पटेल आता पन्नाशीच्या जवळपास आली होती आणि तिने अत्यंत यशस्वी कारकिर्दीची बीजं रोवली होती. तिला आठवत होतं तेव्हापासूनच तिचं मूळ वेतन सात आकडी होतं आणि शिनेडाची भरभराट झाल्यामुळे तिला मिळणारे बोनसही भरमसाट होते.

तिने सन २०१० पासून आपल्याला मिळणाऱ्या भरमसाट बोनसची गुंतवणूक करण्यास सुरुवात केली. मुंबईतील भरभराटीला येत चाललेल्या निवासी रिअल इस्टेटवर मोठ्या प्रमाणात लक्ष केंद्रित करून तिने गुंतवणुकीला प्रारंभ केला होता. इतर लाखो श्रीमंत भारतीयांप्रमाणे या गुंतवणुकीतून आपल्याला आयुष्यभर लाभ मिळत राहील असं तिला खात्रीनं वाटत होतं. एका बहुराष्ट्रीय रिअल इस्टेट ब्रोकिंग फर्मनं मांडलेल्या आकर्षक प्रस्तावाचा तिने स्वीकार केला आणि मुंबईच्या उपनगरातील आगामी निवासी गगनचुंबी इमारतींच्या प्रकल्पात दोन ऐश-आरामी फ्लॅटमध्ये गुंतवणूक केली.

दुर्दैवानं, विकसकाला सातत्यानं पैसे कमी पडत गेले. देविकाच्या ताब्यात अपार्टमेंट मिळेपर्यंत २०१७ साल उजाडलं होतं. तोपर्यंत सरकारनं काळ्या पैशावर हल्ला चढवला होता. त्याशिवाय बाजारात निवासी अपार्टमेंटची रेलचेल झाली होती. त्यामुळे आधीच्या बाजारभावानं फ्लॅटची विक्री करू इच्छित असलेल्या देविकाच्या फ्लॅटची पुनर्विक्रीची किंमत घसरली होतीच, शिवाय तिने केलेल्या गुंतवणुकीवरच्या चक्रवाढ व्याजाच्या दरात घट होऊन तो एक आकडी झाला होता.

तरीही देविका स्वतःला भाग्यवान समजत होती, कारण निदान गुंतवणूक केलेला फ्लॅट तिच्या ताब्यात तरी मिळाला होता. तिच्या सामाजिक वर्तुळातील इतर काही लोक तितकेही भाग्यवान ठरले नव्हते.

रिअल इस्टेटप्रमाणेच देविका सर्वसामान्यपणे दागिन्यांमध्ये आणि अगदी नेमकेपणानं सांगायचं झालं तर सोन्यात गुंतवणूक करत होती. या गुंतवणुकीविषयी तिला दीर्घ काळापासून आकर्षण होतं. सोन्याच्या गुंतवणुकीविषयी तिच्या मनात अतिशय ठाम विश्वास होता आणि तो तिच्या आजीकडून तिला जवळजवळ वारसाहक्कानं मिळाला होता. तिच्या आजीनं सोन्याची नाणी घेतली होती आणि ती पुढच्या पिढ्यांच्या सुपूर्द केली होती. तिच्याकडून ती देविकाच्या आईलाही मिळाली होती. कुटुंबाची परंपरा तशीच राखण्याची महत्त्वाकांक्षा बाळगून देविकानं शिनेडामध्ये सीईओ झालेल्या दिवसापासून मोठ्या प्रमाणात सोन्याच्या लगडींमध्ये गुंतवणूक केली. दुर्दैवानं, यातही तिला अत्यल्प लाभ झाला, कारण सोन्यावरचा करपश्चात परतावा हा महागाईवाढीच्या दराच्या तुलनेत अगदी अत्यल्प प्रमाणातच बरा होता.

भौतिक मालमत्तांमध्ये गुंतवणूक करून आपली संपत्ती वाढवण्यास अक्षम ठरल्यामुळे निराश झालेल्या देविकानं बँकांच्या मुदत ठेवींकडे मोर्चा वळवला. तिच्या संपत्ती व्यवस्थापकानं तिला मुंबई उपनगरातील एमसीसी बँकेच्या मुदत ठेवीत गुंतवणूक करण्याचा सल्ला दिला. ही बँक आठ टक्के दरानं परतावा देत होती. देविकानं या बँकेत मुदत ठेवीत सुमारे एक कोटी रुपये गुंतवले आणि जवळजवळ दहापेक्षा जास्त वर्षं ते तसेच ठेवले. मात्र सन २०१९च्या उत्तरार्धात 'टाइम्स ऑफ वरळी'मध्ये तिने असं वाचलं की, त्या बँकेविषयी प्रश्नचिन्ह निर्माण झालं होतं आणि ती कर्जबाजारी झाली होती, कारण त्या बँकेच्या अध्यक्षाबरोबर काम करत असलेला स्थानिक राजकारणी हजारो लोकांच्या मुदत ठेवींमधील बचतीचे पैसे घेऊन पळून गेला होता.

आता देविकाच्या उद्योजकीय कारकिर्दीची अखेरची वर्षं उरली होती आणि देविका चिंताग्रस्त झाली होती. तिचं फक्त एकटीचंच निवृत्तीनंतरचं आयुष्य तिच्या निवृत्तीनंतरच्या फंडावर अवलंबून नव्हतं, तर तिला तिच्या वृद्ध आईची देखभाल करावी लागणार होती. रिअल इस्टेट, सोनं, मुदत ठेवी यांमधून गेल्या वीस वर्षांत तिने जमा केलेल्या तिच्या पुंजीवरचा एकूणच परतावा जवळजवळ शून्य होता. देविकाचे गुंतवणूकविषयक निर्णय हे प्रामुख्यानं कॉकटेल पार्टीतील गप्पा, आर्थिक नियतकालिकांमध्ये जाणीवपूर्वक छापून आणलेले लेख आणि आर्थिक मध्यस्थांचा 'सल्ला' यांवर अवलंबून होते. म्हणूनच तिने शिनेडाची सीईओ म्हणून मोठ्या कष्टानं मिळवलेला पैसा आणि संपत्ती अशी उधळली गेली होती.

ती राहत असलेला फ्लॅट वगळता तिच्याकडे एकूण नऊ कोटी रुपयांची संपत्ती होती. तिच्या मालमत्तेचा विचार करता, रिअल इस्टेट (मुंबईत मोठा बाजारभाव

मिळवून देणाऱ्या लोअर परळमधील फ्लॅट) मध्ये तिने सहा कोटी रुपये गुंतवले होते. प्रत्यक्ष सोन्यात दोन कोटी आणि मुदत ठेवीत एक कोटी रुपये गुंतवले होते. निवृत्तीनंतरही आपली जीवनशैली तशीच राखण्यासाठी देविकाला पुढच्या दहा वर्षांत किमान २० कोटी रुपयांची आवश्यकता होती. अर्थातच तिच्या सध्याच्या संपत्तीवरचा वार्षिक करपश्चात परतावा तिला ९ टक्क्यांनी मिळण्याची गरज होती.

आता देविकाची अशी खात्री पटली होती की, यंत्रणा तिच्यासारख्या लोकांच्या विरोधात काम करत होती. तिची फसवणूक करत होती. भारताच्या आर्थिक यंत्रणांच्या गुंतागुंतीच्या मार्गिकांमधून आपल्या पैशाला कोणती दिशा देऊन पुढे न्यावं हे तिच्यासारख्या लोकांना माहीत नव्हतं. त्यामुळे आपली फसवणूक केली जात असल्याचं तिचं म्हणणं होतं. देविका आता तिने केलेल्या चुकांमधून कशी काय बाहेर पडू शकेल? तिचं निवृत्तीनंतरचं जीवन सुखात जावं म्हणून ती खरोखरच पुरेशा प्रमाणात परतावे निर्माण करू शकेल का?

राजवीर भाटिया : ''मला शेअर बाजारात कसं ट्रेडिंग करावं ते माहीत आहे.''

आयआयएमच्या परीक्षेत त्याच्या वर्गात पहिला आलेला हुशार राजवीर भाटिया बालपणापासूनच आकडेमोडीत कुशल होता. त्यामुळेच मॅकइनटायर कॅपिटलमध्ये त्याची थेट निवड झाल्यानंतर कोणालाही त्याचं विशेष आश्चर्य वाटलं नाही. तेवीस वर्षांचा असताना त्या फर्ममध्ये तो साहाय्यक अधिकारी म्हणून रुजू झाला आणि तीस वर्षांचा असताना तिथला उपाध्यक्ष झाला. राजवीरच्या पालकांना १९७० आणि १९८०च्या दशकांमध्ये भारताच्या समाजवादी सामाजिक वातावरणात त्यांच्या आशा-आकांक्षांचा चुराडा झाल्याचं दिसून आलं होतं. त्यामुळे प्रगतीच्या शिड्यांवरून चढत चाललेल्या मुलाचा त्यांना जास्त अभिमान वाटू शकला नव्हता.

उद्योजकीय वित्तपुरवठादार म्हणून राजवीरला वार्षिक सात आकडी पगार मिळत असला तरी वांद्र्यातील टू बीएचके फ्लॅटशिवाय गोव्यात स्वतःचं मोठं घर बांधायचं आपलं स्वप्न पूर्ण करायचं असेल तर त्याच्या आर्थिक गुंतवणुकीना जास्त मोठ्या प्रमाणात घाम गाळायला लावण्याची गरज होती हे त्याला माहीत होतं. म्हणजेच गुंतणुकीमधून अधिकाधिक परतावे मिळवणं क्रमप्राप्त होतं, हे त्याला माहीत होतं. काहीही झालं तरी आपल्या कष्टाळू आई-वडलांना त्यांच्या मुदत ठेवींमधून आणि विम्याच्या पॉलिसींमधून किती अत्यल्प परतावे मिळाले होते हे राजवीरनं प्रत्यक्ष पाहिलं होतं.

म्हणून राजवीरनं स्मॉल कॅप स्टॉक्समध्ये आपला पैसा गुंतवायचं ठरवलं. त्याच्या व्हेंचर भांडवलदार मित्रांकडून त्याने एका सवलत देणाऱ्या नवीन ब्रोकिंग

व्यासपीठाविषयी ऐकलं होतं. त्याने तिथे आपलं ब्रोकिंग खातं उघडलं. तो आकडेमोडीत अतिशय कुशल होता. त्या कौशल्याच्या साहाय्यानं त्याने तातडीनं मोठ्या प्रमाणात स्मॉल कॅप पोर्टफोलिओची उभारणी केली. पहिल्यांदा सन २०१४मध्ये आणि नंतर २०१७मध्ये राजवीरच्या स्मॉल कॅप पोर्टफोलिओचं मूल्य गगनाला भिडलं. राजवीरची मूळची गुंतवणूक दुपटीनं वाढली होती. श्रीमंती हे मुंबईसारख्या मायानगरीत प्रसिद्धी मिळवण्याचं तिकीट असतं. राजवीरला लवकरच त्याच्या सामाजिक वर्तुळात स्टॉकची निवड करण्यात निष्णात असलेली व्यक्ती म्हणून ओळखलं जाऊ लागलं.

परंतु त्यानंतर सन २०१८ साल उजाडलं आणि राजवीरच्या पोर्टफोलिओत मोठीच पडझड झाली. जणूकाही तेवढंच पुरेसं नव्हतं म्हणून की काय, सन २०१९मध्ये राजवीरचं नुकसान आणखी मोठ्या प्रमाणात वाढलं. भारताला सन २०२०मध्ये कोविड-१९चा फटका बसेपर्यंत राजवीरच्या पोर्टफोलिओचं मूल्य निम्म्यापर्यंत खाली घसरलं होतं. त्याने स्मॉल कॅपमध्ये गुंतवणूक करण्यास सुरुवात करून सहा वर्षं झाली होती. मात्र आता सहा वर्षांनी पुन्हा एकदा तो, त्याने गुंतवणुकीला सुरुवात केली होती, त्या वेळच्या म्हणजे सन २०१४च्या स्थितीपर्यंत पोहोचला होता.

महाविद्यालयातील शिक्षणानं राजवीरला वैविध्यीकरणाची महत्त्वं शिकवली होती. म्हणून स्मॉल कॅप ट्रेडिंग करत असलेल्या काळात राजवीरला क्रेडिट रिस्क फंडांमध्ये गुंतवणूक करण्यास संपत्ती व्यवस्थापकानं पटवून दिल्यानंतर त्याने बहुराष्ट्रीय म्युच्युअल फंडांमध्ये गुंतवणूक केली होती. या म्युच्युअल फंडानं सातत्यानं १० ते १२ टक्के परतावे दिल्यामुळे राजवीरनं त्याच्या निवृत्त पालकांनासुद्धा त्यांच्या निवृत्तीच्या पुंजीतील मोठी रक्कम म्युच्युअल फंडांमध्ये गुंतवण्यास राजी केलं. सन २०१८ आणि २०१९ मध्ये इतर म्युच्युअल फंडांना चांगलाच फटका बसला असला तरी या बहुराष्ट्रीय फंड हाउसनं भाटियासारख्या लाखो गुंतवणूकदारांना त्यांच्या फंडातील त्यांची गुंतवणूक वाढवत राहण्याविषयी पटवून दिलं होतं. राजवीरनं आणि त्याच्या पालकांनी अगदी कर्तव्य समजून हा सल्ला मानला. त्यांच्या संपत्ती व्यवस्थापकानं याकरिता त्यांना मोठंच पाठबळ पुरवलं.

त्यानंतर सन २०२०च्या उन्हाळ्यात एके दिवशी एक भयंकर बातमी येऊन धडकली. त्यामुळे भाटिया कुटुंबीयांच्या जगात मोठी उलथापालथ झाली. त्या बहुराष्ट्रीय फंड हाउसनं भाटियांनी आणि त्यांच्यासारख्या इतर हजारो लोकांनी क्रेडिट रिस्क फंडात गुंतवलेला सगळा पैसा गोठवला होता. राजवीरच्या पालकांनी निवृत्ती-पश्चात पर्यटनाला जाण्याचा विचार केला होता, तो जागच्या जागीच थिजून गेला होता. महाविद्यालयातून बाहेर पडल्यानंतरच्या दहा वर्षांत आपण तर स्वतःसाठी संपत्ती निर्माण करू शकलोच नाही, पण आपल्या निवृत्त आई-वडलांच्या

आयुष्याचा आर्थिक आधार असलेला, त्यांचा सगळा पैसाही आपण गमावला हे राजवीरच्या लक्षात आलं.

त्यांचं निवासस्थान वगळता, पस्तीस वर्षांचा राजवीर आणि त्याच्या पालकांची सगळी मालमत्ता यांची आजची किंमत पाच कोटी रुपये होती. त्यात स्मॉल कॅप फंडांचं मूल्य तीन कोटी रुपये आणि राजवीरच्या पालकांच्या मालकीच्या दोन कोटी रुपयांच्या मुदत ठेवींचा समावेश होता. आता राजवीर त्याच्या पालकांना निवृत्तीनंतरच्या आयुष्यासाठी पुढची सुमारे १५ वर्षं अर्थपुरवठा करू शकणार होता का आणि तरीही गोव्यातील त्याचं स्वप्नातील घरही खरेदी करू शकणार होता का?

भारतीय 'एचएनआय' असण्यातील जोखमी

आरबीआयचा अहवाल धोक्याची घंटा वाजवत आहे.

देविका आणि राजवीर यांची गुंतवणूक आणि संपत्ती निर्मितीची कारकीर्द ही कित्येक व्यक्तींच्या कारकिर्दीसारखीच आहे. विशेषतः एचएनआय (१० लाख डॉलरहून अधिक तरल मालमत्ता) असलेल्या भारतीयांच्या कारकिर्दीसारखीच आहे. सन २०१७च्या ऑगस्टमध्ये रिझर्व्ह बँक ऑफ इंडियानं 'इंडियन हाउसहोल्ड फायनान्स सर्व्हे'[२] हे सर्वेक्षण प्रकाशित केलं. या अहवालात असं म्हटलं गेलं आहे :

> ''सर्वसामान्य भारतीय कुटुंबाकडे असलेल्या संपत्तीपैकी सुमारे ८४ टक्के संपत्ती रिअल इस्टेटच्या आणि इतर भौतिक मालमत्तांच्या स्वरूपात असते. ११ टक्के गुंतवणूक सोन्यात आणि उर्वरित ५ टक्के गुंतवणूक वित्तीय मालमत्तांमध्ये करण्यात आलेली असते. जिथे संपत्तीचं सर्वोच्च वितरण होत असतं तिथेसुद्धा... कुटुंबांच्या ताळेबंदात निवृत्तीनंतरच्या आयुष्याकरिता तरतुदी करणाऱ्या निवृत्तिविषयक खात्यांची भूमिका अगदी मर्यादित असते. प्रगत अर्थकारणांमधील कुटुंबांकडे भारतीय कुटुंबांच्या तुलनेत मोठ्या प्रमाणात जास्त वित्तीय मालमत्ता असतात. हे लोक कर्ज घेऊन घर खरेदी करतात आणि त्यांच्या आयुष्यभरात संपत्तीचा बराचसा भाग त्यांच्या निवृत्तीकरिता ठेवून देतात. या नमुन्यातून मध्यम वयात दिसून येणारं भौतिक मालमत्तांच्या वर्चस्वाचं स्पष्टीकरण मिळत नाही. तसंच वित्तीय संपत्तीचा संचय करण्याची क्षमता नक्की कधी सर्वाधिक असते तेही स्पष्ट होत नाही.''

या अहवालातील निष्कर्ष असामान्य स्वरूपाचे असूनही सन २०१७मध्ये कोणीही त्याच्याकडे लक्ष दिलं नव्हतं. मात्र गेल्या दोन वर्षांत आम्ही दहा लाख डॉलरहून जास्त तरल संपत्ती असलेल्या म्हणजेच एचएनआय (हाय नेट वर्थ) असलेल्या

एकूण १०,०००हून अधिक लोकांना भेटलो आणि त्या वेळी आरबीआयच्या २०१७च्या अहवालातील मोठं सत्य आमच्या लक्षात आलं. अगदी श्रीमंत भारतीयांसह बहुतांश भारतीयांनी त्यांच्या संपत्तीचा बहुतांश भाग (आरबीआयच्या अहवालानुसार, ९५ टक्क्यांहून अधिक भाग) मालमत्तांमध्ये गुंतवला आहे आणि या मालमत्तांमधून त्यांना खऱ्या दरानं परतावा मिळत नाही आणि त्या परतावे तयारही करू शकत नाही. या मालमत्तांमध्ये सोनं, रिअल इस्टेट, कमी दर्जाचे डेट म्युच्युअल फंड आणि कमी गुणवत्तेचे स्टॉक यांचा समावेश असतो. १९८०च्या दशकात काम करण्यास सुरुवात केलेल्या आणि आगामी दहा वर्षांच्या आत-बाहेर निवृत्त होणाऱ्या भारतीयांसाठी निवृत्तीनंतर संघर्ष करत राहण्याची परिस्थिती निश्चित झाली आहे. ही आपत्ती कशामुळे ओढवली आहे? वरवर पाहता संपन्न स्थितीत असल्यासारख्या दिसणाऱ्या भारतीय कुटुंबांना निवृत्तीनंतर तोंड द्याव्या लागणाऱ्या या समस्येचं निर्मूलन कसं करता येईल?

भारतात गुंतवणूक करण्याची चार मिथकं

आपलं आर्थिक नियोजन योग्य रुळावर आणण्याचा प्रयत्न करत असलेल्या संपन्न भारतीयांसमोरचं आव्हान हे दोन भिन्न स्रोतांमधून निर्माण झालं आहे. वित्तीय बचत उत्पादनाचे उत्पादक हा पहिला स्रोत आहे. आपल्याला संपन्न भारतीयांच्या बचतीच्या भांड्यातील पैशाचा एखादा तरी घास मिळावा यासाठी अशा उत्पादनांचे मध्यस्थ त्यांचं पणन अत्यंत सक्रियपणे आणि काही वेळा अगदी आक्रमकपणे करतात. नेहमीच प्रत्यक्ष वस्तुस्थितींशी या पणनाच्या किंवा जाहिरातीच्या मोहिमांचा फारसा संबंध नसतो. सद्हेतूनं काम करत असलेल्या भारतीय एचएनआयसमोरचं दुसरं आव्हान हे ते स्वतःच आहेत. बहुतांश संपन्न गुंतवणूकदार राहत असलेल्या वातावरणात विविध गुंतवणुकांविषयीची साधक आणि बाधक अशी दोन्ही प्रकारची मिथकं फोफावत राहतात. संपन्न भारतीय घेत असलेले गुंतवणूकविषयक निर्णय हे मोठ्या प्रमाणात या मिथकांवर आधारित असतात. एचएनआयबरोबर झालेल्या चर्चेत आमच्या समोर आलेल्या चार मिथकांना आता आम्ही ठळकपणे मांडत आहोत.

मिथक क्र. १ : माझ्या संपत्तीचं रक्षण करण्यासाठी सोनं मला मदत करेल.

आधी उल्लेख केल्याप्रमाणे आरबीआयच्या अहवालात असं आढळून आलं आहे की, रिअल इस्टेटच्या खालोखाल, सुमारे ११ टक्के गुंतवणूक सोन्यात

केली जाते. भारतीय कुटुंबातील संपत्तीमध्ये सोन्याचा मोठा वाटा असतो. कोणत्याही मानांकनाच्या दृष्टिकोनातून विचार केला तर ११ टक्के संपत्तीचा वाटा हा मोठा भाग असतो. अशा प्रकारच्या भौतिक संपत्तीच्या वाटपाचा भारतीय कुटुंबांना कसा काय उपयोग होऊ शकला आहे? गेल्या दहा/ वीस/ तीस वर्षांहून अधिक कालावधीत सोन्यानं अनुक्रमे वार्षिक ९.२ /१२.७/९.३ टक्के इतका परतावा दिला आहे. याच कालावधीत बीएसई सेन्सेक्स इंडेक्सद्वारे निर्देशित होत असलेल्या इक्विटी बाजारातील गुंतवणुकींनी १०.४ टक्के /१५ टक्के/ १४.८ टक्के परतावे दिले. या गुंतवणुकींनी प्रत्येक कालावधीत सोन्याहून अधिक परतावे दिले आहेत. गेल्या तीस वर्षांच्या प्रत्येक दशकात सोन्यातून मिळालेल्या परताव्यांचा आपण स्वतंत्रपणे विचार केला तर सेन्सेक्सच्या तुलनेत सोन्याची कामगिरी मोठ्या प्रमाणात कमी आहे. (सोबतच्या तक्त्यातील ४-६ स्तंभ पाहा. १९९०-२००० या दशकात सोन्याच्या किमती वार्षिक २.८ टक्के परताव्यांनी वाढल्या. यात त्यांनी महागाई दरवाढीवरही मात केलेली नाही. सन २०१० ते २०२० या कालखंडात सोन्याची आणि सेन्सेक्सची कामगिरी यांच्यामध्ये सर्वाधिक कमी तफावत दिसून येते. या वेळी सोन्याच्या किमती वार्षिक ९.२ टक्के दरानं वाढत गेल्या, तर सेन्सेक्स १०.४ टक्के दरानं वाढला. परंतु या दशकात (मानांकित विचलन मापनानुसार) सोन्याच्या किमती इक्विटीजच्या तुलनेत अत्यंत अस्थिर होत्या. त्यामुळे अस्थिरता-समायोजन आधारावर विचार करता, सोनं विकत घेतलंच पाहिजे असं स्पष्ट करणारं कोणतंच कारण दिसत नव्हतं.

तक्ता क्र. १ : सोनं आणि भारतीय इक्विटीज यांचे तुलनात्मक परतावे आणि अस्थैर्य

	संचित कालावधी			दशकांचे कालावधी		
मालमत्ता (ॲसेट)	२०१०–२०२० (१० वर्षं) (१)	२०००–२०२० (२० वर्षं) (२)	१९९०–२०२० (३० वर्षं) (३)	२०१०–२०२० (४)	२०००–२०२० (५)	१९९०–२०२० (६)
वार्षिक परतावे						
– सोने	९.२%	१२.७%	९.३%	९.२%	१६.३%	२.८%
– बीएसई सेन्सेक्स	१०.४%	१५.०%	१४.८%	१०.४%	१९.९%	१४.४%
मानांकित विचलन						
– सोने	१५.८%	१५.२%	१४.९%	१५.८%	१४.१%	११.९%
– बीएसइ सेन्सेक्स	१४.१%	२७.९%	३६.३%	१४.१%	३५.७%	४८.५%

स्रोत : बीएसई, आरबीआय, प्रत्येक कॅलेंडर वर्षाकरिता चक्रवाढीच्या वार्षिक वाढ दरातील (सीएजीआर) परतावे (जानेवारी ते डिसेंबर)

सोन्यातून इक्विटीहून जास्त चांगले परतावे मिळत नसले तरी जर इक्विटीशी ते नकारात्मक पद्धतीनं जोडलं गेलं असेल तर तुमच्या पोर्टफोलिओतील जोखमीशी जुळवून घेतलेल्या परताव्यांमध्ये (रिस्क ॲडजस्टेड रिटर्न्स) सुधारणा होऊ शकते. (आणि अशा प्रकारे तुम्हाला तुमच्या परताव्यांचं वैविध्यीकरण करण्याची मुभा मिळते.) सर्वसामान्यपणे व्यापक प्रमाणात पसरलेली सार्वजनिक समजूत अशी आहे की, सोन्याचा इक्विटीशी नकारात्मक संबंध असतो. मात्र प्रत्यक्षात यावरची माहिती मात्र संमिश्र स्वरूपाची आहे. तक्ता क्र. २ मध्ये ती पाहता येईल. गेल्या दहा वर्षांत सोनं सेन्सेक्सशी नकारात्मक पद्धतीनं जोडलं गेलं असलं तरी जास्त दीर्घ कालावधीत म्हणजे वीस किंवा तीस वर्षांमध्ये नकारात्मक सहसंबंध दूर होतो आणि किरकोळ सकारात्मक सहसंबंध निर्माण होतो. याचा अर्थ गेल्या वीस वर्षांच्या आणि तीस वर्षांच्या कालावधीत सोनं आणि बीएसई सेन्सेक्स यांच्या किंमती कमी-जास्त प्रमाणात परस्परांशी मेळ राखूनच वर-खाली झाल्या आहेत. याशिवाय गेल्या तीस वर्षांच्या कालावधीचे आपण प्रत्येकी दहा वर्षांचे भाग तयार केले तर आपल्याला असं दिसून येतं की, या बहुतांश कालावधीत सोनं आणि इक्विटी यांचा परस्परसंबंध सकारात्मक स्वरूपाचा होता. याचा अर्थ संपत्तीचं वैविध्यीकरण करणारा घटक म्हणून सोन्याचा वापर करणंसुद्धा सातत्यानं लाभदायक ठरत नाही. एकूणच, भारतीय गुंतवणूकदाराच्या पोर्टफोलिओत सोन्याची भूमिका महत्त्वपूर्ण असल्याचं दाखवून देणं कठीण आहे.

तक्ता क्र. २ : सोनं आणि इक्विटी यांच्यातील सहसंबंध

	संचित कालावधी			**दशकांचे कालावधी**		
मालमत्ता	२०१०–२०२० (१० वर्षे)	२०००–२०२० (२० वर्षे)	१९९०–२०२० (३० वर्षे)	२०१०–२०२०	२०००–२०२०	१९९०–२०२०
सहसंबंध	–६१.१%	–३.२ %	८.७%	–६१.१%	१६.१%	३९.१%

स्रोत : मार्सेलस इनव्हेस्टमेंट मॅनेजर्स, आरबीआय, बीएसई, बीएसई सेन्सेक्सचा एकूण परतावा निर्देशांक (टोटल रिटर्न इंडेक्स) आणि सोन्याच्या रुपयांतील किमतींच्या साहाय्यानं दाखवण्यात आलेला, इक्विटी बाजारातून वार्षिक आधारावर मिळणारा मासिक परतावा यांच्यातील सहसंबंध.

वर संदर्भ देण्यात आलेल्या आरबीआय अहवालातही हे निष्कर्ष देण्यात आले आहेत आणि सोन्यातून इतर आर्थिक मालमत्तेकडे संपत्तीचा ओघ वळवला पाहिजे असं दाखवून देण्यात आलं आहे. हा अहवाल असं सांगतो :

"ज्या कुटुंबांकडे जास्त प्रमाणात सोनं आहे, म्हणजे जी कुटुंबं क्रॉस सेक्शनल वितरणाच्या वरच्या तिसऱ्या भागात येतात, त्यांच्या ताब्यातील पाव भाग सोन्याचं वित्तीय मालमत्तेत पुनर्गठन केलं तर त्यापासून मिळणारी वार्षिक उत्पन्नातील वाढ ही ३.४ टक्के असते. ज्या वेळी त्याचा भांडवल म्हणून वापर केला जातो, त्या वेळी सर्वसामान्यपणे भारतीय संपत्ती वितरणाचा विचार करता, त्यांचं ५ पीपीच्या ऊर्ध्वगामी हालचालीत रूपांतर होतं. अगदी आपण अस्थैर्याचा आणि त्यामुळे सोनं आणि वित्तीय मालमत्तांपासून मिळणाऱ्या भिन्न परताव्यांचा विचार केला तरीही हे लाभ नेहमीच शून्याच्या थोडेसे वर असतात."

मिथक क्र. २ : रिअल इस्टेटमुळे माझ्या संपत्तीत वाढ होण्यास मदत होईल

मुंबई, दिल्ली आणि बेंगळुरू यांसारख्या भारतातील महानगरांमध्ये गेल्या पाच वर्षांहून अधिक कालखंडात रिअल इस्टेटमधून मिळणाऱ्या परताव्याचा दर पाहिला तर तो वार्षिक ३–४ टक्क्यांच्या दरम्यान असल्याचं दिसतं. म्हणजेच घरांच्या किमती ग्राहक- चलनवाढीशी समांतर गतीनं वाढत चालल्याचं दिसून येतं. राष्ट्रीय राजधानी क्षेत्रासारख्या ('नॅशनल कॅपिटल रिजन'सारख्या) प्रमुख बाजारपेठांमधील रिअल इस्टेटनी तर वाढीच्या बाबतीत इतकं यशही मिळवलेलं नाही.[३] मात्र गेल्या पाच वर्षांत निवासी रिअल इस्टेटमधून मिळणारा परतावा कमजोर असला तरीही आगामी काळात तो जास्त चांगला असेल, असं भारतातील काही विचारवंत मानतात. परंतु ज्या वेळी भारतातील घरांच्या किमतींची तुलना इतर बाजारपेठांमधील घरांच्या प्रचलित किमतींशी केली जाते त्या वेळी हा दृष्टिकोन टिकत नाही. किमती परवडणाऱ्या नसणं ही यातली पहिली समस्या आहे. पुढे दिलेल्या तक्त्यात दिसून येतं त्याप्रमाणे, जीडीपीच्या सापेक्ष प्रमाणात भारतीय निवासी घरांच्या किमती दाखवण्यात आल्या तर काही तुलनात्मक आशियाई अर्थकारणांमध्ये असलेल्या घरांच्या किमतींच्या त्या सहा ते दहा पट अधिक आहेत.

तक्ता क्र. ३ : घरांच्या सर्वोच्च किमती असलेल्या जगातील भागांमध्ये भारतातील निवासी घरांच्या किमतींची गणना होते (२०२० च्या माहितीवर आधारित)

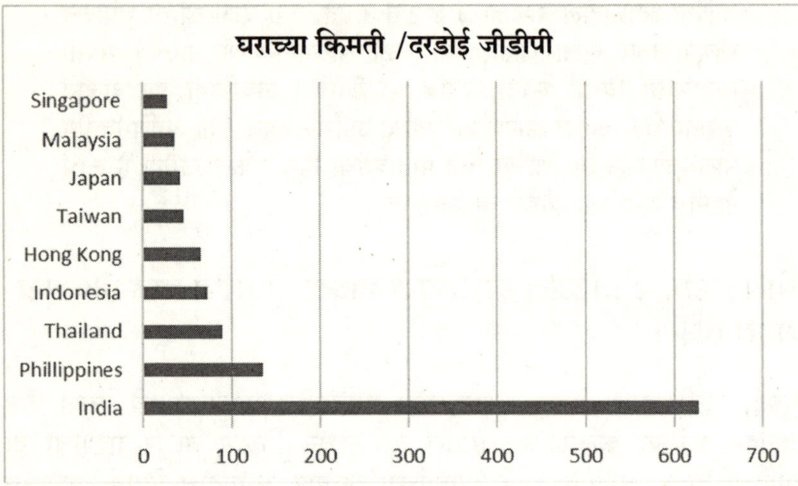

स्रोत : मार्सेलस इन्व्हेस्टमेंट मॅनेजर्स, ग्लोबल प्रॉपर्टी गाईड,

http://www.globalpropertyguide.com/Asia/price-gdp-per-cap

दुसरी गोष्ट म्हणजे भारतातील बहुतांश शहरांमध्ये निवासी घरांमधून मिळणारं भाड्याचं उत्पन्न हे सुमारे २-३ टक्के आहे. मात्र निवासी रिअल इस्टेटच्या अगदी प्रमुख ग्राहकांकरितासुद्धा (प्राइम कस्टमर) गृहकर्जाचा दर सुमारे ७ टक्के आहे. या दोन संख्यांमधील तफावतीतून असं सूचित होतं की, भारतीय निवासी रिअल इस्टेटला अजूनही या किमती कमी करून दुरुस्ती आणि सुधारणा करण्याकरिता वाव आहे. तसं झालं तर हा मालमत्तेचा आकर्षक वर्ग होईल.

तिसरी गोष्ट म्हणजे, भारतीय निवासी इमारतींच्या भाड्याच्या उत्पन्नाची तुलना इतर देशांमधील या उत्पन्नाशी केली तर त्यामधून असं सूचित होतं की, भारतीय निवासी मालमत्ता बाजारपेठ ही मोठ्या प्रमाणात महागडी आहे. भारतातील भाड्याच्या उत्पन्नाशी तुलना करणं शक्य असलेल्या सिंगापूर आणि अमेरिका यांसारख्या इतर बाजारपेठांमध्ये गृहकर्जाचे दर २-३ टक्के आहेत. त्याउलट वर उल्लेख केल्याप्रमाणे भारतात अगदी प्राइम ग्राहकांसाठीसुद्धा गृहकर्जाचा व्याजदर खूपच अधिक म्हणजे सुमारे ७ टक्के आहे. खरं तर अगदी इंडोनेशियाच्या तुलनेतसुद्धा भारतातील गृहकर्जाचा दर बराच अधिक आहे. (इंडोनेशियात तो ५ टक्के आहे.)

शिवाय इंडोनेशियातील घरांची भाडी भारताच्या तुलनेत बरीच जास्त आहेत.[४] याचा अर्थ भारतात रिअल इस्टेटमध्ये गुंतवणूक करण्यात फारसं तथ्य नाही, हे स्पष्टच आहे. यात इतर घटकांची भर टाका. त्यात व्यवहाराच्या उच्च किमती (ब्रोकिंग, स्टॅम्प ड्युटी इ.), तरलता नसणं म्हणजेच अतरलता, (तातडीनं रोख पैसा हवा असेल तर तुमची मालमत्ता अगदीच निरुपयोगी असते.) आणि खरं मूल्य किंवा किंमत शोधण्यात असलेला पारदर्शकतेचा अभाव यांचा समावेश होतो. या सगळ्याचा विचार केला तर रिअल इस्टेटमध्ये गुंतवणूक करणं ही गोष्ट त्रासदायक आणि जोखमीची होते.

मिथक क्र. ३ : डेट म्युच्युअल फंडांमध्ये कमी अस्थैर्य असतं आणि ते चांगले परतावे देतात.

एचएनआयनी डेट फंडांमध्ये गुंतवणूक केली पाहिजे. हे फंड भरपूर परतावे देतात, ही कल्पना म्युच्युअल फंड विकून आपला उदरनिर्वाह चालवणाऱ्या फंडांच्या विक्रेत्यांनी लोकप्रिय केली आहे. उच्च जोखमीच्या, सुमार दर्जाचे पेपर असलेल्या डेट फंडांमध्ये म्युच्युअल फंड हाउसेसना सातत्यानं उच्च प्रतिकूलतांना तोंड द्यावं लागत असलं तरी मध्यस्थ विक्रेते अशा प्रकारची उत्पादनं तशीच विकत राहिले आहेत. मग अनेक गुंतवणूकदारांचा डेट फंड सुरक्षित असल्याचा विश्वास असला (आणि अनेक मध्यस्थ लोक तो विश्वास टिकवून ठेवत असले) तरी त्या तुलनेत डेट फंड जास्त जोखमीचे का असतात? या संदर्भात वैयक्तिक वित्तविषयक गुरू मोनिका हलननं याचं उत्तम स्पष्टीकरण दिलं आहे. ती म्हणते :

> ''एक गोष्ट लक्षात ठेवा, ज्या वेळी तुम्ही कर्जाऊ पैसे देता, त्या वेळी तुमचा पैसा परत मिळवणं लांबणीवर टाकता आणि त्यासाठीच तुम्हाला त्यावर व्याज मिळतं. परत मिळणाऱ्या पैशावरच्या चलनवाढीच्या परिणामांच्या बाबतीत तुम्हाला सुरक्षिततेची खबरदारी घ्यावी लागते आणि कर्जदात्याकडून कदाचित परतफेड न होण्याची जोखीमही पत्करावी लागते. खरं म्हणजे या सगळ्या गोष्टींच्या बदल्यात तुम्हाला व्याजाच्या रूपात बक्षीस मिळतं. सरकारला दिलेल्या कर्जाच्या बाबतीत परतफेड न होण्याच्या स्वरूपाची कुठलीही जोखीम नसते असं मानलं जातं, म्हणून सरकार ज्या दरानं कर्ज घेतं त्याला जोखीममुक्त दर असं म्हटलं जातं. फर्मची पत-पात्रता घसरली की, त्यांनी देऊ केलेला व्याजदर वाढतो. तुम्ही डेट फंडांमध्ये गुंतवणूक करता, त्या वेळी ती योजना रोखे (बाँड्स) आणि निश्चित परतावे देणाऱ्या इतर साधनांची खरेदी करते. डेट फंडातील

> जोखीम अनेक स्रोतांमधून येते. इथे मी त्यांपैकी सर्वांत महत्त्वाच्या तीन घटकांवर चर्चा करणार आहे.
>
> व्याजाच्या दरात होणारा बदल हा पहिला घटक आहे. यालाच आपण व्याजदराची जोखीम म्हणतो. यातच तुमच्या फंड व्यवस्थापकानं देऊ केलेला व्याजदर चुकीचा ठरण्याची जोखीमही समाविष्ट असते.
>
> कर्जदात्याकडून परतफेड न होणं ही दुसरी जोखीम असते. यालाच आपण पत-जोखीम असं म्हणतो. फंडांना ऋण पत्रांमध्ये (डेट पेपर्समध्ये) गुंतवणूक करण्याची मुभा दिली जाते. पत मूल्यांकन एजन्सींकडून या ऋणपत्रांचं गुंतवणूक दर्जानुसार मूल्यांकन केलं जातं. ज्या ऋणपत्रांना गुंतवणूक दर्जा दिला जातो त्यांच्यामध्ये गुंतवणूक करता येते. परंतु गुंतवणूक दर्जाच्या या पट्ट्यात फंड हाउसेसनी बाजारातील सर्वांत सुरक्षित ऋणपत्रांऐवजी कमी मूल्यांकित ऋणपत्रात गुंतवणूक केली असण्याची शक्यता असते. म्युच्युअल फंडाकडून कर्जाऊ पैसे घेतलेल्या फर्मच्या बाबतीत काही गडबड झाली तर पत मूल्यांकनांमध्ये जोरदार घसरण होते आणि फंडाच्या मूल्याला धक्का बसतो. ज्या वेळी अशी घटना घडते आणि ऋणपत्राची पुनर्खरेदी करून कर्जफेड करण्याचा म्हणजेच विमोचनाचा (रिडेम्पशनचा) मोठा दबाव असतो, त्या वेळी तिसरी जोखीम मुसंडी मारते. तरलतेचा अभाव ही ती जोखीम असते. दुसऱ्या शब्दांत, तुम्हाला बाहेर पडायचं असतं त्या वेळी बाजारपेठेचा अभाव असतो. बिगर-सरकारी भारतीय रोखे बाजार फारसा तरल नाही. म्हणजेच संकटकाळी फंड व्यवस्थापकांना विक्री करण्याची गरज असताना, त्यांना खरेदीदार न मिळण्याची शक्यता असते.[५]

'कॉफी कॅन इन्व्हेस्टिंग : द लो रिस्क रूट टू स्टुपेंडस वेल्थ' (२०१८) या पुस्तकातील सातव्या प्रकरणात सौरभ मुखर्जी, रक्षित रंजन आणि प्रणव उनियाल यांनी हा मुद्दा पुढीलप्रमाणे स्पष्ट केला आहे : डेट म्युच्युअल फंडाचे परतावे हे : १) यिल्ड टू मॅच्युरिटी किंवा वायटूएम (रोख्यानं दिलेला परताव्याचा एकूण दर. याचं पुढे आणखी स्पष्टीकरण देण्यात आलं आहे.) २) मार्क टू मार्केट किंवा एमटीएम (अगदी अलीकडच्या बाजारभावानुसार मालमत्तेचं मूल्यांकन करण्याची पद्धत किंवा कालौघात मूल्यात चढ-उतार होत असलेल्या मालमत्ता आणि कर्जफेडीचं दायित्व यांच्या हिशेबाचं योग्य मूल्यमापन करण्याची पद्धती) आणि ३) खर्चाचं गुणोत्तर या तीन घटकांच्या कार्यावर अवलंबून असतात. यांपैकी प्रत्येकाचा विचार करू या.

डेट फंडांमध्ये एमटीएम आणि खर्चाचं गुणोत्तर या गोष्टींमध्ये लक्षणीय फरक असता कामा नये. यातूनच आपण वायटीएमकडे येतो. त्याच्यातून रोख्यावर

मिळवण्यात आलेला एकूण परतावा परिपक्वतेपर्यंत तसाच ठेवणं आणि त्यावर मिळालेलं व्याजही त्याच दरानं पुन्हा गुंतवणं या गोष्टी सूचित केल्या जातात. डेट फंडाचा वायटीएम म्हणजे त्याच्या सगळ्या गुंतवणुकांचं 'वेटेड' सरासरी उत्पन्न (वेटेड ॲव्हरेज यिल्ड) असतं. डेट फंडाचं उत्पन्न त्याच्या पोर्टफोलिओच्या पत दर्जावर अवलंबून असतं. उद्योग त्याच्या कर्जफेडीच्या बंधनाला न पाळता कर्जबाजारी होण्याची कितपत शक्यता आहे, याचा विचार करून त्यानुसार सगळ्या उद्योजकीय (कॉर्पोरेट) कर्जाचं मूल्यांकन केलं जातं. ही मूल्यांकनं पत मूल्यांकन एजन्सींकडून केली जातात आणि जगभरात सगळीकडे हा एक वादग्रस्त मुद्दा आहे, कारण कंपनीचं पत मूल्यांकन करणाऱ्या एजन्सीला कर्ज देणारी कंपनीच फी देते. अत्यंत भक्कम ताळेबंद असलेल्या कर्जदात्यांना 'एएए' मूल्यांकन मिळतं. यातून त्यांनी कर्जफेड न करण्याची शक्यता जवळजवळ नसल्यासारखीच असल्याचं किंवा सरकारसारखीच असल्याचं ध्वनित होतं. त्याउलट निकृष्ट कर्ज व्यवस्थापन असलेल्या कंपन्यांना 'बी' मूल्यांकन मिळतं.

कर्जदात्याला मिळालेलं मूल्यांकन आणि दात्याच्या रोख्यावरचं वायटीएमद्वारे मिळालेलं मूल्यांकन यांच्यामध्ये परस्परविरुद्ध किंवा व्यस्त सहसंबंध असण्याची शक्यता असते. म्हणजेच सर्वाधिक भक्कम मूल्यांकन असलेल्या कंपन्यांचा वायटीएम सर्वांत कमी असू शकतो. याचा अर्थ असा होतो की, आपला डेट फंड उच्च मूल्यांकनाच्या रोख्यांनी भरून टाकणाऱ्या फंड व्यवस्थापकाचा फंड कमी वायटीएमचा असतो आणि म्हणून हा डेट फंड कमी परतावे देणार असतो. मात्र यामुळे अशा उत्पादनांची विक्री करणाऱ्या विक्रेत्यांच्या फौजेत हा फंड लोकप्रिय ठरत नाही. परिणामी हा फंड आणि त्याची विक्री करणारे लोक हे लोकप्रिय होत नाहीत. म्हणून ज्या फंड व्यवस्थापकांना मोठे बोनस मिळवण्याची इच्छा असते त्यांचा कल कमी पत मूल्यांकनांच्या रोख्यांनी आपले डेट फंड भरून टाकण्याकडे असतो. असे फंड काही वर्षं उच्च परतावे देतात, परंतु ज्या वेळी कर्जफेड करता न येण्याची वेळ येते (कमी मूल्यांकनाच्या रोख्यांमध्ये कर्जफेड न केली जाण्याची उच्च जोखीम असते.) त्या वेळी हा सगळा डोलारा कोसळतो. डेट फंडाच्या लाखो गुंतवणूकदारांना त्यांनी फंडात केलेल्या बचतीचं किंवा गुंतवणुकीचं मूल्य त्यांच्या अपेक्षेहून बरंच कमी झाल्याचं आढळतं. त्यानंतर काही वर्षं एचएनडब्ल्यू डेट फंडापासून दूर राहणंच पसंत करतात. परंतु आधीच्या डेट फंडाचा विचका उडाल्याच्या आठवणी अंधूक होऊ लागल्या की, फंड विकणारे मध्यस्थ पुन्हा एकदा जोमानं कामाला लागतात आणि संपत्तीच्या विनाशाच्या चक्राची पुनरावृत्ती होते.

मिथक क्र. ४ : जीडीपीतील वाढ शेअर बाजाराला गती देते, म्हणून मी (किंवा माझा संपत्ती व्यवस्थापक) जर आर्थिक चक्राच्या वेळांविषयी अंदाज बांधू शकलो तर मी शेअर बाजाराच्या वेळांविषयीही अंदाज बांधू शकतो.

तक्ता क्र. ४ निफ्टी ५० ईपीएस (प्रतिशेअर उत्पन्न) वाढ वि. जीडीपीतील नाममात्र वाढीचा आलेख

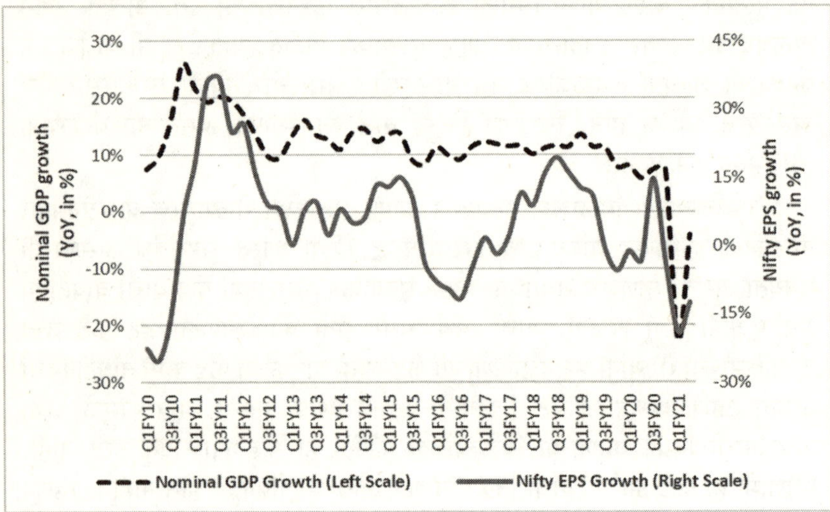

स्रोत : मार्सेलस इन्व्हेस्टमेंट मॅनेजर्स, ब्लूमबर्ग

नोव्हेंबर २०१९मध्ये मार्सेलसनं प्रकाशित केलेल्या ब्लॉगमध्ये[६] आम्ही असं दाखवून दिलं आहे की, गेल्या पाच वर्षांत निफ्टी ईपीएस वाढ आणि जीडीपी वाढ यांच्यातील संबंध पूर्णपणे ढासळला आहे. वर देण्यात आलेल्या आलेखातील दोन गोष्टींची नोंद घेतलीच पाहिजे. १) दोन ओळींमधील वाढती तफावत आणि २) या दोन्ही रेषा वरचेवर विरुद्ध दिशांना जात असल्याची वस्तुस्थिती.

निफ्टीला भारतीय अर्थकारणाच्या गतिमानतेवर यापुढे संपूर्ण प्रभाव का टाकता येत नाही हे समजून घेण्यासाठी इंडेक्स हे योग्य स्थान आहे. दहा वर्षांपूर्वी इंडेक्स कुठे होता तिथून सुरुवात केली पाहिजे. सन २०११-२०२० या दहा वर्षांत निफ्टी ५० मध्ये गुंतवणूक केल्यानंतर मिळालेला शेअर किमतीचा परतावा हा नऊ टक्के (एकूण परताव्याच्या आधारावर) होता. म्हणजेच भारताच्या नाममात्र जीडीपी

वाढीच्या तुलनेत तो लक्षणीय प्रमाणात कमी होता. त्याच कालावधीत भारताची जीडीपी वाढ ही प्रतिवर्षी सुमारे १२ टक्के होती.

सर्वसामान्यपणे, जगभर सर्वत्र शेअर बाजार आणि जीडीपी वाढ यांच्यात अत्यल्प संबंध असतो किंवा खरं तर बिलकूलच नसतो. याचा अर्थ जीडीपीच्या वाढीच्या आधारावर पद्धतशीरपणे शेअर बाजारातील चढ-उतारांचा अंदाज बांधणं शक्य नाही. जीएमओ या फंड व्यवस्थापन हाउसच्या बेन इंकर याने सन २०१२च्या एका लेखात असा निष्कर्ष काढला होता की, शेअर बाजारातील परताव्यांना विशिष्ट पातळीच्या जीडीपी वाढीची आवश्यकता नसते किंवा विशिष्ट पातळीच्या जीडीपी वाढीतून शेअर बाजाराच्या परताव्यांविषयीची कुठलीही गोष्ट सूचित होत नाही.

मूल्यांकन गुरू अश्वथ दामोदरन असं म्हणतो की, जीडीपी वाढीवरून शेअर बाजाराचा अंदाज बांधण्याकडे वळण्यापेक्षा या गोष्टीकडे विरुद्ध दृष्टिकोनातून पाहिलं पाहिजे. म्हणजेच शेअर बाजारांवरून जीडीपी वाढीचा अंदाज बांधणं शक्य आहे. त्या अर्थानं शेअर बाजार ही जीडीपीतील वाढ सुचवण्याची साधनं आहेत. (ती जीडीपी वाढीचे परावर्तक नाहीत.) १९६१-२०१९ या कालावधीत अमेरिकेतील शेअर बाजारांतील परतावे आणि यांपुढच्या चार तिमाहींमधील जीडीपी वाढ[७] यांच्यात ३० टक्के सहसंबंध असल्यावर त्याने भर दिला आहे.

वास्तविकता : इक्विटी हा संपत्ती उभारणीचा अधिक चांगला मार्ग आहे

जर सोनं, रिअल इस्टेट, बँकांमधील मुदत ठेवी आणि उद्योजकीय कर्जं (म्युच्युअल फंडांच्या माध्यमातून) भारतीय बचतकर्त्यांकरिता जोखीम, परतावे, वैविध्यीकरण आणि आर्थिक उद्दिष्टं यांच्यात समतोल साधू शकत नसतील तर या बचतकर्त्यांकडे त्यांच्या संपत्तीची गुंतवणूक आणि उभारणी करण्याचा आणखी कोणता पर्याय आहे? इक्विटी हे त्याचं उत्तर आहे का?

गेल्या वीस वर्षांहून अधिक कालखंडात इक्विटीजनी १३ टक्के चक्रवाढ (कंपाउंडेड) परतावा दिला आहे. (निफ्टी समग्र परतावा निर्देशांकावरच्या म्हणजेच निफ्टी ५० टोटल रिटर्न इंडेक्सवरच्या परताव्यांच्या साहाय्यानं मोजला जातो.) या संदर्भात 'कॉफी कॅन इनव्हेस्टिंग : द लो रिस्क रूट टू स्टुपेन्डस वेल्थ' या पुस्तकात काही पोर्टफोलिओ देण्यात आले आहेत. या पोर्टफोलिओंसारख्या निवडक पोर्टफोलिओंनी वीस वर्षांच्या कालावधीत २० टक्क्यांहून अधिक दरानं चक्रवाढ वार्षिक परतावे दिले आहेत. मात्र इक्विटींमधील गुंतवणुकांनाही आधी चर्चा करण्यात आलेल्या काही समस्यांचा फटका बसतो. ठाम आणि विश्वासार्ह सल्ल्याचा अभाव ही यांपैकी मुख्य समस्या आहे. यामुळे आपल्या पोर्टफोलिओची उभारणी करताना

गुंतवणूकदारांना अनुचित, गैरवाजवी जोखीम पत्करावी लागते. आपल्याला अनुकूल क्षेत्रांमधील स्टॉकचा पाठलाग करत राहणं, चक्रीयतेला कारणीभूत असलेल्या प्रेरकांचं मूल्यमापन न करता चक्रीय स्टॉकची (सायक्लिकल स्टॉकची) खरेदी करणं आणि अल्पकालीन घटनांच्या फलितांच्या आधारावर नफा मिळवण्याच्या आशेनं संबंधित स्टॉकमध्ये ट्रेडिंग करणं किंवा ट्रेडिंगमधून बाहेर पडणं अशा काही मार्गांनी गुंतवणूकदाराच्या पोर्टफोलिओंमध्ये या जोखमी दिसून येतात. पारंपरिक वित्तीय सिद्धान्तावर आणि नेमकेपणानं सांगायचं झालं तर भांडवल मालमत्ता मूल्य निर्धारण प्रक्रिया नमुन्यावर म्हणजेच कॅपिटल ॲसेट प्रायसिंग मॉडेलवर (सीएपीएमवर) अवलंबून राहणं हे यामागचं मुख्य कारण आहे. सीएपीएमनं अनेक गुंतवणूकदार सल्लागारांच्या जागतिक दृष्टिकोनाला आकार दिला आहे.

सीएपीएममुळे भारतीय गुंतवणूकदारांच्या पिढीची झालेली हानी

वित्तीय क्षेत्रात अनेक भ्रामक सिद्धान्त आहेत. एफिशियंट मार्केट हायपोथिसीस (ईएमएच-सक्षम बाजार सिद्धान्त) हा त्यांपैकीच एक आहे. स्टॉकच्या किमतींतून बाजारात उपलब्ध असलेली सर्व माहिती परिणामकारकपणे प्रतिबिंबित होते, त्यामुळे बाजारावर मात करणं अशक्य असतं. कॅपिटल ॲसेट प्रायसिंग मॉडेल (भांडवल मालमत्ता मूल्यनिर्धारण मॉडेल - सीएपीएम) हा आणखी एक सिद्धान्त आहे. तो असा दावा करतो की, स्टॉककडून मिळणारे परतावे हे स्टॉक प्रतिनिधित्व करत असलेल्या पद्धतशीर जोखमीच्या (सिस्टेमॅटिक रिस्कच्या) किंवा बिटाच्या म्हणजेच संपूर्ण बाजारावर परिणाम करत असलेल्या बाजाराच्या अंगभूत जोखमीच्या सापेक्ष प्रमाणात असतात.

वॉरन बफेंनी सन १९८४मध्ये कोलंबिया युनिव्हर्सिटीत दिलेल्या त्यांच्या प्रसिद्ध व्याख्यानात ईएमएच ही संकल्पना कशी मूर्खपणाची किंवा हास्यास्पद आहे ते दाखवून दिलं होतं हे सर्वज्ञात आहे.[८] मात्र अद्यापही जगभरातील शैक्षणिक वर्गांमध्ये सीएपीएम शिकवलं जात आहे. भारतासह जगभर सगळीकडे व्यवसायांनी गती दिलेलं भ्रामक विज्ञान शिकवलं जात आहे, त्यालाच याचं 'श्रेय' दिलं पाहिजे. मात्र भारतात तर अमेरिकेच्या तुलनेतही कमी प्रमाणात सीएपीएम लागू होतं.

मग सीएपीएम म्हणजे नेमकं काय आहे आणि ते इतकं हानिकारक का आहे? इन्व्हेस्टोपीडियामध्ये पुढीलप्रमाणे सीएपीएमविषयी स्पष्टीकरण देण्यात आलं आहे :

कॅपिटल ॲसेट प्रायसिंग मॉडेल (सीएपीएम) हे सिस्टेमॅटिक रिस्क आणि मालमत्तांचे व विशेषतः स्टॉक्सवरचे अपेक्षित परतावे यांच्यातील संबंधाचं वर्णन

करतं. जोखमीच्या सिक्युरिटीजचं मूल्यांकन करण्यासाठी आणि मालमत्तांच्या जोखमी आणि भांडवलाची किंमत दिली असता त्या मालमत्तांचे अपेक्षित परतावे काढण्यासाठी वित्त क्षेत्रात सगळीकडे व्यापक प्रमाणात सीएपीएमचा वापर केला जातो. मालमत्तेची जोखीम दिली असता तिच्याकडून मिळणारा अपेक्षित परतावा काढण्याचं सूत्र पुढीलप्रमाणे आहे :

$ER\,i = Rf + \beta\, i\, (ERm - Rf)$

इथे,

$ER\ i = Rf + \beta i\, (ER - Rf)$ – गुंतवणुकीची अपेक्षित परतणूक

Rf = जोखीममुक्त दर

$\beta\, i$ = गुंतवणुकीचा β (सिस्टेमॅटिक रिस्क)

(ER m – Rf) = market risk permium

(ERm-Rf) = मार्केट रिस्क प्रीमियम (बाजार जोखीम प्रीमियम. म्हणजेच मार्केट पोर्टफोलिओवरचा अपेक्षित परतावा आणि जोखीममुक्त दर यांच्यातील फरक. दुसऱ्या शब्दांत, जोखीममुक्त मालमत्तांऐवजी जोखमीचा बाजार पोर्टफोलिओ, स्वतःकडे तसाच ठेवल्याबद्दल गुंतवणूकदार अतिरिक्त परताव्याची अपेक्षा ठेवतो, यालाच मार्केट रिस्क प्रीमियम म्हणतात.)

जोखीम पत्करल्याबद्दल आणि जास्त काळ पैसा गुंतवून ठेवल्याबद्दल (आता जितका पैसा मिळत आहे तो लगेच घेणं हे तोच पैसा आणखी काही काळ गुंतवून नंतर तितकाच पैसा घेण्यापेक्षा चांगलं असतं अशी संकल्पना आहे.) गुंतवणूकदार भरपाई मिळावी अशी अपेक्षा ठेवतात. सीएपीएम सूत्रातील इतर घटक हे गुंतवणूकदार अतिरिक्त जोखीम पत्करत असल्याचं स्पष्ट करतात.

संभाव्य गुंतवणुकीचा बीटा हे बाजारासारख्या दिसणाऱ्या पोर्टफोलिओत संबंधित गुंतवणूक किती जोखमीची भर घालेल त्याचं मापन असतं. जर स्टॉक हा बाजारापेक्षा जास्त जोखमीचा असेल तर त्याचा बीटा एकहून मोठा असतो. जर स्टॉकचा बीटा एकहून लहान असेल तर तो पोर्टफोलिओची जोखीम कमी करेल असं हे सूत्र गृहीत धरतं.

स्टॉकच्या बीटाला नंतर मार्केट रिस्क प्रीमियमनं गुणलं जातं. हा बाजारातून अपेक्षित असलेला, जोखीममुक्त दराहून अधिक असलेला परतावा असतो. त्यानंतर स्टॉकचा बीटा आणि मार्केट रिस्क प्रीमियम यांचा गुणाकार करून आलेल्या उत्तरात जोखीममुक्त दर मिळवला जातो. याच्या उत्तरातून गुंतवणूकदाराला आवश्यक परतावा किंवा डिस्काउंट दर (सवलतीचा दर) समजला पाहिजे. मालमत्तेचं मूल्य शोधण्यासाठी ते त्याचा वापर करू शकतात.[९]

सीएपीएमचा वापर करणं – एक उदाहरण

सीएपीएमचा वापर करून स्टॉकवरच्या परताव्याचा अपेक्षित दर कसा मोजावा हे एका उदाहरणाच्या साहाय्यानं समजून घेऊ या. याकरिता आपण स्टेट बँक ऑफ इंडियाचं (एसबीआयचं) उदाहरण घेऊ या.

जोखीममुक्त दर : हा गुंतवणुकीवरचा व्याजदर असतो. त्यात पैसा परत न मिळण्याची किंवा पुनर्गुंतवणुकीची जोखीम नसते. म्हणून परिपक्वतेपर्यंत सरकारी रोखा ठेवून घेणं याला जोखीममुक्त दर पुढे नेणं असं म्हणता येतं. दहा वर्षांत परिपक्व होणाऱ्या भारत सरकारच्या सिक्युरिटीवरचा प्रचलित दर (२०२१च्या सुरुवातीच्या काळातील) सुमारे ६.५ टक्के होता आणि हाच आपला जोखीममुक्त दरही (Rf) होतो.

बीटा : विशिष्ट कालावधीतील बाजारावरच्या परताव्यासह स्टॉकवरच्या परताव्याच्या कोव्हेरियन्सला (सहफरक घटकाला म्हणजे दोन मालमत्तांच्या परताव्यांमधील थेट संबंधांचं मापन करणाऱ्या घटकाला) बाजाराच्या परताव्याच्या व्हेरियन्सनं (किंवा फरक घटकानं म्हणजेच बाजाराचं अस्थैर्य आणि बाजाराची सुरक्षितता ठरवण्यासाठी तज्ज्ञ वापरत असलेल्या घटकानं.) (बेंचमार्क) भागून एसबीआयच्या बीटाचा हिशेब करता येतो. इथे आपण निफ्टीचा बेंचमार्क म्हणून विचार करतो आणि २०१०च्या मार्चपासून २०२०च्या मार्चपर्यंतच्या दहा वर्षांच्या कालावधीकरिता एसबीआयच्या व निफ्टीच्या मासिक परताव्यांचा विचार करतो. यातून आपल्याला एसबीआयचा बीटा हा १.५ x (β i) असा मिळतो.

बाजाराचा परतावा : वर विचार करण्यात आलेल्या दहा वर्षांच्या कालावधीत निफ्टीचा परतावा हा सुमारे १०.४ टक्के होता. हाच बाजाराचा परतावा (ERm) होय.

या आकड्यांचा वापर करून एसबीआयच्या अपेक्षित परताव्याचा हिशेब केला तर आपल्याला पुढील उत्तर मिळतं :
एसबीआयचा ERi = ६.५% + १.५* (१०.४%–६.२%) = १२.३५%

भारतात सीएपीएमचं अनुसरण केलं तर गुंतवणूकदार स्वतःचं नुकसान करून घेतात. गुंतवणूकदाराच्या मनात अखेरीस असा विश्वास निर्माण होतो की, उच्चतर परतावे हे उच्चतर जोखमीच्या (उच्चतर बीटाद्वारे सीएपीएममध्ये मोजण्यात आलेल्या) थेट सापेक्ष प्रमाणात असतात. पण ही गोष्ट मुळीच खरी नसते. याचा पुरावा पाहा :

> मार्च २०२०मध्ये संपत असलेल्या त्याआधीच्या २०,१०,५ किंवा ३ वर्षांच्या कालावधीच्या संदर्भात निफ्टीमधील अत्युच्च परतावे दिलेल्या दहा स्टॉक्सचा विचार केला तर या स्टॉक्सचा सरासरी बीटा हा ०.८ आणि ०.९ च्या दरम्यान आहे. म्हणजे तो स्पष्टपणे बाजाराच्या १ या बीटाहून कमी आहे. मात्र वस्तुस्थिती अशी आहे की, सर्वोच्च दहा स्टॉक्सच्या या गटांतील प्रत्येक गटानं इन्डेक्सहून लक्षणीयरीत्या (२०, १०, ५ आणि ३ वर्षांपूर्वीच्या) अधिक यशस्वी कामगिरी केली आहे.
>
> (वीस, दहा, पाच आणि वर्षांपूर्वीच्या) निफ्टीच्या समर्थक दहा स्टॉक्सच्या या चार गटांमध्ये बीटा आणि परतावे यांच्यातील सहसंबंध एक तर किंचित सकारात्मक (बीटा आणि वीस वर्षांपूर्वीच्या निफ्टी समर्थकांचे परतावे यांच्यातील सहसंबंध ०.२२ आहे) किंवा मोठ्या प्रमाणात नकारात्मक आहे (बीटा आणि तीन आणि पाच वर्षांपूर्वीच्या निफ्टी च्या समर्थकांचे परतावे यांच्यातील सहसबंध अनुक्रमे -०.४५ आणि -०.४७ आहेत.)
>
> तुम्ही ३१ मार्च २०२० रोजी सर्वोच्च बीटा असलेल्या दहा निफ्टी स्टॉक्सचा विचार केला तर सरासरी बीटा १.४ आहे. म्हणजे तो बाजाराच्या १ या बीटाहून चांगलाच जास्त आहे. या स्टॉक्समध्ये ॲक्सिस बँक, बजाज फायनान्स, हिंडाल्को, आयसीआयसीआय बँक, इंडसइंड बँक, जेएसडब्ल्यू स्टील, एम अँड एम, मारुती सुझुकी, टाटा मोटर्स, यूपीएल यांचा समावेश आहे. तरीही तुम्हाला असं दिसून येईल की, एक गट म्हणून तीन, पाच, दहा आणि वीस वर्षांमधील या स्टॉक्सनी इंडेक्समध्ये कमी कामगिरी केली आहे.
>
> अखेरीस, तुम्ही बीटा आणि या गटातील निफ्टी ५०मधील सर्वोच्च बीटा असलेल्या स्टॉक्सच्या (३१ मार्च २०२० रोजी) सहसंबंधांचा अभ्यास केला तर वीस, दहा, पाच आणि तीन वर्षांमधील हा सहसंबंध नकारात्मक आहे. सहसा तो कट्टरपणे नकारात्मक आहे. (गेल्या तीन आणि पाच वर्षांतील निफ्टीचा बीटा आणि परतावे यांच्यातील सहसंबंध अनुक्रमे -०.३५ आणि -०.३९ आहे.)
>
> थोडक्यात, बीटा आणि स्टॉक-पातळीवरचे परतावे यांच्यात कोणताही सकारात्मक संबंध नाही. उलटपक्षी, कमी पातळीवरचा

> बीटा असेल तर त्याच्यातून उच्चतर परतावे मिळाल्याचे अनेक भक्कम पुरावे आढळतात. जोखमीचं प्रतिनिधित्व करण्यासाठी बीटाचा वापर करण्याऐवजी जर आपण शेअरच्या किमतीतील अस्थैर्याचा वापर केला तरीही हाच निष्कर्ष तिथेही लागू होतो. मासिक परताव्यांमधील मानांकित विचलनाला दिलेल्या कालखंडातील चक्रवाढ वार्षिक परताव्यांनी भागून शेअरच्या किमतीतील अस्थैर्याचं मापन केलं जातं. नेमकेपणानं सांगायचं झालं तर शेअरच्या किमतीतील अस्थैर्य आणि परतावे यांच्यामध्ये भक्कम नकारात्मक सहसंबंध असल्याचं दिसून येतं. म्हणजेच ज्या कंपन्यांच्या शेअरच्या किमती कमी अस्थिर असतात त्या वीस, दहा, पाच आणि अगदी तीन वर्षांतसुद्धा लक्षणीय प्रमाणात जास्त चांगले परतावे देतात.
>
> म्हणून उपलब्ध माहितीतून असं दिसून येतं की, भारतात सीएपीएम पूर्णपणे निरुपयोगी आहे. सर्वोच्च जोखीम असलेले स्टॉक (उच्च बीटा स्टॉक) सर्वोच्च परतावे देत नाहीत, तर कमी जोखमीचे स्टॉक (म्हणजेच शेअर किमतीत कमी अस्थैर्य असलेले कमी बीटा स्टॉक) प्रत्यक्षात उत्तम परतावे देतात.

मग भारतात सीएपीएम का काम करत नाही? कारण सीएपीएमविषयीच्या पायाभूत समजुती अवास्तव आहेत. अमेरिकेसारख्या अगदी विकसित बाजारातसुद्धा त्या अवास्तवच आहेत. भारतासारख्या उदयोन्मुख बाजारात या समजुती जवळजवळ भ्रामक स्वरूपाच्या आहेत. उदाहरणार्थ, सीएपीएम असं गृहीत धरतं की, सगळ्या गुंतवणूकदारांना सगळी माहिती मोफत उपलब्ध असते. अगदी संस्थात्मक गुंतवणूकदारांनासुद्धा बहुतांश कंपन्यांमध्ये असलेल्या हिशेबातील अफरातफरीच्या प्रमाणाचं बिलकूल ज्ञान नसलेल्या किंवा अत्यल्प माहितीच असलेल्या भारतासारख्या बाजारात अशा प्रकारच्या समजुतीला काहीच अर्थ नाही. (अधिक तपशिलासाठी पुढचा विभाग आणि असामान्य अब्जाधीश हे दहावं प्रकरण पाहा.) कर नसतात किंवा व्यवहाराकरिता शुल्क आकारलं जात नाही हे सीएपीएममध्ये असलेल्या निरर्थक समजुतीचं आणखी एक उदाहरण आहे. प्रत्यक्षात अल्पकालीन भांडवली लाभ कर १५ टक्के आहे आणि अगदी निफ्टी स्टॉकसाठीसुद्धा संस्थात्मक गुंतवणूकदारांना ब्रोकरेजचा खर्च आणि मूल्य-परिणाम खर्च[१०] यापोटी सुमारे ०.५ टक्के भरावेच लागतात.

मग जर भारतात सीएपीएम काम करत नसेल तर कुठली गोष्ट काम करते? जोखीम कमी करणं ही गोष्ट भारतात काम करते.

जोखीम कमी करणं ही भारतात उच्चतर परतावे मिळवण्याची गुरुकिल्ली आहे.

भारतीय शेअर बाजारात तुम्हाला स्थिर आणि निकोप गुंतवणूक परतावे मिळवायचे असतील तर तुम्हाला चार प्रकारच्या जोखमींचं प्रमाण कमीतकमी ठेवावंच लागतं.

लेखांकन जोखीम : आपल्याला सर्वांनाच आता माहीत आहे की, भारतातील सार्वजनिक आणि खासगी क्षेत्रातील बँकांनी त्यांच्या वाईट कर्जाच्या आकड्यांमध्ये वर्षानुवर्षं फेरफार करत ती कर्जं तशीच पुढे नेली. अखेरीस आरबीआयच्या 'ॲसेट क्वालिटी रिव्ह्यू'नं सन २०१५मध्ये त्यांना सगळ्या कर्जांचा पद्धतशीर हिशेब मांडून कर्ज वसूल करण्यास आणि स्वच्छ हिशेब करण्यास सांगितलं. गृहकर्जं देणाऱ्या कित्येक वित्त कंपन्यांच्या बाबतीत अद्यापही हीच समस्या आहे. एका आघाडीच्या सिमेंट उत्पादकाचे हिशेब स्वच्छ नाहीत. उंच भराऱ्या मारणाऱ्या एका किरकोळ वस्तूंच्या विक्रेत्याचे वार्षिक अहवाल अर्थपूर्ण नाहीत. हीच गोष्ट एका प्रमुख पेटकेम कंपनीच्या आणि प्रमुख औषध कंपनीच्या बाबतीतही खरी आहे. खरं तर बीएसई५०० मधील बहुसंख्य कंपन्यांचे वार्षिक अहवाल छाननीत टिकत नाहीत. बारा फोरेन्सिक लेखा गुणोत्तरांचा (आर्थिक विवरणपत्रांतील १२ प्रमुख लेखा गुणोत्तरं आणि जाहीर करण्यात आलेल्या महत्त्वाच्या गोष्टी यांची छाननी) उपयोग करून आणि भारताच्या सर्वांत मोठ्या सूचीबद्ध (लिस्टेड) कंपन्यांपैकी १३०० कंपन्यांची महत्त्वाच्या मुद्द्यांच्या बाबतीत नोंदवण्यात आलेली कालबद्ध अनुक्रमित माहिती (टाइम-सीरिज इन्फर्मेशन. उदा., वर्षभर दर महिन्याच्या किरकोळ विक्रीच्या मूल्याची नोंद ठेवून तयार करण्यात आलेली वर्षभराची माहिती.) असलेल्या वित्तीय मॉडेलचा वापर करून आम्हाला असं आढळलं की, भारतीय शेअर बाजारातील फक्त २० टक्के कंपन्यांकडे प्रत्यक्षात विश्वासार्ह जमाखर्च असलेल्या खातेवह्या आहेत. पुढच्या प्रकरणात आपण याचा अधिक तपशिलानं विचार करणार आहोत.

उत्पन्न जोखीम : भारताचं दरडोई उत्पन्न हे सुमारे २१०० अमेरिकन डॉलर आहे. परंतु अद्यापही हे उत्पन्न खूपच कमी आहे. (ते श्रीलंकेच्या उत्पन्न पातळीचा विचार करता सुमारे निम्मं आहे. मलेशियाच्या उत्पन्न पातळीच्या तुलनेत एक पंचमांश आणि थायलंडच्या तुलनेत एक चतुर्थांश आहे.)[११] परिणामी, एफएमसीजी उत्पादनं, औषधं, मूलभूत वस्त्रं आणि मूलभूत आर्थिक सेवा उत्पादनं यांसारख्या मूलभूत जीवनावश्यक गोष्टी वगळता भारतातील बहुतांश इतर उत्पादनं ही बहुतांश भारतीयांना ऐश-आरामाच्या गोष्टी वाटतात. साहजिकच, भारतात अगदी लहान कारची किंवा प्राथमिक स्वरूपाच्या दुचीकीची मागणीही मोठ्या प्रमाणात कमी-

जास्त होत राहते. उदाहरणार्थ, मारुती सुझुकीनं नोंदवलेल्या विक्रीच्या प्रमाणाचा विचार केला तर आपल्याला असं दिसून येतं की, कंपनीला सहा ते सात वर्षं मागणीत खूप मोठी वाढ झाल्याचा अनुभव आला. (ही वाढ वार्षिक सुमारे १५ टक्क्यांहून अधिक होती. उदाहरणार्थ, २००४-११ या आर्थिक वर्षांमध्ये व्हॉल्यूम्समधील सीएजीआर १५.२ टक्के होता. मात्र त्याची क्रॉस-सायकल सरासरी वाढ सुमारे १२ टक्के होती. स्टॉकच्या किमतीतील अस्थैर्यातून मारुतीच्या सर्वोच्च श्रेणीतील वाढीतील अस्थैर्याचं प्रतिबिंब दिसत होतं. त्याउलट आवश्यक उत्पादनांची विक्री करणाऱ्या एशियन पेंट्स किंवा मेरिको यांसारख्या कंपनीत दरवर्षी १० टक्के ते वीस टक्के अशी चांगली, स्थिर वार्षिक उत्पन्नवाढ दिसून आली. म्हणून भारतात आवश्यक उत्पादनं विकणाऱ्या कंपन्यांमध्ये गुंतवणूक करण्यानं जोखीम कमी होते.

नफ्यातील जोखीम : भारतात भांडवलाचा खर्च अद्यापही खूपच उच्च असल्यामुळे प्रामाणिक संशोधनावर आणि विकासावर मोठ्या प्रमाणात खर्च करणाऱ्या भारतीय कंपन्या फारशा आढळत नाहीत. साहजिकच, झपाट्यानं नक्कल करणं हा भारतीय अर्थकारणाचा गुणधर्म आहे. एका कंपनीला एखादी चांगली किंवा लाभाच्या दृष्टीनं आरामशीर गोष्ट सापडते (उदाहरणार्थ, सोन्यावर कर्ज देणं.) आणि मग अनेक कंपन्या भराभरा तिची नक्कल करू लागतात. दशकभरात त्या कल्पनेची नक्कल करणाऱ्या किमान एक डझन कंपन्या पुढे येतात. व्यवसायात झपाट्यानं प्रवेश होत असलेल्या नवीन कंपन्यांमुळे पहिल्यांदा त्या क्षेत्रात प्रवेश केलेल्या कंपनीचा नफा शक्य तितका तिच्याकडून काढून घेतला जातो आणि अशा प्रकारे तिचे भागधारक संकटात सापडतात. त्यांच्या गुंतवणुकीला जोखीम निर्माण होते. अशी जोखीम कमी करण्यासाठी आपण ज्या क्षेत्रांमध्ये नको इतक्या दीर्घ काळापर्यंत फक्त एक किंवा दोन कंपन्याच त्या क्षेत्रातील नफ्याच्या ८० टक्के भागावर ताव मारत असतात अशा क्षेत्रांचा शोध घेतो. अशा मक्तेदारी असलेल्या कंपन्यांच्या नफ्याच्या मार्जिनमध्ये कमी अस्थैर्य दिसून येतं.

तरलतेच्या जोखमी : तरलता हे एखादी मालमत्ता किंवा स्टॉकसारखी एखादी सिक्युरिटी तिच्या बाजारात किती सहजपणे खरेदी करता येते किंवा विकली जाते त्याचं मापन करण्याचं साधन असतं. सहसा दैनंदिन सरासरी खरेदी-विक्रीच्या आकारावरून (ॲव्हरेज डेली ट्रेडेड व्हॉल्यूम म्हणजेच एडीव्ही) तरलता मोजली जाते. एडीव्ही जितकी उच्चतर असेल तितकी भौतिकदृष्ट्या स्टॉकच्या किमतीवर फार परिणाम न करता स्टॉकची खरेदी किंवा विक्री करणं जास्त सोपं असतं. जगातील सर्वोच्च आठ शेअर बाजारांमध्ये भारत हा किमान तरलता असलेला एक

बाजार आहे. इथे भारतीय बाजारातील आउटस्टँडिंग शेअर्सपैकी (कंपनीच्या सगळ्या भागधारकांकडे असलेले कंपनीचे एकूण शेअर्स म्हणजे आउटस्टँडिंग शेअर्स होत.) निम्म्याहून अधिक शेअर्स प्रवर्तकांच्या मालकीचे असतात. परिणामी, भारतातील सर्वोच्च तीस किंवा तत्सम स्टॉक वगळता स्टॉक्सची तरलता झपाट्यानं घसरते. तुम्ही बीएसई१०० च्या खालच्या व्याप्तीत असता, तोपर्यंत एडीव्ही प्रतिदिवस १० कोटी रुपयांपर्यंत घसरते. अशा कमी तरलतेतून स्टॉकच्या किमतीत आकस्मिक आणि वारंवार बदल होत राहतात. अशा वेळी गुंतवणूकदार निवडणुकांच्या निकालांमुळे झालेला अत्यानंद आणि हिशेबातील अफरातफरीमुळे निर्माण झालेलं दुःख आणि विव्हळता यांमुळे निर्माण झालेल्या चक्रांतून जात असतात. तरल स्टॉककडे पोर्टफोलिओ वळवल्यामुळे जोखीम कमी होते.

सातत्यपूर्ण, सुसंगत परिणामगणनाचं (कम्पाउंडिंगचं) सूत्र

या पुस्तकात आम्ही जोखीम कमी करण्यापासून ते स्थिर आणि निकोप परतावे मिळवण्याकरिता आवश्यक असलेल्या प्रमुख घटकांचा ऊहापोह करणार आहोत. मोठ्या अडथळ्यांच्या मागे राहून आवश्यक उत्पादनांची विक्री करणाऱ्या स्वच्छ, सुव्यवस्थापित भारतीय कंपन्यांचे शेअर्स खरेदी करणं हा आमचा सुरुवातीपासूनचा दृष्टिकोन आहे. गुंतवणुकीच्या या दृष्टिकोनाला आम्ही सातत्यपूर्ण, सुसंगत परिणामगणन (कन्सिस्टंट कंपाउंडिंग) दृष्टिकोन असं म्हणतो. हा दृष्टिकोन सैद्धांतिक आणि व्यवहार्य अशा दोन्ही पातळ्यांवर काम करत असल्याचंही आम्हाला दिसून आलं आहे. या दृष्टिकोनात तीन प्रमुख घटक आहेत. विश्वासार्ह लेखांकन, स्पर्धात्मक लाभ आणि भांडवल पुनर्वाटप.

मार्सेलस गुंतवणूक तत्त्वज्ञानाचे हेच तीन आधारभूत स्तंभ आहेत. त्यांच्यामुळे अतिरिक्त जोखीम हाताळावी न लागता (किंवा बीटाच्या वरच्या भागात राहावं न लागता) गुंतवणूकदारांना निकोप परतावे मिळवण्यास मदत होते.

विश्वासार्ह लेखांकन हा पहिला स्तंभ आहे. तो फोरेन्सिक लेखा गुणोत्तराच्या संचाचा वापर करतो. तसंच तो लेखांकनात किमान जोखमी व नोंदवण्यात आलेल्या आर्थिक विवरणपत्रांमध्ये सर्वोच्च विश्वासार्हता असलेल्या कंपन्या ओळखण्याच्या तंत्रांचाही वापर करतो. उत्पादनाची किंमत ठरवण्याची म्हणजेच मूल्यनिर्धारणाची भक्कम आणि टिकाऊ प्रक्रिया असलेल्या कंपन्यांचा शोध घेणं म्हणजेच स्पर्धात्मक लाभ मिळवणं होय. त्यामुळेच अशा कंपन्या त्यांच्या बाजारपेठांमधल्या नेत्या असतात आणि सातत्यानं त्यांच्या भांडवली खर्चाहून उच्चतर परतावे मिळवतात. यामुळे त्यांच्या उत्पन्नातील आणि नफ्यातील जोखीम सौम्य किंवा सुसह्य होते. भांडवल पुनर्वाटप हा तिसरा स्तंभ आहे. यात आपल्या व्यवसायाची वाढ

करण्यासाठी आणि त्यांचे स्पर्धात्मक लाभ अधिक तीव्र, सखोल करण्यासाठी आपल्या अतिरिक्त परताव्यांचा उत्तम उपयोग करणाऱ्या कंपन्यांचा शोध घेण्याचा समावेश आहे. (भांडवलावरचा परतावा आणि भांडवली खर्च यांच्यातील फरकाचं मुक्त कॅशफ्लोशी साधर्म्य असतं.) या तीन स्तंभांचा वापर करून कोणते स्टॉक खरेदी केले पाहिजेत ते समजून घेणं यालाच आम्ही सातत्यपूर्ण, सुसंगत परिणामगणन सूत्र असं म्हणतो.

तक्ता क्र. ५ : सातत्यपूर्ण, सुसंगत परिणामगणन (कंपाउंडिंग) सूत्र

स्वच्छ लेखांकन		**स्पर्धात्मक लाभ**		**भांडवल पुनर्वाटप**		
ज्यांनी दाखवलेल्या व नोंदवलेल्या लेखांकनांवर विश्वास ठेवता येईल, अशा कंपन्यांचा शोध घ्या	+	प्रवेशाकरिता उच्च अडथळे असलेल्या कंपन्यांचा शोध घ्या.	+	भांडवल पुनर्वाटपाचा पूर्वेतिहास असलेल्या श्रेष्ठ कंपन्यांचा शोध घ्या	=	**सुसंगत सातत्यपूर्ण परिणामगणन (कंपाउंडिंग)**

स्रोत : मार्सेलस इन्व्हेस्टमेंट मॅनेजर्स

या पुस्तकाच्या पहिल्या भागात आपण काय खरेदी करावं हे समजण्यासाठी सातत्यपूर्ण, सुसंगत परिणामगणनाच्या सूत्रावर चर्चा करत आहोत. त्यानंतरच्या भागात आपण कधी खरेदी करावी याची चर्चा करणार असून गुंतवणूकदारांना नियमितपणे गोंधळवून टाकणाऱ्या दोन प्रमुख क्षेत्रांवर लक्ष केंद्रित करणार आहोत. स्टॉक खरेदी करण्याची (किंवा विकण्याची) वेळ आणि किती किंमतीला तो खरेदी करावा (किंवा विकावा) हे ठरवणं, ही ती दोन क्षेत्रं होत.

या विषयांची माहिती घेण्याच्या आधी या पुस्तकात काय सांगितलं जाणार नाही ते पाहू या.

भारतीय स्टॉकची मुळाक्षरं

आपण यानंतरच्या प्रकरणांमध्ये पाहणार आहोत त्याप्रमाणे गुंतवणुकीचा सातत्यपूर्ण सुसंगत परिणामगणनाचा (कंपाउंडिंगचा) दृष्टिकोन समजून घेण्यास सोपा आहे, पण

व्यवहारात आणण्यास सोपा नाही. 'सातत्यपूर्ण कंपाउंडिंग देणारे स्टॉक्स' थोडेच असतात आणि भारतीय शेअर बाजारात ते कुठेतरी खूपच दूरवर असतात हे गुंतवणूकदारांना अगदी सुरुवातीलाच तोंड द्यावं लागत असलेलं महत्त्वाचं आव्हान असतं. हे पुस्तक ज्या बहुसंख्य स्टॉक्समध्ये सातत्यपूर्ण कंपाउंडिंगच्या या तीन पायाभूत स्तंभांची उणीव असते, अशा स्टॉक्सविषयीचं नाही. या विभागात आपण भारतीय शेअर बाजारातील बहुसंख्य स्टॉक्सच्या प्रकारावर आणि 'सातत्यपूर्ण कंपाउंडिंग' असलेल्या लहान, अल्पसंख्य स्टॉक्सच्या प्रकारावर चर्चा करणार आहोत.

> गेल्या दशकात उच्च दर्जाच्या कंपन्यांकरिता प्राइस मल्टिपल्सचा विस्तार झाला आहे. (किमतीवर परिणाम करणाऱ्या बहुविध घटकांचा. तांत्रिक भाषेत प्राइस मल्टिपल्स ही स्टॉकची बाजारातील किंमत आणि प्रतिशेअर मूलभूत मूल्याची विविध मापं यांची गुणोत्तरं असतात. कंपनीच्या बाबतीत कंपनीच्या भांडवलाच्या सर्व स्रोतांचं बाजारमूल्य आणि संपूर्ण कंपनीच्या मूलभूत मूल्याची विविध मापं यांची गुणोत्तरं म्हणजे प्राइस मल्टिपल असतं.) हे लक्षात घेऊन अशा कंपन्यांच्या स्टॉकची सध्याच्या पातळ्यांवर खरेदी केली तर गुंतवणूकदारांना त्यांच्या परताव्यांच्या शाश्वततेची चिंता वाटली पाहिजे का? 'नाही' असं आमचं यावरचं निर्णायक उत्तर आहे. आपण भारतीय बाजारातील तेजीच्या किंवा मंदीच्या अशा कोणत्याही प्रकारच्या टप्प्यांकडे पाहिलं तरी सगळा पुरावा फक्त एकाच दिशेकडे निर्देश करतो – सुरुवातीच्या काळातील मूल्यांकनांचा दीर्घ–मध्यम मुदतीच्या गुंतवणूक परताव्यांवर भारतात अत्यल्प परिणाम होतो. सुरुवातीच्या काळातील मूल्यांकनं आणि स्टॉक दीर्घ काळ ठेवल्यानंतरचे परतावे यांच्यात सहसंबंध नसणं ही गोष्ट भारताच्या बाबतीत नेमकेपणानं दिसून येते.[१२]

ऐंशी वर्षांपूर्वी बेंजामिन ग्रॅहॅम आणि डेव्हीड डॉड यांनी 'सिक्युरिटी ॲनालिसीस' या त्यांच्या पुस्तकातून गुंतवणुकीच्या जगाला 'मूल्य गुंतवणूक' आणि 'सुरक्षिततेचं मार्जिन' या तत्कालीन क्रांतिकारक आणि परस्परसंबंधित संकल्पनांची ओळख करून दिली.[१३] महामंदीत पार उद्ध्वस्त झालेल्या त्या युगात या दोघांनी उच्च प्रमाणातील निश्चिततेसह शेअर बाजारात पैसे मिळवण्याच्या मार्गाकडे निर्देश केला. कमी पी/बी आणि कमी पी/ई गुणक (मल्टिपल्स) असलेल्या आणि कमी कर्ज असलेल्या कंपन्या खरेदी करणं हा तो मार्ग होता. या गुंतवणुकांचा असा अर्थ होता की, तुमची खरेदीची किंमत ही स्टॉकच्या न्याय्य किमतीहून लक्षणीय प्रमाणात कमी असली पाहिजे. अशा प्रकारे गुंतवणूकदाराला 'सुरक्षिततेचं मार्जिन' पुरवलं जातं.

सिक्युरिटी ॲनालिसीसचं प्रकाशन झाल्यानंतरच्या काळात अनेक विद्वानांनी असं दाखवून दिलं आहे की, अमेरिकेत आणि इतरत्र मूल्य गुंतवणूक श्रेष्ठ परिणामांची

निर्मिती करतं. वॉरन बफेनी कोलंबिया युनिव्हर्सिटीत १९८४मध्ये केलेलं भाषण यापेक्षाही जास्त प्रसिद्ध आहे. या प्रकरणात आधीही आम्ही त्याचा संदर्भ दिला आहे. या भाषणात त्यांनी गुंतवणुकीच्या इतर दृष्टिकोनांच्या तुलनेत मूल्य गुंतवणूक श्रेष्ठ असल्यावर शिक्कामोर्तब केलं आहे. त्यांनी म्हटलं आहे :

> ''ग्रॅहॅम आणि डॉड्सव्हिले यांच्यापासूनच्या गुंतवणूकदारांची सर्वसामान्य बौद्धिक मध्यवर्ती कल्पना अशी आहे : व्यवसायाचं मूल्य आणि बाजारातील त्या व्यवसायाच्या लहान हिश्शांची किंमत यांच्यातील तफावतींचा ते शोध घेतात. स्टॉक्स सोमवारी खरेदी करावेत की गुरुवारी किंवा ते जानेवारीत खरेदी करावेत की जुलैमध्ये, याविषयीच्या बाजाराच्या सक्षम विचारवंतांच्या काळजीचा विचार न करता ते या तफावतींचा फायदा घेतात. ग्रॅहॅम आणि डॉड विचारसरणीचे गुंतवणूकदार पणनयोग्य स्टॉक्सच्या माध्यमातून जे करत आहेत, योगायोगानं तीच गोष्ट ज्या वेळी व्यावसायिक व्यवसाय खरेदी करतात त्या वेळी करतात. ग्रॅहॅम आणि डॉड विचारसरणीचे गुंतवणूकदार बीटा, कॅपिटल ॲसेट प्रायसिंग मॉडेल किंवा सिक्युरिटीजमधील परताव्यांतील सहफरक घटक (कोव्हेरियन्स) यांच्यावर चर्चा करत बसत नाहीत. त्यांना या विषयांत बिलकूल स्वारस्य नसतं. गुंतवणूकदार फक्त किंमत आणि मूल्य या दोनच चलांवर लक्ष केंद्रित करतात.'' [१४]

भारतातसुद्धा आपण असा युक्तिवाद करू शकतो की, बहुसंख्य स्टॉक्सच्या बाबतीत मूल्य गुंतवणूक (म्हणजे पी/ई निकषावर स्वस्त असलेल्या कंपन्या खरेदी करणं) अर्थपूर्ण ठरते. खरं तर व्यापकपणे कंपन्यांच्या तीन संचांमध्ये भारतीय शेअर बाजाराची विभागणी करणं शक्य आहे.

'ए' प्रकारचे स्टॉक : भारतीय बाजारात सुमारे ८०-९० टक्के इतके 'ए' प्रकारचे स्टॉक असतात. अशा कंपन्यांकडे शाश्वत स्पर्धात्मक लाभ नसतात आणि त्यामुळे त्यांच्याकडे अतिरिक्त भांडवल मूल्यामध्ये (कॉस्ट ऑफ कॅपिटल (CoC) मध्ये) कामाला लावलेल्या किंवा व्यवसायात गुंतवलेल्या भांडवलावर परतावे 'रिटर्न ऑन कॅपिटल एम्प्लॉईड' (RoCE) निर्माण करण्याची क्षमता नसते. थोडक्यात, एखादी कंपनी तिच्या भांडवलाचा वापर करून किती कौशल्यानं नफा मिळवते ते RoCE तून सूचित होतं. RoCE निर्माण करण्याची क्षमता नसेल तर त्यामुळे अशा कंपन्यांना विस्तारित कालावधीत कमाईत वाढ करणं अवघड जातं. शाश्वत मुक्त कॅशफ्लोचा अभाव असल्यामुळे अशा कंपन्या व्यवसायवाढीत गुंतवणूक करण्यासाठी संघर्ष करतात. भारतातील दूरसंचार दळणवळण खातं आणि एअरलाइन्स ही अशा कंपन्यांची उदाहरणं आहेत. या कंपन्यांची आकाराच्या (व्हॉल्यूमच्या) दृष्टीनं अथक

वाढ होत राहते, परंतु त्यांच्याकडे शाश्वत स्पर्धात्मक लाभ नसतात आणि म्हणून कमाईत वाढ होत नाही.

कोणत्याही कंपनीच्या 'ए' प्रकारच्या स्टॉकमध्ये गुंतवणूक करून आपल्याला पी/ई विस्तार किंवा कमाई विस्तार अशा दोन स्रोतांपासून परतावे मिळवता येतील असं तुम्हाला वाटत असेल, तर तुम्ही फक्त पीई विस्तारापासूनच पैसा मिळण्याची आशा बाळगू शकता (कारण कमाईत वाढ होणं शक्य नसतं.) तुम्हाला 'ए' प्रकारच्या कंपनीच्या पी/ई मध्ये दशकभरात दुपटीनं वाढ करू शकणारा फंड व्यवस्थापक आढळला तर तुमचे परतावे सीएजीआरच्या ७ टक्के इतके असतील. जर तुमच्या फंड व्यवस्थापकानं चुकीच्या वेळी गुंतवणूक केली, म्हणजे त्याने पी/ई गुणोत्तर उच्च असताना कंपनीत प्रवेश केला असेल (तो मूल्य गुंतवणूकदार नसेल) आणि पी/ई गुणोत्तर निम्म्यावर आल्यावर तो बाहेर पडला असेल तर तुमचा परतावा सीएजीआरच्या -७ टक्के असेल.

'बी' प्रकारचे स्टॉक : भारतीय शेअर बाजारात सुमारे ५-१० टक्के स्टॉक या प्रकारचे असतात. या क्षेत्रात मारुती आणि हिंदुस्थान युनिलिव्हर (एचयूएल) यांसारख्या चांगल्या कंपन्या येतात. त्यांच्याकडे अर्थपूर्ण स्पर्धात्मक लाभ असतात. परिणामी, बहुतांश वर्षी या कंपन्यांकडे भांडवल मूल्यापेक्षा (CoC पेक्षा) उच्चतर RoCE असतो. मुक्त कॅशफ्लोच्या पुनर्गुंतवणुकीमुळे या कंपन्यांना सीएजीआरच्या सुमारे १०-१२ टक्के इतक्या प्रमाणात त्यांच्या व्यवसायात वाढ करता येते. हा दर क्रॉस-सायकल आधारावर नाममात्र जीडीपी वाढीइतकाच असतो.

इथेसुद्धा मूल्य गुंतवणूक काम करते. एखाद्या फंड व्यवस्थापकानं मारुती सुझुकीमध्ये तेरा पट P/E असताना प्रवेश केला आणि त्यानंतर एका दशकानं २६ पट P/E असताना तो बाहेर पडला, तर स्टॉक तुम्हाला सुमारे १८-१९ टक्क्यांनी परतावे देईल. (१०-१२ टक्के वाढ कमाई वाढीतून आणि ७ टक्के P/E दुपटीतून मिळालेली असेल.) पण त्याऐवजी तुमच्या फंड व्यवस्थापकानं चुकीच्या वेळी गुंतवणूक केली. म्हणजे समजा उच्च P/E उच्च असताना त्याने प्रवेश केला (तो मूल्य गुंतवणूकदार नसेल.) आणि P/E निम्म्यावर आल्यावर तो बाहेर पडला तर तुम्हाला सीएजीआरच्या ३-५ टक्के परतावे मिळतील. (१०-१२ टक्के कमाईतून मिळालेला परतावा वजा ७ टक्के P/E आकुंचनातून मिळालेला परतावा). वॉरन बफेसारखा मूल्य गुंतवणुकीशी बांधिलकी असलेला गुंतवणूकदार योग्य वेळ साधून 'बी' प्रकारच्या स्टॉक्समध्ये गुंतवणूक करेल आणि अत्युच्च परतावे मिळवेल. खरं तर बफेंची दंतकथा ही नेमकी याभोवतीच उभारली गेली आहे.

आपण अमेरिकेत (किंवा भारत वगळता इतर एखाद्या मोठ्या अर्थकारणाच्या राष्ट्रात) राहत असतो, तर आपलं गुंतवणुकीचं सगळं विश्व 'ए' आणि 'बी'

प्रकारच्या स्टॉकनी भरून गेलं असतं. मात्र भारतीय शेअर बाजारात स्टॉकचा आणखी एक तिसरा उपसंचही अस्तित्वात आहे. हे 'सी' प्रकारचे स्टॉक आहेत.

या पुस्तकात आपण 'सी' प्रकारच्या स्टॉकचाच विचार करणार आहोत. भारतीय शेअर बाजारातील या स्टॉकचं प्रमाण (स्टॉकच्या संख्येचा विचार करता) एक टक्क्याहूनही कमी आहे. मग भारतीय शेअर बाजाराचा जेमतेम एक टक्कयांहून कमी भाग व्यापणाऱ्या फक्त मूठभर कंपन्यांविषयी आपण एक अख्खं पुस्तक का लिहीत आहोत?

मोठी अर्थकारणं असलेल्या देशांमध्ये बहुधा फक्त भारत हाच बाजारातील एक किंवा दोन खेळाडूंचं अनेक उद्योगांवर वर्चस्व असलेला देश असावा. हे वर्चस्वी खेळाडूच कित्येक दशकांपासून कामाला लावलेल्या भांडवलाच्या (RoCE – ताळेबंदातील कामाला लावण्यात आलेल्या भांडवलाच्या प्रत्येक एककावर मिळवलेली किंवा निर्माण करण्यात आलेली कमाई) एककावर भांडवल मूल्यापेक्षा (CoC पेक्षा) उच्चतर परतावे मिळवत आहेत. उदाहरणार्थ, आपापल्या उद्योगांवर वर्चस्व गाजवणाऱ्या जागतिक खेळाडूंना शोधणं कठीण नाही. अमेरिकेच्या अन्नधान्य किरकोळ विक्रीवर वॉलमार्टचं वर्चस्व आहे. फ्रेंच अन्नधान्य किरकोळ विक्रीवर कारफोरचं वर्चस्व आहे. टोयोटाचं जपानमधील मध्यम आकाराच्या कार बाजारपेठेवर वर्चस्व आहे. युरोपच्या अंतर्वस्त्र बाजारपेठेवर हेन्सचं वर्चस्व आहे. मात्र तरीही यांपैकी कुठल्याही कंपनीनं त्यांच्या भांडवली खर्चाहून खूपच उच्चतर RoCE मिळवण्यात यश मिळवलेलं नाही. दुसरीकडे, भारतातील अनेक उद्योगांमध्ये एक किंवा दोन कंपन्यांचा फक्त बाजारातच वर्चस्वी वाटा नाही, तर अनेक दशकांपासून ओळीनं सलग इतकी वर्षं त्यांचे RoCEs त्यांच्या भांडवली खर्चांहून खूपच जास्त प्रमाणात उच्च आहेत.

अनेक दशकांपासून भांडवलमूल्याहून म्हणजेच CoC हून RoCE खूपच उच्चतर असलेल्या या भारतीय कंपन्यांना आपण 'सी' प्रकारच्या कंपन्या म्हणू शकतो. दशकानुदशकांच्या कालावधीत या कंपन्या भरमसाट प्रमाणात मुक्त कॅशफ्लो निर्माण करत आहेत. त्यामुळे त्यांना भरपूर लाभांश देणं शक्य होतंच, (अशा फर्मचे लाभांश २-३ टक्के असतात.) शिवाय त्या आपल्या वाढत्या व्यवसायांमध्ये पुनर्गुंतवणूकही करतात. अशा कंपन्यांची कमाईतील वाढ वार्षिक सुमारे २५ टक्क्यांपर्यंत असते.

सी प्रकारच्या फर्ममध्ये प्रवेश करण्याची आणि बाहेर पडण्याची योग्य वेळ साधू शकणारा फंड व्यवस्थापक तुम्हाला भेटला तर तुम्हाला मिळणारे परिणाम अतिशय थक्क करणारे आणि उत्तम असतात. तुम्हाला २५ टक्के कमाईतील वाढ+पी/ई दुपटीतून मिळणारी ७ टक्के वाढ+२ टक्के लाभांशाचं उत्पन्न=३४ टक्के वार्षिक परतावा मिळतो. परंतु यांपैकी अनेक फर्म उच्च पी/ईंवर ट्रेडिंग करतात. आता पुढच्या

दशकात त्यांचा पीई निम्म्यावर आला असं समजूया. मात्र तरीही या 'सी' प्रकारच्या कंपन्या २० टक्के परतावा देतातच. (२५ टक्के कमाईतील वाढ-पी/ईच्या निमपटीचे ७ टक्के+२ टक्के लाभांशाचं उत्पन्न=२० टक्के वार्षिक परतावा) यातली रोचक गोष्ट अशी आहे की, दहा वर्षांत पी/ई निम्म्यावर आला तरी 'सी' प्रकारच्या फर्म पी/ई दुप्पट झालेल्या बी प्रकारच्या फर्मइतके परतावे देतात. (२० टक्के वि. १७-१९ टक्के)

सुमारे ९९ टक्के भारतीय स्टॉककरिता केवळ मूल्य गुंतवणूक हाच उत्तम परतावे देण्याकडे नेणारा एकमेव मार्ग असतो. ग्रॅहॅम आणि डॉडच्या मूल्य गुंतवणुकीच्या नमुन्यासमोर भारताच्या 'सी' प्रकारच्या कंपन्या आव्हान उभं करतात, ही गोष्ट दंतकथा बनून गेलेल्या या दोघांनी 'सिक्युरिटी ॲनालिसीस' या त्यांच्या पुस्तकात घालून दिलेल्या गुंतवणुकीच्या चौकटीच्या संदर्भात समजून घेता येते.

फर्मचं मूल्य हे तिच्या भविष्यकालीन कॅशफ्लोजहून (योग्य प्रकारे सूट दिलेल्या) अधिक नसतं. RoCE आणि CoC यांच्यातील तफावतीहून हे भावी कॅशफ्लोज अधिक नसतात. कोणत्याही उद्योग क्षेत्रातील एखादी फर्म किंवा अनेक फर्म आपल्या भांडवल खर्चाच्या तुलनेत भांडवलावरचे खूपच उच्चतर परतावे मिळवत असतील तर ते त्या उद्योग क्षेत्रातील नवीन खेळाडूंना आपल्याकडे आकर्षित करून घेतात. या नवीन लोकांनाही तसेच आकर्षक परतावे कमावण्याची इच्छा असते. त्या उद्योगात जितके जास्तीतजास्त खेळाडू येतील, तितकी त्या उद्योगाची स्पर्धात्मक तीव्रता वाढते. त्यामुळे नफा मिळवण्याच्या क्षमतेवर आणि सर्व खेळाडूंना मिळणाऱ्या परताव्यांवर दबाव येतो. त्यात सुरुवातीच्या खेळाडूचाही समावेश असतो. परिणामी RoCE आणि CoC यांच्यातील तफावत कमी होत जाते. भारतातील 'सी' प्रकारच्या कंपन्यांच्या बाबतीत घडतं त्याप्रमाणे RoCE आणि CoC यांच्यातील तफावत पूर्णपणे नष्ट होत नाही. (भारतीय अर्थकारण हे अमेरिकन अर्थकारणाइतकं किंवा चिनी अर्थकारणाइतकं स्पर्धात्मक नसल्यामुळे असं होतं.) अशा फर्मचे भविष्यातील कॅशफ्लो निकोप राहतात आणि फर्मसाठी उच्च मूल्य आणतात.

त्यामुळे अशा फर्मच अत्युच्च पी/ई गुणक प्राप्त करू शकतात. आम्ही आधी सांगितलं आहे त्याप्रमाणे भारतीय बाजारातील एक टक्क्याहून कमी स्टॉक या वर्गवारीत मोडतात. भारतातील उर्वरित गुंतवणूक विश्वासाठी अमेरिकेप्रमाणेच ग्रॅहॅम आणि डॉड्सव्हिल यांचे नियम यशस्वीपणे लागू करता येतात. भारतात 'सी' प्रकारच्या फर्म का अस्तित्वात आहेत, तुम्ही त्यांना कसं शोधू शकाल आणि त्यांच्यातून तुम्हाला किती पैसा मिळवता येईल याविषयी आपण या पुस्तकात चर्चा करणार आहोत. आपण वर ए, बी आणि सी स्टॉक्सची जी रूपरेषा पाहिली आहे, त्यांच्या वर्गीकरणाचा सारांश पुढे दिलेल्या तक्त्यात देण्यात आला आहे.

तक्ता क्र. ६ : मार्सेलसची एबीसी रचना

कंपनीचा प्रकार	दशकातील कमाई परिणामगणन (कंपाउंडिंग)	फंड व्यवस्थापकानं १० वर्षांत पी/ई दुप्पट केला तर मिळणारा परतावा	फंड व्यवस्थापकानं १० वर्षांत पी/ई निम्म्यावर आणला तर मिळणारा परतावा
ए म्हणजे एअरलाईन्स	०%	७%	-७%
बी म्हणजे बफे	१२%	७%+१२%=१९%	१२% -७%= ५%
सी म्हणजे सीसीपी (उदा. एशियन पेंट्स, एचडीएफसी बँक)	२५%	७%+ २५%= ३२%	२५% -७% =१८%

स्रोत : मार्सेलस इन्व्हेस्टमेंट मॅनेजर्स, सर्व परतावे सीएजीआरमध्ये

मुख्य मुद्दे

- रिअल इस्टेट, सोनं आणि डेट म्युच्युअल फंड यांसारख्या मालमत्तांच्या वर्गांमध्ये गुंतवणुकीविषयीच्या सर्वसामान्य मिथकांचं अनुसरण करणारे भारतातील बहुतांश गुंतवणूकदार त्यांच्या संपत्तीत वाढ करताना चलनवाढीच्या दरावर मात करण्यात अपयशी ठरतात.
- रिअल इस्टेट, सोनं आणि डेट फंड यांच्या तुलनेत इक्विटी हा संपत्तीची वाढ करणारा अधिक चांगला मालमत्ता वर्ग असला तरी गुंतवणूकदार इक्विटींच्या पोर्टफोलिओची उभारणी करत असताना गैरवाजवी जोखीम पत्करतात. या संदर्भात विचार करता, इक्विटींमधील गुंतवणुकीलाही इतर मालमत्तांसमोरच्या समस्यांना तोंड द्यावंच लागतं.
- भारतातील इक्विटी गुंतवणूकदाराला स्थिर आणि निकोप गुंतवणूक करायची असेल तर त्याने चार प्रकारच्या जोखमी अगदी किमान प्रमाणात पत्करल्या पाहिजेत : हिशेबातील किंवा लेखा जोखीम, उत्पन्नातील जोखीम, नफ्यातील जोखीम आणि तरलतेतील जोखीम.
- भारतातील इक्विटीजमध्ये गुंतवणूक करण्याच्या 'सातत्यपूर्ण परिणामगणने'च्या (कन्सिस्टन्ट कंपाउंडिंगच्या) दृष्टिकोनाचे तीन प्रमुख घटक असतात - विश्वासार्ह लेखांकन, स्पर्धात्मक लाभ आणि भांडवल पुनर्वाटप. या घटकांमुळे गुंतवणूकदाराला अतिरिक्त जोखीम न पत्करता (किंवा बीटावर भार न टाकता) निकोप परतावे मिळवण्यास मदत होते.

***

प्रकरण २

काय खरेदी करावं – भाग १ : लेखांकन गुणवत्ता (अकाउंटिंग क्वालिटी)

''इतक्या वर्षांमध्ये चार्लीनं आणि मी धक्कादायक वाटाव्यात इतक्या मोठ्या प्रमाणातील हिशेबातील अफरातफरी पाहिल्या आहेत. अशी दुष्कृत्यं करणाऱ्यांपैकी थोड्याच लोकांना शिक्षा झाल्या, अनेकांच्यावर तर साधा ठपकाही ठेवण्यात आला नव्हता. बंदुकीच्या जोरावर अल्प रकमा चोरण्यापेक्षा लेखणीच्या जोरावर मोठ्या रकमा चोरणं अधिक सुरक्षित असतं.''

–वॉरन बफे[१]

सन २००९च्या डिसेंबरअखेरीपासून आजतागायत बीएसई५००मधील चाळीस टक्के स्टॉक इंडेक्समधून बाहेर पडले आहेत. ते बाहेर पडत असताना आणि बाहेर पडल्यानंतर अशा दोन्ही वेळी त्यांच्या भागधारकांच्या संपत्तीचं प्रचंड नुकसान झालं. निकृष्ट, हलक्या दर्जाचं उद्योजकीय नियंत्रण आणि निकृष्ट भांडवल वाटप ही या बाहेर पडण्यामागची प्राथमिक आणि मुख्य कारणं होती. मुळातच या दोन्ही गोष्टी एकमेकींशी निगडित असतात. तुम्हाला गुंतवणुकीवर निकोप परतावे मिळवायचे असतील तर उत्तम स्टॉकची निवड करणं जितकं महत्त्वाचं असतं तितकंच शंकास्पद कंपन्यांना टाळणंही महत्त्वाचं असतं. विशेषतः भारतातील फसव्या, लबाड कंपन्यांचं विपुल सापेक्ष प्रमाण लक्षात घेता ही गोष्ट आवश्यकच ठरते.

या प्रकरणात आम्ही ज्या महत्त्वाच्या मुद्द्यांवर तपशीलवार चर्चा करणार आहोत ते पुढीलप्रमाणे आहेत :

- लेखांकनाच्या अगर हिशेबाच्या (अकाउंट्सच्या) गुणवत्तेचं मूल्यमापन करणं हा गुंतवणूकविषयक संशोधनाचा आणि विश्लेषणाचा मध्यवर्ती भाग का असलाच पाहिजे, याविषयी.
- फसव्या, लबाड कंपन्यांचे किंवा व्यवस्थापनांचे मुख्य गुणधर्म कसे ओळखावेत, याविषयी.
- शंकास्पद कंपन्यांना टाळण्यासाठी मार्सेलसकडे कोणती चौकट आहे याविषयी.

विश्वासार्ह लेखांकन पद्धती ओळखणं ही संपत्ती वाढवण्यातील पहिली पायरी

सन २००८पर्यंत सत्यम कॉम्प्युटर सर्व्हिसेस लिमिटेड (सत्यम) या कंपनीची गणना भारतातील माहिती तंत्रज्ञान सेवा क्षेत्रातील अग्रगण्य कंपन्यांमध्ये होत होती. इन्फोसीस टेक्नॉलॉजीज, टीसीएस, विप्रो आणि एचसीएल यांच्या पंक्तीतच तिलाही बसवलं जात होतं. २००३ ते २००८ या पाच आर्थिक वर्षांच्या कालावधीत सत्यमचा महसूल (उद्योगात उत्पादनाची किंवा सेवेची विक्री करून, सेवा देऊन आणि मालमत्तेपासून मिळालेलं उत्पन्न) सातत्यानं ३१ टक्क्याच्या सीएजीआरनं वाढत गेला होता. (इतर मोठ्या सूचीबद्ध आयटी कंपन्यांमधील हा तिसऱ्या क्रमांकाचा सर्वोच्च महसूल होता.) त्यांचा करपश्चात नफा (पीएटी) सीएजीआरच्या ३४ टक्के होता. (हा दुसऱ्या क्रमांकाचा सर्वोच्च करपश्चात नफा होता.) त्यानंतर २००९च्या जानेवारीत सत्यमचा प्रवर्तक आणि अध्यक्ष रामलिंगम राजू याने कंपनीच्या संचालक मंडळाला पत्र पाठवून कंपनीच्या वित्तीय निकालांमध्ये मोठ्या प्रमाणात लबाडीनं फेरफार करण्यात आल्याचं मान्य केलं. त्यात महसूल आणि नफा यांच्यातील चलनवाढ, कर्जांच्या रकमा, रोख रकमांची चलनवाढ आणि बँकेतील शिलकी रकमा यांविषयी खोटी माहिती दिल्याचाही समावेश होता. ३० सप्टेंबर २००८ रोजी दाखवण्यात आलेली रोख रक्कम आणि बँकेतील शिल्लक रकमा या ५.३६१ कोटी रुपयांच्या होत्या. मात्र प्रत्यक्ष रक्कम ही ९४ टक्क्यांनी कमी होती. ती फक्त ३२१ कोटी रुपयांची होती.[२] तपास यंत्रणांनी दिलेल्या माहितीनुसार, राजूनं आपल्या वैयक्तिक नावावर जमीन आणि मालमत्ता खरेदी करण्यासाठी विविध साधनांचा वापर करून गैरमार्गानं कंपनीतून रोख रक्कम बाहेरच्या दिशेला वळवली होती. यात बनावट कर्मचाऱ्यांची नोंद करून त्यांना वेतन दिलं जात असल्याचं दाखवण्याचाही समावेश होता.[३] यांसारख्या अनेक मार्गांनी मिळवलेला पैसा त्याने स्वतःच्या खिशात टाकला होता. अखेरीस एक वेळ अशी आली की, त्या वेळी दाखवण्यात आलेली रक्कम आणि प्रत्यक्षात असलेली रक्कम यांच्यातील वाढती तफावत भरून काढणं कोणाच्याही आवाक्याच्या पलीकडचं

असल्याचं स्पष्ट झालं. त्या वेळी मेटास प्रॉपर्टीज आणि मेटास इन्फ्रास्ट्रक्चर या त्याच्या कुटुंबीयांच्या मालकीच्या कंपन्यांचं त्याने सत्यममध्ये विलीनीकरण केलं. सत्यमच्या हिशेबपुस्तकांमध्ये या कंपन्यांच्या संपादनासाठी मोजण्यात आलेली बनावट रक्कम दाखवण्याकरिता हे करण्यात आलं होतं. ही रक्कम राजूला आणि त्याच्या कुटुंबीयांना द्यावयाची असल्यामुळे प्रत्यक्षात खरोखरच ही रक्कम दिली गेली नसती तरी त्यामुळे काहीही फरक पडला नसता. त्या बदल्यात मेटास कंपनीच्या मालमत्तांचा वापर करून या अफरातफरीतून बाहेर पडणं शक्य झालं असतं. दोन समूह कंपन्यांच्या खरेदीचा निर्णय सत्यमनं जाहीर केलेल्या दिवसापासून ते राजूनं अफरातफरीची कबुली देईपर्यंत सत्यमच्या स्टॉकमध्ये २१ टक्क्यांची घसरण झाली. स्टॉकच्या किमतीतील ही घसरण तुलनेत किरकोळ होती. याचा अर्थच असा होता की, संपादनाच्या या विचित्र प्रस्तावांनंतरही गुंतवणूकदारांना कोणतीही गंभीर आपत्तिजनक घटना घडली असेल अशी पुसटशी शंकाही आली नव्हती. त्यानंतर राजूनं अफरातफरीची कबुली दिल्यानंतर एका दिवसात स्टॉकच्या किमतीत ७८ टक्क्यांची घसरण झाली! त्या स्टॉकमध्ये गुंतवणूक केलेल्या अनेक गुंतवणूकदारांच्या संपत्तीत निश्चितपणे प्रचंड घट झाली होती. भारतातील चौथ्या क्रमांकाच्या मोठ्या आयटी कंपनीकडून त्यांना ही अपेक्षाच नव्हती. या कंपनीचं लेखापरीक्षण चार मोठ्या लेखापरीक्षण कंपन्यांकडून केलं जात होतं आणि अफरातफरीची माहिती जाहीर होईपर्यंत मुंबई शेअर बाजाराच्या आघाडीच्या सेन्सेक्स इंडेक्सचा ती एक भाग होती. संपत्ती अचानक नाहीशी झाली होती आणि गुंतवणूकदारांच्या हातात प्रतिसाद देण्याकरिता अत्यल्प वेळ होता. हिशेबातील अफरातफरींचा शोध लागला की, त्यामधून होणारी ही अपरिहार्य फलनिष्पत्ती असते.

इक्विटींमधून पैसा कमावण्याचा विचारसुद्धा करण्याच्या आधी अशा प्रकारच्या आकस्मिक नुकसानी टाळण्याची आपली तयारी असणं अतिशय महत्त्वाचं का असतं हे कोणाच्याही लक्षात येईल. यामुळेच स्वच्छ लेखांकन असलेल्या कंपन्यांमध्येच गुंतवणूक करणं हा मार्सेलस इन्व्हेस्टमेंट तत्त्वज्ञानाचा पहिला स्तंभ आहे.

लेखांकनाच्या दर्जाचं मूल्यमापन करणं ही गोष्ट गुंतवणुकीच्या केंद्रस्थानी असते, कारण....

१. आर्थिक विवरणपत्रं (फिनान्शियल स्टेटमेंट्स) हा कंपनीचं मूल्यमापन करणं आणि तिचं मूल्य ठरवणं याविषयीच्या गुंतवणूकदाराच्या प्रयत्नांचा पाया असतो

कंपनीच्या कामकाजी कामगिरी, स्पर्धात्मक ताकदी आणि वित्तीय आरोग्य समजून घेण्यासाठी आणि या गोष्टींचं मूल्यमापन करण्यासाठी आर्थिक विवरणपत्रं महत्त्वाची

ठरतात. ही विवरणपत्रं कंपनीविषयीच्या भावी प्रकल्पनांचा किंवा प्रक्षेपणांचा म्हणजेच कंपनीच्या एकूणच भावी कामगिरींचा आणि त्यांचं मूल्य ठरवण्याचाही पाया असतात. म्हणून जर आर्थिक विवरणपत्रंच सदोष, चुकीची असतील तर विश्लेषणाचा सगळा डोलाराच कोसळेल. साहजिकच, आर्थिक विवरणपत्रांच्या शुचितेविषयी आणि जास्त व्यापक उद्योजकीय नियंत्रणाविषयी विश्वासाची उभारणी करणं हा कोणत्याही स्टॉकच्या विश्लेषणातील सुरुवातीचा भाग असला पाहिजे.

२. भारतातील बहुसंख्य सूचीबद्ध कंपन्या अल्पसंख्य भागधारकांना कच्चा सौदा देतात.

बीएसई५०० चे ~ ५० टक्के घटक (सन २००९ च्या डिसेंबरनुसार) २०१०–१९ या आर्थिक वर्षांच्या कालावधीत 'सकारात्मक' परतावे निर्माण करू शकले नव्हते.[४]

लोभ हा सामाईक मानवी गुणधर्म असल्यामुळे जगभरातील कंपन्यांमध्ये अनेक दशकांपासून जाणीवपूर्वक चुकीच्या वित्तीय नोंदी केल्या जात आहेत. मात्र आपल्या आर्थिक विवरणपत्रांमध्ये लबाडीनं फेरफार करणाऱ्या कंपन्यांमध्ये भारतीय कंपन्यांचं प्रमाण मोठं असल्यामुळे, लेखांकनाच्या गुणवत्तेचं मूल्यमापन करणं हा भारतीय स्टॉक्सविषयीच्या संशोधनाचा सगळ्यात महत्त्वाचा घटक आहे. बीएसई इंडेक्स हा बाजार भांडवलीकरणाद्वारे सर्वोच्च ५०० कंपन्यांचं प्रतिनिधित्व करणारा भारतातील महत्त्वाचा इंडेक्स आहे आणि या इंडेक्समधील मंथनाच्या (चर्नच्या) प्रमाणातून हे मोठ्या प्रमाणात दिसून येतं. (आपलं सबस्क्रिप्शन रद्द करणाऱ्या किंवा नूतनीकरण न करणाऱ्या खात्यांच्या टक्केवारीचं मापन म्हणजे चर्न दर किंवा चर्न होय.)

सन २००३चा जून आणि सन २०२०चा जून या कालखंडादरम्यान बीएसई५०० मधील वार्षिक मंथन (चर्न) हे सुमारे १२ टक्के होतं. याचा अर्थ सरासरी सुमारे साठ कंपन्या दरवर्षी इंडेक्समधून बाहेर पडल्या होत्या. चर्नचं गुणोत्तर उच्च असेल तर त्याच्यातून असं सूचित होतं की, बहुतेक उद्योगांमधील नेत्यांना इंडेक्समधील त्यांचं स्थान टिकवून ठेवता आलं नाही आणि अधिक पात्र उमेदवारांसाठी त्यांनी मार्ग मोकळा करून दिला.

गेल्या पाच ते दहा वर्षांत बीएसई५०० मधून बाहेर पडलेल्या स्टॉक्सचं बारकाईनं विश्लेषण केलं तर त्यातून असं सूचित होतं की, त्यांच्यापैकी बहुतांश स्टॉक बाहेर पडले त्याचा व्यवसायाच्या घसरणीशी फारसा संबंध नव्हता. ते प्रामुख्यानं अयोग्य उद्योजकीय नियंत्रण किंवा उद्योग चालवण्याची पद्धती किंवा लेखांकनातील चुका आणि/ किंवा त्या फर्ममधील भांडवलाचं चुकीचं पुनर्वाटप या कारणांमुळे बाहेर पडले होते. सन २००९च्या डिसेंबरअखेरीला बीएसई५०० मध्ये असलेल्या कंपन्यांचा विचार केला तर आपल्याला असं दिसून येतं की, त्या वेळी

५०० स्टॉक हे बीएसईचे सदस्य-स्टॉक होते. परंतु २०१९च्या डिसेंबरअखेरीपर्यंत ही संख्या २६७ इतकीच उरली होती. गेल्या दहा कॅलेंडर वर्षांत उद्योजकीय कृतींच्या कारणांखेरीज इतर कारणांमुळे (डीलिस्टिंग म्हणजेच स्टॉकना एक्स्चेंजच्या अधिकृत यादीतून दूर करणं, संपादन इ.) सुमारे ४० टक्के स्टॉक बाहेर पडले होते. अशा प्रकारे बाहेर पडत असताना त्यांच्यापैकी बहुतांश स्टॉकनी त्यांच्या भागधारकांच्या संपत्तीचा लक्षणीय प्रमाणात नाश केला होता. सर्वसामान्यपणे सन २०१९मध्ये इंडेक्समधून बाहेर पडलेल्या कंपन्यांनी २००९च्या डिसेंबरमध्ये असलेल्या बाजार भांडवलीकरणातील ३० टक्के भाग गमावला होता.

तक्ता क्र. ७ : बाजार भांडवलीकरणात प्रचंड घसरण झालेल्या अस्तित्वात असलेल्या फर्म्ससह बीएसई५०० मधील उच्च मंथन (चर्न)

बीएसई५००	आकडे	एकूणची टक्केवारी	टिप्पणी
डिसेंबर २००९मधील एकूण घटक कंपन्या	५००	१००%	
डिसेंबर २०१९पर्यंत बाहेर पडलेल्या कंपन्या	२३३	४७%	या कंपन्यांपैकी ३२ कंपन्या डीलिस्टिंगमुळे किंवा इतर कंपन्यांकडून झालेल्या संपादनामुळे बाहेर पडल्या.
डिसेंबर २०१९ मध्ये उरलेल्या कंपन्या	२६७	५३%	
रिटर्न सीएजीआर (डिसेंबर०९-१९)*			त्यांच्यापैकी फक्त ५० कंपन्यांनी २०%+CAGR दिला.
>१५%	८५	१८%	
०% ते १५%	१४५	३१%	
०% ते (-)१५%	९५	२०%	त्यांच्यापैकी सुमारे १२० कंपन्यांनी २०% सीएजीआर गमावला (अनेक कंपन्या तर अस्तित्वातही राहिल्या नाहीत.)
>(-) १५%	१४३	३१%	

स्रोत : बीएसई, मार्सेलस इन्व्हेस्टमेंट मॅनेजर्स,* ही माहिती ५००-३२ कंपन्यांसाठी आहे. या ३२ कंपन्या विलीनीकरण, डीलिस्टिंग इ. मुळे इंडेक्समधून बाहेर पडल्या होत्या.

भारतात आपल्या भागधारकांसाठी प्रचंड संपत्ती निर्माण केलेल्या कंपन्यांची संख्या अगदी मूठभर आहे, परंतु भागधारकांच्या कंपनीचा नाश केलेल्या कंपन्यांची संख्या मात्र अगदी चिंता वाटावी इतकी प्रचंड आहे. २००९च्या डिसेंबरमध्ये बीएसईमध्ये असलेल्या कंपन्यांपैकी फक्त १८ टक्के कंपन्यांनी २०१०चा डिसेंबर ते २०१९चा डिसेंबर या कालावधीदरम्यान १५ टक्क्यांहून अधिक कंपाउंडेड वार्षिक परतावे दिले. दुसरीकडे ५१ टक्के घटक कंपन्यांनी त्याच कालावधीत नकारात्मक परतावे दिले. म्हणून शंकास्पद नावांपासून दूर राहण्याची गुंतवणूकदाराची क्षमता ही उत्तम कंपन्यांचा शोध घेण्याच्या त्यांच्या क्षमतेहून जास्त नसली तरी निश्चितपणे तितकीच महत्त्वाची असते.

तक्ता क्र.८ : बाह्य दबावामुळे कोसळलेले 'सुपरस्टार' स्टॉक

	बाजार भांडवलीकरण (दशलक्ष रुपयांत)			शेअरची किंमत (रुपयांत)		
नाव	डिसें. २००९	डिसें. २०२०	घसरण	डिसें २००९	डिसें. २०२०	घसरण
६३ मून्स टेक्नॉलॉजीज लि.	६,१७७	३७३	-९४%	१,३४४	८२	-९४%
एज्युकॉम्प सोल्युशन्स लि.	६,७७३	४७	-९९%	७१४	४	-९९%
हाऊसिंग डेव्हलपमेंट अँड इन्फ्रास्ट्रक्चर लि.	१२,४७३	३४९	-९७%	३६१	७	-९८%
लान्को इन्फ्राटेक लि.*	१३,९१४	१३९	-९९%	५८	०	-९९%
सुझलॉन एनर्जी लि.	१४,०६५	५,४७९	-६१%	९०	६	-९३%

स्रोत : एस इक्विटी, मार्सेलस इन्व्हेस्टमेंट मॅनेजर्स, वर देण्यात आलेले परतावे हे कोणत्याही लाभांशाच्या आधीचे आहेत. सुझलॉननं कित्येक वेळा इक्विटीत वाढ केली आणि त्यामुळे बाजार भांडवलीकरणात शेअरच्या किमतीतील घसरणीइतकी घसरण झाली नाही. *लॅन्को इन्फ्राटेकचं बाजार भांडवलीकरण आणि शेअरची किंमत ही १२ सप्टेंबर २०१८ रोजीची आहे. त्या दिवशी स्टॉक एक्स्चेंजवर या कंपनीनं अखेरचं ट्रेडिंग केलं.

३. उद्योगांमधील अफरातफरींवर प्रतिक्रिया व्यक्त करण्यासाठी आणि मोठ्या प्रमाणातील आर्थिक नुकसान करून न घेता बाहेर पडण्यासाठी गुंतवणूकदारांकडे नेहमीच कमी वेळ असतो.

आधी चर्चा करण्यात आली आहे त्याप्रमाणे ज्या वेळी अफरातफर उघडकीस येण्याची सुरुवात होते, त्या वेळी संबंधित स्टॉकच्या किंमतीत लक्षणीय घट होते. बाजार भांडवलात (मार्केट कॅपिटलमध्ये) होणारा संपूर्ण नाश प्रचंड असला तरी बहुतांश प्रकरणांमध्ये या विनाशाची गतीही पूर्णपणे उद्ध्वस्त करून टाकणारी असते. उदाहरणार्थ, पुन्हा एकदा सत्यमचं उदाहरण पाहू या. आपल्याला असं दिसून येतं की, सत्यम कॉम्प्युटर सर्व्हिसेस हा भारताचा ब्ल्यू चिप, विश्वासार्ह स्टॉक होता आणि गुंतवणूकदारांचाही तो लाडका होता. ७ जानेवारी २००९ रोजी राजूनं त्याच्या बनावट हिशेबांविषयीची सनसनाटी माहिती उघड केल्यानंतर त्या एकाच दिवसात या स्टॉकनं त्याचं ७८ टक्के म्हणजे १०,००० कोटी रुपयांचं बाजार भांडवलीकरण गमावलं. परंतु हे अपवादात्मक उदाहरण नाही. तक्ता क्र. ९ असं दाखवून देते की, व्यवस्थापनाचे लबाडीचे उद्देश स्पष्ट झाले की, त्या संपूर्ण कंपनीचा डोलारा कोसळणं हा काही दिवसांचा किंवा फार फार तर काही महिन्यांचाच प्रश्न असतो. म्हणून नेहमीच ज्या वेळी एखादा घोटाळा किंवा गैरव्यवहार उघडकीस येतो, त्या वेळी गुंतवणूकदारांना संबंधित कंपनीच्या स्टॉकमधून बाहेर पडण्यास पुरेसा वेळ मिळत नाही, कारण अशा वेळी सगळेच गुंतवणूकदार एकाच वेळी तातडीनं बाहेर पडण्याचे प्रयत्न करतात.

तक्ता क्र. ९ : ज्या वेळी हिशेबातील घोटाळे उघड होतात, त्या वेळी त्यावर प्रतिक्रिया व्यक्त करण्यास गुंतवणूकदारांना अत्यल्प वेळ मिळतो.

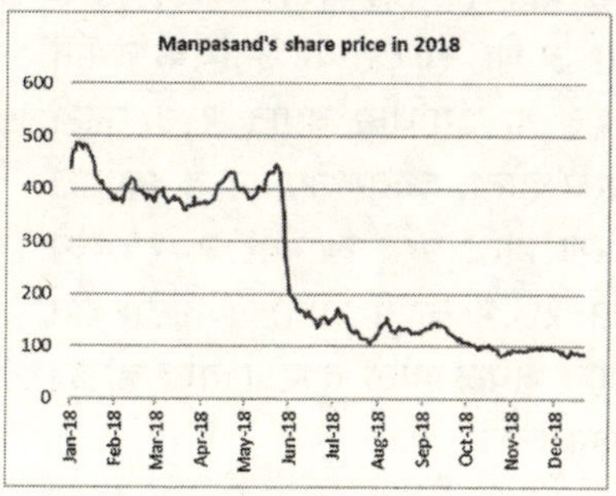

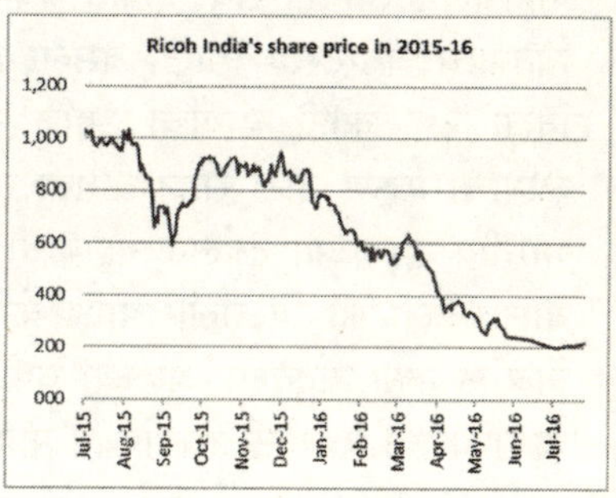

स्रोत : एनएसई, मार्सेलस इन्व्हेस्टमेंट मॅनेजर्स

मागील उल्लेख केला आहे त्याप्रमाणे, ज्या वेळी अफराफर उघडकीस येते, त्या वेळी बहुतांश वेळा शेअरच्या किमतींत जबरदस्त घसरण होते. मात्र ज्या वेळी अफरातफरीचं संपूर्ण चित्र खुलेपणानं उघड झालेलं नसतं, पण कंपनीच्या लेखांकनाच्या गुणवत्तेविषयी आणि आचरणांविषयी शंका निर्माण होते, त्या वेळी तर याहूनही जास्त वेदनादायक आणि दुःखद चित्र तयार होतं. असे स्टॉक त्यांच्याच क्षेत्रातील इतर कंपन्यांच्या स्टॉकच्या तुलनेत आणि त्यांच्या स्वतःच्या ऐतिहासिक मूल्यांकन गुणकांच्या (मल्टिपल्सच्या) तुलनेतही लक्षणीयरीत्या अधिक स्वस्त असल्यासारखे वाटतात हा त्यांचा विशेष गुणधर्म असतो. अशा स्टॉककडे कमी मूल्याचा म्हणजेच स्वस्त किमतीचा सापळा असतो आणि प्रत्येक पडझडीच्या वेळी त्यामुळे त्यांची खरेदी होत राहते, हे भोळ्या गुंतवणूकदारांच्या लक्षात येत नाही. मात्र या शेअर्सच्या किमतीत सुरू झालेली घसरण कधीच थांबत नाही आणि जी गोष्ट म्हणजे आपण करत असलेली मूल्यवान शिकार आहे असं वाटत असतं, तीच गोष्ट ही आपल्या छातीत खुपसला जाणारा खंजीर ठरते.

नमुना उदाहरण : रिको इंडिया

रिको इंडिया ही जपानच्या रिकोची उपकंपनी प्रिंटर आणि स्कॅनरची उत्पादक आणि विक्रेती कंपनी होती. २०११ या आर्थिक वर्षांत संपादनाच्या माध्यमातून रिकोनं आयटी सेवा क्षेत्रात प्रवेश केला. फक्त हार्डवेअर पुरवठादार म्हणून काम करत राहण्याऐवजी उपाययोजना ('सोल्युशन्स') पुरवणारी कंपनी होणं हा त्यांचा हेतू होता. त्यानंतरच्या चार वर्षांत कंपनीचा महसूल ५३ टक्के सीएजीआर इतक्या जबरदस्त प्रमाणात वाढला. २०११च्या आर्थिक वर्षाच्या २९८ कोटी रुपयांवरून तो २०१५च्या आर्थिक वर्षात १,६३८ कोटी रुपयांवर पोहोचला. आयटी सेवा क्षेत्रात प्रवेश केल्यापासून लगेच दोन वर्षांत तिला तितकाच जबरदस्त तडाखा बसला होता आणि २०१२ या आर्थिक वर्षात तिला २.६ कोटी रुपयांचा आणि २०१३ या आर्थिक वर्षात १.३ कोटी रुपयांचा एकूण तोटा सहन करावा लागला होता. व्यवस्थापनानं हे अपयश भारतीय रुपयाच्या दुर्बलतेच्या माथी मारलं होतं. परंतु त्यानंतर २०१४मध्ये याला कलाटणी मिळाली आणि कंपनीनं १७.२ कोटी रुपयांचा करपश्चात निव्वळ नफा नोंदवला. पुढच्या वर्षी त्यात जवळजवळ दुपटीनं वाढ होऊन हा नफा ३३.९ कोटी रुपयांपर्यंत पोहोचला.*

संपत्तीतील या बदलाला कंपनीच्या स्टॉकनं अनुकूल प्रतिसाद दिला आणि २०१३च्या एप्रिलपासून २०१५ च्या जुलैपर्यंतच्या फक्त अठ्ठावीस

महिन्यांत त्याच्या किमतीत तीस पट (सुमारे २,९०० टक्के) वाढ झाली. स्टॉक बाजारात होता आणि गुंतवणूकदारांच्या पदरात घसघशीत लाभ पडला होता.

त्यानंतर २०१५ या आर्थिक वर्षात कंपनीतील स्थिर लेखापरीक्षकांच्या नियमांमध्ये स्थित्यंतर घडून आलं आणि लेखा परीक्षकांच्या मुदतीबाबत नवीन नियम लागू झाले. रिको इंडिया, बीएसआर अँड कं. एलएलपीच्या नवीन लेखा परीक्षकांनी त्या तिमाहीच्या आणि ३० सप्टेंबर २०१५ रोजीच्या सहामाहीच्या अखेरीच्या प्रस्तावित आर्थिक निकालांविषयी अनेक शंका उपस्थित केल्या. त्यामुळे या शंका दूर करण्यासाठी प्राइस वॉटर हाउस कूपर्स इंडिया (पीडब्ल्यूसी) कडून तपास करण्यात आला. सन २०१६च्या मार्चमध्ये रिको इंडियाच्या व्यवस्थापकीय संचालक, मुख्य वित्त अधिकारी आणि मुख्य कार्यकारी अधिकारी यांच्यासह काही ज्येष्ठ अधिकाऱ्यांना सक्तीच्या रजेवर पाठवण्यात आलं. त्या पाठोपाठ सन २०१६च्या एप्रिलमध्ये व्यवस्थापकीय संचालकानं राजीनामा दिला.**

अखेरीस सन २०१५च्या सप्टेंबरच्या तिमाहीचे निकाल सन २०१६ च्या मेमध्ये सादर करण्यात आले. त्यांमध्ये १४७ कोटी रुपयांचा निव्वळ तोटा दाखवण्यात आला होता. सन २०१६च्या नोव्हेंबरमध्ये २०१६च्या आर्थिक वर्षाकरिता लेखापरीक्षण करण्यात आलेला हिशेब सादर करण्यात आला. त्यात तब्बल १,११७.७ कोटी रुपयांचा निव्वळ तोटा दाखवण्यात आला होता. त्यात ६९३ कोटी रुपये इतक्या अपवादात्मक शुल्काचा (एक्सेप्शनल चार्जचा) समावेश होता. या रकमेला आधीच्या वर्षांच्या नफ्याशी समायोजित करण्यात आलं होतं. २०१४ आणि २०१५ या आर्थिक वर्षांच्या एकूण एकत्रित नफ्यापेक्षाही समायोजनाची ही रक्कम अधिक होती.

तक्ता क्र. १० : रिको इंडिया महसूल आणि नफा

FY = आर्थिक वर्ष

कोटी रुपये	FY ११	FY १२	FY १३	FY १४	FY १५	FY १६
महसूल	२९८	४३२	६३३	१,०४९	१,६३८	९९८
पीएटी	१६	(३)	(१)	१७	३४	(१,११८)
निव्वळ संपत्ती	१३२	८८१	१२३	१४०	१६९	(९४९)

स्रोत : मार्सेलस इन्व्हेस्टमेंट मॅनेजर्स, रिको इंडियाचे वार्षिक अहवाल.

याचा अर्थ रिको इंडियाच्या हिशेबात काहीतरी घोटाळा होता. या प्रकरणात देण्यात आलेल्या पद्धतींचा वापर करून हे गोंधळ, हे घोटाळे निश्चित करणं शक्य आहे. उदाहरणार्थ, २०१४ आणि २०१५ या आर्थिक वर्षांत कंपनीनं नफ्यात आकस्मिक कलाटणी दर्शवली. यावेळी कंपनीनं करपश्चात नफा हा अनुक्रमे १७.२ आणि ३३.९ कोटी असल्याचं दाखवलं. त्या वेळी कंपनीच्या कामकाजातून निर्माण झालेला कॅशफ्लो (ऑपरेटिंग कॅशफ्लो) उणे ५८.९ कोटी आणि उणे २२२.५ कोटी असा होता. कंपनीला तिच्या ग्राहकांकडून किंवा कर्जदारांकडून पैसे वसुलीला लागलेले सरासरी दिवस (डेटर डेज) या आणखी एका नियंत्रकानं असं दाखवून दिलं होतं की, २०१२ या आर्थिक वर्षात विक्रीपासून सरासरी ९७ दिवसांत वसुली होत होती, पण २०१५ या आर्थिक वर्षात वसुलीसाठी सरासरी १८० दिवस लागत होते. याचा अर्थ वसुलीच्या दिवसांत वाढ झाली होती.

सन २०१५च्या जुलैमध्ये रिको इंडिया अगदी उत्कर्षाच्या स्थितीत पोहोचली होती. तिथून २०१६च्या जुलैपर्यंत हे स्टॉक एकदम सुमारे ८० टक्क्यांपर्यंत खाली घसरले. ^सन २०१६च्या डिसेंबरमध्ये मुंबई शेअर बाजारात त्यांचं ट्रेडिंग स्थगित करण्यात आलं. अखेरीस २०१८च्या मेमध्ये कंपनीला 'कॉर्पोरेट इन्सॉल्व्हन्सी रिझोल्युझन प्रोसेस' अंतर्गत ठेवण्यात आलं.*** बोली लावणाऱ्यांच्या मंडळाला रिको इंडिया संपादित करण्याची परवानगी देण्यात आली. त्यांच्या प्रस्तावात सार्वजनिक भागधारकांना एकूण फक्त ५२.४९ कोटी रुपये देण्याचा समावेश होता. प्रत्यक्षात ज्यावेळी स्टॉकनं कंपनीतील ८० टक्के संपत्ती रसातळाला नेली होती त्या वेळी सन २०१६च्या जूनमध्ये कंपनीकडे या भागधारकांचे एकूण २२८ कोटी रुपये होते. त्या तुलनेत ही रक्कम खूपच कमी होती. दुर्दैवानं, अल्पसंख्य गुंतवणूकदारांनी या मंडळाच्या निवडीला आव्हान दिलं आणि ते अद्याप आपल्या गुंतवणुकीपैकी किती रक्कम केव्हा मिळणार आहे याची प्रतीक्षा करत आहेत.

स्रोत : * रिको इंडियाचे २०११ ते २०१५ या आर्थिक वर्षांचे वार्षिक अहवाल

** रिको इंडियाचे २०१६ या आर्थिक वर्षाचे वार्षिक अहवाल

*** रिको इंडियाचे २०१८ या आर्थिक वर्षाचे वार्षिक अहवाल

$ एस इक्विटी आणि मार्सेलस इन्व्हेस्टमेंट मॅनेजर्स

http://economictimes.indiatimes.com.news/company/corporatetrends/nclat-stops-consortium-buying-ricoh/articlehow/77400682.cms

लबाड कंपनीचे किंवा व्यवस्थापनाचे प्रमुख गुणधर्म

अफरातफर शोधण्याच्या प्रभावशाली चौकटीची उभारणी करण्यासाठी, गुंतवणूकदाराने लबाड कंपन्यांची कामकाजाची विशिष्ट पद्धती समजून घेण्याची गरज असते. गेल्या बारा वर्षांत हजारो कंपन्यांच्या आर्थिक विवरणपत्रांचं विश्लेषण करण्याच्या आमच्या सामुदायिक अनुभवाच्या आधारावर मार्सेलसमधील आम्हा लोकांचा असा विश्वास आहे की, हिशेबात लबाडीनं फेरफार करणाऱ्या बहुतांश लबाड कंपन्यांकडे किंवा व्यवस्थापनांकडे पुढे दिलेले काही सामाईक गुणधर्म असतात.

तक्ता क्र. ११ : आर्थिक विवरणपत्रं विपर्यस्त पद्धतीनं सादर करण्यासाठी कंपन्या वापरत असलेल्या काही सामाईक क्लृप्त्या.

विशेष गुणधर्म	वर्णन
नफा-तोट्याच्या विवरणपत्रातून तुलनेत वेगळी आणि नेहमीच जास्त चकचकीत कथा सांगितलेली असते.	• प्राप्तिकर विवरणपत्र, महसूल, कामकाजातून मिळालेला नफा ताळेबंद आणि कॅश फ्लो विवरणपत्रं इ.मध्ये फेरफार करणं ही गोष्ट तुलनेत सोपी असल्यामुळे विपर्यस्त पद्धतीनं सादर करण्यासाठी आर्थिक विवरणपत्रांचा वापर करणं ही अत्यंत सामाईक पद्धत असते. • संशोधन विश्लेषकांना आणि गुंतवणूकदारांना कॅश कन्व्हर्जन, RoCE, इ.मधून प्रतिबिंबित होणाऱ्या कमाईच्या दर्जापेक्षा कमाईविषयीच जास्त आसक्ती असते. त्यामुळे नफा-तोट्याचं विवरणपत्र हे हिशेबात फेरफार करून सदोष हिशेब मांडण्याचं सर्वसामान्य साधन असतं.
प्रवर्तकाला सूचिबद्ध कंपनीच्या बाहेरच्या कंपन्यांमध्ये रुची असते.	• सूचीबद्ध कंपनीप्रमाणेच समूहातील कंपन्याही तशाच प्रकारच्या व्यवसायात गुंतलेल्या असतात. • सूचीबद्ध कंपनी आणि प्रवर्तकाच्या मालकीच्या इतर कंपन्या यांच्यामध्ये विस्ताराशी संबंधित व्यवहार होतात. • प्रवर्तकाच्या प्रकल्पांना सूचीबद्ध कंपनी आधार देत राहते किंवा वित्तपुरवठा करते. • सूचीबद्ध कंपनीतील प्रवर्तकाच्या ताब्यातील मोठ्या रकमा या तारण ठेवलेल्या रकमा असतात. त्यामधून समूहातील कंपन्यांवरचा ताण सूचित होतो. • कंपनीतील प्रवर्तकाच्या ताब्यातील शेअर्समध्ये सातत्यानं घट होत राहते.

ताळेबंदात न दाखवलेली दायित्वं आणि कंपनीतील गुंतागुंतीच्या धारण (होल्डिंग) रचना	• सूचीबद्ध कंपनीचा ताळेबंद दायित्वांचं किंवा कर्जांचं खरंखुरं चित्र सादर करत नाही. • गुंतवणूक करण्यात आलेल्या कंपन्या कामकाजाच्या दृष्टीनं दुर्बल किंवा कर्जबाजारी असतील तर त्यांचं एकत्रीकरण टाळण्याकरिता अनुकूल रचना जाणीवपूर्वक केल्या जातात. • सूत्रधार कंपनी आणि इतर गोष्टी ताब्यात ठेवण्याकरिता गुंतागुंतीच्या रचना (उदा., मुख्य कंपनी आणि कार्यरत असलेल्या तिच्या उपकंपन्या यांच्या दरम्यान कंपन्यांचं जाळं तयार करणं) अशा स्वरूपाच्या रचना केल्या जातात.
कंपनी पुनःपुन्हा गुंतवणूक बँकर्सना आपल्या कामात गुंतवत राहते.	• कंपनी वारंवार विलीनीकरणात आणि संपादनात गुंतते. • निधी उभारणीच्या अनेक फेऱ्या पार पाडल्या जातात.
संचालक मंडळ दुर्बल किंवा कमी आदर्श असतं.	• संचालक मंडळ दुर्बल असतं किंवा त्याच्यात प्रवर्तकाच्या नातेवाइकांचा आणि मित्रमंडळींचा भरणा असतो. यातून प्रवर्तकाच्या निर्णयांच्या किंवा निवाड्याच्या विरोधात आवाज उठवला जाण्याची उणीव सूचित होते.
आर्थिक वर्षअखेरीला लेखा परीक्षक, मुख्य वित्तीय अधिकारी यांच्यामध्ये वारंवार बदल केले जातात.	• कंपनीच्या हिशेबात काहीतरी लबाडीचं किंवा चुकीचं घडत असल्याचं हे सूचक चिन्ह असतं.

स्रोत : मार्सेलस इन्व्हेस्टमेंट मॅनेजर्स

यानंतरच्या विभागात आपण या संदर्भातील काही विशिष्ट नमुना प्रकरणांचा तपशीलवार अभ्यास करणार आहोत.

लेखा अफरातफर शोधण्यासाठी मार्सेलसकडून केली जाणारी त्रिस्तरीय तपासणी

लेखा गुणवत्तेचं आणि उद्योजकीय प्रशासनाचं मूल्यमापन करणं ही मार्सेलसच्या गुंतवणूक प्रक्रियेची पायाभूत गोष्ट आहे. आमच्या संशोधनात हे मूल्यमापन तीन प्रकारे करण्यात येतं. पहिल्या पातळीवरच्या तपासणीत आम्ही आमच्या फोरेन्सिक

संख्यात्मक गाळण्यांचा वापर करतो आणि कंपन्यांना त्यांच्या हिशेबाच्या दर्जानुसार श्रेणी देतो. (आमच्या फोरेन्सिक नमुन्यानुसार कमी गुण मिळवलेल्या कंपन्यांना आम्ही प्रामुख्यानं काढून टाकतो.) व्यापक पाया किंवा आधार असलेल्या शेअर बाजारांच्या विविध इंडेक्समधील ज्या कंपन्यांचं आम्ही विश्लेषण करतो, त्यांच्यापैकी सुमारे ४० टक्के कंपन्या आमच्या संख्यात्मक गाळण्यांमधून गेल्यानंतर नाकारल्या जातात. आमच्या फोरेन्सिक संख्यात्मक गाळण्यांतून गेल्यानंतर ज्या कंपन्या टिकून राहतात, त्यांच्यावर आम्ही सखोल संशोधन करतो आणि भरपूर मेहनत घेतो. या कंपन्या आता फोरेन्सिक तपासणीच्या पुढच्या दोन पातळ्यांमधून जाण्यास पात्र असतात. दुसऱ्या पातळीवरच्या तपासणीत आम्ही आधीच्या चौकटीत दिलेले काही गुणधर्म आढळतात का, हे तपासण्यासाठी आर्थिक विवरणपत्रांचं सखोल वाचन करतो आणि अखेरीस कंपन्यांची तिसऱ्या पातळीवरची तपासणी केली जाते. या पातळीत आम्ही प्राथमिक माहितीची तपासणी करून प्रवर्तकाच्या किंवा व्यवस्थापनाच्या प्रामाणिकपणाचा अंदाज घेण्याचा प्रयत्न करतो. त्यामध्ये आम्ही माजी कर्मचाऱ्यांबरोबर, ग्राहकांबरोबर आणि कंपनीच्या पुरवठादारांबरोबर बोलतो आणि माहिती घेतो.

पहिल्या पातळीची तपासणी : मार्सेलसचं स्वच्छ लेखांकन मॉडेल ('क्लिन अकाउंटिंग मॉडेल')

आमच्या मालकीचं फोरेन्सिक अकाउंटिंग मॉडेल (फोरेन्सिक लेखांकन नमुना) ही आमची पहिली संरक्षण फळी असते. बारा निकषांच्या संचाचा वापर करून आम्ही हा नमुना तयार केला आहे. कंपन्यांना त्यांच्या लेखांकनाच्या गुणवत्तेनुसार श्रेणी देण्यास आम्हाला त्याची मदत होते. 'फिनान्शियल शेनॅनिगन्स'[५] (गोपनीय किंवा लबाडीच्या आर्थिक कृती) या हॉवर्ड एम. सिल्ट यांच्या फोरेन्सिक हिशेबावरच्या दंतकथा बनून गेलेल्या पुस्तकातून आम्ही या बारा निकषांची निवड केली आहे. या पुस्तकात हिशेबातील अफरातफरीची काही नमुना उदाहरणं देण्यात आली आहेत. (त्यात फक्त एन्रॉन आणि वर्ल्डकॉम यांच्यासारख्या सर्वज्ञात घोटाळ्यांचीच माहिती देण्यात आलेली नाही, तर हिशेबात करण्यात आलेल्या लबाडीच्या कमी माहीत असलेल्या काही प्रकरणांची माहितीही देण्यात आली आहे.) त्यांच्यातून शिकलेल्या धड्यांमधून आर्थिक विवरणपत्रातील अफरातफरी किंवा लबाड्या शोधण्यासाठीच्या तंत्रांचा जन्म होतो.

आमच्या बारा फोरेन्सिक लेखांकने निकषांमध्ये नफा-तोट्याच्या हिशेबासह आर्थिक विवरणपत्रं (महसुलातील किंवा कमाईतील फेरफारीसाठी), ताळेबंद (मालमत्तांच्या आणि कर्जांच्या चुकीच्या सादरीकरणासाठी), रोख रकमांच्या

भुरट्या चोऱ्या आणि लेखापरीक्षणाचा दर्जा यांच्यासह काही प्रमुख घटकांचा समावेश आहे. पुढे दिलेल्या तक्त्यात त्यांपैकी काही प्रमुख निकष आणि त्यांचा वापर करण्यासाठीच्या कारणमीमांसा देण्यात आल्या आहेत.

तक्ता क्र. १२ : बिगर–वित्तीय कंपन्यांच्या लेखांकन गुणवत्तेचं मूल्यमापन करण्यासाठीची मार्सेलसची फोरेन्सिक गुणोत्तरं

निकष		कारणमीमांसा /निरीक्षणं
उत्पन्न विवरणपत्र	EBITDA ची टक्केवारी म्हणून कामकाजांतून मिळणारा कॅशफ्लो (कॅशफ्लो फ्रॉम ऑपरेशन्स–सीएफओ)	आक्रमक महसुलाच्या (कंपनीचा वाढवून सांगितलेला महसूल म्हणजे आक्रमक महसूल.) आणि कमाईच्या कायदेशीर व्यवहारांची तपासणी
	घसारा दरात म्हणजेच अवमूल्यन होणाऱ्या मालमत्तेच्या टक्केवारीत सांगितलेल्या किंमतीत वर्षानुवर्षं दिसणारं अस्थैर्य	घसारा धोरणात आणि/किंवा दरात बदल करून कमाईत फेरफार किंवा लबाडी करणं सोपं असतं.
	राखीव आणि अतिरिक्त उत्पन्नातीलबदल हा त्या वर्षीच्या नफा/तोट्यातून आणि लाभांशांमधून स्पष्ट होतो.	नफा–तोट्याच्या मार्गानं जाण्याऐवजी ताळेबंदातील चोऱ्यांची किंवा लुटीची थेट तपासणी करणं.
ताळेबंद तपासणी	रोख पैसा आणि रोख पैशाच्या समतुल्य गोष्टींवरचं उत्पन्न	रोख पैशाच्या ताळेबंदातील सदोष विवरणपत्राची किंवा रोख पैशाच्या गैरवापराची तपासणी करणं
	निव्वळ संपत्तीच्या टक्केवारीत आकस्मिक कर्जं (सध्याच्या उपलब्ध वर्षासाठी)	ताळेबंदबाह्य जोखमींचं प्रमाण सूचित करतात.
रोख पैशांच्या सुरू असलेल्या चोरीची तपासणी	कॅपिटल वर्क इन प्रोग्रेसचं ग्रोस ब्लॉकशी प्रमाण[६] (एखाद्या मशीनचं किंवा स्थायी मालमत्तेचं काम ताळेबंदाच्या तारखेपर्यंत पूर्ण झालं नाही तर त्याच्यावर खर्च करण्यात आलेली सगळी रक्कम कॅपिटल वर्क इन प्रोग्रेसच्या खात्यात दाखवली जाते.) (सर्व स्थायी किंवा स्थिर मालमत्तांच्या मूळ किंमतींचं एकूण मूल्य म्हणजे ग्रोस ब्लॉक.)	याचं प्रमाण उच्च असेल तर त्याच्यातून भांडवलाचा अप्रमाणित किंवा चुकीचा खर्च सूचित होऊ शकतो.

	मुक्त कॅशफ्लोचं (कामकाजातून मिळालेला कॅशफ्लो+गुंतवणुकीतून मिळालेला कॅशफ्लो) मध्यक (मेडियन) महसुलाशी प्रमाण	व्यवसायातून मिळवण्यात आलेला रोख पैसा बेकायदेशीरपणे बाहेर वळवण्यात आला आहे की, दाखवण्यात आलेला महसूल किंवा कमाई विश्वासार्ह आहे हे यावरून तपासता येतं.
लेखापरीक्षकाच्या वस्तुनिष्ठतेची तपासणी	लेखापरीक्षकांच्या मोबदल्यात झालेल्या वाढीचं महसुलातील वाढीशी असलेलं प्रमाण किंवा गुणोत्तर	लेखा परीक्षकांच्या मोबदल्यात आणि कंपनीच्या कामकाजातही झपाट्यानं झालेल्या वाढीमुळे लेखा परीक्षकाच्या वस्तुनिष्ठतेविषयी चिंता निर्माण होते.

स्रोत : मार्सेलस इन्व्हेस्टमेंट मॅनेजर्स

वर दिलेल्या प्रकारच्या प्रमाणांच्या आणि निकषांच्या आधारावर आम्ही पहिल्यांदा स्टॉकना हिशेबाच्या दर्जानुसार प्रत्येक निकषाकरिता आणि प्रमाणाकरिता श्रेणी देतो. डी १ पासून सुरुवात करून डी १० पर्यंतच्या श्रेणी दिल्या जातात. त्यापैकी डी १ श्रेणी याचा अर्थ सर्वोत्तम असा, तर डी १० याचा अर्थ अतिशय वाईट असा आहे. ज्या कंपन्यांना डी १ ते डी ५ या सुरुवातीच्या पाच श्रेणींपैकी एखादी श्रेणी असेल, त्या कंपन्यांमध्ये सर्वसामान्यपणे हिशेबाचा चांगला दर्जा आढळतो. म्हणून आम्ही डी ते डी ५ या श्रेणींना 'दर्जेदार क्षेत्र' असं म्हणतो. तर तळाच्या ३० टक्के म्हणजे डी ८ ते डी १० या श्रेणीतील कंपन्यांचे हिशेब शंकास्पद असतात. आम्ही या तळाच्या श्रेणींना 'ठगगिरीचं किंवा गुंडगिरीचं क्षेत्र' असं म्हणतो. डी आणि डी ७ या श्रेणीतील कंपन्याही दर्जाच्या उतरणीच्या टप्प्यावर येतात आणि त्यामुळे त्यांनाही टाळणंच उत्तम ठरतं.

आमची फोरेन्सिक चौकट ही प्रभावी अनुमान बांधणारं साधन असल्याचं सिद्ध झालं आहे

हिशेबाचा दर्जा आणि भागधारकांना मिळणारे परतावे यांच्यामध्ये भक्कम सहसंबंध असल्याचं आमच्या फोरेन्सिक नमुन्यातून सूचित झालं आहे. उदाहरणार्थ, सन २०१६–२०२० या पाच आर्थिक वर्षांच्या कालखंडात 'दर्जेदार क्षेत्रा'तील (पहिल्या पाच क्रमांकांच्या श्रेणीतील) कंपन्यांनी 'गुंडगिरीच्या क्षेत्रा'तील (तळातील तीन क्रमांकांच्या श्रेणीतील) कंपन्यांच्या तुलनेत वार्षिक ७ टक्के इतकी लक्षणीय चांगली कामगिरी केली आहे.

तक्ता क्र. १३ : हिशेबाचा दर्जा आणि शेअरधारकांचे परतावे यांच्यातील भक्कम सहसंबंध

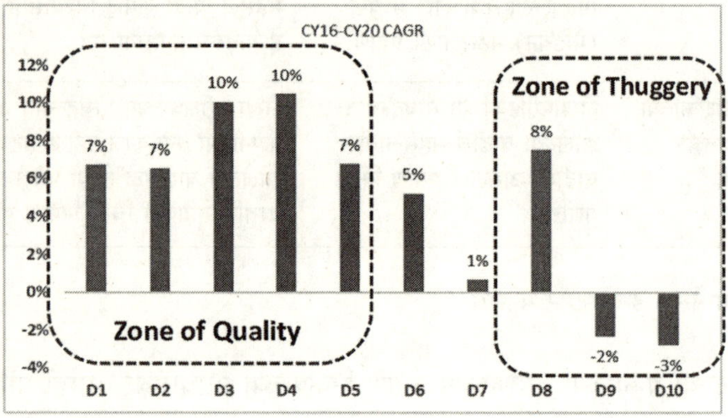

स्रोत : मार्सेलस इन्व्हेस्टमेंट मॅनेजर्स, एस इक्विटी

तक्ता क्र. १४ : दीर्घ कालावधीचा विचार करता, गुणवत्ताच सातत्यानं जिंकत राहते.

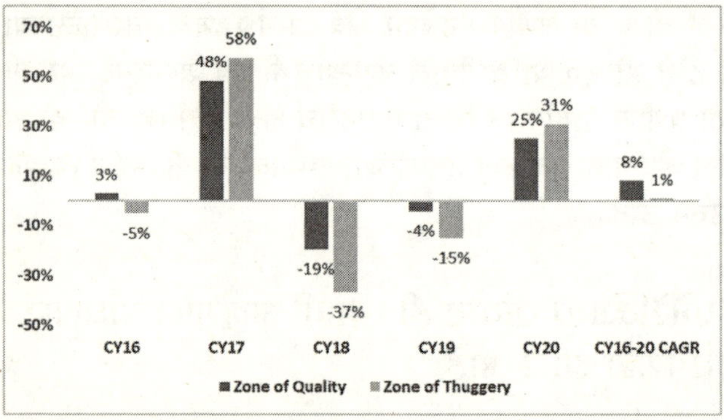

स्रोत : मार्सेलस इन्व्हेस्टमेंट मॅनेजर्स, एस. इक्विटी.

हा फोरेन्सिक नमुन्याचा प्रभावीपणा समजून घेण्याचा आणखी एक मार्ग आहे. २०१५ ते २०१९ या आर्थिक वर्षांमध्ये बीएसई५०० मधील सुमारे ५३ कंपन्या या सातत्यानं डी ८ ते डी १० या श्रेणीत येत राहिल्या आहेत. २०१६ ते २०२० या कॅलेंडर वर्षांत या कंपन्यांनी सरासरी १४ टक्क्यांचा नकारात्मक सीएजीआर दिला आहे. बीएसई५०० चा बेंचमार्क ११ टक्के आहे. याचा अर्थ वार्षिक सुमारे २५ टक्के इतकी त्यांची कामगिरी खालावली आहे.

तक्ता क्र. १५ : 'गुंडगिरीच्या क्षेत्रा'त टाकण्यात आलेल्या कंपन्या सातत्यानं लक्षणीयरीत्या खालावलेली कामगिरी करतात.

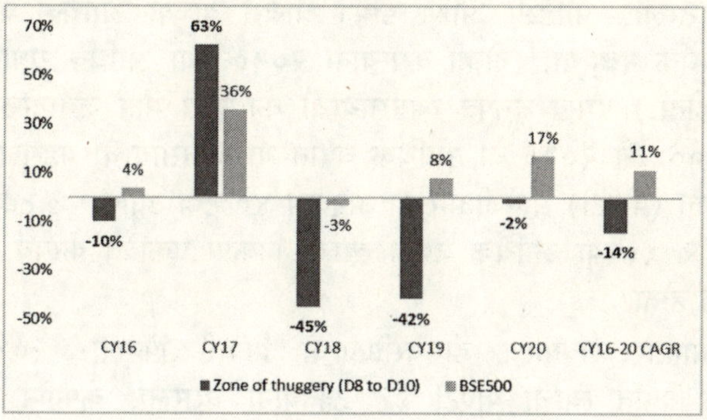

स्रोत : मार्सेलस इन्व्हेस्टमेंट मॅनेजर्स, एस इक्विटी.

नमुना उदाहरण : डेक्कन क्रॉनिकल

डेक्कन क्रॉनिकल होल्डिंग्ज लि.नं (डीसीएचएल) सन १९३८मध्ये वृत्तपत्र प्रकाशनाचा व्यवसाय सुरू केला. त्यांनी पहिल्यांदा 'डेक्कन क्रॉनिकल' हे साप्ताहिक आणि त्यापाठोपाठ सन १९४७मध्ये त्यांनी डेक्कन क्रॉनिकल हे दैनिक सुरू केलं. कालौघात ही कंपनी हैदराबाद आणि अखंड आंध्र प्रदेशातील आघाडीच्या इंग्रजी दैनिकाची कंपनी म्हणून उदयास आली. तसंच भारतभर प्रचंड खप असलेल्या इंग्रजी दैनिकाची कंपनी म्हणूनही ती नावारूपाला आली. त्या वेळी टी. वेंकटराम रेड्डी (अध्यक्ष) आणि टी. विनायक रवी रेड्डी (व्यवस्थापकीय संचालक) या बंधूंकडून ती चालवली जात होती. त्यांनी २००४च्या उत्तरार्धात बाजारात यशस्वी आयपीओ आणला आणि १४८.६ कोटी रुपयांची उभारणी केली. सन २००५मध्ये डीसीएचएलनं १७.१ कोटी रुपयांना 'एशियन एज' या वृत्तपत्रातील प्रमुख हिस्सा (६७ टक्के) संपादित केला. (त्याच्या आधीच त्यांच्याकडे २३ टक्के हिस्सा होता.) २००६ या आर्थिक वर्षात त्यांनी ओडिसी इंडिया लिमिटेडचं १०० टक्के इक्विटी शेअर भांडवल संपादित केलं. (ही कंपनी अंशतः प्रवर्तकांच्या मालकीची होती.) या कंपनीकडे पुस्तकांच्या साखळी दुकानांची मालकी होती. एकूण ६१.३५ कोटी रुपयांना हा व्यवहार पार पडला. त्यानंतर १०७ दशलक्ष अमेरिकन डॉलरला*

त्यांनी इंडियन प्रीमिअर लीग (आयपीएल)ची हैदराबादची फ्रँचायझी खरेदी केली. (डेक्कन चार्जर्स या नावाची ही फ्रँचाईझ सन २००९मध्ये आयपीएलची विजेती ठरली. ओडिसी आणि डेक्कन चार्जर्स यांच्या आर्थिक कामगिरी उत्साहवर्धक नव्हत्या. (दोन्ही कंपन्यांना २०१० च्या आर्थिक वर्षात तोटा झाला होता.) प्रमुख वृत्तपत्र व्यवसायाची कामगिरी मात्र जबरदस्त होती. (सन २००४ ते २०१० या आर्थिक वर्षांत या व्यवसायाचा महसूल आणि करपश्चात (पीएटी) सीएजीआर हा अनुक्रमे ४० टक्के आणि ५७ टक्के होता. शिवाय २०१० या आर्थिक वर्षात त्यांचा निकोप एकत्रित करपूर्व RoCE २७ टक्के होता.

त्यानंतर लवकरच डीएचसीएलची नियती फिरली. २०११ या आर्थिक वर्षात त्यांचा पीएटी ३८ टक्क्यांनी घसरला. कंपनीनं यासाठी दुर्बल अर्थकारणाला, तेलंगणासाठीच्या आंदोलनामुळे निर्माण झालेल्या आंध्र प्रदेशातील राजकीय अस्थैर्याला, कच्च्या मालाच्या वाढलेल्या किमतींना आणि ओडिसी इंडिया, डेक्कन चार्जर्स, नेटलिंक टेक्नॉलॉजीज या उपकंपन्यांच्या विलीनीकरणाला...वगैरे, वगैरे गोष्टींना जबाबदार धरलं. आता सिंहावलोकन केलं तर असं दिसतं की, २०११ची दुर्बल कामगिरी हा पुढे ज्या घटना घडणार होत्या त्या तुलनेत बसलेला लहानसा, सौम्य तडाखा होता. सन २०१२च्या जुलैच्या उत्तरार्धात प्रवर्तकांनी असं जाहीर केलं की, त्यांचं डीसीएचएलमधील ५४ टक्के शेअरहोल्डिंग त्यांनी तारण म्हणून ठेवलं होतं. यामुळे ते प्रचंड प्रमाणात कर्जबाजारी झाल्यावर शिक्कामोर्तब झालं. त्याआधी काही काळापासूनच प्रसारमाध्यमांमध्ये त्यांच्या कर्जबाजारीपणाच्या बातम्या येत होत्या. जवळजवळ त्याच दरम्यान, व्यवस्थापकीय संचालक एन.के. कृष्णन यांनी राजीनामा दिला. त्यानंतर सन २०१२च्या डिसेंबरमध्ये कंपनीच्या जवळजवळ सगळ्याच स्वतंत्र संचालकांनी राजीनामे दिले. कंपनीत किंवा समूहात गंभीर समस्या निर्माण झाल्या होत्या हे स्पष्ट झालं.

डीसीएचएलनं त्यांची आर्थिक वर्षअखेर सन २०१२च्या मार्चपासून सप्टेंबरपर्यंत लांबवली आणि अखेरीस २०१३च्या सुरुवातीला त्यांचे आर्थिक निकाल जाहीर केले. (सन २०११च्या डिसेंबरपासून कोणतेही तिमाही निकाल जाहीर करण्यात आले नव्हते.) २०१३मध्ये जाहीर करण्यात आलेल्या निकालात त्यांनी २०१२च्या सप्टेंबरमध्ये संपलेल्या अठरा महिन्यांच्या कालावधीकरिता १,०४०.४ कोटी रुपये इतका प्रचंड निव्वळ तोटा जाहीर केला. तसंच ४,००० कोटी रुपयांचं कर्ज असल्याचंही जाहीर केलं. २०११च्या आर्थिक वर्षापासून ~५x इतकी त्यात वाढ झाली होती. त्यापाठोपाठ जाहीर करण्यात

आलेल्या वार्षिक अहवालात कंपनीनं या तोट्याकरिता दक्षिण भारतातील इतर भागांमध्ये (आंध्रावर त्यांची भक्कम पकड होती, त्यापलीकडच्या भागांमध्ये) सुरू करण्यात आलेल्या वृत्तपत्राच्या आवृत्त्यांना आणि त्यानंतरच्या महसूल-खर्च यांचं गणित न जुळण्याला जबाबदार धरलं. याशिवाय जाहीर न करण्यात आलेल्या गटांनी केलेल्या ब्रँडच्या संपादनाशी संबंधित असलेल्या २,९०५.३ कोटी रुपये किंमतीच्या 'विकासांतर्गत असलेल्या अमूर्त मालमत्ता' ('इन्टॅन्जिबल ॲसेट्स अंडर डेव्हलपमेंट')निर्माण करण्यात आल्या होत्या. त्यासोबत संबंधित कर्जांच्या रकमेत वाढ करण्यात आली. (त्यातून कर्जं इतकी मोठ्या प्रमाणात का वाढली ते स्पष्ट करण्यात आलं.) ताळेबंदात नमूद करण्यात न आलेली सगळी कर्जं ताळेबंदात घेता यावीत यासाठी सगळे खटाटोप करून हिशेबात नवीन गोष्टींच्या नोंदी करण्यात आल्या. निकृष्ट आर्थिक निकाल आणि डेक्कन चार्जर्समधील वाद परस्पर-पूरकच होते. त्यात सन २०१२मधील एका खेळाडूवर स्पॉट-फिक्सिंग घोटाळा प्रकरणी दोषारोप करण्यात आला. अत्यावश्यक बँक हमी देण्यात अपयश आल्यामुळे ती फ्रँचाईझी बंद करण्यात आली. २३ जानेवारी २०१३ पासून डीसीएचएलच्या शेअर्सचं ट्रेडिंग स्थगित करण्यात आलं होतं, पण तोपर्यंत आधीच सन २०१०च्या मार्चमधील शेअरच्या सर्वोच्च किंमतीत सुमारे -९७ टक्क्यांनी घसरण झाली होती.

फोरेन्सिक लेखांकन विश्लेषणातून ताळेबंदबाह्य कर्जं शोधणं हे अत्यंत अवघड काम असलं तरी डीसीएचएलच्या हिशेब /प्रशासन पद्धतींमधून दिसून आलेले काही धोक्याचे इशारे उपयुक्त ठरू शकत होते : १) नेहमीच्या सर्वसामान्य पातळीहून खालच्या, निकृष्ट पातळीचे भांडवल वाटपाचे निर्णय. उदाहरणार्थ, प्रवर्तकाची अंशतः मालकी असलेल्या ओडिसी इंडियाची तुलनेत उच्च मूल्यानं खरेदी करण्यात आली होती. (या खरेदीसाठी प्रतिदुकान ४.७ कोटी रुपये मोजण्यात आले होते. त्या उलट जवळजवळ त्याच दरम्यान, शॉपर्स स्टॉपच्या क्रॉसवर्ड दुकानांचं संपादन १.३२ कोटी रुपयांनी झालं होतं.) शिवाय कंपनीच्या व्यवसायाशी बिलकूल संबंध नसलेल्या डेक्कन चार्जर्स या व्यवसायात गुंतवणूक करण्यात आली होती. २)२००८ या आर्थिक वर्षात दोन्ही प्रवर्तकांनी कार्यकारी संचालक पी.के. अय्यर यांना आपले प्रत्येकी एक तृतीयांश शेअर्स 'भेट' दिले** आणि त्यांना कंपनीचा समान (२० टक्के) मालक केलं. याचं पुनरावलोकन केल्यावर असं दिसतं की, या अभूतपूर्व व्यवहाराची खूपच बारकाईनं छाननी करण्याची गरज होती. ३) डीसीएचएलचं नफा-तोट्याचं विवरणपत्र खूपच उत्तम होतं, पण त्यांच्या क्षेत्रातील इतर

कंपन्यांच्या तुलनेत त्यांचा ताळेबंद अत्यंत दुर्बल होता. डीसीएचएलची सूत्रधार किंवा मुख्य कंपनी ईबीआयटीडीएचं मार्जिन हे २००६ ते २०१० या आर्थिक वर्षांमध्ये सरासरी ४५ टक्के होतं. डीबी कॉर्प या त्यांच्यासारख्याच कंपनीचं हेच मार्जिन २० टक्के होतं, याचा अर्थ एबिटाचं मार्जिन डीबी कॉर्पच्या तुलनेत जवळजवळ दुपटीहून जास्त होतं. जागरण प्रकाशनाचं मार्जिन २१ टक्के होतं. त्यामुळे त्यांच्याही तुलनेत ते जवळवळ दुपटीहून जास्त होतं. दुसरीकडे, २००६ ते २०१० या आर्थिक वर्षांमधील डीसीएचएलची सरासरी ग्रोस ब्लॉक उलाढाल फक्त 1.1x होती. डीबी कॉर्पची ही उलाढाल 3x आणि जागरणची 2x होती.

स्रोत : डीसीएचएलचे वार्षिक अहवाल.

*http://www.business-standard.com/article/beyondbusiness.twist-in-the-tale-115022701227_1.html

** http://www.thenewsminute.com/article/deccan-chronicles-vc-arrested-timeline-when-troubke-started-media-house

नमुना उदाहरण : मनपसंद बिव्हरेजेस

सन १९९७मध्ये 'मँगो सिप' हे आपलं पहिलं उत्पादन बाजारात आणून मनपसंद बिव्हरेजेसनं व्यवसायास सुरुवात केली. तोपर्यंत इतर कंपन्यांनी कमी प्रमाणात प्रवेश केलेल्या ग्रामीण आणि निमशहरी क्षेत्रांवर कंपनीनं लक्ष केंद्रित केलं होतं. नंतरच्या काळात त्यांच्या उत्पादन पोर्टफोलिओत त्यांनी फळांपासून तयार करण्यात आलेली अनेक स्वादांची पेयं आणि त्याबरोबरच फळांची कार्बोनेटेड पेयं समाविष्ट केली.*

मनपसंदकडे सैफ पार्टनर्स आणि आदित्य बिर्ला प्रायव्हेट इक्विटी फंड यांच्यासारखे बडे खासगी इक्विटी गुंतवणूकदार होते. त्यांनी २०१२ ते २०१५ या आर्थिक वर्षांत कंपनीत ११६ कोटी रुपयांची गुंतवणूक केली. सन २०१५ मध्ये ४०० कोटी रुपयांची उभारणी करून कंपनीनं सार्वजनिक क्षेत्रात प्रवेश केला. प्रामुख्यानं विस्तार योजनांसाठी आणि कर्जफेडीसाठी त्यांना निधी हवा होता. आयपीओच्या आधीच्या काळात कंपनीनं अत्यंत भक्कम आर्थिक निकाल दाखवले होते. २०१२ ते २०१५ या आर्थिक वर्षांच्या कालखंडात २०१०चा डिसेंबर ते २०१२चा मार्च या कालखंडाच्या तुलनेत विक्रीत

८५ टक्के वाढ झाल्याचं दाखवण्यात आलं होतं. ईबीआयटीडीएमध्ये ८१ टक्के सीएजीआर आणि ८३ टक्के पीएटी सीएजीआर दाखवला गेला होता.

कंपनीची लेखा परीक्षक कंपनी डेलॉयट, हस्किन्स अँड सेल्स २०१८च्या आर्थिक वर्षात लेखापरीक्षण अर्धवट सोडून बाहेर पडेपर्यंत या सगळ्या गोष्टी अगदी आकर्षक आणि निकोप असल्यासारख्या दिसत होत्या. त्यांनी कंपनीतून बाहेर पडताना व्यवस्थापन 'महत्त्वाची माहिती देत' नसल्याचं कारण सांगितलं होतं.** ज्या दिवशी ही बातमी जाहीर झाली, त्या दिवशी कंपनीच्या शेअरच्या किंमती २० टक्क्यांनी घसरल्या. त्यानंतर मनपसंदनं लेखापरीक्षणासाठी मेहरा अँड गोयल या दुसऱ्या फर्मची कायदेशीर लेखापरीक्षक म्हणून नियुक्ती केली. त्यांनी २०१८ या आर्थिक वर्षाचे निकाल संमत केले.

सन २०१९च्या मेमध्ये जीएसटी विभागानं कंपनीच्या व्यवस्थापकीय संचालकाला आणि सीएफओला अटक केली. विभागानं केलेल्या तपासात कर चुकवेगिरीचा पुरावा सापडल्याबद्दल ही अटक करण्यात आली होती. वेगवेगळ्या ठिकाणी करण्यात आलेल्या तपासात अधिकाऱ्यांना 'इनपुट टॅक्स क्रेडिट'चा (व्यवसायासाठी वापरण्यात आलेल्या किंवा वापरण्यात येणाऱ्या मालाच्या किंवा सेवेच्या खरेदीवर जीएसटी भरण्यापोटी मिळालेले क्रेडिट म्हणजे आयटीसी किंवा इनपुट टॅक्स क्रेडिट) दावा करण्यासाठी कंपनीनं देशभर अनेक बनावट बिझनेस युनिटची स्थापना केल्याचं आणि या बनावट युनिट्समध्ये खरेदी-विक्रीचे व्यवहार झाल्याचं दाखवल्याचं आढळून आलं होतं. असे ३०० कोटी रुपयांचे बनावट व्यवहार दाखवण्यात आले होते. त्यामुळे त्यांच्यावर ४० कोटी रुपयांचा लबाडीच्या इनपुट टॅक्स क्रेडिटचा दावा ठोकण्यात आला होता.@ डेलॉइटच्या लोकांचे राजीनामे आणि जीएसटीसंदर्भातील झालेल्या अटक या दरम्यानच्या बारा महिन्यांच्या काळात मनपसंदच्या बाजार भांडवलीकरणात ८४ टक्क्यांची घट झाली. या दोघांना झालेल्या अटकेनंतर त्याच आठवड्यात कंपनीच्या चार स्वतंत्र संचालकांनी राजीनामे दिले. त्यानंतर दोन महिन्यांनी, म्हणजे २०१९च्या जुलैमध्ये मेहरा अँड गोयल या कायदेशीर लेखापरीक्षकांनी राजीनामे दिले आणि त्यापुढच्या काही महिन्यांत कंपनीचा सेक्रेटरीही कंपनीतून बाहेर पडला.

दरम्यान, जीएसटीची थकबाकी भरण्यासाठी मनपसंदचा प्रवर्तक धीरेंद्र सिंग याने फिन्केस्ट फिनान्शियल सोल्यूशन्स प्रा. लि.शी (फिन्केस्टशी) संपर्क साधून १०० कोटी रुपयांच्या कर्जाची मागणी केली. फिन्केस्टनं केलेल्या फोरेन्सिक लेखापरीक्षणात महसूल ७.६ पटींनी फुगवून दाखवण्यात आल्याचा

आरोप करण्यात आला. या संदर्भात सन २०१९ च्या सप्टेंबरमध्ये झालेल्या संचालक मंडळाच्या बैठकीत याचे तीव्र पडसाद उमटले. कंपनीच्या संचालक मंडळाची मान्यता नसताना कंपनी संपादित करण्याचा प्रयत्न केल्याचा आरोप करून श्री. सिंग यांनी फिन्क्वेस्टच्या विरोधात फौजदारी गुन्हा दाखल केला.^

सन २०१९च्या ऑक्टोबरमध्ये मेहरा अँड गोयलच्या जागी लेखापरीक्षणासाठी नियुक्त करण्यात आलेल्या बाटलीबॉय अँड पुरोहित कंपनीच्या लोकांनीही राजीनामा दिला. त्यासाठी त्यांनी कंपनीच्या वडोदरा येथील फॅक्टरीत स्टॅच्युटरी लेखापरीक्षण (कंपनीच्या आर्थिक खात्यांचं स्वतंत्रपणे मूल्यमापन) करण्यासाठी आपल्या टीमच्या सदस्यांना प्रवेश नाकारण्यात आल्याचं कारण दिलं होतं. $

शेअर बाजारांमध्ये कंपनीच्या शेअर्सच्या ट्रेडिंगला स्थगिती देण्यात आली. २९ जून २०२० रोजी त्यांच्या बाजारभावाची अखेरची नोंद झाली. फक्त ७०.३ कोटी रुपये एवढंच बाजार भांडवलीकरण असल्यामुळे कंपनीनं २०१८च्या जानेवारीतील सर्वोच्च म्हणजे ५,५६७ कोटी रुपयांच्या बाजार भांडवलीकरणातील ९९ टक्के पैसा गमावला होता.

यातला महत्त्वाचा प्रश्न असा आहे की, फोरेन्सिक विश्लेषणातून मनपसंदच्या बाबतीत एका पाठोपाठ उलगडत गेलेल्या घटना आधीच समजू शकल्या असत्या का? याचं उत्तर 'होय' असं आहे. सन २०१६च्या डिसेंबरमध्ये '२ पॉइंट कॅपिटल' या सेबी नोंदणीकृत पोर्टफोलिओ व्यवस्थापन सेवा (पोर्टफोलिओ मॅनेजमेंट सर्व्हिसेस –पीएमएसनं) पुरवठादारानं मनपसंदवर तपशीलवार टिपण लिहिलं होतं. त्यात त्यांनी लेखांकन, प्रशासन आणि प्राथमिक माहिती तपासणी यांच्या मिश्रणाचा वापर करून सादर करण्यात आलेल्या आर्थिक विवरणपत्रांविषयी चिंता व्यक्त केली होती.#

स्रोत

* मनपसंदची माहितीपुस्तिका.

** http://www.bloombergquint.com/business/auditor-quit-as-manpasand-beverages-didnt-share-signifiacant-information

@ http://www.moneycontrol.com/news/business/how-a-rs-40-crore-gst-fraud-unfolded-at-manpasand-beverages-4049591.html

^http://www.businesstoday.in/current/corporate/is-manpasand-beverages-the-biggest-corporate-fraud-post-satyam/story/383726.html

बाटलीबॉय अँड पुरोहितकडून ३ ऑक्टोबर २०१९ रोजी मुंबई शेअर बाजारासह मनपसंदच्या संचालक मंडळाला पाठवण्यात आलेलं पत्र.

#http:/2point2capital.com/blog/index/php/a2016/12/06/the-curious-case-of-manpasand-beverages/

दुसऱ्या पातळीवरची तपासणी : हिशेब आणि उद्योजकीय प्रशासन यांविषयीच्या आणखी तपासण्या

या तपासण्या फोरेन्सिक चाळण्यांहून उच्च दर्जाच्या असतात आणि ज्या वेळी आम्ही वैयक्तिक कंपन्यांच्या बाबतीत सखोल परिश्रम घेण्याचे प्रयत्न करतो, त्याच वेळी त्यांचा वापर केला जातो. हिशेबाचा शंकास्पद दर्जा असलेल्या कंपन्यांना बाजूला काढण्याकरिता आमच्या फोरेन्सिक चौकटीचा आम्हाला उपयोग होतो. तिच्यामुळे आम्हाला कंपनीच्या हिशेबातील प्रमुख धोक्याचे संकेतही ओळखण्यास मदत होते. मात्र तरीही कंपन्यांच्या माहितीत एकवाक्यतेचा अभाव असल्यामुळे आमच्या फोरेन्सिक मॉडेलला हिशेबाचे आणि उद्योजकीय प्रशासनाचे अनेक दर्जात्मक पैलू पकडता न येण्याची शक्यता असते किंवा ज्या ठिकाणी व्यक्तिनिष्ठ असलेल्या अगर वस्तुनिष्ठ नसलेल्या स्वरूपाच्या मूल्यमापनाचा समावेश करण्याची गरज असते अशा ठिकाणी काही पैलू लक्षात न येण्याची शक्यता असते. फक्त ऐतिहासिक आर्थिक विवरणपत्रांमध्ये सखोल तपास करून आणि व्यवस्थापनाच्या प्रामाणिकपणाविषयीच्या प्राथमिक माहितीच्या तपासणीतूनच अशा पैलूंचं मूल्यमापन करणं शक्य असतं.

हिशेबाच्या जास्त सखोल तपासणीसाठी आणि फोरेन्सिक नमुन्याच्या आवाक्याच्या पलीकडे असलेल्या उद्योग चालवण्याच्या पद्धतीतील घटकांच्या तपासणीसाठी आम्ही पुढे दिलेली चेकलिस्ट (तपासणी यादी) विकसित केली आहे. ही चेकलिस्ट कोणत्याही स्टॉकच्या गुणात्मक मूल्यमापनाचा आवश्यक भाग असली पाहिजे.

तक्ता क्र. १६ : दर्जात्मक चाळण्यांच्या आवाक्याच्या पलीकडे असलेल्या काही सखोल फोरेन्सिक आणि उद्योजकीय नियंत्रणविषयक तपासण्या

प्रगत हिशेब तपासण्या	उद्योजकीय नियंत्रण तपासण्या
त्याच क्षेत्रातील इतर कंपन्यांच्या तुलनेत नफा आणि तोटा दर्शवणाऱ्या गोष्टींमध्ये महत्त्वपूर्ण तफावत आढळते का, त्याचं विश्लेषण करण्यासाठी त्याच क्षेत्रातील एखाद्या कंपनीच्या उत्पन्नाचं विवरणपत्र आणि तपासणी करावयाच्या कंपनीचं सर्वसामान्य आकाराचं उत्पन्नाचं विवरणपत्र यांची तुलनात्मक तपासणी.	संबंधित-पक्षाचे (पार्टीचे) व्यवहार आणि त्यांचं महत्त्व.
संशोधन आणि विकास भांडवलीकरण आणि पी अँड एल यांच्यावर आकारण्यात आलेलं मूल्य यांची तुलना.	प्रवर्तकांला इतर व्यवसायांमध्ये असलेली रुची (त्या व्यवसायांमध्ये एखादा महत्त्वपूर्ण तणाव, इ. आहे का ते) तपासणं.
व्यवसायाची पत (गुडविल) आणि एकूण संपत्तीतील तिचं टक्केवारीतील प्रमाण.	प्रवर्तकाच्या मालकीच्या कंपन्यांच्या संदर्भातील विलीनीकरणं आणि संपादनं यांची तपासणी.
लेखा परीक्षकांमध्ये वारंवार केले जाणारे बदल	प्रवर्तकावर सुरू असलेले महत्त्वाचे खटले, दावे इ. तपासणं.
लेखापरीक्षकांच्या अहवालात एखादं प्रतिकूल विधान आहे का त्याची तपासणी	प्रवर्तकाच्या कुटुंबाची रचना, वारस इ. प्रवर्तकाच्या ताब्यातील तारण ठेवलेले शेअर्स अंतर्गत खरेदी आणि विक्री प्रवर्तकाला दिला जाणारा मोबदला किंवा पारिश्रमिक तपासणं.
मुख्य स्टॅट्युटरी लेखा परीक्षकाकडून कंपनीच्या एखाद्या महत्त्वाच्या भागाच्या (उदा. एखाद्या उपकंपनीच्या) कामकाजाचं लेखापरीक्षण करण्यात आलेलं नाही का ते तपासणं	इक्विटी डायल्युशनची वारंवारिता (फ्रिक्वेन्सी) आणि गरज तपासणं (कंपनीनं बाजारात नवीन इक्विटी आणल्यामुळे सध्याच्या भागधारकांच्या कंपनीवरच्या मालकीच्या टक्केवारीच्या प्रमाणात घट होते. यालाच इक्विटी डायल्युशन म्हणतात).
लेखापरीक्षण समितीची गुणवत्ता (कंपनीचा एखादा स्वतंत्र संचालक तिचा अध्यक्ष आहे का, त्याची तपासणी.)	
लेखापरीक्षणाच्या कालावधीत वरचेवर बदल होत आहेत का, त्याची तपासणी.	

स्रोत : मार्सेलस इन्व्हेस्टमेंट मॅनेजर्स

पातळी क्र. ३ ची तपासणी : प्राथमिक माहितीची (डेटाची) अतिरिक्त परिश्रमांनी तपासणी

आमच्याकडच्या प्राथमिक माहितीच्या स्रोतांशी केलेल्या तपशीलवार चर्चेतून कंपनीच्या प्रवर्तकांच्या आणि व्यवस्थापनाच्या प्रामाणिकपणाचं मूल्यमापन ही लेखांकनाच्या गुणात्मकतेच्या तपासणीची पुढची पातळी असते. तिच्यातून, कंपनीची जाण असलेल्या आणि तिच्याबरोबर काम केलेल्या किंवा तिला हाताळलेल्या प्राथमिक माहितीच्या स्रोतांबरोबर चर्चा करून कंपनीच्या आर्थिक बाबींमधून प्रतिबिंबित होणाऱ्या कंपनीच्या चित्राला पुष्टी मिळते का ते तपासलं जातं. अशा स्रोतांमध्ये कंपनीच्या उत्पादनाचे ग्राहक, त्यांचे चॅनेल भागीदार, कच्च्या मालाचे पुरवठादार, स्पर्धक इ. चा समावेश होतो. तुलनेत कामकाजाचा अधिक अल्पावधीचा इतिहास असलेल्या स्मॉल कॅप कंपन्यांच्या (ज्या कंपन्यांचं बाजार भांडवलीकरण ५,००० कोटी रुपयांहून कमी असतं अशा कंपन्यांना 'स्मॉल कॅप' कंपन्या म्हटलं जातं.) बाबतीत ही गोष्ट विशेष उपयुक्त ठरते. त्याचप्रमाणे कंपनीच्या आर्थिक परिस्थितीची खात्री पटवून घेण्यासाठी कंपनीच्या शाखांना, फॅक्टऱ्यांना किंवा अगदी उभारणी सुरू असलेल्या प्रकल्पाला भेटी देण्याचाही उपयोग होतो.

फोरेन्सिक हिशेबाच्या सखोल परीक्षणाचं नमुना उदाहरण (नमुना उदाहरण) : कॉक्स अँड किंग्ज

तक्ता क्र. १७ : सी अँड के इंडिया – कंपनीच्या अल्पसंख्य भागधारकांसाठी आणि कर्जदात्यांसाठी दुर्दैवी ठरलेली गुंतवणूक

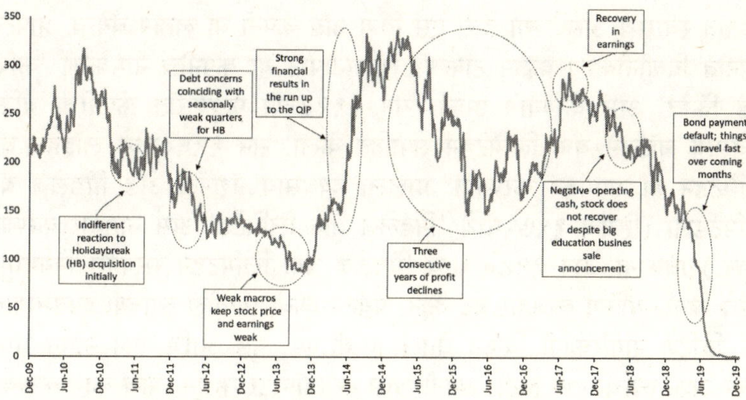

स्रोत : एनएसई, मार्सेलस इन्व्हेस्टमेंट मॅनेजर्स

शेअरच्या किमतीच्या वर दिलेल्या तक्त्यात दाखवण्यात आलं आहे त्याप्रमाणे, कॉक्स अँड किंग्ज (सी अँड के) ही कंपनी तिच्यावर आपत्ती कोसळण्याच्या आधी दहा वर्षं सूचीबद्ध होती. त्या दहा वर्षांच्या म्हणजे २००९ ते २०१९ या कालावधीत भारतीय शेअर बाजारातील बहुतेक सहभागी कंपन्यांना सी अँड के ही कंपनी भक्कम व्यवसाय असलेली व्यावसायिक सूचीबद्ध कंपनी आहे, असंच वाटत होतं. तरीही यापैकी बहुतांश कालावधीत आमच्या फोरेन्सिक हिशेबानुसार ही कंपनी डी १०मध्ये म्हणजेच आमच्या फोरेन्सिक हिशेब नमुन्यातील सगळ्यात तळाच्या पातळीवरची कंपनी होती. मग सी अँड केच्या बाबतीत आमच्या फोरेन्सिक नमुन्यानं इतक्या लवकर धोक्याचा इशारा देण्यास का बरं सुरुवात केली होती? याचं स्पष्टीकरण देण्यासाठी आता आपण अडीचशे वर्षांपूर्वीच्या काळात मागे जाऊ या. त्या वेळी ईस्ट इंडिया कंपनी भारतात स्वतःला प्रस्थापित करत होती.

यशापयशांनी भरलेला इतिहास

ब्रिटिशांच्या हुकमतीखालील शतकांमधील अस्तित्व ...

कॉक्स अँड किंग्जचं मूळ हे सन १७५८पर्यंत मागे जातं. त्या वेळी फ्लूट गार्ड्सचा कर्नल लॉर्ड लिगोनिअर याने परदेशात पाठवण्यात आलेल्या अधिकाऱ्यांविषयीचे व्यवहार, त्यांची वेतनं आणि किरकोळ कर्तव्यं, बंधनं या गोष्टी हाताळणारा अधिकारी म्हणून रिचर्ड कॉक्सला नेमलं होतं. एकोणिसाव्या शतकात ही फर्म ब्रिटिश लष्कराच्या मोठ्या भागाची एजंट आणि बँकर झाली. सन १९०९मध्ये कॉक्स अँड कंपनींचं लंडनमधील कंपनीज (कन्सोलिडेशन) ॲक्ट, १९०८ अंतर्गत एकत्रीकरण करण्यात आलं. सन १९२२च्या ऑक्टोबरमध्ये कॉक्स अँड कंपनीनं भारतात स्वारस्य असलेल्या हेन्री एस किंग अँड कंपनी या लहान बँकेचं आपल्या कंपनीत विलीनीकरण करून टाकलं. त्यापाठोपाठ या कंपनीचं नामकरण 'कॉक्स अँड किंग्ज' असं करण्यात आलं. सन १९२३च्या फेब्रुवारीत कंपनीचा बँकिंग व्यवसाय लॉईड्स बँक लिमिटेडनं संपादित केला. सन १९६०मध्ये लॉईड्स बँक लिमिटेडनं हा संपादित करण्यात आलेला व्यवसाय नॅशनल अँड ग्रिंडलेज बँक लिमिटेडला (हिचंच १९७५मध्ये 'ग्रिंडलेज बँक लिमिटेड' असं नामांतर करण्यात आलं.) विकला. सन १९८० मध्ये ग्रिंडलेज बँक लिमिटेडनं सरकारी नियमांमुळे त्यांचे बिगर-बँकिंग व्यवहार बंद केले. पर्यटन व्यवसायातील त्यांच्या व्यवसायाला दोन ब्रिटिश नागरिकांनी विकत घेतलं. ए.बी.एम. गुड आणि जॉन नॉर्मन रॉमनी बार्बर अशी त्यांची नावं होती. त्यांनी खास टुर ऑपरेटर म्हणून त्याचं काम करण्यास सुरुवात केली.

वादग्रस्त वातावरणातील भारतीय व्यवसायाचे केरकर कुटुंबीय मालक होण्यापूर्वी...

सन १९८०मध्ये रिझर्व्ह बँक ऑफ इंडियानं (आरबीआयनं) कॉक्स अँड किंग्ज (एजंट्स) लिमिटेडला तिचा भारतीय व्यवसाय कॉक्स अँड किंग्ज (इंडिया) लिमिटेडकडे सुपुर्द करण्यास परवानगी दिली. या व्यवसायाच्या या खरेदीचा विचार करता, सी अँड के इंडियानं तिचे ४० टक्के आउटस्टँडिंग शेअर कॉक्स अँड किंग्ज (एजंट्स) लि. ला दिले. मात्र आरबीआयनं लादलेल्या भारतीयीकरणाच्या अटीमुळे देण्यात आलेले ६० टक्के शेअर्स विशिष्ट निवासी भारतीयांना (५७ टक्के) आणि स्टाफ ग्रॅच्युइटी ट्रस्ट फंडाला (३ टक्के) देण्यात आणि वितरित करण्यात आले. ज्यांना शेअर्स वितरित करण्यात आले होते त्यांची नावं आणि प्रत्येकाला नेमक्या किती संख्येचे शेअर्स वितरित करण्यात आले त्यांचे आकडे दर्शवणारी कागदपत्रं आम्हाला उपलब्ध झाली नाहीत. परंतु विविध बातम्यांचं, लेखांचं, शेअर्स ताब्यात ठेवण्याविषयीच्या संरचनांचं आणि शेअर हस्तांतरणांचं विश्लेषण केल्यानंतर असं दिसून येतं की, वितरित करण्यात आलेल्या शेअर्सपैकी मोठ्या प्रमाणातील शेअर्स इंडियन हॉटेल्स लिमिटेडच्या विशिष्ट उपकंपन्यांना (टाटा /ताज समूहाच्या भागाला) आणि अजित केरकर (इंडियन हॉटेल्सचे तत्कालीन अध्यक्ष. त्यांना इंडियन हॉटेल्सच्या साम्राज्याचा भारतात विस्तार करण्याचं श्रेय दिलं जातं.) यांच्या काही साहाय्यक कंपन्यांना आणि भारतीय हॉटेल्सच्या इतर अधिकाऱ्यांना वितरित करण्यात आले होते. वृत्तपत्रांमधील माहितीतून असं दिसून येतं की, इंडियन हॉटेल्स हा सी अँड के इंडियाचा एक मोठा ग्राहक असला तरी तत्कालीन कायद्यांमुळे आणि नियमांमुळे (मोनोपोली अँड रिस्ट्रक्टिव्ह ट्रेड प्रॅक्टिसेस ॲक्ट) त्यांना सी अँड के इंडियाचा बहुसंख्य हिस्सा थेट संपादित करता आला नव्हता.[७]

शेअर्स वितरित करण्यात आलेल्या मूळच्या शेअरधारकांनी आपले शेअर्स हस्तांतरित केल्यामुळे आणि राइट्स इश्श्यूजच्या (राइट्स इश्श्यूजअंतर्गत शेअरधारकांना कंपनीचे अतिरिक्त नवीन शेअर्स खरेदी करण्यासाठी आमंत्रित केलं जातं.) अनेकविध फेऱ्यांमुळे अजित केरकर आणि त्यांचे कुटुंबीय यांनी सी अँड के इंडियावरची आपली पकड वाढवत नेली. (सन १९८१ मध्ये शेअर्स वितरित करण्यात अलेल्या काही मूळच्या शेअरधारकांनी आपले शेअर्स हस्तांतरित केल्यामुळे केरकरांचा मुलगा पीटर, मुलगी उर्शिला आणि पत्नी एलिझाबेथ पहिल्यांदा भागधारक झाले होते.) मात्र सन १९९७मध्ये रतन टाटा यांच्या नेतृत्वाखालील टाटा समूहानं असा दावा केला की, केरकर कुटुंबीयांनी शंकास्पद साधनांच्या माध्यमातून सी अँड के इंडियावरचं त्यांचं नियंत्रण वाढवलं होतं. (रतन टाटांनी केरकरांना नंतरच्या काळात इंडियन हॉटेल्समधून बाहेर काढलं.) सी अँड के इंडियाला ताज समूहातील कंपन्यांशी (त्यांच्यामध्ये इंडियन हॉटेल्सचाही समावेश होता.) करण्यात आलेल्या अनेक दीर्घकालीन अनुचित व्यावसायिक व्यवहारांमधून

लाभ मिळाल्याचा आरोपही करण्यात आला होता. या व्यवहारांसाठी अनेक पूर्वग्रहदूषित अटींचा वापर करण्यात आला होता, असंही म्हटलं गेलं होतं.[८]

ट्युलिप स्टार वाद

सन १९९७मध्ये इंडियन हॉटेल्समधून बाहेर पडल्यानंतर अजित केरकर हॉटेलच्या साम्राज्याची उभारणी करण्याकडे वळले. सी अँड के इंडियाचा कारभार मोठ्या प्रमाणात पीटर केरकर आणि उर्शिला केरकर ही त्यांची मुलं चालवत होती. याकरिता पुढे दिलेल्या समूह कंपन्यांचा वापर करण्यात आला होता. यापुढे या कंपन्यांना सामुदायिकपणे ट्युलिप समूह असं म्हटलं जाईल.

- ट्युलिप स्टार हॉटेल्स लिमिटेड (कॉक्स अँड किंग्ज फायनान्स लिमिटेडचं सप्टेंबर २००० मध्ये करण्यात आलेलं नामांतर.) ही सूचीबद्ध कंपनी होती.
- ट्युलिप हॉस्पिटॅलिटी सर्व्हिसेस प्रायव्हेट लिमिटेड (सन २००० मध्ये नव्यानं विधिसंस्थापित करण्यात आलेली कंपनी. सन २००६ च्या नोव्हेंबरमध्ये तिचं नाव 'व्ही हॉटेल्स' असं ठेवण्यात आलं.)
- ट्युलिप हॉटेल्स प्रायव्हेट लिमिटेड, १९९७ मध्ये विधिसंस्थापित झालेली कंपनी.

या तीन कंपन्यांमधील शेअर धारण आणि त्यांच्यातील इंटर-से धारण (होल्डिंग) पुढीलप्रमाणे दाखवता येईल.

तक्ता १८ : ३१ जुलै २००९ रोजीची ट्युलिप समूह धारण (होल्डिग) रचना

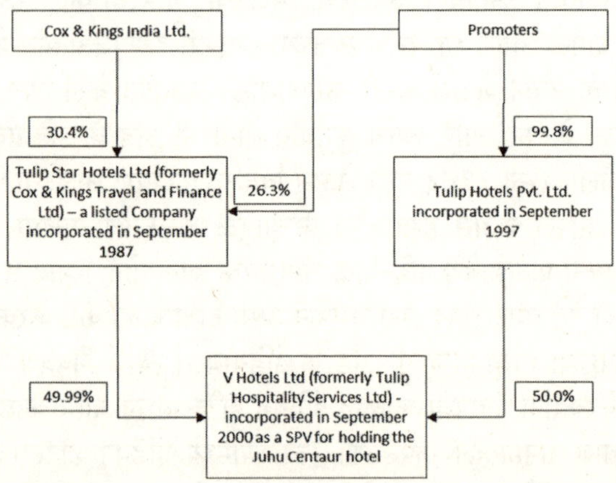

स्रोत : सी अँड के इंडिया आयपीओ माहितीपुस्तिका २००९, मार्सेलस इन्व्हेस्टमेंट मॅनेजर्स

सन २००१मध्ये एका अत्यंत वादग्रस्त व्यवहारात, एनडीए सरकारच्या निर्गुंतवणूक प्रक्रियेअंतर्गत केरकर कुटुंबीयांना ट्युलिप हॉस्पिटॅलिटी सर्व्हिसेसच्या माध्यमातून सुमारे १५३ कोटी रुपयांना मुंबईतील जुहू येथील सेंटॉर हॉटेल मिळालं. समुद्रकिनाऱ्यावरचं ३५० हून अधिक खोल्यांचं आलिशान हॉटेल इतक्या अल्प किमतीला मिळणं ही आश्चर्यकारक गोष्ट होती. (हे हॉटेल एअर इंडियाची उपकंपनी असलेल्या कॉर्पोरेशन ऑफ इंडियाच्या मालकीचं होतं.) सुरुवातीच्या वर्षांमध्ये या व्यवहाराची छाननीतून सुटका झाली होती. परंतु सन २००४मध्ये नवी दिल्लीत नवीन यूपीए सरकार सत्तेत आल्यानंतर नियंत्रक आणि महालेखापरीक्षकांच्या (कॅगच्या) सन २००५च्या मे महिन्यातील अहवालात या व्यवहाराविषयी अनेक प्रश्न विचारण्यात आले. कमी राखीव मूल्य (शंकास्पद मूल्यांकन समजुतींमधून ते तयार झालं होतं.), ट्युलिप समूहाखेरीज आर्थिक बोली लावण्याकरिता इतर सगळ्यांनी अनुपस्थित असणं, (सुरुवातीला एकूण वीस जणांनी बोली सादर केल्या होत्या, परंतु अखेरीस त्यांच्यापैकी फक्त एकानंच बोली लावली होती.), बोली लावणाऱ्याचं पुरेसं आर्थिक मूल्यमापन केलेलं नसणं, (या व्यवहाराला ट्युलिपकडून बँकेच्या कर्जाच्या माध्यमातून अर्थपुरवठा केला जाणार होता. परंतु बोली सादर करण्यात आली होती, त्या वेळी त्याविषयी निश्चितपणे काहीही म्हटलं गेलं नव्हतं.) आणि व्याजही न आकारता पैसे भरण्यासाठी देण्यात आलेल्या अनेक मुदतवाढी या सगळ्या गोष्टींविषयी प्रश्नचिन्हं निर्माण झाली होती. बोलीची रक्कम २२ डिसेंबर २००१ पर्यंत भरावयाची होती, मात्र ११ मार्च २००२ रोजी ती रक्कम दिली जाईपर्यंत त्याकरिता मुदतवाढी देण्यात आल्या होत्या. सन २००५ मध्ये केंद्र सरकारनं या प्रकरणी सीबीआय चौकशीचे आदेश दिले.

सन २००३ मध्ये तोटे समोर येऊ लागल्यानंतर ट्युलिप समूहानं निर्मल लाइफस्टाइल्स लिमिटेडशी अनेक करार केले. करारांच्या मालिकाच पार पडल्या. त्यांनी निर्मलला सेंटॉर मालमत्तेच्या तळघरात, तळमजल्यावर आणि पहिल्या मजल्यावर शॉपिंग मॉल विकसित करण्याचा परवाना देऊन टाकला. परंतु ती मालमत्ता गहाण असलेल्या बँकेकडून मान्यता न मिळाल्यामुळे या करारांतर्गत प्रस्तावित करण्यात आलेल्या गोष्टी पुढे सरकू शकल्या नाहीत. दोन्ही पक्ष प्रदीर्घ कायदेशीर कामकाजात गुंतले आणि अद्यापही ही प्रक्रिया पूर्ण होऊ शकलेली नाही.

सन २००५च्या मार्चमध्ये ट्युलिप समूहानं सेंटॉर मालमत्तेची सुमारे ३४९.०६ कोटी रुपयांना विक्री करण्याकरिता स्वतंत्रपणे सिद्धिविनायक रिॲलिटीज प्रा. लि.शी करार केला. (विकास ओबेरॉय चालवत असलेल्या ओबेरॉय कन्स्ट्रक्शन्स आणि डी बी रिॲलिटी लिमिटेडचे सहप्रवर्तक शहिद बलवा व विनोद गोयंका यांचा हा संयुक्त प्रकल्प होता.) या व्यवहारांतर्गत ट्युलिप समूहाला सुरुवातीच्या

देय रकमेतील सुमारे ७३ कोटी रुपये मिळाले होते. परंतु सन २००५ च्या जुलैमध्ये केंद्र सरकारनं सेंटॉरच्या संपादन प्रकरणाच्या सीबीआय चौकशीचे आदेश दिल्यामुळे पुढील पैसे देण्याआधी सीबीआयकडून ट्युलिपला निर्दोष असल्याचं प्रमाणपत्र मिळालं पाहिजे असा आग्रह प्रस्तावित खरेदीदारांनी धरला. पुन्हा एकदा हे प्रकरण कायदेशीर प्रक्रियेत अडकलं आणि सध्या ते प्रलंबित आहे.

सन २००८मध्ये सीबीआय चौकशीत सेंटॉर निर्गुंतवणूक प्रक्रिया निर्दोष ठरवण्यात आली असली तरी त्या दरम्यानच्या वर्षांमध्ये ही मालमत्ता विकण्याचे अनेक प्रयत्न करण्यात आले होते. मात्र दर वेळी प्रलंबित कायदेशीर कामकाजाचा मालमत्तेच्या विक्रीत अडथळा येत राहिला. त्यामुळे इतक्या वर्षांत ट्युलिप समूह कंपन्यांना प्रचंड तोटा सहन करावा लागला आहे.

तक्ता क्र. १९ : ट्युलिप समूहाला सहन करावा लागलेला प्रचंड तोटा

FY = **आर्थिक वर्ष**

करपश्चात नफा/ तोटा (कोटी रुपयांत) संचयी	**FY०६–१०**	**FY०११–१५**	**FY१६–१९**
ट्युलिप स्टार हॉटेल्स लि.	१५.५	(२२.५)	(२५.७)
ट्युलिप हॉटेल्स प्रा. लि.	(२०.०)	(७.७)	(१.२)
व्ही हॉटेल्स लि.	(१७६.४)	(३८३.७)	(१७०.९)
एकूण	**(१८०.९)**	**(४१४.०)**	**(१९७.८)**

स्रोत : कॉर्पोरेट व्यवहार मंत्रालय, मार्सेलस इन्व्हेस्टमेंट मॅनेजर्स, 'ट्युलिप हॉटेल्स प्रा. लि.विषयीची फक्त २०१७ या आर्थिक वर्षापर्यंतचीच आर्थिक माहिती उपलब्ध आहे. म्हणून २०१६ते २०१९ या आर्थिक वर्षांच्या स्तंभांतर्गत २०१६ आणि २०१७ या आर्थिक वर्षांचीच माहिती देण्यात आली आहे.'

अनेक वाद असले तरी पीटर आणि उर्शिला केरकर यांनी सी अँड के इंडियाला २००९ पर्यंत व्यवस्थितपणे सन्मान्य आकारापर्यंत नेलं.

सन २००७ पर्यंत इंडियन हॉटेल्सनं सी अँड के इंडियामधील त्यांचा हिस्सा पूर्णपणे काढून घेतल्यानंतर सी अँड के इंडियाचा टाटा समूहाशी असलेला वाद कालौघात क्षीण होत गेला. शिवाय, ट्युलिप प्रकरणाच्या संदर्भात अजित केरकरांविषयी

निर्माण झालेल्या वादाचा सी अँड के इंडियाच्या कामगिरीवर परिणाम झाला नव्हता आणि सी अँड के इंडिया प्रामुख्यानं पीटर आणि उर्शिला ही केरकरांची मुलंच चालवत होती. सी अँड के इंडियाचं प्रमुखपद पीटर केरकरकडेच होतं. तो १९८६मध्ये कंपनीच्या लंडनच्या कार्यालयात तरुण अधिकारी म्हणून रुजू झाला आणि हळूहळू प्रगती करत १९९४मध्ये तिथला कार्यकारी संचालक झाला. पीटरला कठोर निर्णय घेऊन व्यवसायाला कलाटणी देण्याचं श्रेय दिलं जातं. माल वाहतूक व्यवसाय बंद करणं, कामकाज आणि धोरण सुटसुटीत आणि सुसंघटित करणं यांसारख्या निर्णयांचा त्यात समावेश होता. दुसरीकडे, उर्शिला ही त्याची बहीण भारतीय व्यवहारांची प्रमुख होती. तिला परदेशी पर्यटनाविषयी (म्हणजे परदेशात प्रवास करणारे भारतीय) करण्यात आलेल्या यशस्वी प्रयत्नाचं श्रेय दिलं जातं. त्याकरिता तिला भारतीय कुटुंबांच्या संपत्तीत होत असलेली वाढ आणि बॉलीवुड चित्रपटांतील नृत्य–गायनाच्या अनेक दृश्यांचं चित्रीकरण झालेल्या युरोपियन किंवा अमेरिकन स्थळांना भेटी देण्याविषयीची त्यांची आवड या गोष्टींचीही मदत झाली.

सन २००७ मध्ये सी अँड के इंडियानं कॉक्स अँड किंग्ज लिमिटेड यूकेचं (सीकेयूकेचं) संपादन केलं. सीकेयूके ही मूलतः सी अँड के इंडियाची पालक कंपनी होती. सन १९८०मध्ये सी अँड के इंडियाच्या स्थापनेच्या वेळी तिच्यात तिचा ४० टक्के हिस्सा होता. कालौघात हा हिस्सा लक्षणीयरीत्या कमी होत गेला. सी अँड के इंडियानं सीकेयूकेच्या पूर्ण मालकीच्या कॉक्स अँड किंग्ज (जपान) लिमिटेड आणि कॉक्स अँड किंग्ज ट्रॅव्हल लि., या कंपन्याही संपादित केल्या. याशिवाय सन २००६ आणि २००९ या कालावधीच्या दरम्यान कंपनीनं लहान ते मध्यम आकाराच्या कंपन्यांचं एकापाठोपाठ संपादन केलं. त्यात यूकेमधील क्लिअरमाईन लिमिटेड, ऑस्ट्रेलियातील टेम्पो हॉलिडेज पीटीवाय (प्रोप्रायटरी) लि., व्हिसा प्रक्रिया कंपनी क्योप्रो ग्लोबल सर्व्हिसेस प्रा. लि. आणि अमेरिकेतील ईस्ट इंडिया ट्रॅव्हल कंपनी इंक यांचा समावेश होता.

सन २००९ या आर्थिक वर्षअखेरीपर्यंत (आयपीओच्या आधी पूर्ण झालेलं अखेरचं आर्थिक वर्ष) कंपनीचा एकत्रित 'निव्वळ' महसूल हा सुमारे २८६.९ कोटी रुपये होता आणि त्यांचा समायोजित ('ॲडजस्टेड') निव्वळ नफा सुमारे ६२.८ कोटी रुपयांचा होता. आयपीओच्या थोडंसंच आधी केरकर कुटुंबीयांकडे प्रत्यक्ष किंवा अप्रत्यक्ष स्वरूपात कंपनीचं सुमारे ७८ टक्के आउटस्टँडिंग भांडवल होतं. (अतिरिक्त ६.४ टक्के हिस्सा एबीएम गुडच्या मालकीचा होता.)

तक्ता क्र. २० : २००९ या आर्थिक वर्षापर्यंत सी अँड के इंडिया ही सर्वांत मोठी आणि सर्वाधिक नफा कमावणारी भारतीय पर्यटन कंपनी होती.

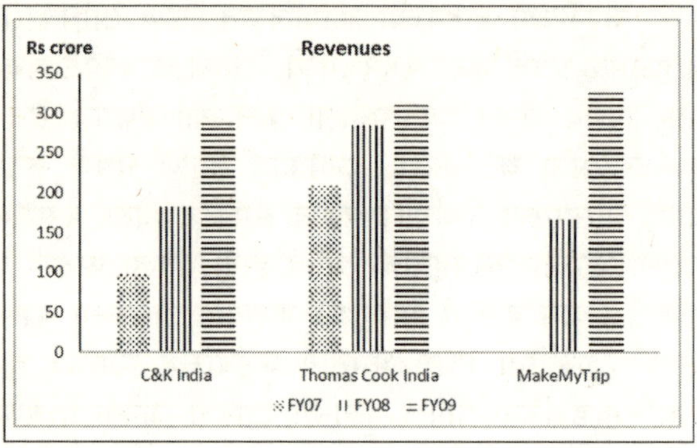

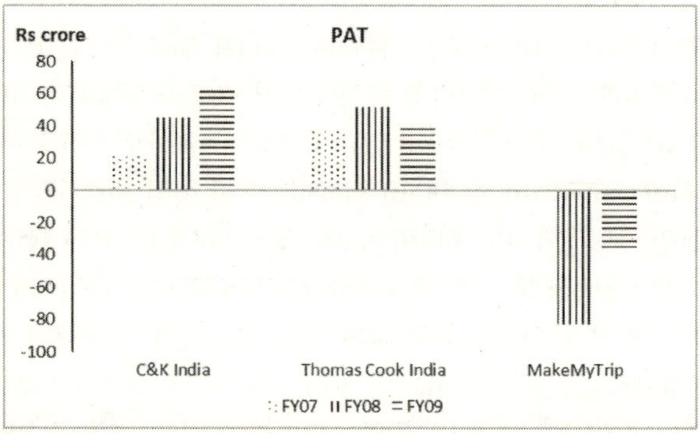

स्रोत : एस इक्विटी, कंपनीज, मार्सेलस इन्व्हेस्टमेंट मॅनेजर्स

(टीप : थॉमस कूकमध्ये डिसेंबरमध्ये आर्थिक वर्षाची अख़ेर होते आणि म्हणून २००६ हे कॅलेंडर वर्ष हेच थॉमस कूकसाठीचं २००७चं आर्थिक वर्ष होतं. या कंपनीत अशा प्रकारेच त्यांची आर्थिक वर्षं मोजली जातात. त्यामुळे थॉमस कूकमध्ये २००६च्या डिसेंबरमध्ये संपणाऱ्या वर्षासाठी चौदा महिन्यांचा कालावधी होता. वर दिलेल्या आलेखात त्याचं वार्षिकीकरण करण्यात आलं आहे.

मोठी झेप...

त्यानंतरच्या तीन वर्षांत (२०१० ते २०१२ या तीन आर्थिक वर्षांत) सी अँड के इंडियानं केरकरांच्या नेतृत्वाखालील आधीच्या तीन दशकांमधील वाढीच्या

तुलनेत घातांकीय पद्धतीची वाढ दर्शवली. सन २००९च्या नोव्हेंबरमध्ये कंपनीनं यशस्वीरीत्या तिची इनिशियल पब्लिक ऑफर (आयपीओ) बंद केली. त्यांनी ~२९ टक्के स्टेकचं डायल्युशन करून (इश्श्यू खर्चपूर्व) ५०९.८५ कोटी रुपये उभे केले. २००९ चा आयपीओ सहाहून अधिक वेळा ओव्हरसबस्क्राइब झाला. (उपलब्ध शेअर्सच्या संख्येच्या तुलनेत स्टॉकच्या नवीन इश्श्यूला असलेली मागणी जास्त असते त्या वेळी त्याला आयपीओ ओव्हरसबस्क्राइब झाला असं म्हटलं जातं.) त्यापाठोपाठ सन २०१०च्या ऑगस्टमध्ये ६५ दशलक्ष अमेरिकन डॉलर किमतीचा (३०४ कोटी रुपये खर्चपूर्व किमतीचा) जीडीआर इश्श्यू बाजारात आला. २०११ या आर्थिक वर्षाच्या अखेरीपर्यंत कंपनीकडे या दोन इक्विटी इश्श्यूपोटी एकूण ३०४.४ कोटी रुपयांची निव्वळ अतिरिक्त रोख रक्कम जमा झाली होती. (न वापरलेली रोख रक्कम १,१५७ कोटी रुपये होती आणि एकूण कर्ज ८५२.४ कोटी रुपये होतं.)

त्यानंतर २७ जुलै २०११ रोजी सी अँड के इंडियानं हॉलिडे ब्रेक पीएलसी या युरोपियन देशांमधील सुट्ट्यांमधील पर्यटनाच्या बाबतीतील तज्ज्ञ कंपनीचं संपादन करत असल्याची जबरदस्त घोषणा केली. ३२३ दशलक्ष ब्रिटिश पाउंड स्टर्लिंगच्या (~२,७७०.७ कोटी रुपयांच्या) सर्व इक्विटींचे रोख पैसे देऊन हे संपादन होणार होतं. ही किंमत हॉलिडे ब्रेकच्या तत्कालीन बाजारभावाच्या ३६ टक्के प्रीमियमइतकी होती. (ही कंपनी लंडन स्टॉक एक्स्चेंजमधील सूचीबद्ध कंपनी होती.) इक्विटी कॅशचा विचार करण्याखेरीज सी अँड के इंडियानं हॉलिडे ब्रेकचं आउटस्टँडिंग कर्जही स्वतःकडे घेतलं होतं. ते एकूण सुमारे १३२ दशलक्ष ब्रिटिश पाउंड स्टर्लिंग (म्हणजे १,१३२.३ कोटी रुपये) किमतीचं होतं. त्यामुळे संपादनाचं एकूण उद्योजकीय मूल्य हे ४५५ दशलक्ष ब्रिटिश पाउंड स्टर्लिंग किंवा ३,९०६.७ कोटी रुपये इतकं झालं होतं.

सी अँड के इंडिया ही इनऑरगॅनिक धोरणाचा पाठपुरावा करत असल्याचं (इनऑरगॅनिक वाढीच्या धोरणात फर्म स्वतःच्या व्यावसायिक कामकाजापेक्षाही संपादनं आणि विलीनीकरणं यांच्या साहाय्यानंच वाढ करून घेते.) सर्वज्ञात असलं (आयपीओचं आणि त्यापाठोपाठच्या जीडीआर इश्श्यूचं तेच उद्दिष्ट असल्याचं सांगण्यात आलं होतं.) तरी हॉलिडे ब्रेकचं संपादन हे तुलनेत खूपच मोठ्या आकाराचं होतं आणि त्यापेक्षाही तो गतिमान लाभ देणारा व्यवहार होता. हॉलिडे ब्रेकनं २०१० च्या सप्टेंबरअखेरीपर्यंत ४१ दशलक्ष ब्रिटिश पाउंड स्टर्लिंगच्या (ब्रिटिश पाउंड स्टर्लिंग – भारतीय रुपयाच्या सरासरी दरानुसार, २८९.६ कोटी रुपयांच्या) ईबीआयटीडीएची निर्मिती केली होती. या आकडेवारीशी तुलना करता सी अँड के ही तुलनेत लहान कंपनी होती. २०११च्या आर्थिक वर्षात तिचा एकत्रित ईबीआयटीडीए २२२.७ कोटी रुपयांचा होता. त्याप्रमाणेच हॉलिडे ब्रेकचं संपादन ३,९०६.७ कोटी रुपयांच्या उद्योजकीय मूल्यावर करण्यात आलं होतं. ज्या वेळी या संपादनाची घोषणा करण्यात आली होती, त्या वेळी हे मूल्य सी अँड के इंडियाच्या

उद्योजकीय मूल्याच्या सुमारे ९ पट जास्त होतं. इक्विटी कॅशपैकी बहुतांश भाग हा कर्ज घेऊन फेडण्यात आला असला तरी हॉलिडे ब्रेकच्या त्यावेळच्या कर्जाची त्यात भर घातल्यानंतर एकूण कर्जाचा बोजा भलताच वाढला होता. याचा परिणाम असा झाला की, २०११ या आर्थिक वर्षाच्या अखेरीस सी अँड के इंडिया ही अतिरिक्त रोख रक्कम असलेली कंपनी होती. परंतु २०१२च्या आर्थिक वर्षअख़ेरीपर्यंत या कंपनीचं निव्वळ डेट इक्विटी गुणोत्तर (मालमत्तेच्या तुलनेत कंपनीवर असलेल्या कर्जाचं प्रमाण. कंपनीच्या एकूण कर्जाला एकूण भागधारकांकडे असलेल्या इक्विटींनी भागून हे गुणोत्तर काढलं जातं.) ३.१ पटींनी वाढलं होतं.

तक्ता क्र. २१ : सी अँड के इंडियानं २०१२ या आर्थिक वर्षात हॉलिडेब्रेकचं संपादन केल्यापासून त्यांचं कर्ज लक्षणीयरित्या वाढलं.

सी अँड के इंडिया (एकत्रित कोटी रुपयांतील आकडे)	**FY१०**	**FY११**	**FY१२**	**FY१३**	**FY१४**
एकूण कर्ज	५०७	८५३	४,६९९	४,६९२	५,५८६
रोख	६१६	१,१५७	१,०४२	१,२९३	१,४०३
निव्वळ कर्ज (रोख)	(१०९)	(३०४)	३,६५६	३,३९९	४,१८४
इक्विटी (यात अल्प व्याजाचाही समावेश आहे.)	८१०	१,२०८	१,१९२	१,८६८	२,५७५
ग्रोस डेट इक्विटी (x)	०.६	०.७	३.९	२.५	२.२
नेट डेट इक्विटी (x)	(०.१)	(०.३)	३.१	१.८	१.६

स्रोत : एस इक्विटी, कंपनीज, मार्सेलस इन्व्हेस्टमेंट मॅनेजर्स

....आणि नंतर कर्जबाजारीपणाचा उद्रेक

त्यानंतरच्या वर्षांमध्ये ली अँड के इंडिया आणि तिच्या उपकंपन्या यांच्यामध्ये इक्विटी वाढीच्या अनेक फेऱ्या पार पाडल्यानंतर आणि हॉलिडे ब्रेकच्या संपादित व्यवसायांपैकी अनेक व्यवसायांची विक्री केल्यानंतरही कंपनी कर्जाच्या सापळ्यातून बिलकूल बाहेर पडू शकली नाही. दीर्घकालीन दुर्बल कमाईच्या कामगिरीनं यात आणखी भर घातली. २०१८ या आर्थिक वर्षअखेरीला ग्रोस डेट इक्विटी 0.9x वर पोहोचली आणि नेट डेट इक्विटी 0.5x वर पोहोचली.

ताळेबंदात आणि हिशेबपत्रांमध्ये पुरेशी रोख शिल्लक दिसत असली तरी २७ जून २०१९ रोजी कंपनीला १५० कोटी रुपयांची ठरलेली परतफेड करता न आल्यामुळे ती थकबाकीदार झाली. (२०१८च्या आर्थिक वर्षअखेरीला रोख आणि तरल मालमत्तांची किंमत १,६६७.६ कोटी रुपये दाखवण्यात आली होती.) त्यापाठोपाठ त्यानंतरच्या महिन्यांमध्ये थकबाकी ठेवण्याची मालिकाच सुरू झाली. सन २०१९ च्या ऑक्टोबरमध्ये कंपनीचा सीईओ अनिल खंडेलवालनं राजीनामा दिला. त्याच महिन्यात नॅशनल कंपनी लॉ ट्रिब्युनलनं (एनसीएलटीनं) सी अँड केच्या विरोधात दिवाळखोरीची प्रक्रिया सुरू करण्याविषयीची याचिका दाखल करून घेतली. त्यामुळे कॉक्स अँड किंग्जचा काही शतकांपासूनचा प्रवास संपुष्टात आला. त्यात केरकर कुटुंबीयांच्या अखत्यारीतील चाळीस वर्षांच्या कालावधीचा समावेश होता. त्यापाठोपाठ सन २०२०च्या नोव्हेंबरमध्ये अंमलबजावणी संचालनालयाकडून पीटर केरकरला अटक करण्यात आली.

कंपनीनं २००९ या आर्थिक वर्षापासून ते २०१८ या आर्थिक वर्षापर्यंत २,४९३.८ कोटी रुपयांचं एकूण कर्ज उभारलं होतं आणि इक्विटीतून ३,४३२ कोटी रुपये (इश्श्यू खर्चांच्या आधी) उभारले होते. (सी अँड केचा आयपीओ, जीडीआर आणि क्यूआयपी यांमधून आणि उपकंपन्यांतील अल्प हिश्शांच्या विक्रीतून) कंपनीला दिवाळखोरीत ठेवल्यानंतर या कर्जदात्यांच्या कर्जांची परतफेड होऊ शकली नाही. शिवाय जर सगळ्या कर्जदात्यांच्या आणि पतपुरवठादारांच्या गुंतवणुकीची परतफेड झाली तरच इक्विटी भागधारकांना त्यांचे पैसे परत मिळतील.

तक्ता क्र. २२ : सी अँड केमध्ये जमा झालेल्या अंतर्गत पैशांतून त्यांच्या एकूण रोख पैशांच्या गरजेच्या केवळ काही अंश पैसेच उभे राहिले होते. परिणामी, कंपनी कर्जांवर आणि इक्विटींवर अतिरेकी प्रमाणात विसंबून राहिली होती.

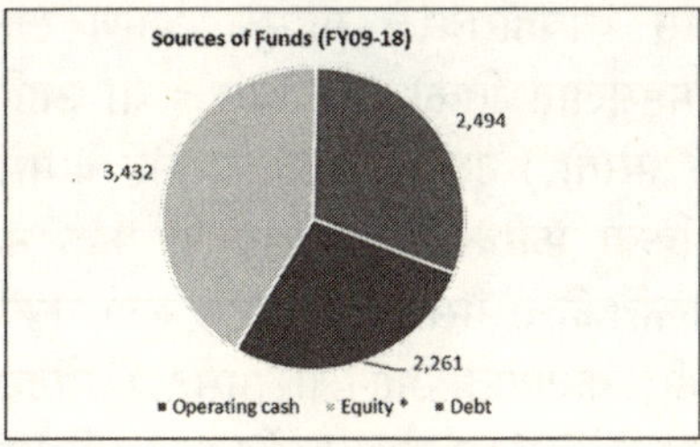

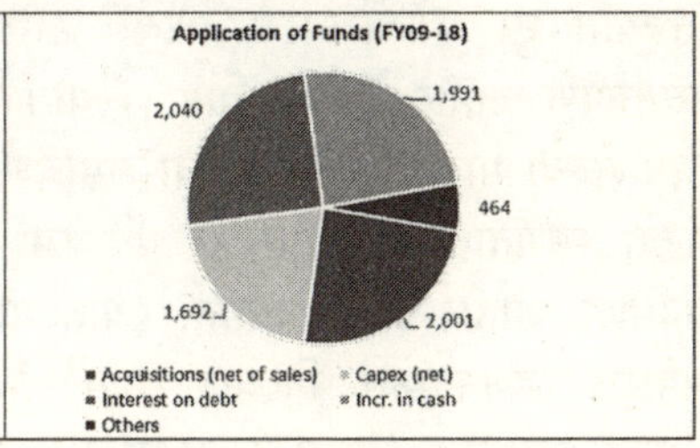

स्रोत : कंपनी, मार्सेलस इन्व्हेस्टमेंट मॅनेजर्स, *इक्विटींमध्ये उपकंपन्यांच्या अल्प हिश्श्यांच्या विक्रीचा समावेश आहे.

कार्यपद्धती

कंपनीची अधोगती हा भांडवलाच्या चुकीच्या पद्धतीच्या वाटपाचा परिणाम होता, असं म्हणता येऊ शकेल, कारण हॉलिडे ब्रेकच्या संपादनातून निर्माण झालेल्या वाढत्या कर्जाच्या विळख्यातून ती कधीही बाहेर पडूच शकली नव्हती. मात्र कंपनीच्या अर्थकारणाच्या विश्लेषणातून असं सूचित होतं की, कंपनीनं लेखांकनाच्या सर्जनशील क्लृप्त्यांचा वापर केला होता. तसंच तिथे शंकास्पद उद्योजकीय प्रशासनविषयक व्यवहारही सुरू होते. परंतु कंपनीच्या नेत्यांनी आणि इक्विटी गुंतवणूकदारांनी अशा दोघांनीही त्याकडे दुर्लक्ष केलं होतं ही आश्चर्यकारक गोष्ट आहे. विशेषतः कंपनीनं त्यांचे महसूल, नफा आणि मालमत्ता यांचे आकडे फुगवून मांडले होते. (त्याकरिता संबंधित पक्षांशी झालेल्या आर्थिक व्यवहारांचा साधन म्हणून वापर करण्यात आला होता.) कर्जदात्यांकडून किंवा गुंतवणूकदारांकडून पैसे उभारण्यासाठी त्यांनी सादर केलेल्या या चुकीच्या आर्थिक चित्राचा वापर करून घेतला. शिवाय पैसे कंपनीच्या बाहेर नेण्याकरिता त्यांनी गुंतागुंतीच्या समूह रचनेचा वापरही करून घेतला होता.

आता आमच्या विश्लेषणातून काही धोक्याचे इशारे सापडतात का, ते पाहण्याचा प्रयत्न करू या.

महसूल आणि खर्च यांची आदर्श प्रमाणाहून कमी प्रमाणातील माहिती उघड करण्यात आली होती.

महसूल आणि खर्च यांच्या नोंदी करण्यासाठी किंवा त्या जाहीर करण्यासाठी सहली आणि पर्यटन, फॉरेक्स आणि व्हिसा प्रक्रिया या व्यवसायांतील कंपन्या सहसा दोन पद्धतींचा वापर करतात. 'ग्रोस बेसिस' पद्धत ही एक पद्धत आहे. तिच्यात टुर पॅकेजेसवरचे किंवा फॉरेक्स व्यवहारांवरचे महसूल आणि खर्च स्वतंत्रपणे जाहीर केले जातात. (त्यात महसुलात तिकीटं, फॉरेक्स इ.चा आणि विकलेल्या मालाच्या किमतीचा समावेश असतो.) दुसऱ्या पद्धतीला 'नेट बेसिस' पद्धत म्हणतात. तिच्यात टुर पॅकेजेस किंवा फॉरेक्स व्यवहारांवरची फक्त नेट कमिशन जाहीर केली जातात. (यात मालविक्रीचा पैसा महसुलातून वजा करून महसूल म्हणून फक्त निव्वळ रक्कम जाहीर करण्यात आलेली असते.) मोठ्या पर्यटन कंपन्यांचा विचार केला तर सी अँड के, थॉमस कूक आणि हॉग रॉबिन्सन यांनी 'नेट बेसिस' पद्धतीचा वापर केला होता, तर कुवोनी आणि मेक माय ट्रिपनं 'ग्रोस बेसिस' पद्धतीचा वापर केला होता. लेखांकनाच्या दृष्टिकोनातून विचार करता नेट बेसिसवर महसुलाची नोंद केल्यामुळे कंपनीचा लाभदायकपणा, खेळते

भांडवल दिवस आणि स्थायी मालमत्ता उलाढाल गुणोत्तरं स्पष्टपणे ओळखता येणं अवघड होतं. सी अँड के इंडियाच्या बाबतीत ही गोष्ट अगदी नेमकेपणानं आव्हानात्मक बनली, कारण १) नफा आणि तोटा नेट बेसिसवर दाखवण्यात आला असला तरी ताळेबंदातील गोष्टी ग्रोस बेसिसवर दाखवण्यात आल्या होत्या. २) आर्थिक विवरणपत्रांमध्ये कुठेही ग्रोस महसुलासंदर्भात 'प्रोफार्मा प्रकटीकरण' करण्यात आलं नव्हतं. मात्र महसूल जाहीर करण्याची ही नेट पद्धती आयएनडी-एएस आल्यानंतर बदलली. आता ग्रोस महसूल आणि खर्च जाहीर करण्याची गरज निर्माण झाली होती. नफ्याचं रोख रकमेत रूपांतर करण्याची कंपनीची क्षमता अत्यंत दुर्बल होती. त्यामुळे व्यवसायाच्या कामकाजातून मिळणाऱ्या नफ्याच्या सत्यतेविषयी शंका निर्माण होत होती.

महसूल जाहीर करण्याच्या पद्धती (आयएनडी-एएसच्या आधीच्या आणि नंतरच्या) काहीही असल्या तरी कामकाजातून मिळणाऱ्या नफ्याचं कामकाजातील कॅशफ्लोमध्ये रूपांतर करण्यात सी अँड के तिच्या अखेरच्या दहा वर्षांच्या कालखंडात अत्यंत दुर्बल ठरली होती. २०११ या आर्थिक वर्षापासून २०१८ या आर्थिक वर्षापर्यंतचं, एकत्रित एबिटाचं कामकाजातील रोख पैशाच्या (करपूर्व) रूपांतराशी असलेलं प्रमाण हे फक्त सुमारे ६० टक्के इतकंच होतं.

चौकट क्र. २३ : सी अँड केचा ऑपरेटिंग नफा आणि ऑपरेटिंग रोख यांच्यात स्पष्टपणे विसंगती दिसून येत होती.

एकत्रित कॅशफ्लो (कोटी रुपयांत)	FY११	FY१२	FY१३	FY१४	FY१५	FY१६	FY१७	FY१८	FY११–१८
ईबीआयटीडीए	२२३	१६७	७१८	८९०	१,०११	८२२	६८८	९०१	५,४२०
खेळत्या भांडवलातील वाढ /घट	(८१)	(३५३)	(३७३)	(१८)	(३८७)	५९	(४४१)	(६६३)	(२,२५६)
व्यापार आणि इतर कर्जं	(११३)	(६०)	(१९१)	(२०३)	(७७)	(३०८)	(४२६)	(४२३)	(१,८०२)
इन्व्हेंटरीज	(०)	४	(१)	०	(४)	(७)	९	४	६
कर्जं आणि आगाऊ रकमा	(५१)	(४९९)	(१७८)	(१६६)	(६९)	(१४३)	२६	(५५२)	(१,६३२)
व्यापार आणि इतर प्रदेय (पेएबल्स)	८२	२०२	(३)	३५१	(२३८)	५१७	(४९)	३०९	१,१७१
इतर समायोजन (अॅडजस्टमेंट्स)	८	७५	(९२)	६६	३६	९	१४७	(२१८)	३२
सीएफओ (करपूर्व)	१४९	(१११)	२५५	९३९	६६०	८९०	३९५	२०	३१९७
सीएफओ (करपूर्व) एबिटाची टक्केवारी म्हणून	**६७%**	**–६६%**	**३६%**	**१०५%**	**६५%**	**१०८%**	**५७%**	**२%**	**५९%**
कॅश टॅक्स आऊटगो (रोख कर व्यय)	(५४)	(२६)	(८१)	(१२९)	(१६२)	(१४२)	(१३२)	(१८२)	(९०८)
सीएफओ (करपश्चात)	९५	(१३७)	१७४	८०९	४९८	७४८	२६३	(१६१)	२२८९

स्रोत : एस इक्विटी, मार्सेलस इन्व्हेस्टमेंट मॅनेजर्स

नेमकेपणानं सांगायचं झालं तर सी अँड के इंडियाची व्यापारी कर्जं उच्च राहिली आणि नंतरच्या काळात नाट्यमयरीत्या वाढत गेली. २००९ ते २०१८ या आर्थिक वर्षांमध्ये ऋणको दिवस (डेटर डेज) सरासरी तब्बल १७६ होते. याचा अर्थ कंपनीला तिच्या ग्राहकांकडून पेमेंट गोळा करण्यासाठी सुमारे सहा महिने लागत होते. वर स्पष्ट करण्यात आलं आहे त्याप्रमाणे निव्वळ महसूल लेखांकनात (नेट रेव्हेन्यू अकाउंटिंगमध्ये) आयएनडी-एएस पूर्वकाळात ऋणको दिवस उच्च दिसू शकत होते, अगदी २०१७पासून आयएनडी-एएस हिशेबाकडे वळल्यानंतरसुद्धा २०१६ ते २०१८ या आर्थिक वर्षांत सरासरी ८६ असे ऋणको दिवस होते. (मुख्य किंवा सूत्रधार कंपनीसाठी तर ऋणको दिवस आणखी जास्त म्हणजे १४८ होते.) – ज्या उद्योगात सहलींसाठी सर्वसामान्यपणे आगाऊ पैसे दिले जातात, त्या उद्योगांसाठी हे दिवस तुलनेत जास्त होते. याशिवाय, याच कालावधीत थॉमस कूक इंडिया आणि मेक माय ट्रिप या कंपन्यांसाठी ऋणको दिवस तुलनेत कमी म्हणजे अनुक्रमे ३७ आणि २५ होते. सी अँड केचं महसूल ओळख (रेव्हेन्यू रेक्ग्निशन) तुलनेत आक्रमक स्वरूपाची होती असं यातून सूचित होतं.

संबंधांतील पक्षांशी व्यवहारांचं निखालस प्रमाण

संबंधांतील पक्षांशी (रिलेटेड पार्ट्यांमधील) व्यवहारांचं प्रमाण हा सी अँड केच्या प्रशासनातील त्रस्त करणारा पैलू होता. आधीच्या वर्षांमधील संबंधांतील पक्ष-व्यवहारांच्या (विशेषतः कोणाला विक्री केली आणि कोणाकडून खरेदी केली या व्यवहारांच्या) प्रमाणाचं आणि तीव्रतेचं विश्लेषण करणं अवघड होतं, कारण आधी चर्चा केल्याप्रमाणे हे व्यवहार 'ग्रोस बेसिस'वर नोंदवले जात होते आणि सी अँड के चा सर्वांगीण महसूल व खरेदी यांची नोंद 'नेट बेसिस'वर केली जात होती. २०१७ या आर्थिक वर्षापासूनची ग्रोस विक्री/ खरेदी उपलब्ध असल्यामुळे (याचं श्रेय आयएनडी-एसच्या गरजांना दिलं पाहिजे.) संबंधित पक्ष-व्यवहारांच्या (पार्टी ट्रान्झॅक्शनच्या) प्रमाणांचं अधिक चांगल्या प्रकारे विश्लेषण करणं शक्य आहे.

संबंधित पक्षांशी विक्री आणि खरेदी या गोष्टी २०१६ आणि २०१७ या आर्थिक वर्षांसाठी महत्त्वाच्या असल्या तरी २०१८ या आर्थिक वर्षात त्या अतिशय वेगळ्या पातळीवर गेल्या होत्या. त्या वर्षी मुख्य किंवा सूत्रधार कंपनीचा ९२ टक्के महसूल संबंधित पक्षांकडून आला होता. त्याचप्रमाणे २०१८ या आर्थिक वर्षात एकूण टुर खर्चाच्या ८१ टक्के खर्चाइतकी खरेदी संबंधित पक्षांकडून करण्यात आली होती. (एकत्रित पातळीवरसुद्धा महसूल आणि खरेदी यांचं योगदान उच्च होतं आणि ते अनुक्रमे ३६ आणि २६ टक्के होतं.) फक्त त्यांचं प्रमाणच नव्हे तर या व्यवहारांच्या अटीही सी अँड के इंडियासाठी घातक होत्या. उदाहरणार्थ, संबंधित पक्षांकडे

असलेल्या देय रकमा, त्या व्यापाराच्या अटींनुसार कंपनी देणं लागत असलेल्या रकमांच्या तुलनेत लक्षणीयरित्या कमी होत्या. याशिवाय प्रवर्तकाच्या मालकीच्या कंपन्यांना विक्री आणि खरेदी यांचे व्यवहार आणि थकबाकी या व्यतिरिक्त कर्जं आणि आगाऊ रकमाही देण्यात आल्या होत्या.

प्रवर्तकाच्या मालकीच्या ईझी गो वन ट्रॅव्हल अँड टुर्स लिमिटेड नावाच्या कंपनीशी सर्वात मोठे संबंधित पक्ष व्यवहार करण्यात आले होते. (या कंपनीविषयीची आणखी माहिती या प्रकरणात पुढे देण्यात येणार आहे.) २०१७ या आर्थिक वर्षापासून पुढे संबंधित पक्ष व्यवहारांमध्ये घातांकीय पद्धतीनं म्हणजे भरमसाट वाढ झाली आणि त्याबरोबरच कंपनीनं संबंधित पक्ष व्यवहारांना विशिष्ट नोंदपद्धतीनुसार जाहीर करणंही थांबवलं. हा उद्योजकीय प्रशासन किंवा नियंत्रण आघाडीवरचा धोक्याचा स्पष्ट इशारा होता.

तक्ता क्र. २४ : सन २०१८ पर्यंत मुख्य कंपनीचे जवळजवळ सगळेच खरेदी–विक्रीचे व्यवहार हे सी अँड के इंडियाशी संबंध असलेल्या पक्षांशी झाले होते.

सी अँड के इंडिया एकत्रित (कोटी रुपयांत)	मुख्य कंपनी			एकत्रित		
	FY१६	FY१७	FY१८	FY१६	FY१७	FY१८
एकूण महसूल	२,८४८	३,११७	२,६२३	७,५०५	७,१७६	६,४५१
संबंधांतील कंपन्यांकडून मिळालेला एकूण महसूल	८८६	८८५	२,४१६	८४०	८५१	२,३३३
संबंधांतील कंपन्यांकडून मिळालेल्या महसुलाची टक्केवारी	**३१%**	**२८%**	**९२%**	**११%**	**१२%**	**३६%**
एकूण ऋणको	९५३	१,२२६	१,७८९	१,३९८	१,८२०	२,२४२
संबंधांतील कंपन्यांकडे असलेली थकबाकी	२४२	३०५	४६८	२१७	२९३	४६०
संबंधांतील कंपन्यांकडे असलेल्या थकबाकीची टक्केवारी	**२५%**	**२५%**	**२६%**	**१६%**	**१६%**	**२१%**
सहलीचा एकूण खर्च	२,२५०	२,४६५	१,८८९	५,०९८	४,९९७	४,०५१
संबंधांतील कंपन्यांना दिलेला सहलीचा खर्च	१,०७९	१,२१०	१,५२४	७४३	७३८	१,०३७
सहलीच्या एकूण खर्चाची टक्केवारी	४८%	४९%	८१%	१५%	१५%	२६%
एकूण प्रदेय	२५४	१४०	१६२	४६०	३११	४२०
संबंधांतील पक्षांना देयके	१४८	१३	२८	२८	३०	३१
एकूण प्रदेयकांची टक्केवारी	**५८%**	**९%**	**१८%**	**६%**	**१०%**	**७%**
देण्यात आलेली एकूण कर्जं आणि आगाऊ रकमा	२,१६८	२,१८२	२,४३३	५९२	६६५	९९०
संबंधांतील कंपन्यांना देण्यात आलेली कर्जं आणि आगाऊ रकमा	१,७४४	१,७८१	१,५९३	१५४	१६७	१६७
एकूण कर्जं आणि आगाऊ रकमांची टक्केवारी	**८०%**	**८२%**	**६५%**	**२६%**	**२५%**	**१७%**

स्रोत : एस इक्विटी, मार्सेलस इन्व्हेस्टमेंट मॅनेजर्स

आधीच दुर्बल असलेल्या ऑपरेटिंग कॅशफ्लोमध्ये फुगवलेल्या भांडवली खर्चामुळे आणखी घट झाली.

सी अँड केच्या क्षेत्रातील इतर कंपन्यांशी तुलना करता, सी अँड केची ग्रोस ब्लॉक उलाढाल[१] ही अत्यंत कमी होती. (फक्त २०१७-१८ या आर्थिक वर्षांकरिताच आपण विश्वासार्हपणे तिची मोजदाद करू शकतो, कारण फक्त याच कालावधीच्या दरम्यान सर्व पर्यटन कंपन्यांमध्ये एकसमान ग्रोस महसुलाचे आकडे देण्यात आले आहेत.) कमी ग्रोस ब्लॉक उलाढालीमुळे हिशेबवह्यांमध्ये दाखवण्यात आलेल्या भांडवली खर्चाविषयी प्रश्न निर्माण होतात. २०१६ ते २०१८ या आर्थिक वर्षांदरम्यान सी अँड के इंडियाच्या ग्रोस ब्लॉक उलाढालीची सरासरी १.७x होती. ब्रँडची प्रतिष्ठा, बौद्धिक संपदा आणि ग्राहकांची निष्ठा यांसारख्या गोष्टींचा समावेश असलेली कंपनीची अमूर्त मालमत्ता म्हणजेच तिची उच्च पत वगळली तरीही वर उल्लेख करण्यात आलेल्या कालावधीकरिता सरासरी ग्रोस ब्लॉक उलाढाल ३.१x होती. सेवा व्यवसायांच्या दृष्टीनं ही उलाढाल अतिशय कमी होती. त्याउलट मेक माय ट्रिपची ग्रोस ब्लॉक सरासरी उलाढाल लक्षणीयरित्या उच्च होती. २०१६-२०१८ या आर्थिक वर्षांकरिता ती ९.७x होती.

वर चर्चा केल्याप्रमाणे सी अँड केच्या कामकाजाचा (ऑपरेटिंग) कॅशफ्लो नोंदवण्यात आलेल्या नफ्यांच्या तुलनेत आधीच दुर्बल होता. जी काय थोडीफार सकारात्मक ऑपरेटिंग कॅश निर्माण झाली होती ती भांडवली खर्चाच्या उच्च पातळीमुळे नष्ट झाली. २०११ आणि २०१८ या आर्थिक वर्षांच्या दरम्यान सी अँड केनं २,२८९ कोटी रुपयांचा करपश्चात ऑपरेटिंग कॅशफ्लो तयार केला. मात्र या कालावधीतील भांडवली खर्च १,६४० कोटींवर गेला होता. त्यामुळे संपादन खर्च देण्याच्या आधी या काळासाठीची एकत्रित मुक्त रोख रक्कम ही फक्त ६५० कोटी रुपये इतकीच होती. या भांडवली खर्चातून इनऑरगॅनिक संपादनांसाठी कंपनीकडून देण्यात आलेल्या रोख रकमेला वगळण्यात आलं आहे. ऑपरेटिंग कॅशच्या दुर्बल निर्मितीचा आणि त्याबरोबरच बारमाही उच्च भांडवली खर्चाचा परिणाम म्हणून हॉलिडे ब्रेकच्या संपादनाबरोबर कंपनीनं घेतलेल्या प्रचंड कर्जाची परतफेड करण्यासाठी कंपनी सातत्यानं मालमत्तांची किंवा व्यवसायांची विक्री, इक्विटी डायल्युशन आणि कर्जफेडीसाठी वारंवार घ्यावी लागणारी मुदतवाढ या चक्रातून जात राहिली.

तक्ता क्र. २५ सी अँड के इंडियाची दुर्बल कॅशफ्लोची निर्मिती

एकत्रित कॅशफ्लो (कोटी रुपयांत)	FY११	FY१२	FY१३	FY१४	FY१५	FY१६	FY १७	FY १८	FY ११–१८
ईबीआयटीडीए	२२३	१६७	७१८	८९०	१,०११	८२२	६८८	९०१	५,४२०
खेळत्या भांडवलातील वाढ /घट	(८१)	(३५३)	(३७३)	(१८)	(३८७)	(५९)	(४४१)	(६६३)	(२,२५६)
व्यापार आणि इतर कर्ज	(११३)	(६०)	(१९१)	(२०३)	(७७)	(३०८)	(४२६)	(४२३)	(१,८०२)
इन्व्हेन्टरीज	(०)	४	(१)	०	(४)	(७)	९	४	६
कर्ज आणि आगाऊ रकमा	(५१)	(४९९)	(१७८)	(१६६)	(६९)	(१४३)	२६	(५५२)	(१.६३२)
व्यापार आणि इतर प्रदेय (पेएबल्स)	८२	२०२	(३)	३५१	(२३८)	५१७	(४९)	३०९	१,१७१
इतर समायोजनं (ॲडजस्टमेंट्स)	८	७५	(९२)	६६	३६	९	१४७	(२१८)	३२
सीएफओ (करपूर्व)	१४९	(१११)	२५५	९३९	६६०	८९०	३९५	२०	३,१९७
सीएफओ एबिटाची टक्केवारी म्हणून	६७%	–६६%	३६%	१०५%	६५%	१०८%	५७%	२%	५९%
रोख कर व्यय	(५४)	(२६)	(८१)	(१२९)	(१६२)	(१४२)	(१३२)	(१८२)	(९०८)
सीएफओ (करपश्चात)	९५	(१३७)	१७४	८०९	४९८	७४८	२६३	(१६१)	२,२८९
भांडवली खर्च	(८८)	(१३१)	(१६९)	(२६६)	(१८१)	(३२०)	(२०७)	(२७६)	(१,६४०)
मुक्त कॅशफ्लो	७	(२६७)	५	५४३	३१७	४२८	५५	(४३७)	६५०

स्रोत : एस इक्विटी, मार्सेलस इन्व्हेस्टमेंट मॅनेजर्स

आक्रमक पत लेखांकन (ॲग्रेसिव्ह गुडविल अकाउंटिंग)

हॉलिडे ब्रेकचं संपादन हा धिटाईचा व्यावसायिक प्रयत्न होता. मात्र त्याचा हिशेबही तितकाच आक्रमक असल्याचं दिसतं. हॉलिडे ब्रेकला इक्विटी कन्सिडरेशनपोटी (याचा अर्थ विक्रेत्यांना ट्रान्झॅक्शन कन्सिडरेशनमधून कॅश कन्सिडरेशन वजा करून राहिलेल्या मूल्याइतके कंपनीचे कॉमन शेअर्स दिले जातात.) ३२३ दशलक्ष ब्रिटिश पाउंड स्टर्लिंग किमतीच्या इक्विटी देण्यात आल्या होत्या. खेळत्या भांडवलासह निव्वळ मूर्त मालमत्ता आणि अमूर्त मालमत्ता (अमूर्त मालमत्तांमध्ये सॉफ्टवेअर, ब्रँड्स, ग्राहकांच्या याद्या, ऑर्डर बॅकलॉग यांचा समावेश होतो) यांचं मूल्य ८७ दशलक्ष ब्रिटिश पाउंड स्टर्लिंग धरण्यात आलं होतं. (हॉलिडे ब्रेकच्या मार्च २०११ मधील आकडेवारीवर आधारित.) २३६ दशलक्ष ब्रिटिश पाउंड स्टर्लिंगच्या उर्वरित पर्चेस कन्सिडरेशनला (खरेदी करणारी कंपनी खरेदी करावयाच्या कंपनीला कंपनीच्या मालकीच्या बदल्यात देण्याची जी रक्कम मान्य करते ती रक्कम म्हणजे पर्चेस कन्सिडरेशन.) कंपनीच्या 'गुडविल' (गुडविल = पत) कडे वळतं करण्यात आलं. या संपादनाच्या आधी हॉलिडे ब्रेकच्या ताळेबंदात त्यांचं स्वतःचं गुडविल हे १३९ ब्रिटिश पाउंड स्टर्लिंग होतं. कंपनीचं संपादन झालं, त्यावेळी तत्कालीन नमूद करण्यात आलेल्या मूल्यांवर अधिमूल्य किंमत (प्रीमियम प्रायसिंग) देण्यात आल्यामुळे ते २३६ ब्रिटिश पाउंड स्टर्लिंगपर्यंत पोहोचलं होतं.

तक्ता क्र. २६ : हॉलिडे ब्रेकच्या कन्सिडरेशनच्या मोठ्या भागाला विशिष्ट मालमत्तेवरून ओळखणं शक्य नव्हतं. म्हणून हा भाग गुडविलकडे वळता करण्यात आला होता.

हॉलिडेब्रेक संपादनावरचं गुडविल	ब्रिटिश पाउंड स्टर्लिंग	कोटी रुपये
पर्चेस कन्सिडरेशन– देण्यात आलेली इक्विटी (रोख रक्कम) (ए)	३२३	२,७७१
पुढील गोष्टींकडे वळती करण्यात आली :		
मूर्त+अमूर्त स्थायी मालमत्ता+गुंतवणुका	२६०	२,२२७
(रोकड वगळता) सध्याच्या मालमत्ता	५१	४४०
उणे : सध्याची दायित्वं (कर्ज वगळता)	२२४	१,९२२
संपादित करण्यात आलेल्या निव्वळ 'आयडेंटिफिएबल' मूर्त आणि अमूर्त मालमत्ता (बी)	८७	७४५
उर्वरित (गुडविल) (ए–बी)	**२३६**	**२,०२५**

(कोणत्याही वेळी ज्या मालमत्तेचं व्यापारी मूल्य मोजणं शक्य असतं आणि जिच्यामुळे भविष्यात कंपनीला लाभ होण्याची अपेक्षा असते अशा मालमत्तेला 'आयडेंटिफिएबल मालमत्ता' असं म्हणतात.)

स्रोत : कंपनी, मार्सेलस इन्व्हेस्टमेंट मॅनेजर्स

संपादन पूर्ण झाल्यानंतर, २०१२ या आर्थिक वर्षअखेरीपर्यंत सी अँड केच्या एकत्रित भांडवलाच्या ४५ टक्के रक्कम गुडविल म्हणून धरण्यात आल्याचं स्पष्ट झालं. याशिवाय संपादनानंतर हॉलिडे ब्रेकनं मायनिन्गार या युरोपियन साखळी बजेट हॉटेलांमधील तिचा हिस्साही २०१३ आणि २०१४ या आर्थिक वर्षांमध्ये (सी अँड केकडून तिचं संपादन होत असल्याच्या काळात) आधीच्या ५० टक्क्यांवरून १०० टक्क्यांपर्यंत वाढवला. ही गोष्ट आणि चलनातील चढ-उतार यांच्यामुळे गुडविलमध्ये आणखी वाढ होऊन ते २०१४ या आर्थिक वर्षअखेरीपर्यंतच्या सी अँड केच्या नफा मिळवण्यासाठी वापरण्यात आलेल्या एकत्रित भांडवलाच्या ५० टक्क्यांपर्यंत पोहोचलं.

तक्ता क्र. २७ : २०१४ या आर्थिक वर्षअखेरीपर्यंत सी अँड के इंडियानं बाजारात नफा मिळवण्यासाठी वापरलेल्या भांडवलाच्या ५० टक्क्यांपर्यंत तिचं गुडविल पोहोचलं.

सी अँड के इंडिया एकत्रित (कोटी रुपयांत)	FY११	FY १२	FY १३	FY १४
पत (गुडविल)	२१८	२,६६३	२,७३३	४०५३
नफा मिळवण्यासाठी बाजारात वापरलेलं भांडवल किंवा कॅपिटल एम्प्लॉईड (निव्वळ मूल्य+एकूण कर्ज)	२,०६०	५,८९१	६,५६०	८,१६२
नफा मिळवण्यासाठी बाजारात वापरण्यात आलेल्या भांडवलाच्या टक्केवारीत गुडविल	११%	४५%	४२%	५०%

स्रोत : कंपनी, मार्सेलस इन्व्हेस्टमेंट मॅनेजर्स

गुडविलची निर्मिती करणं हे मोठ्या प्रमाणात कंपनीच्या भांडवल वाटपाच्या निर्णयांचं कार्य असतं. ते संपादन करत असलेल्या कंपनीचं व्यवस्थापन, संपादित करण्यात आलेल्या 'आयडेंटिफिएबल' मूर्त आणि अमूर्त मालमत्तांच्या तर्कशुद्ध, पूर्वग्रहविरहित संभाव्य बाजारभावापोटी देत असलेल्या अधिमूल्याचं प्रतिनिधित्व

करतं. मात्र तरीही विशेषतः ज्या वेळी गुडविलमधून सर्वंकष निव्वळ मूल्याचा किंवा नफ्यासाठी कंपनीनं वापरलेल्या भांडवलाच्या मोठ्या भागाचा खुलासा होतो, त्या वेळी गुडविलमध्ये असलेल्या मूल्याच्या शुचितेवर शिक्कामोर्तब होण्यासाठी त्याला कठोर दुर्बलता तपासणी चाचण्यांमधून तावून सुलाखून बाहेर पडावंच लागतं. सी अँड के इंडियाच्या प्रकरणात गुडविलचं नमूद करण्यात आलेलं मूल्य आपल्याला खूपच आक्रमक स्वरूपाचं वाटतं. त्याची कारणं अशी आहेत :

- हॉलिडे ब्रेकचा भाग असलेला कॅम्पिग व्यवसाय आर्थिक वर्ष २०१५मध्ये ८३४.५ कोटी रुपयांना विकला गेला. या भागाची बुक व्हॅल्यू सुमारे १,१८४.५ कोटी रुपये होती. या किंमतीत ५५२ कोटी रुपयांच्या गुडविलचा समावेश होता. त्यामुळे या व्यवसायाच्या विक्रीतून २०२ कोटी रुपयांचा लक्षणीय तोटा झाला होता. (म्हणजेच विक्रेत्याला बुक व्हॅल्यूच्या तुलनेत कमी मोबदला मिळाला होता.) म्हणून ५५२ कोटी रुपये इतकं या व्यवसायाचं सांगण्यात आलेलं मूल्य हे अतिशयोक्तीपूर्ण असल्याचं दिसतं.
- त्याप्रमाणेच २०१६ या आर्थिक वर्षात, हॉलिडे ब्रेकचा एक भाग असलेल्या सुपर ब्रेकची विक्री ९.२५ ब्रिटिश पाउंड स्टर्लिंगला झाली. यात त्या व्यवसायाच्या ७१ ब्रिटिश पाउंड स्टर्लिंगच्या गुडविलचा समावेश होता. म्हणून या व्यवसायाचं प्रतिबिंबित होणारं गुडविलसुद्धा उच्चतर असल्याचं दिसतं.

प्रवर्तकाची परस्परविरोधी व्यावसायिक स्वारस्यं

आपण आधी तपशीलवार चर्चा केलेल्या ट्युलिप समूह कंपन्यांच्या व्यतिरिक्त केरकर कुटुंबीयांच्या मालकीची घट्ट पकड असलेल्या अनेक कंपन्या होत्या. त्यांच्यापैकी काही कंपन्यांच्या व्यवसायांची स्वारस्यं आणि सी अँड के इंडियाच्या व्यवसायाची स्वारस्य परस्परविरोधी होती. आता सी अँड के च्या प्रवर्तकांच्या मालकीच्या काही महत्त्वाच्या व्यवसायांविषयी आपण चर्चा करणार आहोत.

o ईझी गो वन ट्रॅव्हल अँड टुर्स लिमिटेड (ईझी गो)

सी अँड के च्या बाहेर केरकर कुटुंबीयांना असलेल्या स्वारस्याचा विचार केला तर त्यांच्यात ईझीगो १ ही प्रमुख कंपनी होती. सन २००६मध्ये तिची स्थापना झाली होती. विमानप्रवास, हॉटेल आणि पर्यटनाशी इतर बुकिंग्जचं ऑनलाइन पोर्टल म्हणून ती कार्यरत होती. २०१७ या आर्थिक वर्षअखेरीला (कंपनीची आर्थिक आकडेवारी उपलब्ध असलेलं अखेरचं वर्ष) कंपनीचं शेअरधारण पुढीलप्रमाणे होतं :

तक्ता क्र. २८ : 'ईझी गो'वर केरकर कुटुंबीयांची प्रत्यक्ष मालकी होती आणि मॉरिशस येथील कंपनीच्या माध्यमातून बहुधा अप्रत्यक्ष मालकी होती

'ईझी गो'ची शेअरधारण संरचना	**FY१४**	**FY१५**	**FY१६**	**FY१७**
कोड मॅनेजमेंट मॉरिशस लि.	४७.१%	४७.१%	४७.१%	४७.१%
उर्शिला केरकर	४१.१%	४१.१%	४१.३%	४१.३%
कॉक्स अँड किंग्ज लि.	७.९%	७.९%	७.९%	७.९%
पीटर केरकर	२.९%	२.९%	२.९%	२.९%
नीलू सिंग	०.४%	०.४%	०.४%	०.४%
प्रतिमा अल्वारिस	०.२%	०.२%	०.२%	०.२%
पीटर फर्नांडिस	०.२%	०.२%	०.२%	०.२%
सुनील मेनन	०.२%	०.२%	–	–
एकूण	**१००%**	**१००%**	**१००%**	**१००%**

स्रोत : कॉर्पोरेट व्यवहार मंत्रालय, मार्सेलस इन्व्हेस्टमेंट मॅनेजर्स

कोड मॅनेजमेंटची मालकी कोणाकडे होती हे आम्हाला निश्चितपणे सांगणं शक्य होणार नाही. या कंपनीची मॉरिशसमध्ये नोंदणी झाली होती आणि तिच्याकडे ईझी गो १मधील सर्वांत मोठं शेअरधारण होतं. अलीकडच्या काही वृत्तपत्रीय लेखांमधून केरकर कुटुंबीय या कंपनीचे मालक असल्याकडे निर्देश करण्यात आला आहे.१० सी अँड के इंडियाकडे ईझीगो १ चे फक्त ८ टक्के शेअर्स होते, मात्र तरीही संबंधित कंपन्यांच्या व्यवहारांच्या माध्यमातून ईझी गो१च्या अस्तित्वानं महत्त्वाची भूमिका पार पाडली होती. सी अँड केप्रमाणेच ईझी गो १ ची महसूल लेखांकनाची नेट पद्धत होती. या पद्धतीमुळे सी अँड के इंडियाशी त्यांनी केलेल्या व्यवहारातील त्यांचा नेमका हिस्सा निश्चित करता येत नाही. पुढील तक्त्यात दर्शवण्यात आलं आहे त्याप्रमाणे त्यांच्या खरेदीच्या आणि विक्रीच्या संपूर्ण (ॲबसोल्यूट) रकमा मोठ्या होत्या. त्याशिवाय सी अँड के इंडियानं ईझी गो १ ला कर्ज देण्याच्या संदर्भात (२०१७ या आर्थिक वर्षअखेरीला ईझी गो च्या एकूण कर्जापैकी ९ टक्के कर्ज) आणि व्यापार प्रदेयाच्या (पेएबल्सच्या) संदर्भात महत्त्वपूर्ण भूमिका पार पाडली होती. (२०१६ या आर्थिक वर्षअखेरीला ईझी गो च्या व्यापार प्रदेयांपैकी सुमारे ६८ टक्के प्रदेयाला सी अँड के जबाबदार

होती.) ईझी गो वरची केरकर कुटुंबीयांची मालकी आणि सी अँड के इंडियाच्या अल्पसंख्य शेअरधारकांचं हित या गोष्टी थेट परस्परविरोधी कशा काय नव्हत्या हे समजून घेणं खरोखरच कठीण आहे.

तक्ता क्र. २९ : 'ईझी गो'चे सी अँड के इंडियाशी असलेले अत्यंत परस्पर-लाभदायक संबंध

ईझी गो१-सी अँड के इंडियाचे परस्पर-संबंधांतील व्यवहार (कोटी रुपयांमध्ये)	FY११	FY१२	FY१३	FY१४	FY१५	FY१६	FY१७
सी अँड के इंडियाकडून मिळालेला महसूल	१६	३२	२०	३७१	४८६	७१४	७१३
सी अँड के इंडियाकडून करण्यात आलेली खरेदी	२१९	३८६	३२४	३१५	५१६	८४१	८३३
सी अँड के इंडियाकडून घेतलं गेलेलं व्यापारी कर्ज	०	१०	०	-२	५४	१२	लागू होत नाही
घेतल्या गेलेल्या एकूण व्यापारी कर्जाची टक्केवारी	**०%**	**१२%**	**१%**	**-६%**	**५८%**	**८%**	**लागू होत नाही**
व्यापारी प्रदेय सी अँड के इंडिया	३४	५८	६१	९७	९२	२१५	लागू होत नाही
एकूण प्रदेयांची टक्केवारी	**२७%**	**६६%**	**८६%**	**८९%**	**८६%**	**६८%**	**लागू होत नाही**
कॉक्स अँड किंग्जकडून घेण्यात आलेलं कर्ज	२१	२५६	२२४	६२	३४	१०१	६७
घेतलेल्या एकूण कर्जाची टक्केवारी	**१३%**	**६९%**	**६४%**	**१४%**	**७%**	**१५%**	**९%**

स्रोत : कॉर्पोरेट व्यवहार मंत्रालय, मार्सेलस इन्व्हेस्टमेंट मॅनेजर्स* रिलेटेड पार्टी

ईझीगो१ च्या ऑपरेटिंग कामगिरीत २०१७ या आर्थिक वर्षात अचानक झालेल्या घसरणीच्या आधी २०११ आणि २०१६ या आर्थिक वर्षांच्या कालखंडांच्या दरम्यान काही प्रमाणात सुधारणा झाली होती. मात्र हा व्यवसाय पुरेशा प्रमाणात ऑपरेटिंग नफा (व्याज आणि कर चुकते करण्याच्या आधी व्यवसायाच्या कामकाजातून मिळालेला नफा किंवा एकूण नफा वजा कामकाजाचा खर्च) मिळवू शकला नाही.

त्यामुळे सातत्यानं निव्वळ तोटा होत गेला, एकूण मूल्यात घसरण होत गेली आणि म्हणून कर्जावर सातत्यानं अवलंबून राहावं लागलं.

तक्ता क्र. ३० : ईझी गो १ ला आपले निव्वळ तोटे भरून काढण्याइतकी प्रगती करणं कधीही शक्य झालं नाही.

कोटी रुपयांतील आकडे	FY११	FY१२	FY१३	FY१४	FY१५	FY१६	FY१७
महसूल	३९	७८	९४	९३	९७	१२८	१६५
ईबीटीडीए	(२१)	(८)	२४	३५	२३	२७	९
ईबीआयटीडीए मार्जिन	–५४%	–११%	२६%	३७%	२३%	२१%	६%
ईबीआयटी (इतर उत्पन्नासह)	(२४)	(११)	१९	३०	१९	३५	२६
एक्सेप्शनल आयटेम्सच्या आधीचा करपूर्व नफा	(३०)	(४४)	(२६)	(१०)	(३९)	(८)	(१७)
करपश्चात नफा/तोटा	(३०)	(४४)	(२६)	(१०)	(३९)	(८)	(१७)
निव्वळ संपत्ती	(१००)	(२२५)	(२५१)	(२६१)	(३०८)	(३१६)	(३३३)
एकूण कर्ज	२१	२३३	१९२	२४२	२८२	२७२	२७८
निव्वळ कर्ज	१७	२२८	१८८	१३८	२६७	२५५	२५७
एकूण कर्ज/इक्विटी	NM	NM	NM	NM	NM	NM	NM
निव्वळ स्थावर मालमत्ता	६	२०	१६	२	४	३	३
निव्वळ खेळते भांडवल (रोख रक्कम वगळता)	(१००)	(३५)	(८६)	(४१)	(६२)	(८७)	(१०२)
निव्वळ खेळते भांडवल दिवस	(९२९)	(१६५)	(३३३)	(१६१)	(२३४)	(२४८)	(२२५)

सीएफओ (करपूर्व)	(७०)	(७८)	७२	८८	(७२)	४२	२८
सीएफओ (करपूर्व) ईबीआयटीडीएची टक्केवारी म्हणून.	३२९%	९२३%	२९५%	२५४%	-३१८%	१५४%	३०५%
मुक्त रोख रक्कम	(७७)	(१००)	७०	८८	(७५)	४०	२६

(एक्सेप्शनल आयटेम - व्यवसायाचा नेहमीपेक्षा वेगळा खर्च किंवा महसुलाचा स्रोत. त्याची नेहमीच्या खर्चांहून किंवा रिसीट्सहून स्वतंत्र नोंद केली जाते.)

स्रोत : कॉर्पोरेट व्यवहार मंत्रालय, मार्सेलस इन्व्हेस्टमेंट मॅनेजर्स. (NM म्हणजे अर्थपूर्ण नाहीत.)

o शॉप टिल यू ड्रॉप (Shoppe Till U Drop - एसटीयूडी)

ईझी गो १ च्या अधिकाऱ्यांनी (प्रवर्तकांनी नव्हे) ही कंपनी व्हिसा, पासपोर्ट आणि कॉन्सुलर अर्ज प्रक्रिया या संदर्भात ग्राहकांना मदत करण्यासाठी सन २००८च्या एप्रिलमध्ये स्थापन केली. २०१७च्या आर्थिक वर्षअखेरीपर्यंत एसटीयूडी कंपनीच्या सुमारे ९० टक्के इक्विटी ईझी गो १ चे सीईओ आणि संचालक नीलू सिंग यांच्या मालकीचे होते. कंपनी ईझी गो१चा नोंदणीकृत पत्ता वापरत होती आणि ईझी गो १ चे लेखापरीक्षकच तिचं लेखापरीक्षणही करत होते. एसटीयूडीच्या अस्तित्वामुळे या समूहाच्या आधीच गुंतागुंतीच्या धारणरचनेत आणखी एका स्तराची भर पडली. शिवाय महसूल नसल्यामुळे एसटीयूडी ही विधिसंस्थापित कंपनी असल्याच्या सत्यतेविषयी शंकाही निर्माण झाल्या.

कंपनीनं कोणतंही अर्थपूर्ण कामकाज केलं नव्हतं, कारण २०१७च्या आर्थिक वर्षापर्यंत त्यांनी कसलाच महसूल मिळवला नसल्याची (NIL) नोंद केली होती. ताळेबंदाच्या बाजूला कंपनीच्या मालमत्तांमध्ये प्रामुख्यानं भांडवली काम सुरू असल्याचंच (कॅपिटल वर्क इन प्रोग्रेस) लिहिण्यात आलं होतं. त्यांच्या दायित्वांमध्ये प्रामुख्यानं ईझी गो१ ला देय असलेल्या संवैधानिक प्रदेयांचा आणि येणे रकमांचाच समावेश होता.

तक्ता क्र. ३१ : एसटीयूडीचं जवळजवळ नसल्यातच जमा असलेलं कामकाज

रकमा कोटी रुपयांत	FY११	FY१२	FY१३	FY१४	FY१५	FY१६	FY१७
नफा आणि तोटा							
महसूल	NIL	NIL	NIL	NIL	NIL	NIL	NIL
ईबीआयटीडीए	NIL	NIL	NIL	NIL	NIL	NIL	NIL
करपश्चात नफा	NIL	NIL	NIL	NIL	NIL	NIL	NIL
ताळेबंद							
एकूण मूल्य	(०)	(०)	(०)	(०)	(०)	(०)	(०)
एकूण कर्ज	(०)	(०)	(०)	(०)	(०)	(०)	(०)
कॅपिटल वर्क इन प्रोग्रेस	१८	२८	३५	४२	४५	४६	४६
ईझी गो१ ला देणं असलेल्या प्रदेयांखेरीज इतर दायित्व	(१८)	(२८)	(३५)	(३८)	(४५)	(३८)	(४६)

स्रोत : कॉर्पोरेट व्यवहार मंत्रालय, मार्सेलस इन्व्हेस्टमेंट मॅनेजर्स

प्रवर्तकांनी शेअर्स तारण ठेवून घेतलेलं कर्ज

सन २००९च्या आयपीओनंतरच्या दोन वर्षांच्या कालावधीत प्रवर्तकांनी सी अँड के इंडियाच्या शेअर्सपैकी लक्षणीय भागावर कर्ज घेण्यास सुरुवात केली होती. अशी कर्जं घेण्यामागे कोणती कारणं होती हे वार्षिक अहवालांवरून स्पष्ट होत नाही. (सी अँड केच्या कर्जांना संचालकांच्या किंवा प्रवर्तकांच्या वैयक्तिक हमींची सुरक्षितता प्राप्त झाली असली तरी प्रवर्तकांच्या शेअर्सवर घेण्यात आलेल्या कर्जाचा कुठेही उल्लेख करण्यात आलेला नाही.) २०१४च्या क्यूआयपी माहितीपत्रकात असा उल्लेख करण्यात आला आहे की, प्रवर्तकांनी त्यांच्या वैयक्तिक कर्जापोटी शेअर्स तारण ठेवले होते. तारण ठेवलेल्या कर्जांचं प्रमाण वाढतच गेलं. येस बँकेकडून तारण ठेवले जाण्यापूर्वी अशा तारण म्हणून ठेवण्यात आलेल्या शेअर्सची टक्केवारी वाढतच गेली होती. २०१९ च्या जूनपर्यंत तारण ठेवलेल्या शेअर्सचं प्रमाण जवळजवळ ७० टक्क्यांपर्यंत पोहोचलं. त्यानंतरच्या तिमाहीत कर्जदात्या येस बँकेनं तारण ठेवलेल्या कर्जांची विक्री केली. सी अँड के व्यतिरिक्त समूह कंपनीतील प्रवर्तकाच्या ताब्यातील

शेअर्सही तारण ठेवण्यात आले होते. प्रवर्तकाच्या ताब्यातील शेअर्स तारण ठेवले जाण्याच्या सातत्यपूर्ण वाढत्या प्रमाणाची योग्य प्रकारे छाननी करण्याकडे कंपनीच्या गुंतवणूकदारांकडून आणि कर्जदात्यांकडून दुर्लक्ष झाल्याचं दिसतं.

तक्ता क्र. ३२ : सी अँड के इंडियाचे प्रवर्तक त्यांच्या ताब्यातील शेअर्स मोठ्या प्रमाणात तारण ठेवण्यात गुंतले होते

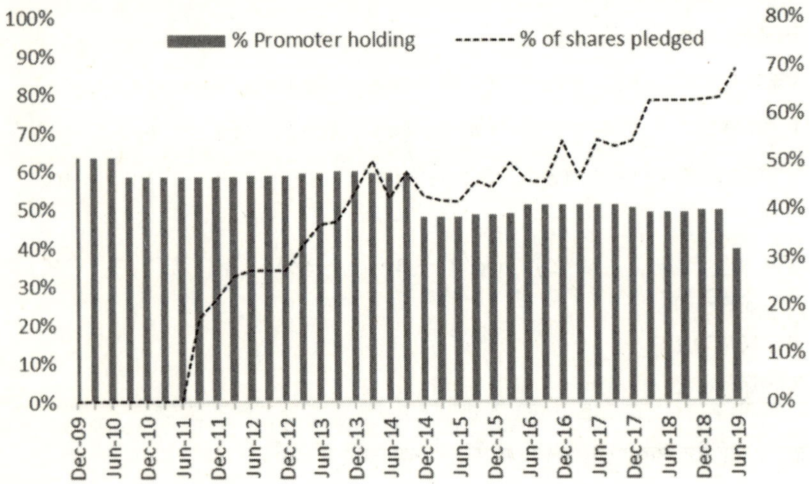

स्रोत : बीएसई, मार्सेलस इन्व्हेस्टमेंट मॅनेजर्स

तक्ता क्र. ३३ समूहातील कंपन्यांचे शेअर्सही मोठ्या प्रमाणात तारण ठेवण्यात आले होते.

मार्च २०१७ रोजीची स्थिती.	प्रवर्तकाच्या ताब्यातील शेअर्सची टक्केवारी.	प्रवर्तकाच्या ताब्यातील तारण ठेवण्यात आलेल्या शेअर्सची टक्केवारी
ट्युलिप स्टार हॉटेल	५७%	५३.४०%

स्रोत : कॉर्पोरेट व्यवहार मंत्रालय, मार्सेलस इन्व्हेस्टमेंट मॅनेजर्स

कर्जाचा प्रचंड बोजा असला तरीही लक्षणीय प्रमाणात कर्ज देण्याचे व्यवहार

सी अँड केच्या वार्षिक अहवालांमध्ये उघड करण्यात आलेल्या काही गोष्टी पाहून आपण गोंधळून जातो. विशेषतः त्यांच्या तिजोरीतून पार पाडले जाणारे निधीविषयक व्यवहार पाहून आपली मती गुंग होऊन जाते. ही माहिती पहिल्यांदा २०१५च्या आर्थिक वर्षात जाहीर करण्यात आली. कंपनीच्या तिजोरीतून केले गेलेले व्यवहार म्हणून ही कर्जं इतरांना देण्यात आली होती. त्यांच्यामध्ये उपकंपन्या नसलेल्या कंपन्या/सहकारी कंपन्या, संयुक्त प्रकल्प यांचा समावेश होता. १२ टक्के ते १४ टक्के व्याजदरानं कर्जं घेतलेल्या कंपनीनं इतकी कर्जं कशी काय दिली होती ते अनाकलनीय होतं, कारण वर्षअखेरीच्या एकूण शिल्लक रकमा तुलनेत कमी असल्या तरी देण्यात आलेलं एकूण कर्ज आणि परतफेडीच्या रकमा या आश्चर्य वाटाव्यात इतक्या अवाढव्य होत्या. अशा प्रकारच्या कर्ज देण्याच्या व्यवहारांमध्ये असलेल्या जोखमींचं कंपनीनं कसं मूल्यमापन केलं होतं, ते यावरून समजू शकत नाही. विशेषतः प्रचंड कर्जाच्या बोज्याखाली दबलेल्या कंपनीसाठी हे चांगलंच घातक होतं.

तक्ता क्र. ३४ : ताळेबंद दुर्बल असला तरी सी अँड के मोठ्या प्रमाणातील कर्ज–व्यवहारांमध्ये गुंतली होती.

असुरक्षित अल्पकालीन इंटर–कॉर्पोरेट डिपॉझिट्स आणि इतर आगाऊ रकमा (कोटी रुपयांमध्ये)	FY १५	FY १६	FY१७	FY१८
प्रारंभीची शिल्लक	३३४	१०१	३०७	३३५
पडलेली भर	३,२६१	१,८६७	१,९२२	८०७
वर्षाच्या कालावधीत परिपक्व झालेली रक्कम	३,४९४	१,६६१	१,८९३	८२२
अंतिम शिल्लक	**१०१**	**३०७**	**३३५**	**३२०**

स्रोत : कंपनी, मार्सेलस इन्व्हेस्टमेंट मॅनेजर्स

भराभरा वाढत चाललेल्या रोख शिलकी रकमांचा उपयोग कर्जफेडीसाठी करण्यात आला नव्हता

प्रचंड प्रमाणातील रोख शिलकी रकमा हा सी अँड केच्या हिशेबातील आणखी एक धोक्याचा इशारा होता. विशेषतः कंपनीवर कर्जाचा मोठा बोजा असताना ही बाब लक्षणीय धोक्याकडे निर्देश करणारी होती. अशी परिस्थिती असेल तर रोख रकमेचा वापर करून कर्जाचं व्यवस्थापन का केलं जात नव्हतं याचं स्पष्टीकरण कंपनीच्या व्यवस्थापनाकडून मागितलं जाणं गरजेचं होतं. सन २०१४च्या नोव्हेंबरमध्ये १,००० कोटी रुपयांचा क्यूआयपी जाहीर करण्यात आला होता. त्याआधी २०१४च्या मार्चच्या वार्षिक अहवालात सी अँड केनं आपल्या हिशेबाच्या विवरणपत्रांमध्ये जवळजवळ १,४०२.५ कोटी रुपयांची (त्यात तरल गुंतवणुकांचाही समावेश होता.) रोख रक्कम दाखवली होती. ज्या वेळी कंपनीत न वापरलेल्या रोख रकमांचा इतका मोठा खजिना होता, त्या वेळी कंपनी अतिरिक्त इक्विटींची कशी काय उभारणी करू शकत होती आणि त्या गोष्टीचं कसं काय समर्थन करू शकत होती ही बाब अतिशय आश्चर्यजनक होती. यातली आणखी एक लक्षणीय गोष्ट अशी होती की, ही 'एकूण' रोख रकमेची शिल्लक आगामी वर्षांतही अशीच वाढत राहिली होती आणि २०१८ या आर्थिक वर्षअखेरीपर्यंत ती १,६६७.६ कोटी रुपयांपर्यंत पोहोचली होती.

चौकट क्र.३५ : सी अँड के इंडियाकडच्या रोख शिलकीचा वापर कर्जफेडीसाठी करण्यात आला नव्हता.

सी अँड के इंडिया (एकत्रित) कोटी रुपयांमध्ये	FY ११	FY१२	FY१३	FY१४	FY१५	FY१६	FY१७	FY१८
एकूण कर्ज	८५३	४,६११	४,६१२	५,५८६	३,८०३	४,११२	३,७१३	४,००३
एकूण रोख रक्कम आणि रोख रकमेच्या सममूल्य गोष्टी	१,१५७	१,०४२	१,२१३	१,४०३	१,४३४	१,८७२	१,७२१	१,६६८

स्रोत : कंपनी, मार्सेलस इन्व्हेस्टमेंट मॅनेजर्स

निधी लबाडीनं बाहेर वळवण्याची क्षमता असलेल्या अनेकविध वाटांची निर्मिती करणाऱ्या कंपन्यांचं गुंतागुंतीचं जाळं

सी अँड केच्या आधीच गुंतागुंतीच्या असलेल्या धारण रचनेतील गुंतागुंत प्रत्येक लहान-मोठ्या संपादनामुळे आणखी वाढत गेली. सी अँड केनं कंपन्यांच्या जाळ्यामधून बहुतांश कार्यरत कंपन्या संपादित केल्या होत्या किंवा अशा कंपन्याच त्यांच्या मालकीच्याही होत्या.

तक्ता क्र. ३६ : कंपनीचा निधी लबाडीनं बाहेर नेण्याकरिता सी अँड के इंडियाच्या कंपन्यांच्या गुंतागुंतीच्या जाळ्यातून अनेक मार्ग निर्माण झाले होते.

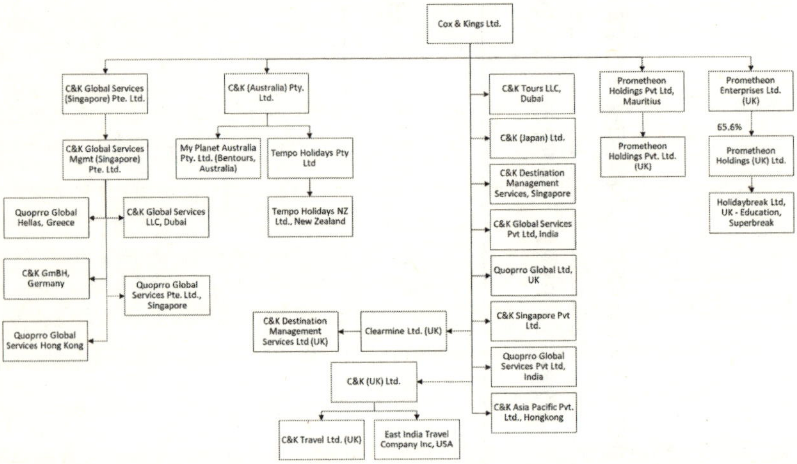

स्रोत : कंपनी, मार्सेलस इन्व्हेस्टमेंट मॅनेजर्स, नेमकेपणानं दिलेलं नसेल तर प्रत्येक उपकंपनीतील शेअरधारण (शेअरहोल्डिंग) १०० टक्के आहे.

- धारण-साखळीतील विविध उपकंपन्यांना कर्जातून उभारण्यात आलेले निधी आणि मुख्य किंवा सूत्रधार कंपनीत उभारण्यात आलेल्या इक्विटी देण्यात आल्या होत्या. २०१८ या आर्थिक वर्षअखेरीला विशेषतः उपकंपन्यांकडून आणि कमी प्रमाणात समूह कंपन्यांकडून १,४६८.८ कोटी रुपयांच्या आगाऊ रकमा येणे होत्या. २०१८ या आर्थिक वर्षअखेरीला मुख्य कंपनीनं विविध उपकंपन्यांमध्ये केलेल्या २३१ कोटी रुपयांच्या इक्विटी गुंतवणुकांहून ही रक्कम खूपच अधिक होती.

तक्ता क्र. ३७ : मुख्य कंपनीकडून लक्षणीय प्रमाणातील निधी परदेशातील उपकंपन्यांकडे वळवण्यात आला होता आणि त्याची मोठ्या प्रमाणात परतफेड झाली नव्हती.

उपकंपन्यांना/ समूहातील कंपन्यांना देण्यात आलेली कर्जं आणि आगाऊ रकमा (कोटी रुपयांत)	FY११	FY१२	FY१३	FY१४	FY१५	FY१६	FY१७	FY१८
प्रारंभीची शिल्लक	१२७	२७९	१,३३९	६६५	५०३	१,१३१	१,७४४	१,७८०
वर्षाच्या दरम्यानचा बदल	१५२	१,०५९	(६७४)	(१६२)	६२९	६१३	३६	(३१२)
अंतिम शिल्लक	२७९	१,३३९	६६५	५०३	१,१३१	१,७४४	१,७८०	१,४६९
मुख्य कंपनीच्या निव्वळ मूल्याच्या टक्केवारीच्या स्वरूपात	२६%	१२२%	५८%	४१%	४८%	६९%	६२%	४९%

स्रोत : कंपनी, मार्सेलस इन्व्हेस्टमेंट मॅनेजर्स

o मुख्य कंपनीच्या पातळीवर उभारण्यात आलेल्या पैशाखेरीज सी अँड केनं हॉलिडे ब्रेक व्यवसायातील हिस्साही विकला आणि मुख्य उपकंपन्यांमधील अल्पसंख्य इक्विटीही विकली. उदाहरणार्थ,

- २०१३ आणि २०१६ या आर्थिक वर्षांच्या दरम्यान, कॅम्पिंग, सुपरब्रेक, लेटरूम्स आणि एक्स्प्लोअर वर्ल्डवाइड यांसारख्या हॉलिडे ब्रेकच्या विविध व्यवसायांच्या विक्रीच्या माध्यमातून १,४७६.१ कोटी रुपयांची उभारणी करण्यात आली.
- प्रोमेथिऑन होल्डिंग्ज (यूके) लिमिटेडमधील अल्प हिश्श्याची विक्री करून १,२७०.३ कोटी रुपयांची उभारणी करण्यात आली. ही हॉलिडे ब्रेक व्यवसायाकरिताची मुख्य धारण उपकंपनी होती.) ही उभारणी दोन भागांत करण्यात आली. पहिल्या भा गात २०१३ या आर्थिक वर्षात सिटी व्हेंचरला ६४९.९ कोटी रुपयांना ३३.५ टक्के भागाची विक्री करण्यात आली. दुसऱ्या भागात, २०१८ या आर्थिक वर्षात एसएसजी कॅपिटल मॅनेजमेंट कंपनीला ६२०.४ कोटी रुपयांना त्याच कंपनीतील १४.५८ टक्के हिस्सा विकण्यात आला.

उपकंपन्यांच्या पातळीवर घेण्यात आलेल्या कर्जाची परतफेड करण्यासाठी काही रोख रकमेचा वापर करण्यात आला असला तरी २०१८ या आर्थिक वर्षात हिशेबाच्या विवरणपत्रांमध्ये मोठा भाग (म्हणजे १,०९४ कोटी रुपये) रोख स्वरूपात दाखवण्यात आला आणि मुख्य कंपनीला तो कधीही परत करण्यात आला नाही.

तक्ता क्र. ३८ : उपकंपन्यांच्या पातळीवरची रोख रक्कम कधीही मुख्य पालक कंपनीला परत देण्यात आली नाही.

सी अँड के इंडियाच्या उपकंपन्या (कोटी रुपयांत)*	FY ११	FY१२	FY१३	FY१४	FY१५	FY१६	FY१७	FY१८
एकूण कर्ज	४२५	३,४९३	४,०७७	४,७५४	३,२८५	२,९००	२,४१८	२,००६
एकूण रोख आणि रोख सममूल्यं	४५६	६९३	९९८	१,१२९	१,००९	१,३५०	१,१७६	१,०९५

स्रोत : कंपनी, मार्सेलस इन्व्हेस्टमेंट मॅनेजर्स, *एकत्रित आकड्यांतून मुख्य कंपनीचं एकूण कर्ज आणि रोख रकमा वजा करून मिळालेली आकडेवारी.

याशिवाय सन २०१८च्या ऑक्टोबरमध्ये सी अँड केनं लक्षणीय प्रमाणात उद्योगसंस्थेचा मालकी हक्क आणि ताबा हस्तांतरित करण्याची प्रक्रिया (डायव्हेस्टमेंट) जाहीर केली. कंपनीनं हॉलिडे ब्रेकचा शिक्षण व्यवसाय मिड्लोथियन कॅपिटलला संपूर्ण रोख रकमेच्या स्वरूपात ४,३८८.७ कोटी रुपये उद्योग-मूल्याला विकला. तोपर्यंत सी अँड के इंडियाकडे प्रोमेथिऑन होल्डिंग्ज (यूके) लिमिटेडचा ५१ टक्के हिस्सा होता. ही हॉलिडे ब्रेक व्यवसायांची धारण उपकंपनी होती. विकण्यात आलेल्या शिक्षण व्यवसायाचा तिच्यात समावेश होता. (उर्वरित ४९ टक्के मालकी एसएसजी कॅपिटल मॅनेजमेंटकडे होती.) म्हणून सी अँड के इंडियाला मिळालेली रक्कम सुमारे २,२३८.२ कोटी रुपये होती. मात्र त्यामुळेही कंपनीची चिंता कमी झाली नव्हती.

कंपनीनं सन २०२० मध्ये ३१ मार्च रोजी संपलेल्या आर्थिक वर्षाच्या आपल्या मुख्य आणि उपकंपन्यांची आर्थिक विवरणपत्रं सादर केली. नॅशनल कंपनी लॉ ट्रिब्युनलनं नेमलेल्या रिझोल्युशन प्रोफेशनलनं (आरपी) त्यावर सह्या केल्या होत्या. आरपी आणि लेखापरीक्षक या दोघांकडूनही गंभीरपणे तपासणी करण्यात आलेल्या आर्थिक कागदपत्रांमधून अत्यंत मोठ्या प्रमाणात घटलेला महसूल (~८७ टक्के YoY) जाहीर झाला. त्यामुळे २०२० या आर्थिक वर्षात एकत्रित पीबीटी तोटा हा प्रचंड म्हणजे ९५७.२ कोटी रुपये इतका झाल्याचं उघड झालं. याशिवाय

बहुतांश मालमत्तांकरिता करण्यात आलेल्या भरमसाट तरतुदी/ किंवा त्यांच्यातील कमजोरी अगर अक्षमता आणि काही दायित्वं यांच्यामुळे यात आणखी ९,३९९ कोटी रुपयांच्या एक्सेप्शनल तोटा म्हणून भर पडली. ३१ मार्च २०२० रोजी कंपनीनं तब्बल ७,२९३.१ कोटी रुपयांच्या नकारात्मक निव्वळ संपत्तीची नोंद केली. (३१ मार्च २०१९ रोजी तिने सकारात्मक ४,७३२.२ कोटी रुपयांची नोंद केली होती) आणि (इतर आर्थिक दायित्वं वगळता) कर्जात ५,५३२.२ कोटी रुपयांचा लक्षणीय ऊर्ध्वगामी बदल दर्शवला होता. २०१९ च्या ३१ मार्च रोजी तो २.९४४.३० कोटी रुपये इतका होता. यातून आधीच्या वर्षांत करण्यात आलेल्या चुकीच्या हिशेब सादरीकरणाचं प्रमाण समोर आलं होतं.

नमुना उदाहरण : ॲम्टेक इंडिया

तक्ता क्र. ३९ : बीएसई ऑटो इंडेक्सच्या तुलनेत ॲम्टेक इंडियाची खूपच अधिक अस्थिर घोडदौड आणि अंतिम घसरण

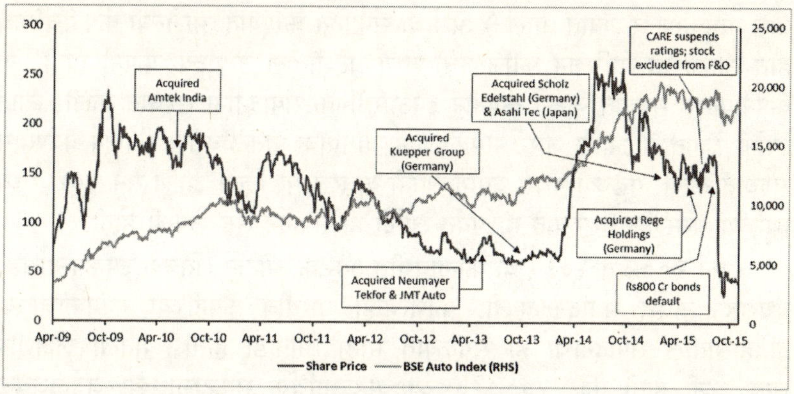

स्रोत : कंपनी, एस इक्विटी, मार्सेलस इन्व्हेस्टमेंट मॅनेजर्स

अरविंद धाम या पहिल्या पिढीच्या उद्योजकानं सन १९८५मध्ये एएम मेटल कास्ट लिमिटेडची स्थापना केली. नंतर १९८७च्या नोव्हेंबरमध्ये तिचं 'ॲम्टेक ऑटो लिमिटेड' असं पुनर्नामांकन करण्यात आलं. १९८०च्या दशकाच्या मध्यापासून उत्तरार्धापर्यंतच्या काळात मारुती उद्योग लिमिटेडला (आताची मारुती सुझुकी लिमिटेड) वाहनाच्या सुट्या भागांचा (ऑटो कॉम्पोनन्टचा) पुरवठा करणाऱ्या अनेक कंपन्या निर्माण झाल्या होत्या. ॲम्टेक ही त्यांच्यापैकीच एक होती. मारुतीला

कनेक्टिंग रॉडचा पुरवठा करण्यापासून कंपनीनं आपल्या कामकाजाला सुरुवात केली. त्यानंतरच्या पुढच्या दशकात मारुतीच्या यशाचा फायदा घेण्याव्यतिरिक्त ॲम्टेक ऑटोनं हिरो होंडा, आयशर इ. नवीन ग्राहकांपर्यंत पोहोचण्यातही यश मिळवलं. त्यांनी त्यांच्याकरिता 'फोर्ज्ड' आणि 'मशीन्ड' सुटे भाग तयार करून नवीन उत्पादनांकडेही आपला मोर्चा वळवला आणि भारतभर आपले प्रकल्प उभारले. कंपनीनं १९९०च्या दशकात त्यांचे पहिले काही संयुक्त प्रकल्प राबवले. सन १९९५मध्ये कंपनीनं 'बेंडा कॉग्यो' (जपान) यांच्याशी संयुक्त प्रकल्पाचा करार केला आणि गुरगावला फ्लायव्हील रिग गिअर्स उत्पादनासाठी बेंडा ॲम्टेक लिमिटेडची सुरुवात केली. सन १९९९मध्ये 'ॲटलिअर्स डी सिस्कार्डी' (फ्रान्स) या कंपनीबरोबर तांत्रिक सहकार्य करून क्रँकशाफ्टच्या उत्पादनासाठी 'ॲम्टेक सिकार्डी इंडिया लिमिटेड'ची मनेसरमध्ये स्थापना केली. या सगळ्या नवीन प्रकल्पांना ऑरगॅनिक मार्गानं सुरू करण्यात आलं होतं.

मात्र नवीन सहस्रकाच्या उदयाबरोबर हा दृष्टिकोन बदलला. सन २००१च्या मेमध्ये कंपनीनं त्यांचं पहिलं संपादन केलं. बीआरएफआर-नोंदणीकृत कंपनी, वेस्मन हावरशिट फोर्जिंग्ज लिमिटेड (नंतर हिचं 'डब्ल्यूएचएफ प्रिसिजन फोर्जिंग्ज लिमिटेड' असं नामकरण करण्यात आलं.) असं या संपादित करण्यात आलेल्या कंपनीचं नाव होतं आणि ती प्रिसिजन फोर्जिंग्जची मध्य प्रदेशातील उत्पादक कंपनी होती. या कंपनीपासून सुरुवात करून कंपनीनं इनऑरगॅनिक संपादनांना सुरुवात केली. त्यात त्यांनी देशातील आणि जास्त नेमकेपणानं जागतिक पातळीवरील संपादनं करण्यास सुरुवात केली. पुढच्या पंधरा वर्षांत त्यांनी यावरच भर दिला आणि सन २०१५मध्ये त्यांच्या घसरणीला सुरुवात होईपर्यंत त्यांनी ही संपादनं सुरू ठेवली होती.

सन २००२ ते २०१५ या कालावधीत ॲम्टेक ऑटोनं (तिच्या उपकंपन्यांसह) पंधराहून जास्त संपादनं केली. कोणत्याही भारतीय कंपनीच्या कामकाजाच्या इतिहासातील संपादनांचा हा सगळ्यात मोठा आकडा होता. यातली लक्षणीय बाब अशी होती की, २००८-०९च्या महाआर्थिक संकटासारख्या जवळजवळ अस्तित्वाचाच प्रश्न निर्माण करणाऱ्या आपत्तीला तोंड देऊनही या समूहानं आपल्या इनऑरगॅनिक वाढीचा पाठपुरावा तसाच सुरू ठेवला होता. (मात्र त्याच वेळी वाहन उद्योगातील बहुतांश कंपन्यांनी त्यांच्या कामकाजांच्या एकत्रीकरणातून कामकाजांच्या मजबुतीकरणावर लक्ष केंद्रित केलं होतं.) खरं तर कंपनीनं दिवाळखोरी जाहीर करण्याच्या अगदी काही महिने आधीपर्यंतसुद्धा ॲम्टेक ऑटो ही संपादनं करणारी कंपनीच होती. आपल्या ताळेबंदाशी काहीही देणं-घेणं नसल्याप्रमाणे, ताळेबंदाची पूर्ण अवहेलना करून कंपनीनं तोपर्यंत संपादनांचा धडाका तसाच सुरू ठेवला होता.

तक्ता ४० : प्रचंड प्रमाणात कर्ज वाढली असली तरी ॲम्टेकनं आक्रमकपणे संपादनं केली. ही संपादनं हे त्यांच्या घसरणीमागचं एक मुख्य कारण होतं.

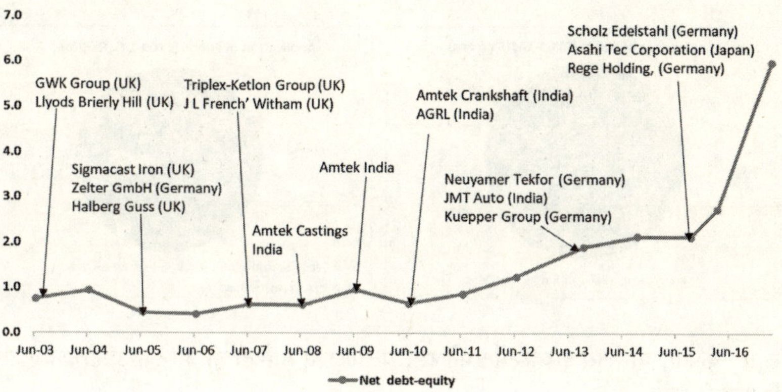

स्रोत : कंपनी, मार्सेलस इन्व्हेस्टमेंट मॅनेजर्स

या इनऑरगॅनिक पाठपुराव्यानं चालना मिळाल्यामुळे ॲम्टेक ऑटोचा एकत्रित महसूल अगदी तीव्रतेनं म्हणजे तीस पटींहून अधिक प्रमाणात वाढला होता. सन २००३च्या जूनच्या वर्षअखेरीमध्ये हा महसूल ५०१ कोटी रुपयांचा होता तो २०१४च्या सप्टेंबरमधील वर्षअखेरीपर्यंत (यातून ३६ टक्के सीएजीआर सूचित होत होता.) तो १५,४५४.६ कोटी रुपयांपर्यंत पोहोचला होता. मात्र त्याच वेळी फर्मचा 'समायोजित (ॲडजस्टेड) निव्वळ नफा' फक्त १८ टक्क्यांनी वाढला होता. ॲम्टेक ऑटोच्या उत्पन्न विवरणपत्रात असं छानसं गुलाबी चित्र दिसत असलं तरी तिचा ताळेबंद आणि कॅशफ्लो विवरणपत्रं मात्र चिंताजनक, कठोर कथा सांगत होती. ॲम्टेकचे दाखवण्यात आलेले महसूल आणि कमाई यांचं प्रतिबिंब कामकाजाच्या कॅशफ्लोंमध्ये योग्य प्रमाणात उमटल्याचं दिसत नव्हतं. (पुढच्या भागात यावर आपण तपशीलवार चर्चा करणार आहोत.) त्यामुळे भरमसाट भांडवली खर्च आणि संपादनं यांना आर्थिक पुरवठा करण्यासाठी कंपनी प्रचंड प्रमाणात कर्जांवर अवलंबून होती. यातली धक्कादायक बाब अशी होती की, जून २००३ ते सप्टेंबर २०१४ या कालावधीतील एकाही वर्षात कंपनीकडे सकारात्मक मुक्त कॅशफ्लो नव्हता. म्हणून जून २००३चं एकत्रित निव्वळ 'डेट-टू-इक्विटी' ०.८ पटींपासून सप्टेंबर २०१४च्या २.१ पटींवर पोहोचलं होतं. (जरी एकूण संपत्तीचं किंवा मूल्याचं प्रमाण वाढलं असलं तरी हे प्रमाण उच्च होतं. आपण यावरही पुढच्या विभागात चर्चा करणार आहोत.)

तक्ता क्र. ४१ : ॲम्टेकचं अंतर्गत उपार्जन (ॲक्रुअल्स) हे एकूण भांडवली खर्च आणि संपादनावरचा खर्च यांच्या अल्प भागाकरिताच रक्कम पुरवू शकत होतं. त्यामुळे कर्जावरच मोठा भर होता.

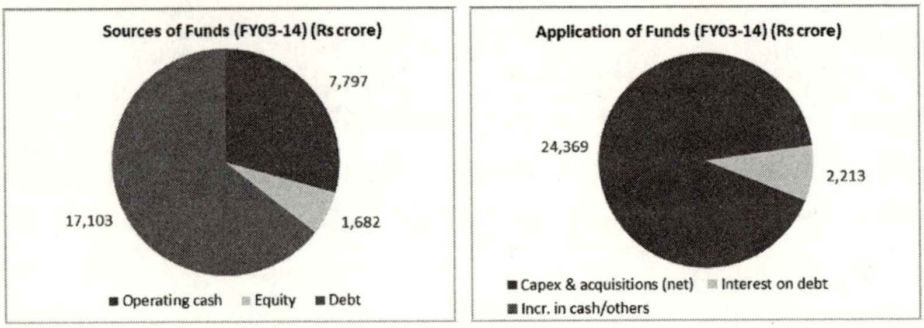

स्रोत : कंपनी, मार्सेलस इन्व्हेस्टमेंट मॅनेजर्स, वर दिलेली माहिती ही ॲम्टेक ऑटोच्या एकत्रित हिशेबांची आहे.

आक्रमक भांडवलवाटपाचे निर्णय (प्रामुख्यानं संपादनाविषयीचे) चुकीचं ठरणं हे ॲम्टेक समूहाच्या अपयशाकरिता मोठ्या प्रमाणात देण्यात आलेलं कारण आहे. हे कारण खरंही असू शकेल, परंतु आमच्या विश्लेषणातून असंही सूचित होतं की, त्यांची आर्थिक विवरणपत्रं चुकीच्या पद्धतीनं सादर करण्यात आली होती. विक्रीच्या बाजूचे संशोधन विश्लेषक या आमच्या आधीच्या भूमिकेतून विचार केला तर ॲम्टेक ऑटो ही एक स्वारस्यपूर्ण कंपनी होती. ती आश्चर्यकारकपणे उच्च ऑपरेटिंग मार्जिन देत होती. परंतु तरीही मूल्य–कमाई गुणकाच्या (प्राइस–अर्निंग्ज मल्टिपलच्या) संदर्भात विचार करता ती एक अत्यंत स्वस्त, आघाडीची, दुय्यम स्वयंचलित वाहन कंपन्यांपैकी एक साहाय्यक कंपनी होती. मात्र त्यांच्या आर्थिक विवरणपत्रांचं सखोल परीक्षण केलं तर त्यांच्यातून कित्येक धोक्याचे इशारे दिसत होते. म्हणून आमच्या ग्राहकांना आम्ही त्यांच्या स्टॉकपासून दूर राहण्याचा सल्ला दिला होता. आम्ही पुढे त्यापैकी काही धोक्याचे इशारे दिले आहेत. २०१४च्या सप्टेंबरपर्यंतच्या वर्षअखेरीपर्यंत आम्ही विश्लेषण केलं आहे. कंपनीतील समस्या २०१५नंतर समोर येण्यास सुरुवात झाली. ज्या वेळी सगळ्याच समस्यांनी डोकं वर काढलं त्या वेळी त्यापुढच्या काळात त्यांच्या वित्तीय कागदपत्रांमधून (आणि विशेषतः नफा व तोटा यांच्या विवरणपत्रांमधून) कंपनीच्या व्यवहाराची खरी परिस्थिती प्रतिबिंबित होऊ लागली.

रोख पैशाच्या निर्मितीला ऑपरेटिंग नफे प्रतिकूल होते

आपल्या प्रतिस्पर्ध्यांच्या तुलनेत लक्षणीयरीत्या अधिक नफे मिळवण्याकरिता उत्पादनांमध्ये कोणत्या अर्थपूर्ण तफावती होत्या, ही गोष्ट स्पष्ट करण्यात आली नव्हती.

ॲम्टेक ऑटोच्या मुख्य किंवा सूत्रधार कंपनीचं ईबीआयटीडीए मार्जिन हे भारत फोर्ज आणि महिंद्रा सीआयई यांसारख्या त्यांच्या प्रतिस्पर्ध्यांच्या तुलनेत बरंच अधिक होतं. प्रत्यक्षात भारतीय ऑटो-साहाय्यक (ॲन्सिलरी) क्षेत्रातील ते एक सर्वोत्तम मार्जिन होतं. ॲम्टेक ऑटोच्या मुख्य कंपनीच्या कच्च्या मालाचा खर्च त्या क्षेत्रातील इतर कंपन्यांच्या तुलनेत लक्षणीयरीत्या अधिक होता. त्यांचा कर्मचारी खर्च, वीज आणि इंधन खर्च यांसारखा 'ओव्हरहेड' खर्च अतिशय कमी होता. मात्र कंपनी तिच्या उत्पादन कामकाजाच्या लक्षणीय भागाचं आउटसोर्सिंग करत होती (कामकाज बाहेरून करून घेत होती) किंवा उत्तम तयार माल (ट्रेडिंग खरेदी) विकत घेत होती, असं वाटू शकतं. कारण, तरच इतक्या कमी 'ओव्हरहेड' खर्चाचं समर्थन होऊ शकतं; परंतु कंपनीच्या आर्थिक विवरणपत्रांवरून तसं दिसत नव्हतं. याशिवाय ॲम्टेक ऑटोची एकूण ब्लॉक उलाढालही त्या क्षेत्रातील इतर फर्मच्या तुलनेत लक्षणीयरीत्या कमी होती. (पुढच्या विभागात आपण त्यावर तपशीलवार चर्चा करणार आहोत.) यातूनही पुन्हा कंपनीतच उत्पादन होत होतं हेच सूचित होतं. म्हणूनच इतर कंपन्यांच्या तुलनेत त्यांचा कर्मचारी खर्च आणि इतर खर्च कमी असण्याची शक्यता कमी होती. मात्र इतर कंपन्यांच्या तुलनेत मार्जिनमधील लक्षणीय तफावत चिंताजनक होती.

तक्ता क्र. ४२ : इतर कंपन्यांच्या तुलनेत ॲम्टेकचा उत्पादनाचा वरकड खर्च लक्षणीयरीत्या कमी होता आणि त्यामुळे इतर कंपन्यांच्या तुलनेत त्यांना जास्त मार्जिन (लाभ) मिळत होतं.

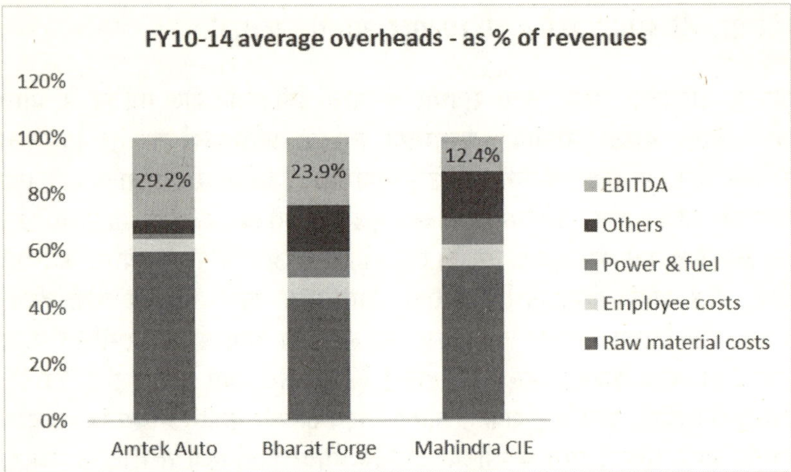

स्रोत : कंपनी, मार्सेलस इन्व्हेस्टमेंट मॅनेजर्स, वर दिलेली माहिती ही सर्व कंपन्यांच्या मुख्य कंपन्यांच्या हिशेबपत्रांमधील आहे.

इतर कंपन्यांच्या तुलनेत उच्च खेळतं भांडवल दिवस

ॲम्टेक ऑटोचं खेळतं भांडवलचक्र हे त्या क्षेत्रातील इतर कंपन्यांच्या तुलनेत लक्षणीयरीत्या गौण होतं. इन्व्हेन्टरी, व्यापारी कर्जवसुली दिवस आणि कर्जं व महसुलाची (किंवा दिवसांची) टक्केवारी म्हणून मिळालेल्या आगाऊ रकमा या तुलनेत उच्चतर होत्या. ॲम्टेक ऑटोचे व्यापारी कर्जवसुली दिवस हे भारत फोर्जच्या तुलनेत चिंताजनक होते. भारत फोर्जकडून मोठ्या प्रमाणात निर्यात केली जात होती आणि तिथे ग्राहकांना दिले जाणारे पत कालावधी (क्रेडिट पीरियड्स) मोठे असत होते. ॲम्टेक ऑटोची बेसुमार, अनिर्बंध उच्च कर्जं आणि आगाऊ रकमा यांच्यामुळे चिंताग्रस्ततेत भरच पडत होती. मात्र फर्मच्या वार्षिक अहवालांमध्ये त्यांचं पुरेशा प्रमाणात स्पष्टीकरण दिलं जात नव्हतं. या कालावधीतील सरासरी एकत्रित खेळतं भांडवल दिवस हे आश्चर्यकारकपणे २०० दिवस असे होते. (२०१० ते २०१४ या आर्थिक वर्षांच्या कालावधीतील भारत फोर्जच्या एकत्रित खेळत्या भांडवल दिवसांचा विचार केला तर हे सरासरी दिवस दहा होते आणि फक्त मुख्य कंपनीचा

विचार केला तर ते ३२ होते.) यात उच्च इन्व्हेंटरी, धनकोंपेक्षा ऋणकोंचं प्रमाण जास्त असणं, कर्जं आणि आगाऊ रकमा यांचा समावेश होता. ॲम्टेकची कर्जं आणि आगाऊ रकमा यांची सरासरी विशेषतः उच्च होती आणि ती ६७ दिवस अशी होती. २०१२च्या जूनमध्ये ती सर्वाधिक म्हणजे १८३ दिवसांवर पोहोचली होती. त्याच वेळी ॲम्टेक ऑटोचे व्यापार प्रदेयक दिवस इतर कंपन्यांच्या तुलनेत खूपच कमी होते.

तक्ता क्र. ४३ : ॲम्टेक ऑटोचे तुलनेत उच्चतर असलेले खेळते भांडवल दिवस

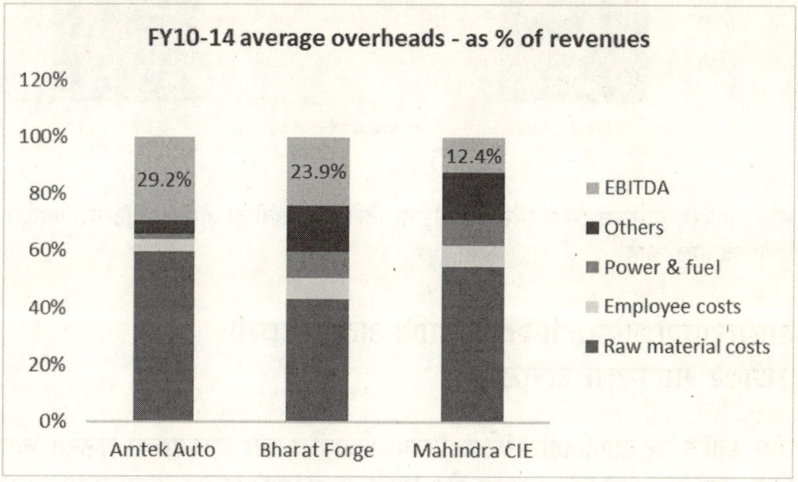

स्रोत : कंपनी, मार्सेलस इन्व्हेस्टमेंट मॅनेजर्स

खेळत्या भांडवलाच्या उच्च पातळ्यांमुळे ॲम्टेक ऑटोचा कामकाजातून मिळणारा (ऑपरेटिंग) कॅशफ्लो हा त्यांच्या दाखवण्यात आलेल्या ऑपरेटिंग नफ्याच्या तुलनेत लक्षणीयरीत्या कमी होता. सन २००३चा जून आणि २०१४चा सप्टेंबर या कालावधीदरम्यान ॲम्टेक ऑटोनं १२,९७४.१ कोटी रुपयांचे एकत्रित ऑपरेटिंग नफे मिळवले. त्याउलट करपूर्व ऑपरेटिंग रोख रक्कम ही केवळ ७,७९७.२ कोटी रुपये किंवा ऑपरेटिंग नफ्याच्या ६० टक्के होती. ऑटो-साहाय्यक क्षेत्रातील हे सगळ्यात कमी कॅश कन्व्हर्जन गुणोत्तर होतं. त्यामुळे कंपनीच्या नमूद करण्यात आलेल्या ऑपरेटिंग नफ्यांच्या प्रामाणिकपणाविषयी प्रश्नचिन्ह निर्माण होत होतं.

तक्ता क्र. ४४ : उच्च खेळत्या भांडवलानं ॲम्टेक ऑटोच्या रोखीच्या रूपांतरणाला (कॅश कन्व्हर्जनला) रोखलं

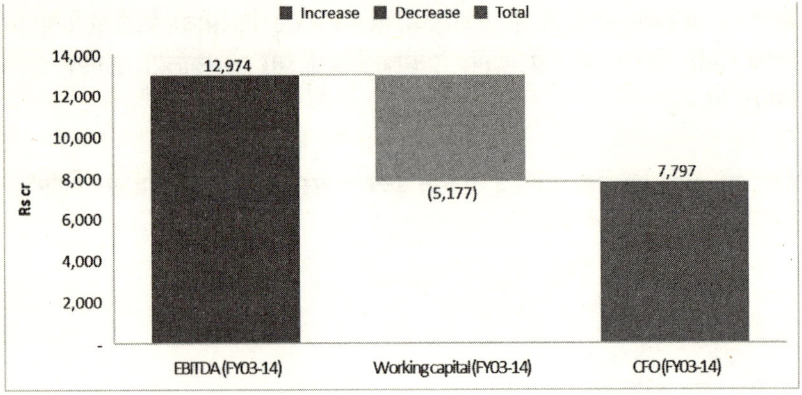

स्रोत : कंपनी, मार्सेलस इन्व्हेस्टमेंट मॅनेजर्स, वर दिलेली माहिती ही ॲम्टेक ऑटोच्या एकत्रित हिशेबपत्रांतील आहे.

सातत्यपूर्ण भांडवली खर्च आणि अत्यंत कमी स्थावर मालमत्ता उलाढाल

ग्रोस ब्लॉक उलाढालीतही ॲम्टेक तिच्या क्षेत्रातील इतर कंपन्यांच्या तुलनेत मागे होती. खरं तर ॲम्टेकची एकत्रित ग्रोस ब्लॉक उलाढाल सन २००९पासून सातत्यानं एक पटीच्या खाली राहिली होती. ही गोष्ट फक्त अनेक संपादनांमुळे घडली नव्हती. ॲम्टेकच्या मुख्य कंपनीची ग्रोस ब्लॉक उलाढाल त्याहूनही जास्त वाईट होती. २००७च्या जूनपासून ती एक पटीच्या पलीकडे गेलीच नव्हती. सन २०१४च्या सप्टेंबरपर्यंत हा आकडा ०.४८ पटीवर पोहोचला होता. ॲम्टेकच्या उच्च भांडवली खर्चाविषयी आणखी एक घोटाळा दर्शवणारी आणि गोंधळात टाकणारी बाब होती. ज्या वेळी जून २०१२ ते सप्टेंबर २०१४ या कालखंडात भारतातील ऑटो क्षेत्र हे स्पष्टपणे अधोगतीच्या चक्रातून चाललं होतं आणि त्याच्या तत्कालीन क्षमता धक्कादायकपणे कमी वापर पातळ्यांवर काम करत होत्या, त्या वेळी ॲम्टेकच्या मुख्य किंवा सूत्रधार कंपनीनं ५,०५२.९ कोटी रुपयांचा निव्वळ रोख भांडवली खर्च केला होता. ॲम्टेक ऑटोच्या मुख्य कंपनीच्या महसुलाची वाढ इतर कंपन्यांच्या तुलनेत चांगली असली तरी जून २०१२ रोजी संपलेलं वर्ष आणि सप्टेंबर २०१४मध्ये संपलेलं वर्ष या कालखंडादरम्यान झालेली वृद्धीशील विक्री (इन्क्रिमेंटल सेल)

ही फक्त १,६४० कोटी रुपयांची होती. वर उल्लेख करण्यात आलेल्या भांडवली खर्चाच्या एक तृतीयांश भागाहूनही ती कमी होती. यामुळे ग्रोस ब्लॉक उलाढालीत प्रचंड घसरण झाली. या आकड्यांचं विश्लेषण केल्यानंतर ॲम्टेक्सच्या भांडवली खर्चाच्या प्रामाणिकपणाविषयी स्पष्टपणे प्रश्नचिन्ह निर्माण होतं. यातून निघणारा निष्कर्ष असं सांगतो की, भांडवली खर्च हा फुगवून दाखवला गेल्याची शक्यता आहे आणि भर टाकण्यात आलेली प्रत्यक्ष क्षमता ही खर्च करण्यात आलेल्या रकमेच्या तुलनेत खूपच कमी आहे. अतिरिक्त किंवा फुगवून दाखवण्यात आलेली रक्कम ही दुसऱ्या मार्गानं बाहेर पडण्याकडे वळते आणि हा मार्ग अल्पसंख्य शेअरधारकांच्या हिताच्या दृष्टीनं घातक असतो.

तक्ता क्र. ४५ : इतर कंपन्यांच्या तुलनेत कमी असलेली ॲम्टेक ऑटोची ग्रोस ब्लॉक उलाढाल

कंपनी	FY१०	FY११	FY१२	FY१३	FY१४	FY१०–१४ची सरासरी
ॲम्टेक ऑटो	**०.४**	**०.५**	**०.५**	**०.४**	**०.५**	**०.५**
भारत फोर्ज	०.७	१.०	१.२	०.९	०.९	०.९
महिंद्रा सीआयई	१.१	१.३	१.४	१.३	१.१	१.२

स्रोत : कंपनी, मार्सेलस इन्व्हेस्टमेंट मॅनेजर्स, वर दिलेली आकडेवारी ही सर्व कंपन्यांच्या मुख्य कंपनीच्या लेखांकनाच्या माहितीतून घेण्यात आली आहे.

दुर्बल ऑपरेटिंग कॅशफ्लो (वर चर्चा करण्यात आलेला) आणि उच्च भांडवली खर्च यांचा परिणाम असा झाला की, ॲम्टेक ऑटोनं २००३ या आर्थिक वर्षापासून २०१४ या आर्थिक वर्षापर्यंतच्या एकाही वर्षात सकारात्मक मुक्त रोख रक्कम निर्माण केली नाही. या एकाच निरीक्षणामुळेही कर्जदात्यांना आणि शेअरधारकांना कंपनीपासून दूर राहण्याचा इशारा मिळत होता.

तक्ता क्र. ४६ : उच्च भांडवली खर्च / संपादनं यांच्या दरम्यानच्या कमी ऑपरेशनल रोख रकमेमुळे सकारात्मक मुक्त रोख रकमेचा प्रचंड तुटवडा निर्माण झाला.

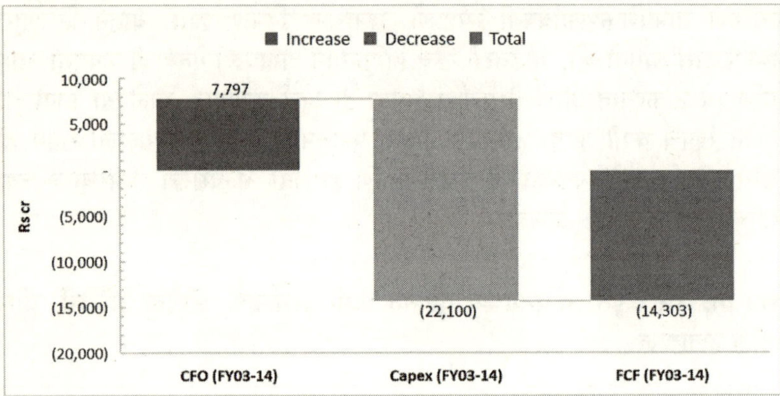

स्रोत : कंपनी, मार्सेलस इन्व्हेस्टमेंट मॅनेजर्स, वर देण्यात आलेली माहिती ही ॲम्टेक ऑटोच्या एकत्रित हिशेबपत्रांतून देण्यात आली आहे.

गुंतागुंतीची समूह रचना

तक्ता क्र. ४७ : अनेक सूचीबद्ध उपकंपन्या आणि परकी उपकंपन्यांसाठी अनेक घटकांची साखळी यांच्यासह ॲम्टेक ऑटोची गुंतागुंतीची समूह रचना

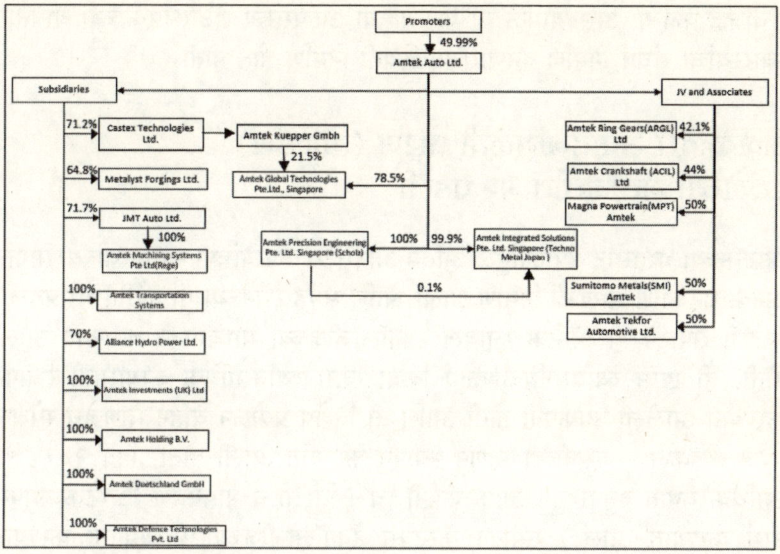

स्रोत : कंपनी, मार्सेलस इन्व्हेस्टमेंट मॅनेजर्स

ॲम्टेक ऑटोनं भारतातील आणि परदेशातील अनेक ऑटो कॉम्पोनंट व्यवसायांमध्ये कंपन्यांच्या जाळ्यांच्या माध्यमातून स्वामित्व मिळवलं होतं. त्यामुळे कंपनीची कामगिरी स्पष्टपणे ओळखणं कठीण होतं. कॉर्पोरेट रचनेच्या खालील पैलूंमुळे लक्षणीय चिंता निर्माण झाल्या होत्या.

काही उपकंपन्यांमधील परस्परविरोधी व्यावसायिक स्वारस्यं

सन २०१४च्या ३० सप्टेंबरपर्यंत ॲम्टेक ऑटोकडे भारतातील तीन सूचीबद्ध उपकंपन्या होत्या. कॅस्टेक्स टेक्नॉलॉजीज (आधीची ॲम्टेक इंडिया, तिच्यात २०१४च्या सप्टेंबरपर्यंत ॲम्टेक ऑटोचा ७१.१ टक्के हिस्सा होता.), मेटॅलिस्ट फोर्जिंग्ज (आधीची अहमदनगर फोर्जिंग्ज, सप्टेंबर २०१४ मध्ये ६४.८ टक्के हिस्सा होता.), जेएमटी ऑटो (सप्टेंबर २०१४ मध्ये ७१.८ टक्के हिस्सा होता.) या

उपकंपन्यांचा विचार करता, ॲम्टेकच्या उत्पादनविषयक प्रोफाइलमधून असं सूचित होतं की, मेटॅलिस्ट फोर्जिंगजच्या फोर्ज्ड उत्पादनांची ॲम्टेकच्या फोर्ज्ड उत्पादनांशी स्पर्धा झाली असती आणि कॅस्टेक्स टेक्नॉलॉजीजच्या बाबतीत कास्टिंगकरिता ही स्पर्धा झाली असती. पूर्ण मालकीच्या उपकंपन्यांच्या बाबतीत सहसा हा मुद्दा येत नव्हता, परंतु या उपकंपन्या अंशतः मालकीच्या असल्यामुळे आणि त्यापेक्षाही त्या सूचीबद्ध कंपन्या असल्यामुळे या कंपन्यांच्या अल्पसंख्य शेअरधारकांच्या बाबतीत स्वारस्यांचा संघर्ष निर्माण करणारी परिस्थिती निर्माण होत होती.

अनेकविध संपादनांमुळेही धारण (होल्डिंग) रचनेच्या गुंतागुंतीत भर पडली

ॲम्टेकच्या भरमसाट संपादनांमुळे अंतिम ऑपरेटिंग कंपन्यांच्या स्वामित्वाच्या मार्गात अनेक घटकांची साखळी निर्माण झाली आणि समूह रचनेच्या गुंतागुंतीत भर पडली. परदेशी संपादनं ही ॲम्टेक ग्लोबल टेक्नॉलॉजीजच्या माध्यमातून करण्यात आली होती. ही खास व्यावसायिक हेतूनं किंवा खास व्यावसायिक कार्यासाठी स्थापन करण्यात आलेली उपकंपनी होती आणि ती विशेष प्रयोजन वाहन म्हणजेच स्पेशल पर्पज व्हेइकल – एसपीव्ही म्हणून स्थापन करण्यात आली होती. मात्र २०१४ या आर्थिक वर्षात क्युपर ग्रुप ऑफ कंपनीजचं (नंतर हिचं नामकरण 'ॲम्टेक क्युपर' असं करण्यात आलं.) संपादन कॅस्टेक्स टेक्नॉलॉजीजच्या माध्यमातून करण्यात आलं. कॅस्टेक्सनं नंतर ही कंपनी ॲम्टेक ग्लोबल टेक्नॉलॉजीजला विकली. त्यामुळे ही रचना आणखी गुंतागुंतीची झाली, कारण अखेरीस ॲम्टेक ग्लोबल टेक्नॉलॉजीजच्या २१.५ टक्के हिश्शावर कॅस्टेक्सची मालकी प्रस्थापित झाली होती. शिवाय ॲम्टेक ऑटोकडे कंपनीचा ७८.५ टक्के हिस्सा होता.

कर्जदात्यांची दिशाभूल करण्यासाठी धारण (होल्डिंग) रचनेचा लबाडीनं वापर करण्यात आला

सन २०१४च्या नोव्हेंबरमध्ये ॲम्टेक ग्लोबल टेक्नॉलॉजीजनं (आंतरराष्ट्रीय उपकंपन्यांसाठीची धारण एसपीव्ही) जागतिक स्तरावरची खासगी इक्विटी फर्म केकेआर अँड कं. एलएलपीशी करार केला. संपादनाकरिता आर्थिक निधी पुरवण्याच्या हेतूनं घेण्यात आलेली काही अल्पकालीन ब्रिज लोन (दोन कर्जांमधील वेळ भरून काढण्याकरिता बँकेकडून घेण्यात आलेलं कर्ज. उदाहरणार्थ, एक घर खरेदी करणं आणि दुसरं विकणं.) चुकते करण्याकरिता सुमारे २३५ दशलक्ष युरोचा दीर्घकालीन निधी मिळवण्यासाठी हा करार करण्यात आला होता. केकेआरच्या

करारात ॲम्टेक ग्लोबल टेक्नॉलॉजीजला समूहातील इतर कंपन्यांना प्रदान भरणा (पेमेंट) किंवा पुनर्प्रदान भरणा (रिपेमेंट) करण्यास प्रतिबंध करण्यात आला. त्यात भारतीय धारण कंपनी ॲम्टेक ऑटोचाही समावेश होता. यामुळे भारतीय कंपन्यांच्या कर्जदात्यांना रोखलं गेलं होतं. या भारतीय कंपन्यांमध्ये ॲम्टेक ऑटो, कॅस्टेक्स टेक्नॉलॉजीज आणि मेटॅलिस्ट फोर्जिंग्ज यांचा समावेश होता. समूहाच्या एकूण एकत्रित कर्जाच्या मोठ्या भागाला त्या जबाबदार होत्या. वास्तविक ॲम्टेक ग्लोबल टेक्नॉलॉजीजच्या व्यवहारासाठी किंवा संपादनांसाठी भारतीय कंपन्यांच्या पातळीवर घेण्यात आलेल्या कर्जातूनच मोठ्या प्रमाणात आर्थिक पुरवठा केला गेला होता. समूहाची घसरण सुरू होईपर्यंत हा महत्त्वाचा तपशील भारतीय कर्जदात्यांसमोर उघड करण्यात आला नव्हता.[११]

तक्ता क्र. ४८ : ॲम्टेकचा एकत्रित कर्जाचा तपशील

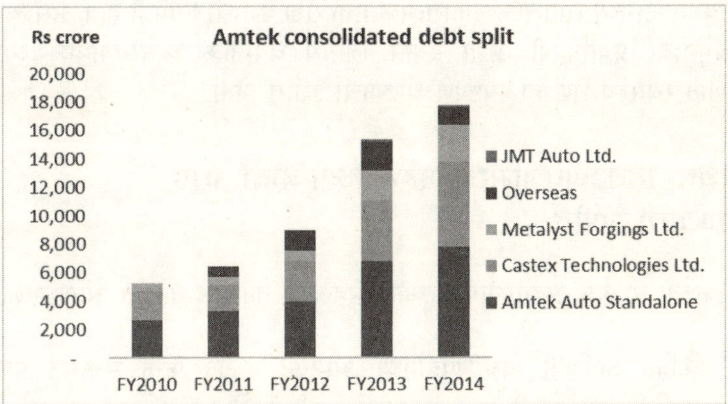

स्रोत : कंपनी, मार्सेलस इन्व्हेस्टमेंट मॅनेजर्स

दुर्बल कॉर्पोरेट प्रशासन

प्रवर्तकाची स्वतःची व्यावसायिक स्वारस्यं

ॲम्टेक ऑटो, तिच्या उपकंपन्या आणि संयुक्त प्रकल्प यांच्या खेरीज प्रवर्तकांच्या मालकीचं पुढीलप्रमाणे मोठं साम्राज्य होतं :

- प्रवर्तकांना अनेक रिअल इस्टेट कंपन्यांमध्ये स्वारस्य होतं. गरिमा बिल्डप्रॉप प्रा.लि., ब्रास्को इस्टेट्स प्रा. लि., अद्भुत इन्फ्रास्ट्रक्चर लि., फोर्ब्ज बिल्डर्स

प्रा.लि., लोटस इन्फ्रास्टेट्स प्रा. लि., धनपत प्रॉपर्टीज प्रा. लि., दिलखुश बिल्डटेक प्रा. लि., या त्यांच्यापैकी अनेक कंपन्यांमधील काही कंपन्या होत्या.

- याशिवाय आदरातिथ्य आणि अन्न व पेय (फूड अँड बिव्हरेजेस) व्यवसायांवर प्रवर्तकांची नजर होती. रोलाटेनर्स या त्यांच्या सूचीबद्ध पॅकेजिंग सोल्यूशन्स कंपनीच्या माध्यमातून प्रवर्तकांनी इतर कंपन्यांमध्येही स्वारस्य घेतलं. त्यांच्यामध्ये कॉफीच्या बरिस्टा या साखळी दुकानांचा समावेश होता. शिवाय जगातील तिसऱ्या क्रमांकाची सर्वांत मोठी बर्गर साखळी असलेल्या 'वेंडी' या ब्रँडचा भारतभर विकास करण्याचे आणि त्यांचं कामकाज पाहण्याचे हक्कही त्यांनी संपादित केले. त्यांनी मेपल फूड्स व्यवसायाचंही संपादन केलं. हा व्यवसाय मेपल हॉटेल्सना आणि त्याबरोबरच भारतीय रेल्वेंना अन्नाचा पुरवठा करत होता.

अॅम्टेक ऑटोमध्ये सातत्यानं नकारात्मक मुक्त रोख पैशाची निर्मिती होत असल्याच्या पार्श्वभूमीवर प्रवर्तकांनी अशा प्रकारे विविध वैयक्तिक व्यवसायांमध्ये व्यापक प्रमाणात स्वारस्य घेणं हा स्पष्टपणे धोक्याचा इशारा होता.

आर्थिक विवरणपत्रांमध्ये महत्त्वाच्या बाबी उघड करण्याची उणीव

अॅम्टेकच्या वार्षिक अहवालांमध्ये काही महत्त्वाचे तपशील देण्यात आले नव्हते :

- एकत्रित आर्थिक विवरणपत्रांमध्ये अॅम्टेक ऑटोनं फक्त संबंधित पक्षांची (पार्टींची) नावं दिली होती, परंतु त्यांच्याशी संबंधित असलेल्या या पक्षाबरोबर किती रकमेचे किंवा किती आकाराचे व्यवहार झाले होते ते आकडे देण्यात आले नव्हते. याशिवाय एकत्रित आर्थिक विवरणपत्रांमध्ये देण्यात आलेल्या अशा संबंधित पक्षांच्या नावांमध्ये प्रवर्तकांच्या मालकीच्या काही कंपन्यांच्या नावांचा उल्लेख करण्यात आला नव्हता. या प्रकरणात आधी प्रवर्तकांच्या मालकीच्या काही कंपन्यांचा उल्लेख करण्यात आला आहे.
- अॅम्टेकच्या वार्षिक अहवालांसह आर्थिक विवरणपत्रांमध्ये काही महत्त्वाच्या संपादनांचे व्यवहार पूर्ण झाल्यानंतर त्यांच्या 'कन्सिडरेशन'पोटी मोजण्यात आलेली एकूण रक्कम, गुडविलच्या गणनेचे तपशील यांसारख्या काही मूलभूत तपशिलांची उणीव दिसत होती.

तुलनेत दुर्बल संचालक मंडळ

सन २०१४च्या नोव्हेंबरअखेरीपर्यंत अ‍ॅम्टेक ऑटोच्या संचालक मंडळात दहा सदस्य होते. त्यांच्यापैकी पाच सदस्य स्वतंत्र संचालक होते. यावरून संचालक मंडळाचा समतोल चांगल्या प्रकारे राखला गेल्याचं सूचित होतं. मात्र स्वतंत्र संचालकांची माहिती बारकाईनं तपासल्यानंतर अनेक प्रश्नचिन्हं निर्माण होतात.

तक्ता क्र. ४९ : अ‍ॅम्टेकचे स्वतंत्र संचालक

नाव	पद	ते संचालकपदं सांभाळत असलेल्या इतर सूचीबद्ध कंपन्यांची नावं	थोडक्यात माहिती
राजीव ठाकूर	स्वतंत्र संचालक		मरिन इंजिनिअर आणि व्यवस्थापन सल्ला कंपनी क्षेत्रातील अनुभव.
बी. लुगानी	स्वतंत्र संचालक	मेटॅलिस्ट फोर्जिंग्ज	लेखा, वित्तपुरवठा, व्यवस्थापन सल्ला, प्राप्तिकर आणि नवीन प्रकल्प उभारणी या क्षेत्रांतील अनुभव
संजय छाब्रा	स्वतंत्र संचालक	कॅस्टेक्स टेक्नॉलॉजीज, जेएमटी ऑटो	तांत्रिक, विपणन आणि प्रकल्प अंमलबजावणी या क्षेत्रांतील अनुभव
राजनारायण भारद्वाज	स्वतंत्र संचालक	टेक्नोफॅब इंजिनिअरिंग, जयप्रकाश असोसिएट्स, केएसएल अँड इंडस्ट्रीज, एबीबी	एलआयसी ऑफ इंडियाबरोबर कामाचा दीर्घकालीन अनुभव आणि एलआयसी म्युच्युअल फंड ट्रस्टी कंपनी प्रा. लि. चे माजी अध्यक्ष.

संजीव भसीन	स्वतंत्र संचालक	डीबीएस बँक, मेटॅलिस्ट फोर्जिंग्ज, रोलटेनर्स	डीबीएस बँक लि.,चे माजी सीईओ आणि सरव्यवस्थापक

स्रोत : कंपनी, मार्सेलस इन्व्हेस्टमेंट मॅनेजर्स

- स्वतंत्र संचालकांपैकी बी. लुगानी, राजीव ठाकूर आणि संजय छाब्रा या तिघांकडे ॲम्टेक समूहाच्या बाहेरचं संचालकपद नव्हतं.
- नोव्हेंबर २०१४पर्यंत लुगानी, राजीव ठाकूर आणि संजय छाब्रा यांनी ॲम्टेक ऑटोच्या संचालक मंडळावर अनुक्रमे सोळा, अठरा आणि सतरा वर्षं काम केलं होतं. स्वतंत्र संचालकांची कारकिर्द इतक्या दीर्घ कालावधीची असणं ही गोष्ट फारशी चांगली नसते.
- काही स्वतंत्र संचालक हे प्रवर्तकांच्या इतर कंपन्यांमध्येही संचालक पदांवर काम करत होते. पुढे दिलेल्या चौकटीत हे दाखवण्यात आलं आहे.

तक्ता क्र. ५० : स्वतंत्र संचालकांनी प्रवर्तकाच्या मालकीच्या खासगी कंपन्यांमध्ये संचालकपदी असणं ही आदर्श परिस्थिती नव्हती.

नाव	ते संचालकपदं सांभाळत असलेल्या इतर समूहांच्या कंपन्यांची नावं	
बी. लुगानी	मेटॅलिस्ट फोर्जिंग्ज लि.	कॅस्टेक्स टेक्नॉलाजीज लि.
संजय छाब्रा	कॅस्टेक्स टेक्नॉलॉजीज लि.	जेएमटी ऑटो लि.
	अद्भुत इन्फ्रास्ट्रक्चर लि.	बरिस्टा कॉफी कंपनी लि.
संजीव भसीन	मेटॅलिस्ट फोर्जिंग्ज लि.	कॅस्टेक्स टेक्नॉलॉजीज लि.
	ॲम्टेक पॉवरट्रेन लि.	रोलटेनर्स लि.
	बरिस्टा कॉफी कंपनी लि.	ओसीएल आयर्न अँड स्टील लि.
	अलायन्स इंटिग्रेटेड मेटॅलिक्स लि.	

स्रोत : कंपनी, मार्सेलस इन्व्हेस्टमेंट मॅनेजर्स

लेखापरीक्षकांमध्ये आळीपाळीनं नेमणुकीचा (रोटेशनचा) अभाव

ॲम्टेक ऑटोच्या हिशेबाचं लेखापरीक्षण मेसर्स मनोज मोहन अँड असोसिएट्स हीच कंपनी किमान सन २००२पासून सातत्यानं करत होती. हीच फर्म कॅस्टेक्स

टेक्नॉलॉजीज, मेटॅलिस्ट फोर्जिंग्ज आणि इतर अनेक उपकंपन्यांचं लेखापरीक्षण करत होती. त्यात रोलटेनर्स लि., सारख्या प्रवर्तकाच्या मालकीच्या काही कंपन्यांचाही समावेश होता. अ‍ॅम्टेक समूह वगळता ही फर्म इतर कोणत्याही सूचीबद्ध कंपनीचं लेखापरीक्षण करत नव्हती. अ‍ॅम्टेक समूह एकाच लेखापरीक्षक फर्मवर अवलंबून राहिला होता आणि लेखापरीक्षकात बदल केला जात नव्हता ही धोक्याचा इशारा देणारी बाब होती.

अ‍ॅम्टेकमधील निकृष्ट लेखांकन आणि प्रशासन पद्धतींची झळ अखेरीस कंपनीला बसली आणि २०१७च्या जुलैमध्ये कंपनीच्या विरोधात दिवाळखोरीच्या संदर्भातील प्रक्रिया (कॉर्पोरेट इन्सॉल्व्हन्सी रिझोल्युशन प्रोसेस) सुरू करण्यात आली. ही प्रक्रिया अद्याप (सन २०२०च्या डिसेंबरपर्यंत) पूर्ण झालेली नाही. तसंच शेअर बाजारांमध्ये कंपनीच्या स्टॉकचं ट्रेडिंगही स्थगित करण्यात आलं आहे. आपल्या ताब्यातील शेअर्स वेळेवर विकू न शकलेल्या दुर्दैवी शेअरधारकांकडे आता बाहेर पडण्याचा मार्गही उरलेला नाही.

भारतातील अल्पसंख्य गुंतवणूकदारांसाठी यापुढचा मार्ग

मार्सेलसमध्ये आमच्याकडे डझनभर लेखापरीक्षक आणि लेखा आर्थिक विश्लेषक आहेत. अशा प्रकारच्या तपशीलवार फोरेन्सिक हिशेब विश्लेषणांमध्ये त्यांना प्रशिक्षित करण्यात आलं आहे. मात्र बहुतांश वैयक्तिक गुंतवणूकदारांकडे अशा प्रकारचं विश्लेषण करण्यासाठी आवश्यक असलेली संसाधनं नसतात. मग भ्रष्ट प्रवर्तकांपासून ते आपल्या संपत्तीचं रक्षण कसं काय करू शकतील?

पहिली गोष्ट म्हणजे तुम्हाला वेळ नसेल किंवा कोणतंही आर्थिक विश्लेषण करण्याकडे तुमचा कल नसेल तर तुमच्या संपत्तीचं व्यवस्थापन तुम्ही एखाद्या व्यावसायिक फंड व्यवस्थापकाकडे सोपवणं इष्ट असतं. मित्रांनी किंवा ब्रोकरनी दिलेल्या टिपच्या आधारावर अगर किरकोळ सल्लागारांच्या किंवा आर्थिक क्षेत्रातील कामगिरीची कसलीच पार्श्वभूमी नसलेल्या गुंतवणूक सल्लागारांच्या सल्ल्याच्या आधारावर भारतीय स्टॉक्समध्ये गुंतवणूक करणं ही संपत्तीचा विनाश करण्याची कृतीच असते.

दुसरी गोष्ट म्हणजे तुम्ही एखाद्या सूचीबद्ध कंपनीत गुंतवणूक करण्याचा विचार करत असाल आणि त्यासाठी तिचे अख़ेरच्या तीन वर्षांचे वार्षिक अहवाल तुम्ही वाचले तर तुम्हाला इतर बहुतांश गुंतवणूकदारांच्या तुलनेत त्या कंपनीची अधिक माहिती (किरकोळ आणि संस्थात्मक) समजेल. कोणत्याही सूचीबद्ध कंपनीवर आपले तीन वर्षांचे अहवाल वेबसाइटवर टाकण्याचं कायदेशीर बंधन असतं. कंपनीचे वार्षिक अहवाल वाचताना तुम्ही आपोआपच या प्रकरणातील तक्ता क्र.

१२ आणि १६ मध्ये दिलेलं विश्लेषण केलं पाहिजे. त्यासाठी तुमच्याकडे वेळ नसेल किंवा अशा तपशिलांत शिरण्यासाठी आवश्यक असलेलं प्रशिक्षण नसेल तर वार्षिक अहवालात पुढील गोष्टींचा शोध घ्या :

१. कंपनीच्या संचालक मंडळात प्रवर्तकाच्या आणि त्याच्या मित्रांच्या नातेवाइकांचा मोठ्या प्रमाणात भरणा आहे का? तसं असेल तर त्या कंपनीवर फुली मारा.
२. कंपनीच्या एकत्रित आर्थिक विवरणपत्रांमध्ये कॅशफ्लो विवरणपत्रात तुम्हाला कॅशफ्लो फ्रॉम ऑपरेशन्स (सीएफओ) आणि कॅशफ्लो फ्रॉम इन्व्हेस्टमेंट (सीएफआय) आढळेल. सीएफओचा आकडा धन किंवा सकारात्मक असला पाहिजे, कारण ती कंपनीनं आपला माल विकून मिळवलेली रोख रक्कम असते. सीएफआय हा सहसा नकारात्मक किंवा ऋण आकडा असतो, कारण तो कंपनी तिच्या प्रकल्पावर आणि साधनसामग्रीवर खर्च करत असलेला पैसा असतो. जर सीएफओ आणि सीएफआय यांची बेरीज शून्याहून मोठी नसेल तर त्या कंपनीच्या समोर दुसरी फुली मारा.
३. आर्थिक विवरणपत्रांच्या टीपांमधील संबंधित पार्टींशी झालेल्या व्यवहारांच्या विभागात प्रवर्तक आणि त्याच्या कुटुंबाच्या मालकीच्या कंपन्या यांच्यामध्ये अनेक वेळा मोठ्या प्रमाणात आर्थिक व्यवहार झाल्याचं दिसतं का? जर तसं दिसत असेल तर त्या कंपनीच्या नावासमोर तिसरी फुली मारा आणि जास्त उपयुक्त गोष्ट करण्यासाठी आपल्या मूल्यवान वेळाचा उपयोग करण्यासाठी सरळ निघून जा.
४. या प्रकरणात ठळकपणे देण्यात आलेल्या लेखांकनाच्या तपासण्या पार पाडण्यासाठी तुम्हाला कंपनीच्या किमान अखेरच्या तीन वर्षांचे वार्षिक अहवाल तरी वाचावे लागतील. तुमच्याकडे वेळ नसेल किंवा कोणतंही आर्थिक विश्लेषण करण्याकडे तुमच्या मनाचा कल नसेल तर तुमच्या संपत्तीच्या व्यवस्थापनाचं काम तुम्ही एखाद्या व्यावसायिक फंड व्यवस्थापकावर सोपवणं अधिक चांगलं असेल.

ठळक मुद्दे :

- भारतातील कित्येक कंपन्या सदोष असलेली किंवा अचूक नसलेली आर्थिक विवरणपत्रं दाखल करतात. कॉर्पोरेट अफरातफरी नेहमीच गुंतवणूकदारांना प्रतिक्रिया व्यक्त करण्यास फारसा वेळच ठेवत नाहीत आणि त्यांनी अगदी तसा वेळ ठेवलाच तरीसुद्धा अल्पसंख्य शेअरधारकांसाठी निश्चितपणे नकारात्मक फळच हाती लागणार असल्यानं ती हळूहळू वेदना

देत राहणारी भळभळती जखम असते. म्हणून आर्थिक विवरणपत्रांच्या प्रामाणिकपणाविषयी आणि कंपनीच्या व्यापक कॉर्पोरेट प्रशासनाविषयी विश्वासाची उभारणी होणं हा कोणत्याही स्टॉक विश्लेषणाचा सुरुवातीचा मुद्दा असला पाहिजे.

- मार्सेलसच्या संशोधनात लेखांकनाच्या आणि कॉर्पोरेट प्रशासनाच्या गुणवत्तेचं मूल्यमापन तीन प्रकारे केलं जातं : अ) पहिल्या पातळीवरच्या तपासण्या : यात आमच्या फोरेन्सिक संख्यात्मक गाळण्यांचा किंवा चाळण्यांचा आम्ही वापर करतो. (आमच्या फोरेन्सिक मॉडेलवर कमी गुण मिळवणाऱ्या कंपन्यांना आम्ही नेमकेपणानं वगळतो.) ब) दुसऱ्या पातळीवरच्या तपासण्या : या पातळीवर आम्ही आधीच्या विभागात उल्लेख करण्यात आलेल्या गुणधर्मांना ओळखण्यासाठी आर्थिक विवरणपत्रांचं वाचन आणि तपासणी करतो आणि क) तिसऱ्या पातळीवरच्या तपासण्या : यात कंपनीच्या प्राथमिक महत्त्वाच्या माहितीसंदर्भात तपासण्या करून आम्ही प्रवर्तकाच्या किंवा व्यवस्थापनाच्या प्रामाणिकपणाचा अंदाज घेण्याचा प्रयत्न करतो. त्याकरिता आम्ही माजी कर्मचारी, ग्राहक आणि कंपनीचे पुरवठादार यांच्याशी बोलतो.

***

प्रकरण ३

लेखांकन गुणवत्ता : वाईट धनकोंचा (कर्जदात्यांचा) शोध घेणं

''तुम्हाला लेखांकन समजलंच पाहिजे आणि तुम्हाला लेखांकनातील सूक्ष्म छटा, सूक्ष्म फरकही समजलेच पाहिजेत. ही व्यवसायाची भाषा असते आणि ती अपरिपूर्ण भाषा असते, मात्र जोपर्यंत तुमची लेखांकन शिकण्यासाठी कष्ट घेण्याची इच्छा नसते, जोपर्यंत तुम्हाला आर्थिक विवरणपत्रं कशी वाचावीत आणि त्यांचा अन्वयार्थ कसा लावावा ते समजून घेण्यासाठी परिश्रम करण्याची इच्छा नसते तोपर्यंत तुम्ही खरोखरच स्वतःच्या जिवावर स्टॉक्सची निवड करू नये.''

–वॉरन बफे[१]

गुंतवणुकीसाठी योग्य आर्थिक सेवा कंपनीची निवड केल्यामुळे अनेक लाभ होतात, कारण या कंपन्या त्यांची जवळजवळ १०० टक्के कमाई पुन्हा व्यवसायातच गुंतवतात. पुनर्गुंतवणूक करण्यात आलेल्या कमाईचा उपयोग नंतर अधिक कर्जाची उभारणी करण्यासाठी केला जातो आणि त्यानंतर कंपनीला या अधिक मोठ्या भांडवलाच्या पायावर परतावे मिळवणं शक्य होतं. हे अगदी नीतिमत्तापूर्ण चक्र असल्याचं आणि त्याच्यातून चांगल्या प्रकारे चालवल्या जाणाऱ्या आर्थिक सेवा कंपनीला अद्वितीय परिणाम मिळत असल्याचं सिद्ध होऊ शकतं. मात्र तरीही निकृष्ट दर्जाचं लेखांकन आणि आर्थिक सेवा कंपन्यांचे अप्रामाणिक प्रवर्तक हे बँकेच्या किंवा बिगर बँकिंग (नॉन बँकिंग) आर्थिक कंपनीच्या (एनबीएफसीच्या) अस्तित्वालाच धोका निर्माण करणारे घटक असतात.

या प्रकरणात आपण मुख्यतः पुढील प्रश्नांची उत्तरं शोधणार आहोत :

- लेखांकनाची किंवा हिशेबाची निकृष्ट गुणवत्ता आणि उत्कृष्ट गुणवत्तेच्या लेखांकनासह चांगल्या प्रकारे चालवल्या जाणाऱ्या आर्थिक सेवा कंपन्या यांच्यातील फरक अल्पसंख्य गुंतवणूकदार कसा काय ओळखू शकतील?
- मूल्य परतावे आणि लेखा गुणवत्ता यांच्यात काय संबंध असतो आणि उच्च गुणवत्तेचं लेखांकन असलेल्या कंपन्यांमध्ये गुंतवणूक केल्याचे काय फायदे होतात?
- आर्थिक कंपन्यांमध्ये गुंतवणूक करत असताना लेखांकनाची गुणवत्ता केंद्रस्थानी का असते?

आर्थिक कंपन्यांमध्ये गुंतवणूक करत असताना लेखांकनाची गुणवत्ता केंद्रस्थानी का असते?

भांडवल हाच कर्ज देण्याच्या व्यवसायाचा कच्चा माल असतो. कर्ज देणारा किंवा धनको हा इक्विटी भांडवलाची उभारणी करतो आणि नंतर कर्जाची उभारणी करतो. कर्ज हे इक्विटी भांडवलाच्या तुलनेत पाच ते दहा पटींनी जास्त असतं. ते तो बाहेर कर्जाऊ देतो. यातून मिळणाऱ्या नफ्यामुळे बँकेतील एकूण संपत्तीत वाढ होते त्यामुळे आणखी कर्ज उभारणीची मुभा मिळते आणि त्याला बाहेर द्यावयाच्या कर्जांच्या प्रमाणातही वाढ होते. काही अपवादात्मकपणे सक्षम असलेल्या भारतीय कर्जदात्यांसाठी या गतिशीलतेतून नीतिमत्तापूर्ण चक्र निर्माण झालं आणि त्याच्यातून त्यांच्या शेअरधारकांना अद्वितीय परतावे मिळाले. मात्र निकृष्ट गुणवत्तेचं लेखांकन आणि अप्रामाणिक प्रवर्तक हा बँकेसाठी किंवा एनबीएफसीसाठी त्यांच्या अस्तित्वालाच धोका निर्माण करणारा घटक असतो. भारतीय गुंतवणूकदारांच्या दुर्दैवानं, २०१६-२० या कॅलेंडर वर्षांच्या कालावधीत अशा प्रकारच्या निकृष्ट लेखांकन असलेल्या सुमारे ७० टक्के बँकांनी आणि एनबीएफसींनी गुंतवणूकदारांच्या संपत्तीचा नाश केला.[२]

पुढे देण्यात आलेल्या चौकटीत दिसत आहे त्याप्रमाणे हिशेबाचा दर्जा आणि शेअरधारकांचे परतावे यांच्यात भक्कम सहसंबंध असतो. २०१६-२० या कॅलेंडर वर्षांच्या कालावधीत ज्या कंपन्यांची लेखांकनं निकृष्ट गुणवत्तेची होती, त्या कंपन्यांनी शेअरधारकांना सर्वांत कमी परतावे दिले आणि उत्तम गुणववत्तेची लेखांकनं असलेल्या कंपन्यांनी सर्वोच्च परतावे दिले.

तक्ता क्र. ५१ : लेखांकनाची गुणवत्ता आणि शेअरधारकांचे परतावे यांच्यातील भक्कम सहसंबंध (कॅलेंडर वर्ष १६–२०)

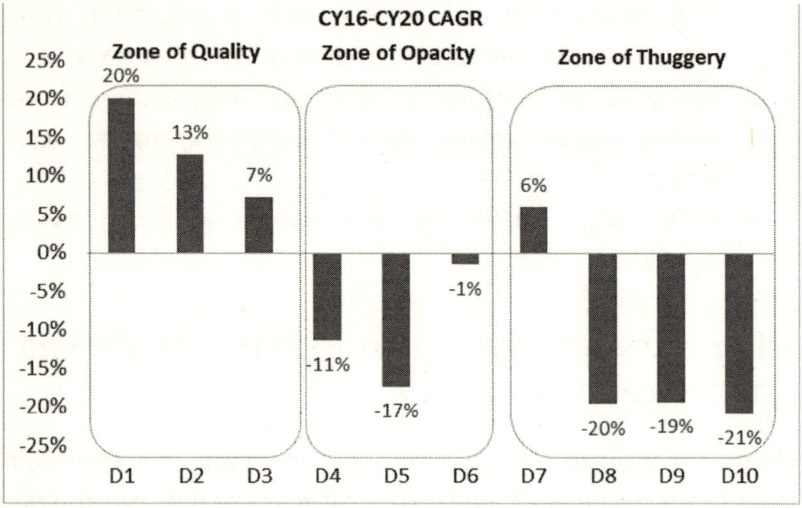

स्रोत : मार्सेलस इन्व्हेस्टमेंट मॅनेजर्स, एनएसई, एक हजार कोटी रुपयांहून अधिक बाजार भांडवलीकरण असलेल्या ९५ वित्तसेवा कंपन्यांचं विश्व.

निकृष्ट गुणवत्तेचं लेखांकन असलेल्या आर्थिक सेवा कंपन्यांच्या बाबतीत विनाश होईल का, हा प्रश्नच नसतो, फक्त तो कधी होणार हाच काय तो खरा प्रश्न असतो.

आधीच्या प्रकरणात आम्ही स्पष्ट केलेल्या तीन प्रकारच्या पातळ्यांवरच्या किंवा टप्प्यांवरच्या चाचण्यांच्या किंवा तपासण्यांच्या चौकटीच्या आधारावर आपण आर्थिक सेवा कंपन्यांमधील कॉर्पोरेट अफरातफर आणि हिशेबातील फसवणूक उघड करू शकतो.

पहिला टप्पा : कोणत्या कंपन्यांच्या लेखांकनाची गुणवत्ता निकृष्ट आहे हे गुंतवणूकदारांना माहीत नसतं.

वर दिलेल्या चौकटीत आपण पाहिलं आहे त्याप्रमाणे लेखांकनाची गुणवत्ता आणि शेअरधारकाचे परतावे यांच्यात भक्कम परस्पर संबंध असतो. मग कंपन्यांच्या कमी दर्जाच्या हिशेब पद्धती सर्वांना माहीत असोत वा नसोत, त्याने या संबंधात काहीही

फरक पडत नाही. म्हणून या प्रकरणात आम्ही मार्सेलसच्या मालकीच्या फोरेन्सिक हिशेबाच्या मॉडेलचे तपशील दिले आहेत. त्याच्यातून लेखांकनाची निकृष्ट गुणवत्ता असलेल्या आर्थिक सेवा कंपन्यांना ओळखता येतं.

दुसरा टप्पा : गुंतवणूकदारांना कोणत्या कंपन्यांच्या लेखांकनाची गुणवत्ता निकृष्ट आहे ते माहीत असतं, परंतु त्यांच्या हिशेबातील अफरातफर अद्याप सर्वज्ञात झालेली नसते.

काही प्रकरणांमध्ये शेअरधारकांना कंपन्यांच्या लेखांकनाची गुणवत्ता सर्वसामान्य गुणवत्तेहून खालावलेली आहे किंवा निकृष्ट आहे हे माहीत असूनही ते आर्थिक सेवा कंपन्यांमध्ये गुंतवणूक करण्याचा निर्णय घेतात. या गुंतवणूकदारांचा दृष्टिकोन एक तर १) अफरातफर उघड होणार नाही किंवा २) अफरातफरीची माहिती सर्वांपर्यंत पोहोचण्याच्या आत ते त्या स्टॉकमधून बाहेर पडू शकतील अगर ३) एकदा अफरातफर उघड झाली की, त्यांना स्टॉकमधून बाहेर पडण्यासाठी पुरेसा वेळ मिळेल यांपैकी एक असतो. मात्र यांपैकी कोणताही युक्तिवाद सत्य म्हणून ग्राह्य धरता येणार नाही. तो खरा ठरतही नाही. अगदी हिशेबातील अफरातफर सर्वांना समजली नाही तरी काही प्रकरणांमध्ये शेअरधारकांच्या मूल्यात हळूहळू घसरण होत जाते. इतर प्रकरणांमध्ये एकदा अफराफरीची माहिती सर्वांना समजली की, रातोरात संपत्तीचा विनाश होतो आणि अशा प्रकारच्या घटनांना प्रतिसाद देण्याकरिता शेअरधारकांच्या हातात बिलकूल वेळ उरलेला नसतो. उदाहरणार्थ, येस बँक आणि डीएचएफएल यांच्या लेखांकनातील समस्यांविषयी सर्वांना समजल्यानंतर एका महिन्याच्या आत त्यांच्या शेअरच्या किमतीत ४० टक्क्यांची घसरण झाली. एकदा त्यांच्या लेखांकनातील समस्या समोर येऊ लागल्यानंतर अगदी त्यांच्या पत मूल्यांकनातही झपाट्यानं घसरण झाली. डीएचएफलचं २०१९च्या जानेवारीतील एएए मूल्यांकन 'डी'वर घसरलं. 'डी' हा थकबाकीदाराचा दर्जा आहे.

तिसरा टप्पा : लेखांकनातील अफरातफर जाहीर झालेली असते

अफरातफर जाहीर झाल्यानंतरसुद्धा शेअरच्या त्या वेळी घसरलेल्या, तळातील किमतीत गुंतवणूक करून काही लाभ होतो का याचा शोध घेण्याची किरकोळ शेअरधारकांची प्रवृत्ती असते. म्हणजेच लबाड कंपन्यांच्या घसरलेल्या किमतीच्या शेअर्समध्ये ते गुंतवणूक करतात आणि एकदम कलाटणी देणारा चमत्कार घडेल

अशी आशा बाळगतात. पुढे दिलेल्या चौकटीत दिसून येत आहे त्याप्रमाणे अफरातफर झाल्याचं उघड आणि सर्वज्ञात झाल्यानंतर शेअरच्या किमती घसरल्यावर येस बँक आणि डीएचएफएल यांच्यातील किरकोळ शेअरधारण हे दुपटीहून अधिक वाढलं. अनेक गुंतवणूकदार कमी किमतीत शेअर विकत घेण्याच्या मोहाला बळी पडले. या कंपन्यांचे शेअर्स आधीच्या ट्रेडिंगच्या तुलनेत अत्यंत किरकोळ किंमतीत मिळत असल्याचं त्यांना आकर्षण वाटलं. मात्र अशा प्रकारे रसातळाला गेल्यानंतर पुन्हा एकदम भरारी घेणाऱ्या कंपन्यांच्या कथा तशा दुर्मीळच म्हटल्या पाहिजेत. अगदी ज्या वेळी कधी असे चमत्कार घडतात, तेव्हासुद्धा नवीन व्यवस्थापनाला या कलाटणीचा लाभ घेता येईपर्यंत शेअरधारक पुरेशा प्रमाणात नागवले जातात.

म्हणून सुमार किंवा निकृष्ट गुणवत्तेची लेखांकनं असलेल्या कंपन्यांमधील अफरातफरी जाहीर झालेल्या असोत वा नसोत, अशा कंपन्यांमध्ये गुंतवणूक न करणं हा गुंतवणूकदारांच्या दृष्टीनं अत्यंत सुज्ञ विचार असतो.

तक्ता क्र. ५२ : एकदा अफरातफर जाहीर झाली की रातोरात शेअरधारकांच्या संपत्तीचा नाश होतो

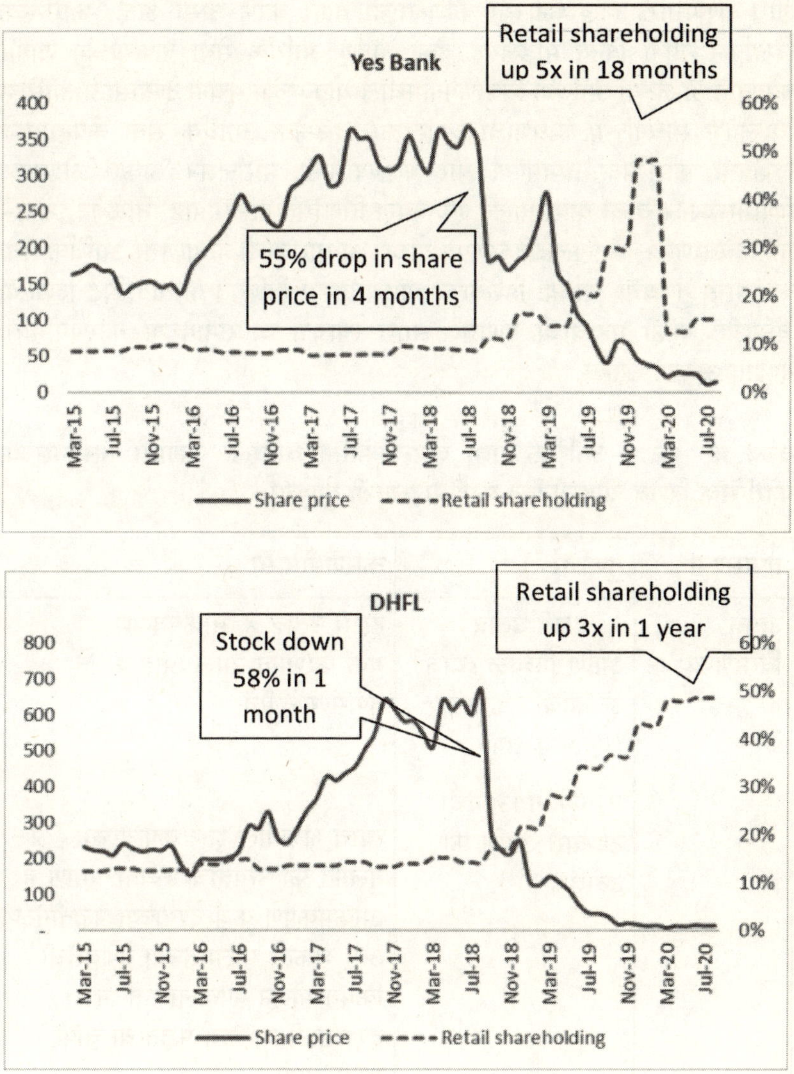

स्रोत : मार्सेलस इन्व्हेस्टमेंट मॅनेजर्स, एनएसई

लबाड आर्थिक सेवा कंपन्यांना कसं ओळखावं याविषयी...

फोरेन्सिक लेखांकन (फोरेन्सिक अकाउंटिंग) याचा अर्थ संभाव्य अफरातफरींचा शोध घेण्यासाठी लेखांकनाच्या कौशल्यांचा वापर करणं असा आहे. फोरेन्सिक लेखांकन नमुना किंवा मॉडेल हे बँका आणि आर्थिक सेवा कंपन्यांच्या जाहीर करण्यात आलेल्या आर्थिक विवरणपत्रांमधील धोक्यांच्या सूचना देण्यासाठी आर्थिक विश्लेषण साधनांच्या मिश्रणांचा वापर करतं. अनेक आर्थिक सेवा कंपन्यांमध्ये विशेषतः फोरेन्सिक तपासण्या पार पाडण्यासाठी मार्सेलसनं अकरा लेखांकन गुणोत्तरांच्या संचांचा वापर करून एक नमुना विकसित केला आहे. ताळेबंद, नफा-तोटा विवरणपत्र, कॅशफ्लो विवरणपत्रं यांच्या आधारावरची ही गुणोत्तरं आर्थिक सेवा कंपन्यांची गुणवत्ता त्यांच्या हिशेबाच्या गुणवत्तेनुसार निश्चित करतात. पुढे दिलेल्या चौकटीत काही महत्त्वाची गुणोत्तरं आणि त्यांच्या वापरामागच्या कारणमीमांसा देण्यात आल्या आहेत.

तक्ता क्र. ५३ : आर्थिक सेवा कंपन्यांकरिता वापरली जाणारी मार्सेलसच्या फोरेन्सिक हिशेब चौकटीतील काही महत्त्वाची गुणोत्तरं

तपासण्या	गुणोत्तरं	कारणमीमांसा
उत्पन्न विवरणपत्र	१. ट्रेझरी उत्पन्न आणि निव्वळ व्याज उत्पन्नाची टक्केवारी (एनआयआय). २. एनआयआयची टक्केवारी आणि फी उत्पन्न	ट्रेझरी उत्पन्न हे आक्रमकपणे बुक करण्यात आलं आहे का ते तपासण्याकरिता त्याच क्षेत्रातील इतर कंपन्यांच्या तुलनेत फी उत्पन्नाचं उच्चतर प्रमाण हे आक्रमकपणे कर्ज देण्याच्या पद्धतीमुळे असू शकतं. मालमत्तेच्या गुणवत्तेची किंमत मोजून नफ्याला उत्तेजन देण्यासाठी या कर्ज पद्धतीचा वापर केला जातो.

ताळेबंद	३. एनपीए अस्थैर्य	एनपीए मान्यतेतील विसंगतीमुळे उच्चतर प्रमाणातील एनपीए अस्थैर्य असू शकतं.
	४. एनपीएची टक्केवारी आणि तरतुदी	कमी गुणोत्तरातून अपुरी तरतूद सूचित होते आणि म्हणून कृत्रिमरीत्या उच्चत्तर नफेखोरी सूचित होते.
	५. आकस्मिक दायित्वं आणि निव्वळ मूल्य किंवा संपत्ती	ताळेबंदबाह्य जोखमीच्या मर्यादेची सूचक असते.
लेखापरीक्षक	६. लेखापरीक्षकाच्या मोबदल्यातील वाढ आणि व्याजाचं एकूण उत्पन्न	लेखापरीक्षकाच्या मोबदल्यात झपाट्यानं होणारी वाढ आणि त्याबरोबरच कंपनीच्या कामकाजात झालेली वाढ लेखापरीक्षकाच्या वस्तुनिष्ठतेविषयी चिंता निर्माण करतात.

स्रोत : मार्सेलस इन्व्हेस्टमेंट मॅनेजर्स

अकरा हिशेब गुणोत्तरांचं मूल्यमापन करणं ही आमची पद्धत आहे. त्यात उत्पन्न विवरणपत्र (महसूल किंवा कमाईतील लबाडी शोधण्यासाठी), ताळेबंद (मालमत्ता किंवा दायित्व यांचं चुकीचं सादरीकरण शोधण्यासाठी) यांच्या मूल्यमापनाचा समावेश असतो. किमान सहा वर्षांच्या ऐतिहासिक आर्थिक विवरणपत्रांचा वापर करून करण्यात आलेल्या एनपीएला मान्यता मिळाल्याविषयीच्या आणि लेखापरीक्षण गुणवत्तेच्या तपासण्या यांचा समावेश होतो. वित्त सेवा कंपन्यांना या प्रत्येक निकषाच्या संदर्भात स्वतंत्र दर्जा दिला जातो आणि त्यांना दर्जानुसार एक ते दहापर्यंतचे क्रमांक दिले जातात. ते डी १ ते डी १० पर्यंतचे असतात. डी १ हा उत्तम दर्जा असतो आणि डी १० हा सर्वांत वाईट दर्जा असतो. त्यानंतर या प्रत्येक निकषावर देण्यात आलेल्या सगळ्या दर्जांचा एकत्रित विचार केला जातो आणि त्या निकषांनुसार कंपनीच्या हिशेबाचा दर्जा ठरवला जातो. डी १ ते डी ३ या अंतर्गत येणाऱ्या दर्जांना आम्ही 'गुणवत्ता क्षेत्र' म्हणतो तर पुढच्या तीन दर्जांना आम्ही 'अपारदर्शकतेचं क्षेत्र' म्हणतो आणि तळातील चार दर्जांना आम्ही 'फसवेगिरीचं किंवा लबाडीचं क्षेत्र' म्हणतो.

लेखांकनाचे आणि कॉर्पोरेट प्रशासनाचे किंवा नियंत्रणाचे अनेक गुणात्मक पैलू असतात. कंपन्यांमधील एकसमान माहितीच्या अभावामुळे आमचं फोरेन्सिक मॉडेल कदाचित ते शोधू शकणार नाही किंवा काही वेळा त्यात व्यक्तिनिष्ठ निवाडा अंतर्भूत असेल तरीही ते त्याचा शोध घेऊ शकणार नाही. ऐतिहासिक आर्थिक विवरणपत्रांमध्ये सखोल बुडी मारून, सखोल तपास करून आणि व्यवस्थापनाच्या प्रामाणिकपणाच्या संदर्भातील प्राथमिक महत्त्वाच्या माहितीच्या तपासण्यांद्वारे अशा क्षेत्रांचं मूल्यमापन करणं शक्य होतं. या गोष्टी निश्चित करण्यासाठी आम्ही काही पैलूंचा तपास करतो. कर्ज घेण्याची धोरणं, अंडररायटिंगच्या प्रक्रिया, जोखीम व्यवस्थापन पद्धती, संचालक मंडळाच्या सदस्यांची गुणवत्ता, संबंधित कंपन्यांशी करण्यात आलेल्या व्यवहाराचं स्वरूप व महत्त्व आणि बँक किंवा एनबीएफसीमधील प्रशासन संस्कृती या पैलूंचा त्यात समावेश होतो.

पुढे दिलेल्या चौकटीत दाखवण्यात आलं आहे त्याप्रमाणे 'गुणवत्तेच्या क्षेत्रा'तील कंपन्या या 'फसवेगिरीच्या किंवा लबाडी'च्या क्षेत्रातील कंपन्यांच्या तुलनेत खूपच उत्तम कामगिरी करतात. या ठिकाणी त्यांनी २०१६-२० या कॅलेंडर वर्षात वार्षिक ३३ टक्क्यांनी अधिक कामगिरी केल्याचं दिसतं. शंकास्पद हिशेब पद्धती असलेल्या कंपन्या टाळून गुंतवणूकदार त्यांच्या पोर्टफोलिओच्या परताव्यात सुधारणा करू शकतात.

तक्ता क्र. ५४ : वित्तीय सेवा कंपन्यांकरिता दीर्घ काळात गुणवत्ता मोठा फरक घडवून आणते.

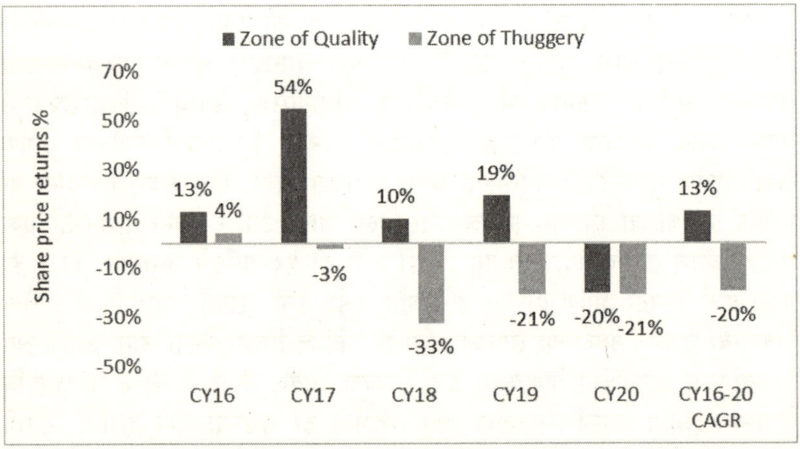

स्रोत : मार्सेलस इन्व्हेस्टमेंट मॅनेजर्स, एनएसई, एक हजार कोटी रुपयांहून अधिक बाजार भांडवलीकरण असलेल्या ९५ वित्तसेवा कंपन्यांचं विश्व.

नमुना उदाहरण : २०१३-१८ या आर्थिक वर्षांच्या कालावधीतील वार्षिक अहवालांच्या आधारावर दिवाण हाऊसिंग फायनान्स लि.,मध्ये गुंतवणूक करण्यातील धोके उघड करणं.

तक्ता क्र. ५५ : दिवाण हाउसिंग फायनान्सची समूह रचना (डिसेंबर २०१८)

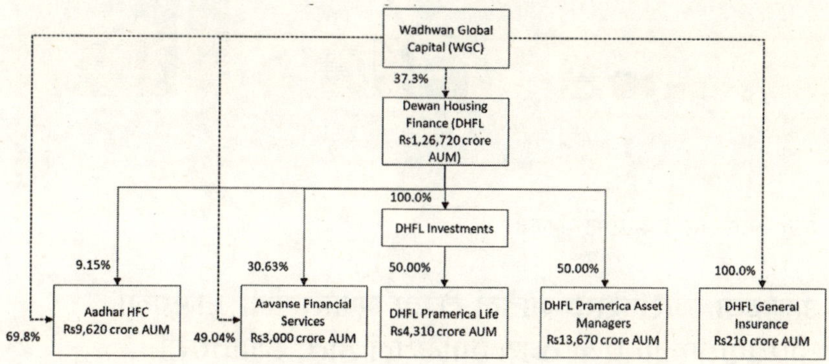

स्रोत : कंपनीनं जाहीर केलेली माहिती, मार्सेलस इन्व्हेस्टमेंट मॅनेजर्स

दिवाण हाउसिंग फायनान्सिंग लिमिटेड (डीएचएफएल) या महत्त्वाच्या गृहकर्ज कंपनीची स्थापना सन १९८४मध्ये झाली होती. सन २०१८मध्ये तिने २०,००० कोटी रुपये इतकं सर्वाधिक बाजार भांडवलीकरण प्राप्त केलं होतं. सन २०१३ ते २०१८ या सहा आर्थिक वर्षांच्या कालावधीत डीएचएफएलची ऋणपुस्तिका २२ टक्के सीएजीआरनं वाढली आणि तिचा करपश्चात नफा हा २१ टक्के सीएजीआरनं वाढला. या आकड्यांचं सरळसरळ वाचन केलं तर त्यातून डीएचएफएल तिचा ताळेबंद आणि नफा निकोप दरानं वाढवत होती असं सूचित होतं. आमच्या मालकीच्या फोरेन्सिक मॉडेलमधून मात्र पूर्णपणे भिन्न चित्र दिसून आलं. २०१३ ते २०१८ या आर्थिक वर्षांतील डीएचएफएलच्या विवरणपत्रांच्या आधारावर आमच्या फोरेन्सिक मॉडेलनं डीएचएफएलला 'डी' कंपनीचा दर्जा दिला होता. म्हणजेच इतर गृहकर्ज कंपन्यांचा विचार करता ही कंपनी सर्वाधिक वाईट कंपनी होती. मग डीएचएफएलची दिवाळखोरी जाहीर होण्याच्या बराच आधी आमच्या फोरेन्सिक मॉडेलनं त्यांच्या बाबतीत धोक्याचा इशारा का दिला होता?

तक्ता क्र. ५६ : डीएचएफएलचं २०१९मध्ये पतन झालं, त्याच्या बरंच आधी मार्सेलसच्या फोरेन्सिक लेखा मॉडेलनं डीएचएफएलच्या हिशेबाच्या बाबतीत धोक्याचे संकेत दर्शवले होते.

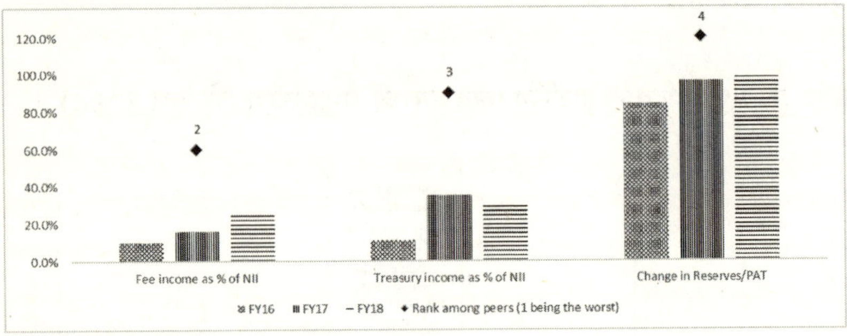

स्रोत : मार्सेलस इन्व्हेस्टमेंट मॅनेजर्स

आमच्या फोरेन्सिक मॉडेल लेखा गुणोत्तरांनी आम्हाला डीएचएफएलविषयी काय सांगितलं होतं, त्याविषयी...

शुल्क (फी) उत्पन्न आणि निव्वळ व्याज उत्पन्न यांचं गुणोत्तर

फीचं उत्पन्न व्याज वगळता इतर सर्व उत्पन्नाचं प्रतिनिधित्व करतं आणि त्यात कर्ज प्रक्रिया शुल्क, बँकिंग चार्जेस, विमा विक्रीवर मिळालेलं कमिशन इ.चा समावेश असतो. २०१८ या आर्थिक वर्षात डीएचएफएलचं फी उत्पन्न हे त्यांच्या निव्वळ व्याज उत्पन्नाच्या पाव भागाइतकं होतं. उच्च फी उत्पन्न आणि निव्वळ व्याज उत्पन्न यांच्या प्रमाणाची इतर कंपन्यांच्या या प्रमाणाशी तुलना केल्यानंतर कर्जदाता नफा फुगवून दाखवण्यासाठी उच्चतर आगाऊ रक्कम (अपफ्रंट फी इनकम) घेत असल्याचं सूचित होतं. हे स्पष्ट करण्यासाठी एक साधं उदाहरण घेऊ या. कर्जदात्याला त्याची अल्पकालीन नफ्याची क्षमता वाढवून दाखवण्याची इच्छा असेल तर तो उच्च जोखमीच्या कर्जदाराला पैसे कर्जाऊ देईल, कारण अशा कर्जदाराला प्रक्रिया शुल्क म्हणून मोठी आगाऊ रक्कम किंवा अपफ्रंट फी देण्याची इच्छा असते. या अपफ्रंट फीमुळे उच्च जोखमीच्या कर्जदाराला कर्ज उभारणी करणं शक्य होतं आणि कर्जदात्याला प्रक्रिया शुल्क म्हणून मिळणाऱ्या मोठ्या आगाऊ रकमेतून मोठा पैसा मिळवणं शक्य होतं आणि अशा प्रकारे तो नफ्याला उत्तेजन देतो. अशा प्रकारच्या कर्ज देण्याच्या पद्धतीतून सहसा अर्थशास्त्रज्ञ ज्याला प्रतिकूल निवड म्हणतात ती निर्माण होते. अल्पकालीन नफ्यात वाढ करण्याच्या

हव्यासातून कर्जदाता फक्त ज्यांना मोठ्या प्रमाणात अपफ्रंट फी इन्कम देण्याची इच्छा असते फक्त त्याच लोकांना कर्ज देतो आणि ज्या कर्जदात्यांना इतर कोणीही कर्ज देण्यास तयार नसतं, असेच हे कर्जदाते असतात. यातूनच जोखमीच्या कर्जाची उभारणी होते आणि नफा व तोट्याचं विवरणपत्र चकचकीत दिसत असलं तरी ताळेबंदातील जोखमीच्या ढिगाऱ्यात भर पडत चालल्याचं दिसतं. हे प्रमाण वाढत जातं आणि तोच धोक्याचा स्पष्ट इशारा असतो. परंतु प्राथमिक माहिती तपासण्यांना आणि इतर तपासण्यांना या गुणोत्तरानं पुष्टी मिळाली पाहिजे. या इतर तपासण्यांमध्ये कर्जाचे नियम, व्यवसायाच्या फी-निर्मिती क्षमता, घेतल्या जाणाऱ्या फीचं स्वरूप इ. चा समावेश असतो. मात्र एनबीएफसींकरिता इंड-एएस (Ind-AS) ची अंमलबजावणी करण्यात आल्यानंतर (डीएचएफएलनं २०१८च्या डिसेंबरमध्ये आयएनडी-एएसची अंमलबजावणी केली.) फी-उत्पन्नाला अपफ्रंट मानलं जाणं शक्य नव्हतं. प्रभावी व्याजदर लेखांकन पद्धतीचा वापर करून कर्जफेडीच्या शिल्लक राहिलेल्या मुदतीत कर्जाची परतफेड करून घ्यावीच लागणार होती.

ट्रेझरी उत्पन्न आणि निव्वळ व्याज उत्पन्नाची टक्केवारी

ट्रेझरी उत्पन्न हे कर्जदात्याच्या गुंतवणूक पोर्टफोलिओतून निर्माण झालेलं किंवा त्या पोर्टफोलिओतून त्याने कमावलेलं उत्पन्न असतं. २०१८ या आर्थिक वर्षात डीएचएफएलचं ट्रेझरी उत्पन्न हे निव्वळ व्याजाच्या उत्पन्नाच्या ३० टक्क्यांइतकं होतं. सातत्यानं निव्वळ व्याज उत्पन्नाची टक्केवारी म्हणून उच्च ट्रेझरी उत्पन्न असण्यातून कंपनीच्या महसुलाचा मोठा भाग बिगर महत्त्वाच्या मालमत्तांतून (नॉन कोअर ॲसेटमधून- या मालमत्ता एक तर आवश्यक नसतात किंवा कंपनीच्या व्यावसायिक कामकाजात त्यांचा वापर केला जात नसतो. सहसा रोख पैशांची गरज असताना अशा मालमत्ता सरळ विकून टाकल्या जातात.) येत असल्याचं सूचित होतं. अधिक जोखमीच्या मालमत्तांमधील गुंतवणुकीमुळे किंवा कमी उत्पन्न असलेल्या तिमाहींच्या दरम्यान केलेल्या गुंतवणुकांच्या विक्रीतून उच्च ट्रेझरी उत्पन्न मिळत असण्याची शक्यता असते. ट्रेझरी उत्पन्नाच्या आकाराच्या विचाराखेरीज ट्रेझरी उत्पन्नातील अस्थैर्याचंही बारकाईनं विश्लेषण केलं पाहिजे, कारण हे अस्थैर्य अधिक प्रमाणात असेल तर त्याच्यातून नेहमीच्या व्यवहारांहून वेगळे आणि सहसा पुन्हा करणं अपेक्षित नसलेले व्यवहार (वन-ऑफ ट्रान्झॅक्शन्स) केले गेल्याची शक्यता सूचित होते. या संदर्भात डीएचएफएलच्या २०१३-२०१८ या आर्थिक वर्षांच्या कालावधीतील ट्रेझरी-बुकमधून स्वारस्यपूर्ण माहिती वाचायला मिळते. त्यामधून डीएचएफएलनं रिलायन्स होम

फायनान्सच्या अपरिवर्तनीय कर्जरोख्यांमध्ये, येस बँकेच्या शाश्वत रोख्यांमध्ये आणि डीएचएफएलच्या स्वतःच्या डीएचएफएल प्रामेरिका अॅसेट मॅनेजमेंटच्या संयुक्त प्रकल्पाच्या डेट फंडांमध्ये गुंतवणूक केल्याचं दिसून येतं. याहूनही जास्त स्वारस्यपूर्ण गोष्ट म्हणजे डीएचएफएल प्रामेरिका अॅसेट मॅनेजमेंटच्या डेट फंडानं त्या बदल्यात डीएचएलएफचे रोखे घेतले.

करपश्चात नफ्याची (पीएटी) टक्केवारी आणि राखीव (रिझर्व्ह) फंडातील बदल यांचं गुणोत्तर

कोणत्याही कंपनीसाठी इक्विटीवरचा आणि प्राधान्य शेअर्सवरचा लाभांश आणि अंतरिम लाभांश यांसारखा विनियोग (अॅप्रोप्रिएशन्स) वजा केल्यानंतरचा अवशिष्ट नफा हा ताळेबंदातील राखीव आणि अतिरिक्त निधीत मिळवला जातो. राखीव निधी आणि अतिरिक्त निधींमधील वर्षानुवर्षाचा बदल हा विनियोगपश्चात नफा आणि तोटा खात्यातून करण्यात आलेल्या हस्तांतरणाशी सममूल्य असण्यात सहसा याची परिणती होते. पीएटीची टक्केवारी आणि राखीव निधीतील बदल यांचं गुणोत्तर हे सहसा १०० टक्के असतं. पण राखीव निधीच्या बाबतीत विशिष्ट समायोजनं (अॅडजस्टमेंट्स) केल्यामुळे डीएचएफएलच्या बाबतीत हे गुणोत्तर १०० टक्के नव्हतं.

- २०१७ या आर्थिक वर्षात डीएचएफएलच्या एका संयुक्त प्रकल्पातील भांडवल कपात योजनेकरिता २७० कोटी रुपयांचा 'वन-ऑफ' विनियोग करण्यात आला होता.
- झिरो कुपन एनसीडीजच्या कर्जरोखे विमोचनावरच्या प्रीमियमकरिता सिक्युरिटीजचा वापर करण्यात आला होता. कंपनी अॅक्टनुसार असं करण्याची मुभा मिळत होती. मात्र अशा खेळीमुळे व्याजमूल्यात कृत्रिम कपात होते. त्यामुळे निव्वळ व्याज मार्जिनमध्ये, नफ्याच्या क्षमतेत आणि इक्विटींवरच्या परताव्यात सुधारणा होते. डीएचएफएलच्या २०१८ या आर्थिक वर्षातील वार्षिक अहवालात जाहीर करण्यात आलेली माहिती पुढे देण्यात आली आहे :

  कंपनीज अॅक्ट २०१३च्या सेक्शन ५२ नुसार, या वर्षाच्या कालावधीत कंपनीनं सिक्युरिटीज प्रीमियम खात्याचा वापर झिरो कुपन सिक्युअर्ड रिडीमेबल नॉन-कन्व्हर्टिबल डिबेंचर्सवरच्या (अपरिवर्तनीय कर्जरोख्यांवरच्या) विनियोगाच्या प्रीमियमकरिता केला. सिक्युरिटीज इश्श्यूचा खर्च ९,८९१ लाख रुपये (११,४६५ लाख) झाला. यात ५,२३५ लाख (६,०६८ लाख) रुपये निव्वळ कराचा समावेश नाही.

आमच्या फोरेन्सिक चौकटीतून देण्यात आलेल्या आधी सांगितलेल्या धोक्याच्या संकेतांखेरीज मार्सेलसच्या आमच्या टीमनं विशिष्ट स्टॉक्सवर सखोल परिश्रम घेऊन केलेल्या संशोधनातून आणि हिशेबाच्या व कॉर्पोरेट नियंत्रणाच्या तपासण्यांमधून आणखीही काही महत्त्वाचे धोक्याचे संकेत समोर आले. ते असे;

लेखा परीक्षकांमध्ये वारंवार करण्यात आलेले बदल

डीएचएफएलच्या लेखापरीक्षकांमध्ये २०१३ ते २०१९ या आर्थिक वर्षांच्या कालावधीत तीन वेळा बदल करण्यात आले. २०१३ या आर्थिक वर्षात कंपनीनं बी.एम. चतुर्वेदी अँड कंपनीकडून लेखापरीक्षण काढून घेऊन दोघा संयुक्त लेखा परीक्षकांकडे ते सुपूर्द केलं. त्यासाठी 'कंपनीचं कामकाज गेल्या काही वर्षांत सातत्यानं वाढत चाललं आहे. त्यामुळे हिशेबाच्या आणि आर्थिक व्यवहारांच्या कामकाजात भरपूर वाढ झाली आहे,'[३] असं कारण देण्यात आलं. २०१३मध्ये नेमण्यात आलेल्या या संयुक्त लेखापरीक्षकांनी २०१६च्या आर्थिक वर्षात लेखापरीक्षण करण्याची तयारी दर्शवली नाही आणि आपल्या पुनर्नियुक्तीत त्यांनी कसलाच रस दाखवला नाही. ''आपण आधीच स्वीकारलेल्या कामांमुळे आपल्याला हे काम करता येणार नाही,'' असं त्यांनी सांगितलं. म्हणून चतुर्वेदी आणि शाह यांना एकमेव लेखापरीक्षक म्हणून नेमण्यात आलं.[४] २०१८ या आर्थिक वर्षात डेलॉइट हस्किन्स अँड सेल्सला संयुक्त लेखापरीक्षक म्हणून नेमण्यात आलं. अखेरीस सन २०१९च्या ऑगस्टमध्ये डेलॉइट आणि चतुर्वेदी अँड शाह या दोघा लेखापरीक्षकांनीही राजीनामे दिले.

मोठ्या कर्जांमध्ये झपाट्यानं झालेली भरमसाट वाढ

पुढे देण्यात आलेल्या आलेखात आपण पाहू शकतो त्याप्रमाणे २०१३ या आर्थिक वर्षात असलेलं प्रकल्प कर्जांचं[५] प्रमाण ५ टक्क्यांवरून २०१८मध्ये १५ टक्क्यांपर्यंत पोहोचलं होतं. ज्या वेळी फी उत्पन्न आणि निव्वळ नफा उत्पन्न यांच्या गुणोत्तराशी याचा सहसंबंध जोडण्यात आला, त्या वेळी तर त्यामधून अत्यंत गंभीर धोक्याचा इशारा समोर आला होता.

तक्ता क्र. ५७ : २०१३–२०१८ या आर्थिक वर्षांमध्ये डीएचएफएलमध्ये प्रकल्प कर्जांच्या आणि मालमत्तेवर घेतलेल्या कर्जाच्या (लोन अगेन्स्ट प्रॉपर्टी – एलएपीच्या) हिश्शात झपाट्यानं वाढ झाली होती.

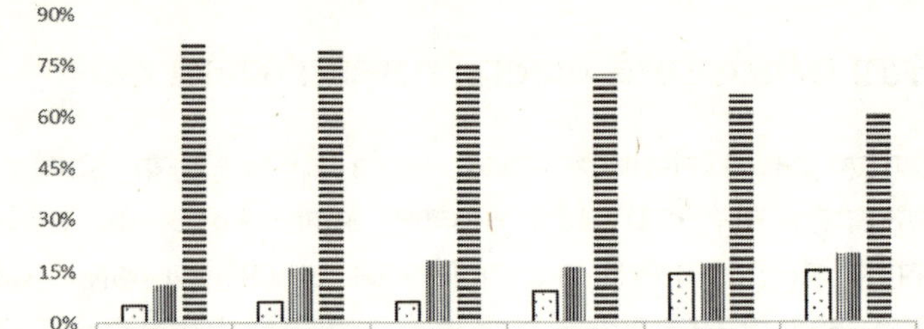

	FY13	FY14	FY15	FY16	FY17	FY18
Project Loans	5%	6%	6%	9%	14%	15%
LAP	11%	16%	18%	16%	17%	20%
Home Loans	81%	79%	75%	72%	66%	61%

स्रोत : मार्सेलस इन्व्हेस्टमेंट मॅनेजर्स, कंपनीच्या प्रकटनांमधून जाहीर करण्यात आलेली माहिती.

संचालक मंडळाच्या समित्यांमध्ये स्वातंत्र्याचा अभाव

डीएचएफएलचे प्रवर्तक कपिल वाधवान हे स्वतःच फर्मच्या आपत्ती व्यवस्थापन समितीचे आणि वित्त समितीचे अध्यक्ष होते. कोणत्याही एका कर्जदाराला किंवा कर्जदारांच्या समूहाला कर्ज देताना कंपनीअंतर्गत निश्चित करण्यात आलेल्या पतमर्यादेचं उल्लंघन केलं जाऊ नये, याविषयी दक्षता बाळगणं ही आपत्ती व्यवस्थापन समितीची जबाबदारी होती. विशिष्ट मर्यादेहून अधिक कर्ज मंजूर करणं आणि कोणत्याही व्यक्तीला अनुकूल अशी कॉर्पोरेट हमी देणं हे वित्त समितीकडे असलेल्या अनेक अधिकारांपैकी काही अधिकार होते. २०१५ या आर्थिक वर्षापर्यंत कर्ज देण्याची मर्यादा ही ४०० कोटी रुपये होती. मात्र २०१६च्या आर्थिक वर्षात यात बदल करण्यात आला. वित्त समितीला २०० कोटींहून अधिक रकमेची सर्व कर्जं मंजूर करण्याचे अधिकार देण्यात आले. यामुळे प्रवर्तकांना अतिशय स्पष्टपणं संबंध असलेल्या पार्टींना कर्ज देण्याच्या बाबतीत अमर्याद स्वातंत्र्य मिळालं होतं. तसंच कोणत्याही तपासण्यांचा, किंवा शिलकी रकमांचा अगर ताळेबंदांचा विचार न करता पोकळ, फुसक्या कंपन्यांना कर्जं देण्याची मुभाही मिळाली होती.

अनेक उपकंपन्या, संयुक्त प्रकल्प आणि साहाय्यक कंपन्या यांच्यासह संबंधित पक्षांशी आर्थिक व्यवहार

आधीच्या ५५ क्रमांकाच्या चौकटीत दाखवण्यात आलं आहे त्याप्रमाणे डीएचएफएलकडे संयुक्त प्रकल्प, उपकंपन्या आणि साहाय्यक कंपन्या होत्या. या कंपन्यांमधील शेअरधारण डीएचएफएलच्या आणि त्यांच्या पालक कंपनीच्या ताब्यात होतं. याशिवाय डीएचएफएलनं या कंपन्यांसह अनेक संबंधित कंपन्यांशी आर्थिक व्यवहारही केले होते.

कर्जरोखा विनियोग राखीव निधी निर्माण करण्यातील विसंगती

कंपनीच्या शेअर भांडवल आणि कर्जरोखाविषयक नियमांनुसार, कर्जरोख्यांच्या पब्लिक इश्श्यूंच्या माध्यमातून उभारलेल्या रकमेच्या २५ टक्के इतका कर्जरोखा विनियोग राखीव निधी कंपनीनं आधीच उभारणं आवश्यक होतं. अखेरीस २०१६ ते २०१८ या आर्थिक वर्षांच्या दरम्यान, कर्जरोखा विनियोग राखीव निधीकडे पुरेशा प्रमाणात निधी स्थानांतरित करण्यात अपयशी ठरल्याबद्दल सन २०२०मध्ये सेबीनं कंपनीला दंड केला.

निकृष्ट मालमत्ता गुणवत्तेच्या इतर कर्जदारांबरोबर संयुक्तपणे कर्ज वितरणाकरिता युती

डीएचएफएलनं धनलक्ष्मी बँक, येस बँक, सेंट्रल बँक, पंजाब अँड सिंध बँक आणि युनायटेड बँक ऑफ इंडिया यांच्याशी कर्ज वितरण आणि सिंडिकेशन यांसाठी युती केली. २०१८ या आर्थिक वर्षातील या बँकांचे 'ग्रोस नॉन-परफॉर्मिंग अॅसेट्स रेश्शोज' (एकूण अनुत्पादक मालमत्ता प्रमाण किंवा गुणोत्तरं) पुढीलप्रमाणे होते : धनलक्ष्मी बँक - ७.४ टक्के, येस बँक - १.३ टक्के, (२०२१ या आर्थिक वर्षाच्या पहिल्या तिमाहीत हे प्रमाण १७.३ टक्क्यांपर्यंत वाढलं होतं.) सेंट्रल बँक - २१.५ टक्के, पंजाब अँड सिंध बँक - ११.२ टक्के आणि युनायटेड बँक - २४.१ टक्के. या बँकांशी युतीच्या माध्यमातून १,६५० कोटी रुपयांच्या मालमत्तांची निर्मिती करण्यात आली होती.

अखेरचा डाव

सन २०१८मध्ये २१ सप्टेंबरला डीएसपी म्युच्युअल फंडानं ११ टक्के लाभ उत्पन्नानं (यिल्डनं) ३०० कोटी रुपयांचे 'एएए' मूल्यांकनाचे डीएसपी पेपर्स विकले. ज्या वेळी एएए मूल्यांकित पेपर ज्या लाभ उत्पन्नानं नेहमी विकले जात होते त्या तुलनेत उच्चतर लाभ उत्पन्नानं विकले गेले त्या वेळी बाजारात तीव्र धास्ती पसरली, कारण गुंतवणूकदारांनी डीएचएफएलच्या परतफेडीच्या क्षमतेविषयी अंदाज बांधण्यास सुरुवात केली. काही जणांना डीएचएफएल त्यांच्या कर्ज सेवेच्या बंधनकारक अटींची पूर्तता करू शकणार नाही असं खात्रीनं वाटत होतं. सन २०१८मध्ये आयएलएफएसनं असंच केलं होतं. कर्जबाजारातील हा क्षोभ आणि गोंधळ इक्विटी बाजारांमध्येही पसरला आणि डीएचएफएल स्टॉकच्या शेअरच्या किंमतीत तीव्र घसरण झाली. नंतर म्युच्युअल फंडानं असं स्पष्टीकरण दिलं की, त्यांना एखाद्या पत जोखमीविषयी माहीत असल्यामुळे त्यांनी रोखे विकले नव्हते, तर त्यांच्या पोर्टफोलिओच्या कालावधीत त्यांना घट करायची असल्यानं त्यांनी ते विकले होते. पण तोपर्यंत व्हायचं ते नुकसान होऊन गेलं होतं. प्रभावी म्युच्युअल फंड हाउसकडून झालेल्या या व्यवहारामुळे डीएचएफएलच्या इक्विटी शेअर्समधील क्षोभाला आणि गोंधळाला जोरदार उत्तेजन मिळालं. त्या एका दिवसात डीएचएफएलच्या शेअरच्या किमती ६० टक्क्यांनी कोसळल्या आणि बाजार भांडवलीकरणातील ८,००० कोटी रुपये बुडाले.

सन २०१९च्या फेब्रुवारीत पत मूल्यांकन एजन्सींनी डीएचएफएलच्या विविध डेट साधनांच्या मूल्यांकनात घट केली. २०१९च्या मेपर्यंत डीएचएफएलनं मुदतठेवी स्वीकारणं आणि त्यांचं नूतनीकरण करणं थांबवलं. ४ जून २०१९ रोजी डीएचएफएलनं त्यांच्या रोख्यांवरची व्याज देयकं आणि रोख्यांच्या ९६० कोटी रुपयांच्या परतफेडी करणं लांबणीवर टाकलं. त्यामुळे आयसीआरए, क्रिसिल, केअर आणि ब्रिकवर्क्स यांनी दुसऱ्याच दिवशी डीएचएफएलला 'डी' पत मूल्यांकन देऊन त्यांच्या मूल्यांकनाचं अवमूल्यन केलं.

डीएचएफएलच्या हिशेब खात्यांचं प्रारंभिक फोरेन्सिक लेखापरीक्षण करणाऱ्या ग्रँट थॉर्टननं असं जाहीर केलं की, सन २००६ ते २०१९ या कालावधीत कंपनीतून सुमारे १७,००० कोटी रुपयांहून अधिक पैसा लबाडीनं कंपनीच्या बाहेर नेण्यात आला होता. सन २०२०च्या सुरुवातीला अंमलबजावणी संचालनालयानं (ईडीनं) टाकलेल्या छाप्यात असं आढळून आलं की, डीएचएफएलनं कर्ज थकबाकी लपवून ठेवण्यासाठी लाखो बनावट खाती निर्माण करण्याकरिता कस्टमाइज्ड सॉफ्टवेअरचा वापर केला होता. अशा प्रकारे डीएचएफएलनं ऐंशी शेल (विविध आर्थिक अफरातफरींसाठी किंवा भविष्यात इतर काही कारणाकरिता वापर करण्यासाठी

उघडण्यात आलेली निष्क्रिय किंवा सुप्त कंपनी म्हणजे शेल कंपनी. यांना मराठीत फुसक्या किंवा पोचट कंपन्या म्हटलं जातं. इथे आर्थिक अफरातफरीसाठी या कंपन्या उघडण्यात आल्याचं स्पष्ट आहे.) कंपन्यांकडे पैसा वळवण्यासाठी असे एक लाख बनावट कर्जदाते तयार केले होते.[६] डीएचएफएल ही नादारी आणि दिवाळखोरीकरिता नॅशनल कंपनी लॉ ट्रिब्युनलसमोर (एनसीएलटी – राष्ट्रीय कंपनी कायदा लवादासमोर) नेण्यात आलेली पहिली आर्थिक सेवा कंपनी ठरली. तिच्या आर्थिक पतपुरवठादारांनी एकूण सुमारे ८६,००० कोटी रुपयांहून अधिक रकमेकरिता दावे केले आहेत.[७]

महत्त्वाचे मुद्दे

- सुमारे ७० टक्के भारतीय बँका आणि एनबीएफसी यांच्या लेखांकनाचा दर्जा निकृष्ट आहे आणि २०१६ ते २०२० या आर्थिक वर्षांच्या दरम्यान त्यांनी संपत्तीचा नाश केला आहे. या कालावधीत लेखांकनाच्या उच्च गुणवत्तेच्या यंत्रणा असलेल्या आर्थिक सेवा कंपन्यांनी १३ टक्के सीएजीआर परताव्याची निर्मिती केली, तर लेखांकनाच्या निकृष्ट यंत्रणा असलेल्या कंपन्यांनी ~२० टक्के परतावे दिले.
- लबाड आर्थिक सेवा कंपन्यांचं भांडं फोडण्यासाठी आणि अगदी नेमकेपणानं सांगायचं झालं तर आर्थिक सेवा कंपन्यांनी लेखांकनात केलेल्या लबाड्या उघड करण्यासाठी मार्सेलसनं अकरा हिशेब गुणोत्तरांची रचना केली आहे. कर्जदात्यांच्या वार्षिक अहवालातील इतर दर्जात्मक निर्देशक आणि ही गुणोत्तरं एकत्रितपणे लेखांकनाच्या गुणवत्तेचे प्रभावी निर्देशक म्हणून काम करत असल्याचं सिद्ध झालं आहे.

***

प्रकरण ४

काय खरेदी करावं – भाग २ : उत्तम फ्रँचायझी

''भांडवलावर अत्युच्च परतावे कमावणारा आणि त्या उच्च परताव्यांमध्ये भरपूर भांडवलाची गुंतवणूक करत राहणारा व्यवसाय हा आदर्श व्यवसाय असतो. मला असं म्हणायचं आहे की हे एक कंपाउंडिंग मशीन असतं.''

–वॉरन बफे

वर दिलेल्या या विधानानंतर वॉरन बफेंनी पुढे बोलताना असे व्यवसाय अत्यंत दुर्मीळ असतात असं अगदी ठळकपणे सांगितलं होतं.

त्यांनी म्हटलं होतं की, तुमच्याकडे निवडीचं स्वातंत्र्य असेल आणि तुम्ही भांडवलावर वीस टक्के कमाई मिळवून देणाऱ्या व्यवसायात शंभर दशलक्ष डॉलर्सची गुंतवणूक केली तर तुम्हाला पहिल्या वर्षी २० दशलक्ष डॉलर्स मिळतील. आता दुसऱ्या वर्षी तुम्हाला १२० दशलक्ष डॉलर्सच्या वीस टक्के कमाई मिळेल आणि तुम्हाला १४४ दशलक्ष डॉलर्स मिळतील. अशा प्रकारे दरवर्षी आधीची कमाई मूळ कमाईत मिळवली गेलं की, तुम्हाला दर वर्षी मिळणारी रक्कम अधिकाधिक प्रमाणात वाढत जाईल. परंतु अशा प्रकारचे व्यवसाय अत्यल्प असतात. दुर्दैवानं, खरोखरच्या चांगल्या व्यवसायांना फारशा भांडवलाची गरज नसते. त्यांच्यात कोका कोला किंवा सीज कँडी यांसारख्या व्यवसायांचा समावेश होतो. आता दिलेल्या उदाहरणाप्रमाणे अतिरिक्त भांडवलातून मिळणारे परतावे हे फक्त थोड्याच अत्युत्तम व्यवसायांतून मिळतात. म्हणून आम्हाला कमाई

करणारे व्यवसाय आवडतात. असे व्यवसाय वाढत जातात आणि नंतर कमाईच्याही पलीकडे जाऊन वाढत राहतात. मला असं म्हणायचं आहे की, आता शंभर दशलक्ष डॉलर्सवर वीस टक्क्यांची कमाई करून देणारा व्यवसाय आम्हाला आवडेल. आपण जर या व्यवसायात आणखी एक अब्ज डॉलर्सची भर घातली तर तो त्या एक अब्जांवरही वीस टक्क्यांनी परतावा देत राहील. पण मी आधी म्हटलं आहे त्याप्रमाणे अशा प्रकारचे व्यवसाय दुर्मीळ असतात.

या प्रकरणात आम्ही अशा दुर्मीळ व्यवसायांना ओळखण्यास मदत करणारी चौकट घालून दिली आहे. असे व्यवसाय कित्येक दशकांपर्यंत त्यांची अपवादात्मकरीत्या उच्च मूल्यनिर्धारण शक्ती टिकवून ठेवतात. म्हणूनच व्यवसायात त्यांच्या मुक्त कॅशफ्लोच्या मोठ्या भागाचा वापर करताना ते भांडवलावरही निकोप परतावे देतात.

या प्रकरणात आपण ज्या प्रश्नांची उत्तरं शोधत आहोत ते प्रश्न पुढीलप्रमाणे आहेत :

- उच्च मूल्य निर्धारणशक्तीचे आणि स्पर्धात्मक लाभांचे फायदे काय असतात?
- स्पर्धात्मक लाभांचे स्रोत काय असतात?
- भारतातील कोणत्या कंपन्यांनी भांडवलावर उच्च परतावे देण्याची क्षमता आणि भांडवल पुनर्नियोजनाच्या उच्च दराची क्षमता दाखवून दिली आहे?

उच्च धनाचं आणि उच्च गुंतवणुकीच्या पुनर्गुंतवणूक दराचं नैतिक चक्र

सौरभची बारा वर्षांची मुलगी ही नवोदित पेस्ट्री शेफ आहे. तिच्या बेकिंगच्या या वाटचालीत सुरुवातीला तिच्या असं लक्षात आलं होतं की, जर तिला बेकिंगमधून पैसा कमवायचा असेल तर तिला कॅशफ्लो निर्माण करावा लागणार होता, हे अगदीच स्पष्ट होतं. तिला केक तयार करण्यासाठी आवश्यक असलेले घटक पदार्थ शंभर रुपयांना किंवा त्याहून कमी किमतीत विकत घ्यावे लागणार होते आणि १५० रुपये किंवा त्याहून अधिक किमतीला केक विकावा लागणार होता. त्यामुळे तिला किमान ५० रुपये रोख मिळाले असते. एकदा तिच्या हातात ५० रुपये आल्यावर तिच्या असं लक्षात आलं होतं की, आता तिला काही निर्णय अतिशय कौशल्यानं घ्यावे लागणार होते. या पैशातून स्थानिक आइसक्रीम पार्लरमध्ये जाऊन आइसक्रीम खावं की, बेकिंगची अत्याधुनिक माहिती देणारं पुस्तक घ्यावं?

अगदी मूलभूत पातळीवर विचार केला तर कंपनी चालवणं हे सौरभची मुलगी जे करत होती त्याचं अगदी साधं उदाहरण असतं. एखादी कंपनी चालवण्याचा संबंध संसाधन वाटपाचं नैतिक वर्तुळ चालवण्यासाठी भांडवलाचा उपयोग करण्याशी असतो. कच्चा माल, उपयोगी वस्तू, संशोधन आणि विकास, मनुष्यबळ, तंत्रज्ञान, सुविधांची आणि व्यूहरचनांची निर्मिती यांसारख्या संसाधनांकरिता खर्च करण्यासाठी आणि त्यांच्यामध्ये गुंतवणूक करण्यासाठी कुठलीही फर्म भांडवलाचा उपयोग करते. अगदी नेमकेपणानं सांगायचं झालं तर व्यवसायाच्या सध्याच्या गरजांकरिता संसाधनांचा वापर किंवा खर्च केला जातो आणि उत्पन्नाच्या विवरणपत्रात कामकाजावरचा खर्च अशी त्याची वर्गवारी केली जाते. दुसरीकडे संसाधनाच्या गुंतवणुकीचा संबंध व्यवसायाच्या भावी गरजांशी असतो आणि ताळेबंदामध्ये त्याचं वर्गीकरण सहसा निश्चित भांडवली खर्च (कॅपेक्स) किंवा खेळत्या भांडवलाची गुंतवणूक असं केलं जातं. त्यानंतर फर्मला उत्पादनं तयार करण्यासाठी आणि सेवांचा पुरवठा करण्यासाठी या संसाधनांवरचा खर्च आणि गुंतवणूक मदत करते. ही उत्पादनं आणि सेवा यांची विक्री करून फर्मसाठी भांडवलाची निर्मिती केली जाते. त्यानंतर आणखी खर्चासाठी आणि गुंतवणुकीसाठी या भांडवलाची व्यवसायात पुनर्गुंतवणूक केली जाते आणि अशा प्रकारे व्यवसायाच्या भावी वाढीसाठी त्यांचा वापर केला जातो.

फर्मकडे मर्यादित प्रमाणात भांडवल (आणि म्हणून संसाधनं) उपलब्ध असतं आणि इतर सर्व संसाधनांप्रमाणे त्याच्यावरही खर्च करावा लागतो. भारतातील बहुतांश सूचीबद्ध कंपन्यांसाठीचा भांडवली खर्च हा सुमारे १२ ते १५ टक्के आहे. फर्मकडून वापरण्यात आलेल्या भांडवलावरचा परतावा (आरओसीई) हे वापरण्यात आलेल्या भांडवलाच्या प्रतिएककातून निर्माण झालेल्या कॅशफ्लोचं मापन असतं. एखाद्या फर्मकडून मिळवण्यात आलेला आरओसीई तिच्या भांडवली खर्चाहून कमी असेल तर ती या मर्यादित संसाधनाच्या वापरापोटी भांडवल पुरवठादारांना देय रक्कम देण्यास असमर्थ असते. परिणामी, हा व्यवसाय शेअऱधारकांकरिता मूल्याचा नाश करतो, कारण शेअरधारकांनी हेच भांडवल अन्यत्र कुठेतरी गुंतवलं असतं तर त्यांना उच्चतर परतावे मिळाले असते. त्याचप्रमाणे भांडवली खर्चाहून मोठ्या प्रमाणात आरओसीई उच्चतर असेल तर तो शेअरधारकांच्या मूल्यात भर टाकतो. मात्र एखाद्या फर्मचा आरओसीई उच्चतर असेल तर त्यामुळे ती अधिक स्पर्धकांना आपल्याकडे आकर्षित करते. तीव्र स्पर्धेतून फर्मचा आरओसीई शक्य तितका खाली खेचला जातो. इथेच फर्मचे स्पर्धात्मक लाभ किंवा 'मोट' सुटकेसाठी धावून येतात. स्पर्धात्मक लाभामुळे व्यवसायाला तिच्या स्पर्धकांच्या तुलनेत खूपच चांगली कामगिरी करणं शक्य होतं आणि कंपनीला तिच्या शेअऱधारकांसाठी तुलनेत निकोप परतावे मिळवण्यास मदत होते. यामुळेच स्पर्धात्मक लाभ हा सातत्यपूर्ण कंपाउंडिंग करणाऱ्या फर्मना ओळखण्याचा मार्सेलसच्या गुंतवणूक तत्त्वज्ञानाचा दुसरा स्तंभ आहे.

भक्कम आणि शाश्वत स्पर्धात्मक लाभांच्या फर्म दीर्घ काळापर्यंत खर्चाहून खूपच अधिक प्रमाणात आरओसीई राखण्यात यशस्वी होतात. स्पर्धात्मक लाभ जितके मजबूत असतात, तितकंच प्रतिस्पर्ध्यांना संबंधित उद्योग क्षेत्रात प्रवेश करण्यासाठी अधिक अडथळ्यांना तोंड द्यावं लागतं आणि त्यांना प्रवेश करणं कठीण होतं. यामुळे अशा फर्मकडे मूल्यनिर्धारण शक्तीही अधिक असते. उदाहरणार्थ, पेज इंडस्ट्रीज (जॉकी अँड स्पीडोची भारतातील मुख्य फ्रँचायझी) या भारतातील अंतर्वस्त्र उद्योगानं गेल्या दहा वर्षांत सरासरी ६० टक्के इतका करपूर्व आरओसीई दिला आहे. हा त्यांच्या भांडवली खर्चाहून खूप अधिक (सुमारे १२-१५ टक्के) आहे. त्याद्वारे त्यांनी आपल्या शेअरधारकांसाठी मोठ्या प्रमाणात मुक्त कॅशफ्लोची निर्मिती केली आहे. मात्र याच उद्योगात कार्यरत असलेल्या रूपा अँड कंपनी, डॉलर इंडस्ट्रीज आणि व्हीआयपी क्लोदिंग यांनी याच काळात अनुक्रमे फक्त २३ टक्के, १७ टक्के आणि ६ टक्के इतका आरओसीई निर्माण केला आहे. साहजिकच त्यांनी पेजच्या तुलनेत लक्षणीय कमी प्रमाणात मुक्त कॅशफ्लोची निर्मिती केली आहे. आपल्या भांडवली खर्चाच्या तुलनेत मोठ्या प्रमाणात उच्चतर आरओसीई निर्माण करण्याच्या आणि टिकवून ठेवण्याच्या पेजच्या क्षमतेतून त्यांचा व्यवसाय त्यांच्या प्रतिस्पर्ध्यांच्या तुलनेत अधिक भक्कम असल्याचं प्रतिबिंबित होतं. त्याचप्रमाणे भारतातील वाहतूक कार उद्योगात मारुती सुझुकीनं गेल्या दहा वर्षांत २२ टक्के इतका करपूर्व आरओसीई दिला आहे, तर त्याच काळातील टाटा मोटर्सचा आरओसीई फक्त १३ टक्के आहे.

'उच्च आरओसीई'मधून भक्कम स्पर्धात्मक लाभ दिसून येत असले तरी व्यवसायाच्या वाढीसाठी फक्त तेवढीच एक गोष्ट पुरेशी नाही. उच्च आरओसीईसह निर्माण करण्यात आलेला सगळाच्या सगळा कॅशफ्लो शेअरधारकांना परत करण्यात आला तर फर्मला कालौघात त्यांच्या महसुलात वाढ करणं कठीण होतं. उच्च आरओसीई असलेल्या पण त्यांच्या व्यवसायात भांडवल पुनर्गुंतवणुकीचा कमी दर असलेल्या फर्मच्या तुलनेत व्यवसायात भांडवलाच्या पुनर्गुंतवणुकीच्या उच्च दरासह उच्च आरओसीई टिकवून ठेवणाऱ्या फर्म कमाईत अधिक उच्चतर आणि अधिक शाश्वत वाढ देतात.

व्यवसायांमध्ये कॅशफ्लोची पुनर्गुंतवणूक ही दोन मार्गांनी करता येते. एका बाजूला, ताळेबंदावर मूर्त मालमत्तांच्या उभारणीकरिता कॅशफ्लोंची पुनर्गुंतवणूक केली जाते. त्यात प्रकल्पांची, यंत्रसामग्रीची आणि खेळत्या भांडवलाची निर्मिती करण्याचा समावेश असतो. त्याद्वारे फर्मच्या सर्वांगीण भांडवलात वाढ करता येते. यामुळे फर्मला स्पर्धेत अधिक जलद गतीनं विस्तार करून घेण्यास मदत होते.

दुसरीकडे, ब्रँड आणि पेटंट यांसारख्या अमूर्त मालमत्तांची उभारणी करण्यासाठी कॅशफ्लोंची उत्पन्न विवरणपत्रांवर पुनर्गुंतवणूक करता येते. (खरं तर, आमचा असा

विश्वास आहे की, ब्रँड हे शाश्वत स्पर्धात्मक लाभांचे स्रोत नसतात. या प्रकरणात नंतर याविषयीचं स्पष्टीकरण देण्यात आलं आहे.) ब्रँड आणि पेटंट यांच्यामुळे व्यवसायाच्या भावी वाढीला मदत होते. उदाहरणार्थ, भारतातील प्रेशर कुकर बाजारपेठेत हॉकिन्स आणि टीटीके प्रेस्टीज या दोन्ही कंपन्यांना भक्कम स्पर्धात्मक लाभ मिळाला आहे. गेल्या दहा वर्षांच्या त्यांच्या सरासरी आरओसीईमधून ही गोष्ट प्रतिबिंबित होते. त्यांनी या काळात अनुक्रमे ६९ टक्के आणि ३८ टक्के आरओसीई मिळवला आहे. मात्र हॉकिन्सचा भांडवल पुनर्गुंतवणुकीचा दर फक्त २६ टक्के आहे. या पाठबळावर २०१० ते २०२० या आर्थिक वर्षांमध्ये हॉकिन्सनं फक्त नऊ टक्के महसूल सीएजीआर दिला आहे, तर याच कालावधीत त्यांच्या प्रतिस्पर्धी टीटीके प्रेस्टीजनं भांडवल पुनर्गुंतवणुकीच्या ८० टक्के दराच्या पाठबळावर १४ टक्क्यांचा महसूल सीएजीआर दिला आहे.

म्हणून दीर्घ काळापर्यंत कॅशफ्लो आणि कमाई यांच्यातील निकोप वाढ टिकवून ठेवण्यासाठी फर्मकडे पहिल्यांदा शाश्वत स्पर्धात्मक लाभ आणि उच्च मूल्यनिर्धारण शक्ती असण्याची गरज असते. त्यामुळे उच्च आरओसीईंची निर्मिती होण्यास मदत होते. त्यानंतर त्यांनी उच्च आरओसीई देणाऱ्या क्षेत्रांमध्ये भावी कॅशफ्लोंची पुनर्गुंतवणूक करण्याची गरज असते.

स्पर्धात्मक लाभांचे स्रोत

स्पर्धात्मक लाभ कुठून येतात? कोणत्या स्रोतांच्या आधारावर एखाद्या फर्मला आपल्या प्रतिस्पर्धी फर्मच्या तुलनेत शाश्वत स्वरूपात आरओसीईची निर्मिती करून स्पर्धेत पुढे जाता येतं आणि आघाडीवर टिकून राहता येतं? ब्रुस ग्रीनवाल्ड आणि जुड कान यांनी 'कॉम्पिटिशन डिमिस्टिफाईड'[२] या त्यांच्या पुस्तकात असं म्हटलं आहे की, प्रामाणिक स्पर्धात्मक लाभ हे तीन प्रकारचे असतात.

पुरवठा : आपल्या स्पर्धकांच्या तुलनेत आपली उत्पादनं आणि सेवा अधिक स्वस्त दरात उत्पादित आणि वितरित करण्याची मुभा देणारे किमतीचे लाभ.

मागणी : स्पर्धकांच्या तुलनेत मोठ्या प्रमाणात बाजारपेठेत मागणी असण्याचा लाभ.

प्रमाणामुळे करता येणारी काटकसर : जर प्रमाण वाढल्यावर प्रतिएकक (युनिट) खर्च कमी झाला, तर मूलभूत तंत्रज्ञान समान असलं तरी मोठ्या प्रमाणात कामकाज करणाऱ्या फर्मला प्रतिस्पर्धी कंपन्यांच्या तुलनेत कमी खर्चात कामकाज करणं शक्य होतं, हा प्रमाणविषयक लाभ.

या तीन मूलभूत स्रोतांखेरीज ग्रीनवाल्ड आणि कान यांनी याकडे निर्देश केला आहे की, सरकारी संरक्षण किंवा श्रेष्ठ माहिती मिळवणं शक्य असणं ही गोष्टही व्यवसायाचा स्पर्धात्मक लाभ म्हणून काम करू शकते.

पण पुरवठा किंवा मागणी अगर प्रमाणामुळे करता येणारी काटकसर या यांच्या आधारावर उच्च मूल्य निर्धारणशक्ती दाखवून देण्यास फर्मला मुभा देणाऱ्या अशा स्पर्धात्मक लाभांचे स्रोत काय असतात?

सर जॉन के. या व्यवसाय गुरूंनी या प्रश्नाचं अधिक स्पष्ट उत्तर दिलं आहे. या पुस्तकाच्या परिशिष्ट २मध्ये त्यांच्या आयबीएएस चौकटीचे तपशील देण्यात आले आहेत. सर जॉनच्या आयबीएएस चौकटीत स्पर्धात्मक लाभांच्या चार व्यापक स्रोतांचा समावेश होतो. नावीन्यपूर्ण उपक्रम, ब्रँड, वास्तुशास्त्र आणि व्यूहरचनात्मक संपदा हे ते स्रोत होत. या चार वर्गवारीतील स्पर्धात्मक लाभ असलेल्या काही भारतीय कंपन्यांची उदाहरणं पाहू या.

नावीन्यपूर्ण कल्पना

> ''नावीन्यपूर्ण कल्पना किंवा उपक्रम हा वैशिष्ट्यपूर्ण क्षमतेचा स्पष्ट स्रोत असतो. परंतु तो खूपच कमी प्रमाणात शाश्वत किंवा उचित स्रोत असतो, कारण यशस्वी नावीन्यपूर्ण कल्पनांची झटपट नक्कल केली जाते. ज्या अल्प नावीन्यपूर्ण कल्पनांकरिता पेटंट मिळवण्यात येतात फक्त त्यांचाच लाभ अतिशय सहजगत्या टिकवून ठेवणं शक्य होतं. इतर काही नावीन्यपूर्ण कल्पनांच्या प्रक्रिया किंवा इतर गुणवैशिष्ट्यं गोपनीय ठेवण्यात येतात. त्यामुळे इतर फर्मना त्यांचं अनुकरण करणं अवघड होतं. सहसा नेहमीच एखाद्या नावीन्यपूर्ण कल्पनेला स्पर्धात्मक लाभात परिवर्तित करण्यासाठी पाठबळ देणाऱ्या व्यूहरचनांच्या प्रभावशाली श्रेणी विकसित करण्याची गरज असते. आपल्याला जो नावीन्यपूर्ण कल्पनांपासून मिळवलेला स्पर्धात्मक लाभ वाटतो, तो प्रत्यक्षात सहसा नेहमीच, नावीन्यपूर्ण कल्पनांच्या मालिका निर्माण करण्याची क्षमता असलेल्या संघटनेच्या यंत्रणेला मिळालेला परतावा असतो.''
>
> –सर जॉन के.[३]

एशियन पेंट्स, एचडीएफसी आणि गरवारे टेक्निकल फायबर्स ही नावीन्यपूर्ण कल्पनांच्या क्षेत्रात उत्तम कामगिरी करणाऱ्या फर्मची उदाहरणं आहेत. आपल्या क्षेत्रात कोणत्याही नावीन्यपूर्ण कल्पना पहिल्यांदा राबवणाऱ्या, वेगळ्या प्रकारे विचार करणाऱ्या आणि स्पर्धकांच्या तुलनेत अनेक पावलं पुढे असलेल्या कंपन्या म्हणून त्यांना ओळखलं जातं.

एशियन पेंट्स : रंगांच्या उत्पादनाचं भारतीय उद्योग क्षेत्र अतिशय व्यापक आहे. या क्षेत्राकडून डीलरना कमी मार्जिन दिली जातात. रंगांना ठरावीक मोसमातच मागणी असते आणि या क्षेत्रात स्टॉक कीपिंग युनिट्सची (एसकेयूंची) संख्या मोठी आहे. या सर्व गोष्टींमुळे पुरवठा साखळी व्यवस्थापनातील नावीन्यपूर्ण कल्पना ही प्रमुख फरक दर्शवणारी गोष्ट आहे आणि या उद्योगातील महत्त्वाचा यशस्वी घटकही आहे. एशियन पेंट्सकडे भारतातील अत्यंत सक्षम पुरवठा साखळ्यांचं जाळं चालवण्याचं ट्रॅक रेकॉर्ड आहे. ही फर्म ६००हून अधिक शहरांमधील ७०,०००हून अधिक डीलरना रोज तीन ते चार फेऱ्यांमधून माल पोहोचवते. प्रचंड उत्पादनातून किरकोळ मार्जिन मिळणं हेच गुंतवणुकीवर माफक परतावा कमावण्यातील प्रमुख आव्हान असलेल्या डीलरना अशा फेऱ्यांमुळे उच्च इन्व्हेन्टरी टर्नची खात्री मिळते. एशियन पेंट्सनं त्यांच्या पुरवठा साखळीला भक्कम करण्यासाठी काही कल्पना राबवल्या. त्या राबवणारी ती पहिलीच कंपनी ठरली. त्यांच्यामध्ये पुढील कल्पनांचा समावेश होता : अ) १९७०च्या दशकाच्या सुरुवातीच्या काळात कंपनीनं अधिक चांगल्या इन्व्हेन्टरी व्यवस्थापनाच्या मागणीचं अनुमान बांधण्यासाठी मेनफ्रेम्सचा वापर केला. ब) १९७०च्या दशकाच्या उत्तरार्धात संगणकावर ब्रांच-बिलिंगची सुरुवात केली. क) कंपनीनं सन १९७९ मध्ये परदेशातून रंगीत संगणक मागवला. त्यामुळे रंग-उद्योगातील महत्त्वाचा 'टिन्टिंग' कालावधी पाच ते सहा दिवसांवरून चार तासांवर आणला गेला. ड) चॅनेलमध्ये तयार माल घेऊन निघालेल्या ट्रकच्या हालचालींचा मागोवा घेण्यासाठी कंपनीनं ग्लोबल पोझिशनिंग सिस्टिमचा (जीपीएसचा) वापर केला. (कंपनीनं ही यंत्रणा सन २०१० आणि २०१५ च्या दरम्यान वापरली होती.)[४]

एचडीएफसी बँक : हार्डवेअर, सॉफ्टवेअर यंत्रणा आणि प्रक्रिया यांसारख्या शब्दांच्या अत्यंत व्यापक अर्थानं तंत्रज्ञानाचा वापर करण्याची व्यवस्थापनाची क्षमता हा एचडीएफसी बँकेचा मोठाच वैशिष्ट्यपूर्ण गुणधर्म आहे. त्यामुळे ती अत्यंत अद्वितीय गोष्टी देऊ करते आणि स्पर्धकांहून वेगळी ठरते. १९९०च्या दशकाच्या उत्तरार्धात आणि २०००च्या दशकाच्या बहुतेक कालावधीत आयसीआयसीआय बँकेनं नेहमीच तंत्रज्ञानाधारित अत्यंत नावीन्यपूर्ण उत्पादनं बाजारात आणली होती. (उदा., या बँकेनं भारतातील बँकिंग क्षेत्रात पहिल्यांदा इंटरनेट बँकिंग आणलं आणि त्याबरोबरच मोबाइल एटीएमची सुविधाही दिली.) मात्र एचडीएफसी बँकेची ताकद ही ती वापरत असलेल्या तंत्रज्ञानाच्या अद्वितीयतेपेक्षाही बँकेनं ज्या बुद्धिमान प्रक्रिया प्रवाहाद्वारे तंत्रज्ञानाचा वापर केला त्या प्रक्रिया प्रवाहात आहे. इतर बँकांनी त्याची कल्पनासुद्धा केली नव्हती.

१९९०च्या दशकाच्या मध्यात आणि उत्तरार्धात बहुतेक बँका इन्फोसीसच्या तंत्रज्ञान व्यासपीठाचा वापर करत असताना एचडीएफसीनं आयफ्लेक्स मायक्रो

बँकेची निवड केली. भावी काळात ऑनलाइन बँकिंग प्रत्यक्षात उतरणार असल्याची जाणीव बँकेच्या व्यवस्थापनाला झाल्यामुळे त्यांनी उचललेलं हे अतिशय अचूक आणि प्रभावी पाऊल ठरलं. भांडवली बाजारात काम करणाऱ्यांना प्रदान भरणा निरसन (पेमेंट सोल्युशन) सुविधा देऊन मायक्रो बँकरनं एचडीएफसी बँकेला कमी मूल्याच्या ठेवींचा मोठ्या संख्येनं साठा करून ठेवण्याची मुभा दिली. सन १९९०च्या दशकाच्या सुरुवातीला अभौतिकीकरणाची (डिमटेरिअलायझेशनची) सुरुवात होण्याच्या आधी स्टॉकचं भौतिक स्वरूपात ट्रेडिंग होत होतं. पण १९९५-९६पर्यंत अभौतिकीकरणाच्या प्रक्रियेला मोठीच गती प्राप्त झाली होती. हे अभौतिकीकरण झालेले शेअर ट्रेडनंतर इलेक्ट्रॉनिक पद्धतीनं हस्तांतरित केले जात होते. परंतु तोपर्यंत फंडाच्या हस्तांतरणाची प्रक्रिया मंद होती आणि ती भौतिक स्वरूपातच सुरू होती. वेगवेगळे शेअर बाजार वेगवेगळ्या बँकांचा वापर करत असल्यामुळे स्टॉकमधील हालचालीच्या गतीशी ही गती सुसंगत नव्हती. स्टॉक ब्रोकरना तितक्याच प्रमाणात इतर बाजारांकडून पैसा प्राप्त होणार असला तरी प्रदेयकं देण्यासाठी तरल पैसा बाळगावाच लागत होता, कारण पैसा प्राप्त होण्याची प्रक्रिया प्रत्यक्ष हातानं व्यवहार करून पार पाडली जात होती आणि ती मंद होती. त्यामुळे दलालांच्या दृष्टीनं (ब्रोकरना) आपल्या जवळ खेळतं भांडवल बाळगण्याची वाढती गरज निर्माण झाली होती. शेअर बाजारांच्या दृष्टीनं यात जोखीम होती, कारण त्यांना स्टॉक ब्रोकरच्या खात्यात पैसे देण्यासाठी पुरेशी रक्कम आहे की नाही, याची खात्री असत नव्हती. ही जोखीम कमी करण्यासाठी शेअर बाजारांना दिवसाअखेरीला आपल्या बँकेला (राष्ट्रीय शेअर बाजाराची – एनएसईची कॅनरा बँक होती.) विविध ब्रोकरकडून देय असलेल्या रकमांची माहिती पाठवावी लागत होती आणि ब्रोकरच्या खात्यात त्या चुकत्या करण्याइतपत रक्कम आहे की नाही याची खात्री करून घ्यावी लागत होती.

एचडीएफसी बँकेनं विक्रेते, खरेदीदार, ब्रोकर आणि शेअर बाजार या सगळ्यांना पुरवठा साखळीत ओढून घेतलं आणि त्यांना स्वयंचलित हिशेबपूर्ती (ऑटोमेटेड सेटलमेंट) यंत्रणेत सहभागी करून टाकलं. यामुळे ब्रोकर आणि शेअर बाजार या दोहोंनाही एचडीएफसीनं एक उपाययोजना मिळवून दिली. जर ब्रोकरचं एचडीएफसी बँकेत खातं असतं तर शेअर बाजारांना तत्काळ ब्रोकरच्या खात्यात पुरेसा पैसा आहे की नाही ते पाहता आलं असतं आणि जर पैशाची कमतरता असती तर ही कमतरता दूर करण्यास ब्रोकरला सांगण्याइतका पुरेसा वेळ त्यांच्या हाताशी राहिला असता. शेअर बाजारांसाठी अशा प्रकारे हिशेबपूर्ती जोखीम (सेटलमेंट रिस्क) कमी झाल्यामुळे सगळेच महत्त्वाचे शेअर बाजार एचडीएफसीकडे वळले. ब्रोकरच्या खात्यात 'पे-इन' रक्कम (जमा केली जाणारी रक्कम) तत्काळ जमा केली जात होती, हा एचडीएफसी बँकेत खातं उघडल्याबद्दल ब्रोकरना मिळणारा फायदा होता, त्यामुळे त्यांच्याकडच्या खेळत्या भांडवलाची गरज कमी होत होती. ब्रोकरना

शेअर बाजारांना बँकेकडून हमी द्यावी लागत असे. एचडीएफसीनं ब्रोकरना क्रेडिट लाइन दिल्या. अशा प्रकारे ब्रोकरनी व्यवहाराच्या पूर्ततेसाठी बँकेत ठेवलेल्या पैशावर बँकेला 'फी फ्लोट' मिळालाच, शिवाय ब्रोकरना क्रेडिट लाइन पुरवल्यामुळे त्यांना त्यापोटी शुल्कही मिळालं. सन १९९८मध्ये एनएसईबरोबर सुरुवात करून सन २०२०च्या आर्थिक वर्षापर्यंत एचडीएफसी ही सगळ्याच प्रमुख शेअर बाजारांची 'क्लिअरिंग' बँक झाली. २०००च्या आर्थिक वर्षापर्यंत आठशे ब्रोकर आणि बहुतेक कस्टोडियन एचडीएफसी बँकेच्या सेवांचा उपयोग करत होते. २०००च्या दशकाच्या मध्यापर्यंत बँकेनं हिशेबपूर्ती (सेटलमेंट) व्यवसायाचा बाजारातील ८० टक्के हिस्सा मिळवला. भांडवली बाजारातील या पुढाकाराच्या यशानं अत्यानंदित झालेल्या एचडीएफसी बँकेनं हीच नावीन्यपूर्ण कल्पना किरकोळ बँकिंग क्षेत्रातही वापरली. त्यामुळे त्यांच्या कमी खर्चाच्या ठेवीच्या भक्कम व्यासपीठाचा पाया निर्माण झाला.

गरवारे टेक्निकल फायबर्स : गरवारे टेक्निकल फायबर्स (आधी गरवारे वॉल रोप्स या नावानं ही कंपनी ओळखली जात होती.) ही मत्स्यसंवर्धन, क्रीडा क्षेत्रातील जाळी, मूलभूत सुविधा आदी क्षेत्रांमध्ये वापरले जाणारे कृत्रिम दोरखंड आणि जाळी ही उत्पादनं तयार करणारी भारतीय आणि त्याप्रमाणेच जागतिक बाजारपेठेतील आघाडीची कंपनी होती. अलीकडच्या काळात नावीन्यपूर्ण उत्पादनं घेऊन बाजारात उतरणं हा गरवारेच्या यशाचा एक भाग झाला आहे. विशेषतः मत्स्यसंवर्धन क्षेत्रात हे दिसून येतं. गरवारेच्या नावीन्यपूर्ण, मूल्य-संवर्धन झालेल्या उत्पादनांमुळे तिच्या ग्राहकांना त्यांच्या कामकाजाचा खर्च मोठ्या प्रमाणात कमी करणं शक्य झालं.

उदाहरणार्थ, मत्स्यसंवर्धन क्षेत्रात फाउलिंगची समस्या ही नित्याची समस्या असते. फाउलिंग याचा अर्थ जाळ्याच्या पृष्ठभागावर आलेले प्राणी जाळ्याच्या मोकळ्या छिद्रांना बंद करतात. यामुळे पिंजऱ्याच्या रचनांवर वाढता दबाव येतो आणि जाळ्यांमधील पाण्याचं आदान-प्रदान कमी होतं. जाळी ठरावीक कालावधीनंतर सातत्यानं स्वच्छ करणं आणि त्यांच्यावर तांब्याचं द्रावण ओतणं ही यावरची पारंपरिक उपाययोजना होती. त्यामुळे जाळ्याच्या पृष्ठभागावर आलेले प्राणी एकत्र येऊन छिद्रं बंद करणं कमी होतं. मात्र वरचेवर सफाईचक्रं पार पाडावी लागणं हा या उपाययोजनेचा तोटा होता आणि म्हणूनच देखभालीचा मोठा खर्च करावा लागत होता. त्यातून मोठ्या प्रमाणात तांबं सोडलं जात होतं आणि त्यामुळे पर्यावरणीय चिंता निर्माण होत होत्या.

सुमारे तीन वर्षांपूर्वी गरवारे कंपनीनं फाउलिंग-विरोधी तंत्रज्ञान अंगभूत असलेली जाळी बाजारात आणली. जवळजवळ अति सूक्ष्म कणांच्या पातळीवर, वितळलेलं प्लॅस्टिक आणि तांब्याचे कण यांचं मिश्रण करणं गरवारेला शक्य झालं होतं आणि कंपनीनं या पदार्थाच्या साहाय्यानं जाळी तयार केली होती. या जाळ्यांचा

वापर केल्यामुळे ग्राहकांचा जाळ्याच्या सफाईचा खर्च सुमारे निम्म्यानं कमी होत होता. याशिवाय जाळ्याच्या सफाईचा वेळही कमी झाल्यामुळे सफाई खूपच लवकर पूर्ण होत होती. या उत्पादनाची किंमत अधिक असली तरी देखभाल खर्चात झालेली लक्षणीय बचत आणि उत्पादनाचं दीर्घ आयुष्य यांमुळे या जाळ्यांचा वापर करणाऱ्या ग्राहकांचा एकूण खर्च खूपच कमी होत होता. समुद्री उवांचा बुजबुजाट ही साल्मन मत्स्यसंवर्धन उद्योगातील आणखी एक समस्या आहे. समुद्री उवा हे बाह्य परजीवी सजीव असून ते त्यांच्या यजमान प्राण्याच्या शरीरावर आपली उपजीविका करतात. इथे साल्मन मासा हा त्यांचा यजमान प्राणी असतो. यामुळे साल्मनची वाढ रोखली जाते. अगदी अलीकडच्या काळापर्यंत यावर उपाययोजना म्हणून साल्मनचे पिंजरे उवारोधक 'लाईस स्कर्ट' किंवा 'शिल्ड'मध्ये गुंडाळले जात होते. या साधनांची खोली ५ ते १० मीटर असते. मात्र त्यामुळे पाण्याचं आदान-प्रदान बंद होतं, हा यातला प्रमुख तोटा असतो आणि ही गोष्ट पुन्हा एकदा साल्मनच्या आरोग्याच्या दृष्टीनं घातक असते. गरवारेंनी एक खास नावीन्यपूर्ण धागा तयार केला आणि त्याचं पेटंट मिळवलं. या धाग्यामुळे समुद्री उवांना प्रतिबंध होतोच, पण त्याच वेळी नेहमीच्या लाईस स्कर्टच्या तुलनेत सुमारे शंभर पट उच्च पाण्याचा प्रवाह आत येऊ शकतो. पॉलिमर इंजिनिअरिंगमधील भक्कम आकलन आणि मोठा अनुभव, संशोधन आणि विकास क्षेत्रात करण्यात आलेली सक्रिय गुंतवणूक आणि एक्सट्रुजन (धागे तयार करण्याची खास पद्धती), धागे विणणं व इतर प्रक्रिया इ. गोष्टी कंपनीअंतर्गत करण्याच्या क्षमता यांमुळे या प्रमुख नावीन्यपूर्ण गोष्टी करणं शक्य झालं.[५]

ब्रँड

> ''विशिष्ट बाजारपेठांमध्ये नावलौकिकांची किंवा प्रतिष्ठांची निर्मिती होते. प्रतिष्ठा ही एखाद्या उत्पादनाशी किंवा उत्पादनांच्या समूहाशी निगडित असते, तशीच ती भौगोलिकतेशीही संबंधित असते. अनेक प्रतिष्ठा या अत्यंत स्थानिक स्वरूपाच्या असतात. एखाद्या चांगल्या प्लंबरला किंवा डॉक्टरला अत्यंत मर्यादित क्षेत्राच्या बाहेर प्रतिष्ठा प्राप्त झालेली नसते आणि त्यांना तशी गरजही नसते. किरकोळ विक्रीच्या क्षेत्रातील प्रतिष्ठा या प्रामुख्यानं राष्ट्रीय स्तरावर असतात. परंतु कोका कोलापासून सोनीपर्यंतच्या वाढत्या संख्येच्या उत्पादित मालांच्या अनेक उत्पादकांनी जगभर प्रतिष्ठा प्रस्थापित केली आहे. ब्रँडिंगमुळे अगदी लेखाशास्त्रापासून ते कार उद्योगापर्यंत अनेक स्थानिक सेवांना आंतरराष्ट्रीय स्तरावर प्रतिष्ठा प्राप्त करून दिली आहे.''
>
> -सर जॉन के.[६]

फर्मनं भक्कम ब्रँड-पुनर्आठवण (ब्रँड रिकॉल – किंचितशी प्रेरणा मिळाल्यानंतर ग्राहकाला ब्रँडचं नाव आठवण्याची क्षमता) निर्माण करून ती टिकवून ठेवणं आवश्यक असतं. त्याकरिता कालौघात प्रत्येक वर्गवारीतील महत्त्वाकांक्षी खपाच्या बदलत्या आव्हानांना तोंड देण्याची गरज असते. म्हणून प्रत्येक वर्गवारीतील आघाडीच्या ब्रँडची पुनर्आठवण ही किंमत मूल्यं (प्राइस पॉइंट – एखाद्या उत्पादनासाठी किंवा सेवेसाठी सुचवण्यात आलेल्या विविध प्रकारच्या संभाव्य सैद्धांतिक किमती), प्रकार, ब्रँडिंगची आघाडी घेण्याची पद्धत आणि उत्पादनाचे गुणधर्म यांच्याबरोबरच विकसित होत गेली पाहिजे. भारतात एके काळी आपल्या संबंधित उत्पादन वर्गवारीत लक्षणीयरीत्या वर्चस्वी असलेल्या ब्रँडच्या महत्त्वाकांक्षा मूल्यात घट झाल्यानंतर त्यांच्या बाजारातील हिश्शात घट झाल्याची अनेक उदाहरणं आहेत. या ब्रँड्सविषयी एके काळी लोकांना आकर्षण होतं, त्यामुळे त्या ब्रँडची उत्पादनं विकत घेण्याची आणि वापरण्याची ग्राहकांची महत्त्वाकांक्षा होती. अशा ब्रँडमध्ये घड्याळांच्या क्षेत्रात टायटन (२००५-१२), पुरुषांच्या अंतर्वस्त्रांमध्ये व्हीआयपी फ्रेंची (१९९५-२००५) आणि पादत्राणांमध्ये बाटा (२०००-२०१०) यांचा समावेश आहे. महत्त्वाकांक्षा मूल्य गमावणं ही कोणत्याही ब्रँडच्या दृष्टीनं खरोखरच मोठी जोखीम असते. दुसरीकडे पेज इंडस्ट्रीज (ब्रँड-जॉकी), आणि एचडीएफसी ॲसेट मॅनेजमेंट कंपनी (एचडीएफसी एएमसी) यांनी गेल्या २५ वर्षांत ब्रँड कमजोर होण्याच्या आव्हानांवर यशस्वीपणे मात केली आहे.

पेज इंडस्ट्रीज : अनेक आघाड्यांवरचा पेजचा जाहिरातविषयक दृष्टिकोन हा अद्वितीय होता. पहिली गोष्ट म्हणजे जाहिरात मोहिमा या सातत्यानं उच्च परिणाम देणाऱ्या गोष्टी असतात. त्यांच्यात २०१०-१४ या आर्थिक वर्षातील 'जस्ट जॉकिइंग' आणि २०१५ या आर्थिक वर्षातील 'जॉकी ऑर नथिंग' या जाहिरातींचा समावेश होतो. दुसरी गोष्ट म्हणजे पेजनं इन-स्टोअर जाहिरातींवर मोठ्या प्रमाणात भर दिला. जॉकी जाहिरातींनी बहुतांश मल्टी ब्रँड आउटलेट्सचा (एमबीओजचा) मोठ्या प्रमाणातील भाग व्यापला होता. तिसरी गोष्ट म्हणजे भारतीयांच्या जागतिक दृष्टिकोनाचा पद्धतशीर उपयोग करून घेऊन पेजनं त्यांच्या जाहिरातींमध्ये सातत्यानं कॉकेशिअन मॉडेलचा उपयोग करून घेतला आणि अशा प्रकारे एक आंतरराष्ट्रीय ब्रँड म्हणून आपल्या ब्रँड-पुनर्आठवणीला ठामपणे प्रस्थापित केलं. जॉकीला गेल्या वीस वर्षांत एक एकमेव महत्त्वाकांक्षी ब्रँड म्हणून मध्यम किमतीच्या अंतर्वस्त्रांच्या उद्योगात उदयास येण्याकरिता जाहिरातीच्या या अद्वितीय दृष्टिकोनाची मदत झाली.[७]

एचडीएफसी एएमसी : गेल्या अनेक वर्षांपासून एचडीएफसी ब्रँड हा भरवसा व विश्वसनीयता या गोष्टींचं प्रतीक झाला आहे. एचडीएफसी समूहाकडे त्यांच्या

कर्ज आणि विमा व्यवसायांबरोबरच मालमत्ता व्यवस्थापन व्यवसायातसुद्धा आपल्यावरच्या या विश्वासाचं आणि ब्रँडच्या ताकदीचं रूपांतर पैशात करण्याची क्षमता होती.

सन २०२०मध्ये गुंतवणूकदारांना ५०० कोटी रुपयांच्या भांडवल नुकसानीतून वाचवून एचडीएफसी एएमसीनं आपल्या ब्रँडला दुर्बल होण्यापासून वाचवण्यावर आपण लक्ष केंद्रित केल्याचं दाखवून दिलं. त्यांच्या एका निश्चित परिपक्वता उत्पादनात (फिक्स्ड मॅच्युरिटी प्रॉडक्ट –एफएमपीमध्ये) कंपनीनं ५०० कोटी रुपयांच्या अपरिवर्तनीय कर्जरोख्यांची (एनएसडींची) खरेदी केली होती. त्यांना बुडीत कर्जांच्या खात्यात टाकावंच लागलं. एफएमपीमधील गुंतवणूकदारांच्या हिताचं संरक्षण करण्यासाठी एचडीएफसी एएमसीनं संकटग्रस्त समूहाच्या एनएसडींना योजनेतून त्यांच्या स्वतःच्या ताळेबंदात हस्तांतरित केलं.[८] एचडीएफसी एएमसीनं एका निवेदनाद्वारे असं जाहीर केलं की, अशी तरलता व्यवस्था ही कंपनीच्या दीर्घकालीन हिताची आहे आणि ती संबंधित युनिटधारकांना तरलता देण्याच्या शुद्ध हेतूनं करण्यात आली आहे.

हे पाऊल अद्वितीय होतं, कारण ज्या वेळी एचडीएफसी एएमसीच्या स्पर्धकांच्या अनेक एफएमपींना अशाच प्रकारच्या अनेक बुडीत कर्जांना तोंड द्यावं लागत होतं, त्या वेळी हे पाऊल उचलण्यात आलं होतं. परिणामी, एचडीएफसीच्या डेट आणि लिक्विड फंडांमध्ये मोठ्या प्रमाणात गुंतवणुका झाल्याचं दिसून आलं. कंपनीनं पुढच्या तिमाहीत ॲसेट्स अंडर मॅनेजमेंटमधून (एयूएममधून)[९] तिच्या लिक्विड फंडांमध्ये १२,५०० कोटी रुपयांची भर टाकली. यामुळे ९० दिवसांच्या कालावधीत तिच्या बाजारातील हिश्शात तीन टक्के पॉइंटची वाढ झाली. ही अत्यल्प काळात प्रसिद्धी मिळवण्याची गोष्ट नव्हती. सन २०१५–२० या काळात एचडीएफसी एएमसीनं तिच्या एयूएममध्ये २० टक्क्यांच्या सीएजीआरनं वाढ केली.[१०] म्युच्युअल फंड हाउसमधील एका फंड व्यवस्थापकानं आम्हाला याविषयी सांगितलं त्या वेळी त्याच्या आवाजात असूयेची झाक होती. तो म्हणाला, ''एचडीएफसीला ग्राहकांसमोर जबरदस्तीनं न्यावं लागत नाहीत, उलटपक्षी ग्राहकच तिची चौकशी करत येतात. एचडीएफसी उत्पादनं पुरवून वितरकानं ग्राहकांच्या नजरेतील त्यांच्या विश्वासार्हतांमध्ये वाढ केली होती.''

आर्किटेक्चर

> ''आर्किटेक्चर ही फर्मअंतर्गत घटकांमधील किंवा दोन किंवा त्याहून अधिक फर्म आणि त्यांचे पुरवठार व ग्राहक किंवा दोघेही यांच्यातील नातेसंबंधांची यंत्रणा आहे. सर्वसामान्यपणे ही यंत्रणा गुंतागुंतीची असते आणि संबंधांचे घटक हे स्पष्ट असण्यापेक्षाही सूचक असतात. आपल्या

अटींवर देखरेख करणं आणि त्यांची अंमलबजावणी करणं याविषयीच्या सातत्यपूर्ण परस्पर बांधिलकीवर याची रचना आधारित असते. वैशिष्ट्यपूर्ण आर्किटेक्चर असलेल्या फर्मला संघटनेच्या अंतर्गत आणि त्याबरोबरच ग्राहक व पुरवठादार यांना उत्पादनांची आणि बाजारांची विशिष्ट माहिती स्थलांतरित करण्याच्या क्षमतेतून ताकद मिळते. बदलत्या परिस्थितींना ती झटपट आणि लवचिकतेनं प्रतिसाद देऊ शकते. अशा प्रकारचं स्थापत्यशास्त्र विकसित करण्याच्या त्यांच्या अधिक क्षमतेच्या माध्यमातूनच जपानी फर्मनी त्यांच्या अमेरिकन प्रतिस्पर्ध्यांवर स्पर्धात्मक लाभ मिळवून ते प्रस्थापित केले आहेत.''

–सर जॉन के.[११]

टाटा कन्सल्टन्सी सर्व्हिसेस (टीसीएस) : टीसीएस हे 'फर्मअंतर्गत संबंधांच्या यंत्रणे'चं एक प्रमुख उदाहरण आहे. इतर आघाडीच्या भारतीय आयटी सेवा फर्मच्या बाबतीत जे घडतं, त्याच्या अगदी विरुद्ध टीसीएसमध्ये सीईओ पदांसाठीच्या सर्व उमेदवारांना कंपनीच्या अंतर्गत तयार केलं जातं. ते टीसीएसमध्ये काही दशकं काम करतात आणि नंतर सीईओच्या पदापर्यंत पोहोचतात.

'द व्हिक्टरी प्रोजेक्ट : सिक्स स्टेप्स टू पीक पोटेन्शिअल'[१२]मध्ये असं म्हटलं गेलं आहे की, आपला उत्तराधिकारी म्हणून कंपनीतीलच उमेदवाराची (सहसा तो टीममधील महत्त्वपूर्ण अधिकारी असतो.) निवड करून त्या पदावरून पायउतार होणारा नेता 'आपली कंपनी ही स्वतःच अनेक नेत्यांची टीम आहे,' असा विश्वास देणारा संदेश देतो. टीसीएसच्या नेतृत्वातील बदल हे अशा प्रकारे हळूहळू आणि नैसर्गिकरीत्या घडतात ही वस्तुस्थिती आहे. त्यामुळे फर्मला तिच्या सगळ्यात मोठ्या ग्राहकांना दीर्घ काळापर्यंत टिकवून ठेवणं शक्य होतं. खरं तर टीसीएसचे सगळ्यात मोठे ग्राहक हे इतर कोणत्याही भारतीय आयटी सेवा फर्मच्या ग्राहकांहून अधिक बलाढ्य असतात.

उदाहरणार्थ, सन २००३-०४मध्ये स्टेट बँक ऑफ इंडियाकरिता (एसबीआयकरिता) टीसीएसनं कोअर बँकिंग व्यासपीठाची अंमलबजावणी केली. हा प्रकल्प जगातील अशा प्रकारच्या प्रकल्पांमधील सगळ्यात मोठा प्रकल्प होता. यांसारख्या अवाढव्य प्रकल्पांची यशस्वी अंमलबजावणी केल्यामुळे टीसीएस ही महसुलाचा विचार करता, सन २०१५ पासून सातत्यानं जगातील तीन सगळ्यात मोठ्या आयटी सेवा फर्ममध्ये स्थान पटकावणारी एकमेव भारतीय फर्म ठरली.

याशिवाय दैनंदिन प्रक्रियेचा भाग म्हणून टीसीएसचे कर्मचारी संघटनात्मक उद्दिष्टांशी जोडले गेले आहेत. इतर अनेक आयटी कंपन्या या पहिल्या पिढीतील

उद्योजकानं सुरू केलेल्या होत्या, पण टीसीएस ही टाटा समूहानं सुरू केलेली असल्यामुळे तिच्या रक्तातच संस्था आणि संघटना आहेत. लोकांना कामावर घेणं आणि प्रशिक्षण देणं हे कामकाज संस्थेतच केलं जातं. त्यामुळे कर्मचारी एका सामाईक उद्दिष्टानं झपाटून जाऊन काम करत असल्याची खात्री मिळते. खरं तर टीसीएसमध्ये दरवर्षी २,००,००० कर्मचाऱ्यांना प्रशिक्षण किंवा पुनर्प्रशिक्षण दिलं जातं. भारतातील इतर कोणतीही संस्था वर्षभरात याच्या निम्म्या आकडेवारीच्या कर्मचाऱ्यांना तरी प्रशिक्षित करत असेल का, याविषयी शंकाच आहे.

तिसरी गोष्ट म्हणजे टीसीएसनं अतिशय मोठ्या प्रमाणात प्रक्रियांचं प्रमाणीकरण केलं आहे आणि संस्थात्मक ज्ञानाच्या आधारावर त्यांच्या वापराच्या विकासाचं जीवनचक्र (ॲप्लिकेशन डेव्हलपमेंट लाईफसायकल) आत्मसात केलं आहे.

पिडिलाईट इंडस्ट्रीज : ॲड्हेसिव्ह (चिकटवण्यासाठी वापरण्यात येणारे पदार्थ) आणि सीलंट (दस्तऐवज, बाटल्या इ.ना मोहरबंद करण्यासाठी वापरण्यात येणारे मेण, लाख इ. सारखे पदार्थ किंवा गळती थांबवण्यासाठी वापरले जाणारे पदार्थ) यांच्या क्षेत्रातील ही भारतातील सर्वांत मोठी कंपनी आहे. फर्म आणि तिचे पुरवठादार व ग्राहक यांच्यातील संपर्काच्या उत्तम यंत्रणेचं हे एक खूप मोठं उदाहरण आहे. इतर कोणत्याही भारतीय कंपनीकडे पिडिलाईटइतकं 'चॅनेल संपर्क' नाही. किराणा मालाची छोटी दुकानं, पानविक्रीची, स्टेशनरी, हार्डवेअरची, वाहनांच्या सुट्या भागांच्या विक्रीची आणि फर्निचरची दुकानं यांच्या माध्यमातून कंपनी तिच्या उत्पादनांची विक्री करते. पिडिलाईटचे बहुतांश डीलर हे सुमारे दोन दशकांहून अधिक काळापासून कंपनीशी जोडले गेले आहेत. म्हणूनच त्यांच्या मनात कंपनीविषयीच्या निष्ठेची मोठी भावना आहे. मजबूत आयटी यंत्रणा आणि भक्कम डिलिव्हरी यांमुळे इतर कंपन्यांच्या तुलनेत या कंपनीशी व्यवहार करणं अधिक सुलभ जातं. पिडिलाईटच्या उत्पादनांमध्ये सातत्यानं नावीन्यपूर्ण कल्पनांचा वापर केल्याचं आढळतं, त्यामुळे चॅनेलच्या 'ॲड्रेसेबल' संधींमध्ये (उत्पादनासाठी किंवा सेवेसाठी उपलब्ध असलेल्या एकूण संधी) वाढ होते. (यासाठी चॅनेलला कोणताही अतिरिक्त खर्च करावा लागत नाही.) भारतातील इतर कोणत्याही अड्हेसिव्ह कंपनीकडे हा लाभ नाही.[१३]

पिडिलाईटचा मध्यस्थांशी असलेला व्यापक संपर्क ही कंपनीची मोठी ताकद आहे. भारतातील सर्व गृह उभारणी मध्यस्थांशी म्हणजेच सुतार, लोहार, विद्युतकाम करणारे आणि प्लंबर अशा सर्वांशी थेट संपर्क असलेली पिडिलाईट ही भारतातील एकमेव कंपनी होती. इमारतींचं साहित्य उत्पादित करणाऱ्या इतर कंपन्यांचा फक्त विशिष्ट मध्यस्थांवरच प्रभाव होता. उदाहरणार्थ, रंगकामाच्या कंपन्यांचा प्रभाव फक्त रंगाऱ्यांवरच होता. यामुळे मध्यस्थांबरोबर फक्त ब्रँड इक्विटी निर्माण करण्याकरिताच याचा उपयोग होत नाही, तर त्याबरोबरच रिव्हर्स फीडबॅक

यंत्रणाही विकसित होते. कंपनीला मध्यस्थ त्यांच्या कल्पना सांगतात आणि त्यांच्यातून संधीची निर्मिती होते.

> उदाहरणार्थ, पिडिलाईटनं फेविकॉलचे विविध प्रकार बाजारात आणले. त्यांच्यात हिटएक्स, स्पीडएक्स, मरिन यांचा समावेश होता. या प्रकारांसाठी सुतारांनी दिलेल्या प्रतिक्रिया आणि व्यक्त केलेली मतं महत्त्वाची ठरली होती. फेविकॉल ब्रँडकडून मिळणाऱ्या महसुलात या मूल्यसंवर्धित उत्पादनांचा निम्म्याहून अधिक वाटा आहे. १९८०च्या दशकाच्या दरम्यान, भारतातील सुतारांशी पिडिलाईटचे संबंध बळकट होऊ लागले. त्या वेळी कंपनीनं सुतारांना त्यांच्या कौशल्यांमध्ये वाढ करण्याकरिता मदत करण्यास सुरुवात केली. सन २०१० मध्ये इकनॉमिक टाइम्सला दिलेल्या मुलाखतीत पिडिलाईट प्रवर्तकांच्या कुटुंबाचा एक भाग असलेल्या मधुकर पारेख यांनी असं म्हटलं होतं की, आम्ही दर तिमाहीला सुतारांकडे फर्निचरची डिझाइन आणि पुस्तकं पाठवण्याचा निकष पाळला आहे. सुतारांच्या कामांमध्ये मूल्यसंवर्धन करणं ही यामागची कल्पना आहे. सुतारांशी जोडलं जाण्याचा हा चांगला मार्ग आहे हे आम्हाला माहीत होतं, कारण त्यांच्याकडे व्यापक प्रमाणात वैविध्य असलेली डिझाइन असतात. ग्राहकांशी जोडलं जाण्याकरिता, सुतारांच्या सर्जनशील कल्पनांना गती प्राप्त करून देण्याकरिता आणि त्याद्वारे आमच्या मालाची विक्री होण्याकरिता कंपनीनं हे धोरण स्वीकारलं आहे. सुतार समाजासाठी आम्ही फेविकॉल चॅम्पियन क्लबची स्थापना केली आहे. हा त्यांना एकत्र आणण्याचा एक प्रयत्न आहे आणि त्याहूनही महत्त्वाची गोष्ट म्हणजे त्यांच्या जीवनात मूल्याची भर टाकण्याचा हा प्रयत्न आहे. आम्ही या सुतारांना आमच्या कार्यालयात आणतो आणि त्यांना प्रत्येक उत्पादन दाखवतो. त्यासाठी आम्ही त्यांना आळीपाळीनं बोलावतो. क्लबचे देशभरातील सदस्य इथे येतात आणि वर पक्षाकडच्या लोकांचं जसं स्वागत केलं जातं त्याप्रमाणे त्यांचं रेल्वे स्थानकावर स्वागत केलं जातं. आम्ही त्यांच्यासाठी पतंग महोत्सवाचंही आयोजन करतो. ज्या समाजानं आमच्या वाढीसाठी मदत केली त्या समाजाविषयी आमच्या मनात असलेलं कौतुक, प्रशंसा दर्शवण्यासाठी आम्ही या सगळ्या गोष्टी करतो. मध्यस्थांच्या प्रशिक्षणाच्या दरम्यान, पिडिलाईट त्यांची उत्पादनं प्रभावीपणे कशी वापरावीत हे मध्यस्थांना शिकवते आणि त्यांना नवीन उत्पादनांची माहितीही दिली जाते. या कार्यक्रमांमुळे कंपनीला मध्यस्थांशी असलेले त्यांचे बंध आणखी बळकट करण्यास मदत होते.[१४]

व्यूहरचनात्मक संपदा

> ''स्पर्धकांच्या अनुपस्थितीहून जास्त मोठा असा कोणताही स्पर्धात्मक लाभ असू शकत नाही. फक्त वैशिष्ट्यपूर्ण, ठळक क्षमतांमधूनच नफा मिळवता येत नाही, तर व्यूहरचनात्मक मालमत्ता ताब्यात असल्यामुळेही तो मिळवता येतो. स्पर्धात्मक लाभ हे संबंधित बाजारातील फर्मच्या विशिष्ट गुणधर्मांपेक्षाही बाजाराच्या रचनेतून निर्माण होतात.''
>
> –सर जॉन के.[१५]

फर्मच्या व्यूहरचनात्मक संपदा या बौद्धिक संपदांच्या (म्हणजेच पेटंट किंवा मालकीसंदर्भातील माहिती), परवाने किंवा संसाधनांपर्यंत पोहोचण्याची अशी इतर साधनं या संदर्भात असू शकतात. ज्या संपदांची पुनरावृत्ती करणं स्पर्धकांना सहज शक्य होणार नाही अशा गोष्टींचा यात समावेश असतो. पेज इंडस्ट्रीजचे जॉकी इंटरनॅशनलशी असलेले संबंध, जीएमएम फॉडलरला फॉडलरच्या संशोधन आणि विकास क्षमता उपलब्ध असणं किंवा दिवीज लॅबोरेटरीजचे त्यांच्या कंत्राट संशोधनासाठी आणि उत्पादन सेवा (सीआरएएमएससाठी) व्यवसायांसाठी मोठ्या जागतिक औषध कंपन्यांशी असलेले तीस वर्षांचे संबंध ही भारतीय कंपन्यांची या संदर्भातील काही उदाहरणं आहेत.

पेज इंडस्ट्रीजचे प्रवर्तक असलेल्या जिनोमाल्सचे अमेरिकेच्या जॉकी इंटरनॅशनल यूएसएशी असलेले संबंध ही पेजची सर्वांत मोठी व्यूहरचनात्मक संपदा आहे. सन २०१०मध्ये जॉकी यूएसएनं पेजबरोबरच्या परवान्याचं आधीच्या पद्धतीप्रमाणे पाच वर्षांसाठी नूतनीकरण करण्याऐवजी एकवीस वर्षांसाठी नूतनीकरण केलं. अशा प्रकारे, सन २०३०पर्यंत पेज ही जॉकी यूएसएची भारतातील आणि यूएईमधील निवडक फ्रँचायझी असेल. जॉकी यूएसएसाठी पेज इंडस्ट्रीज ही आता सर्वांत मोठी फ्रँचायझी आहे. जिनोमाल्ससाठी भारत ही मोठी बाजारपेठ आहे आणि ही बाजारपेठ वाढती आहे. (अधिकाधिक ग्राहकांना जॉकीची उत्पादनं खरेदी करण्याची इच्छा होत आहे.) शिवाय ही बाजारपेठ विस्तारत (महिलांसाठी लेगिन्स आणि मुलांसाठी अंतर्वस्त्रं) चालली आहे. पेजसाठी सन १९९५पासून जॉकीच्या अमेरिकेतील नावीन्यपूर्ण कल्पना प्राप्त करणं आणि भारतासारख्या स्थिरपणानं वाढत चाललेल्या बाजारपेठेत त्या आणणं हे सूत्र काम करत आहे आणि आगामी भविष्यकाळातही ते तसंच काम करत राहण्याची शक्यता आहे.[१६]

जीएमएम फॉडलर : गुजरात मशिनरी मॅन्युफॅक्चरर्स (जीएमएम) आणि फॉडलर इंक यांचा संयुक्त प्रकल्प म्हणून जीएमएम फॉडलरची सुरुवात झाली. जीएमएमच्या

प्रवर्तकांनी कंपनीचं दैनंदिन कामकाज चालवणं सुरू ठेवलं. फॉडलर इंक ही १३० वर्षांची जुनी, बलाढ्य बहुराष्ट्रीय कंपनी आहे. पोलादाच्या ग्लास लायनिंगच्या प्रक्रियेचा शोध लावलेल्या संशोधकानं या कंपनीची स्थापना केली. रसायनं, औषधं आणि अन्न व पेयं यांसारख्या उद्योगांमध्ये ग्लास लाइन्ड साधनांची गरज असते. या उद्योगांच्या उत्पादन प्रक्रियांमध्ये गंजरोधक किंवा स्वच्छतेचे गुणधर्म असलेल्या साधनांची गरज असते. जसजशा उत्पादन प्रक्रिया विकसित झाल्या तसतसा संशोधन आणि विकासातील लक्षणीय गुंतवणुकीच्या माध्यमातून या विकसित प्रक्रियांच्या आधारावर ग्लास लाइन्ड भांड्यांचा विकास करणं क्रमप्राप्तच झालं. आपल्या दीर्घ इतिहासात फॉडलर इंकनं इतर अनेक नावीन्यपूर्ण कल्पनांचा पहिल्यांदाच ग्लास लाइन्ड भांडी, अणुभट्ट्या आणि त्यांच्याशी संबंधित उत्पादनांमध्ये वापर केला. आज ही कंपनी या क्षेत्रातील जागतिक नेता आहे. जीएमएमनं आपल्या आघाडीच्या तंत्रज्ञानाची तिच्या उत्पादन क्षमतांशी सांगड घातली आणि उद्योगातील इतर सर्व कंपन्यांच्या एकत्रित उत्पादन क्षमतांहून अधिक असलेल्या आपल्या उत्पादन क्षमतेची उभारणी केली.[१७]

जीएमएमनं अगदी अलीकडेच भारताच्या ग्लास लाइन्ड उपकरणांच्या क्षेत्रात कार्यरत असलेली आणखी एक बहुराष्ट्रीय कंपनी डी डिट्रिच प्रोसेस अँड सिस्टिम्सच्या उत्पादन सुविधा संपादित केल्या. अशा प्रकारे त्यांनी आपलं बाजारातील स्थान आणखी बळकट केलं. त्या पाठोपाठ जीएमएमनं फॉडलर इंक या आपल्या पालक कंपनीचंही संपादन केलं. त्यामुळे जीएमएम ही आता ग्लास लाइन्ड साधनांची जागतिक पातळीवरची सगळ्यात मोठी उत्पादक कंपनी झाली आहे.[१८]

तंत्रज्ञानाची उपलब्धता व व्यापक उत्पादकता या व्यूहरचनात्मक संपदा आणि दीर्घकालीन टिकलेले ग्राहक संबंध या गोष्टी कंपनीसाठी निकोप आरओसीई मिळवून देणाऱ्या (२०१६-२० या पाच आर्थिक वर्षांची सरासरी २६.६ टक्के आहे.) सक्षम प्रेरकशक्ती ठरल्या.

दिवीज दिवी लॅबोरेटरीज : ॲबोट, सॅनोफी, मायलन, जीएसके आणि फायझर यांसारख्या जागतिक पातळीवरच्या बड्या कंपन्या दिवीज लॅबोरेटरीज कंपनीच्या सीआरएएमएस व्यवसायाच्या ग्राहक आहेत. हे व्यावसायिक संबंध काही दशकांपासून विकसित झाले असून ते अत्यंत महत्त्वाच्या दोन निकषांवर आधारित आहेत. दर्जेदार उत्पादनांचा वेळेवर करण्यात येणारा पुरवठा आणि ग्राहकांच्या आयपीचं संरक्षण हे ते दोन निकष आहेत.

स्थापनेपासूनच दिवीजनं आपले आउटसोर्स उत्पादक व्यवसाय भागीदार म्हणून मोठ्या पाश्चात्त्य औषधी कंपन्यांबरोबर भागीदारी करण्याची स्पष्ट व्यूहरचना स्वीकारली आहे. मात्र त्याबरोबरच कंपनीनं आपल्या ग्राहक कंपन्यांच्या बौद्धिक

संपदांचं उल्लंघन न करण्याची किंवा त्यांच्या अंतिम उत्पादन बाजारात म्हिणजेच सूत्रीकरणाच्या (फॉर्म्युलेशनच्या) बाजारात त्यांच्याशी स्पर्धा न करण्याची हमी दिली आहे. १९८०च्या आणि १९९०च्या दशकांमधील बहुतांश भारतीय औषध कंपन्यांनी स्वीकारलेल्या प्रचलित व्यावसायिक मॉडेलहून ही व्यूहरचना मूलतः भिन्न होती. ती मोठ्या पाश्चात्त्य कंपन्यांच्या भांडारातून ब्रँडेड उत्पादनांच्या जेनेरिक फॉर्म्युलेशनची निर्मिती करत होती आणि नंतर या उत्पादनांना विकसित बाजारांमध्ये नेत होती. दिवीजनं बिगर स्पर्धात्मक आणि विश्वासाधारित दृष्टिकोन स्वीकारला होता. त्यामुळेच आपल्या भारतीय आणि आशियाई भागीदारांनी आयपीचं उल्लंघन करू नये, याविषयी दक्ष असलेल्या बड्या पाश्चात्त्य कंपन्यांनी दिवीला व्यापार मिळवून देण्यात मदत केली. जीएटीटी/ डब्ल्यूटीओच्या नियमांतर्गत भारतानं बौद्धिक संपदा संरक्षण नियमांचा स्वीकार केला, त्यामुळे या व्यूहरचनेला आणखी प्रोत्साहन मिळालं आणि दिवीजला अधिक आउटसोर्स व्यवसाय मिळवण्यास मदत झाली.

उद्योगविश्वातील सहभागी व्यक्तीशी झालेल्या आमच्या चर्चेतून असं सूचित झालं आहे की, १९९०च्या दशकात कंपनी स्थापन झाल्यापासून आजतागायत बौद्धिक संपदा गळतीच्या कारणापोटी दिवीनं कोणताही ग्राहक गमावलेला नाही. आपल्या ग्राहकांच्या बौद्धिक संपदेची विश्वासार्हता तशीच टिकवण्याबाबत कंपनी इतकी बांधिलकी पाळते की, काही वेळा आपल्या प्रकल्पांमधील आणि कार्यालयांमधील कर्मचाऱ्यांच्या फोनवर आणि वैयक्तिक संभाषणांवरही कंपनी देखरेख ठेवते. दिवीजनं बौद्धिक संपदेची विश्वासार्हता जपल्यामुळे आणि आपल्या उत्पादनांचा दर्जा टिकवून ठेवल्यामुळे स्वस्त किमतीपेक्षाही आयपी संरक्षण अधिक महत्त्वाचं असलेल्या तिच्या ग्राहकांसाठी ती एक वाढीला, विकासाला महत्त्व देणारी आउटसोर्ससाठी पसंती देण्याजोगी कंपनी झाली. यातील वस्तुस्थिती अशी आहे की, दिवीजचे ग्राहक किमतीच्या बाबतीत जास्त संवेदनशील नाहीत, तर ते गुणवत्ता आणि गोपनीयता यांवर अधिक लक्ष केंद्रित करतात. तसंच दिवीजला तिच्या उत्पादनांचं निकोप मूल्यनिर्धारण करण्यासही ते मदत करतात.[१९]

स्पर्धात्मक लाभांविषयीच्या भ्रामक कल्पना : मूल्य निर्धारण शक्ती आणि ब्रँडचं महत्त्व

सर जॉन के. यांच्या आयबीएएसला (नावीन्यपूर्ण कल्पना, ब्रँड आणि प्रतिष्ठा, आर्किटेक्चर आणि व्यूहरचनात्मक संपदा) किंवा मायकल पोर्टर यांच्या पाच शक्तींच्या सिद्धान्ताला बहुतांश प्रवर्तक आणि व्यवस्थापकीय टीम व्यवस्थितपणे समजून घेतात. (अगदी या गोष्टी त्यांना ते शिकत असताना शिकवल्या गेलेल्या नसल्या तरी त्यांना त्या समजतात.) अनेक व्यवसाय या स्पर्धात्मक लाभांभोवती

त्यांच्या व्यवसायांच्या ताकदींची उभारणी करण्याचा प्रयत्न करतात. मात्र फक्त अल्पसंख्य व्यवसायच भक्कम स्पर्धात्मक लाभाची निर्मिती करण्यात यशस्वी होतात. व्यवसायाच्या स्पर्धात्मक लाभांच्या ताकदीविषयी स्पष्ट समज नसल्यामुळे गुंतवणुकीतील अनेक भ्रामक कल्पना निर्माण होतात. मूल्य निर्धारण शक्ती ही त्यांच्यापैकीच एक भ्रामक कल्पना आहे.

ग्राहक आधारात कमतरता होऊ न देता आपल्या उत्पादनाची किंमत वाढवण्याची फर्मची क्षमता म्हणजे तिची उच्च मूल्य निर्धारण शक्ती, अशी प्रमाणित व्याख्या अशी आहे. मात्र अनेक व्यावसायिक लढे हे किमती वाढवण्याऐवजी त्या कमी करण्याभोवतीच लढले जात असल्यामुळे मूल्य निर्धारण शक्तीची अधिक संपूर्ण आणि अधिक उपयुक्त व्याख्या पुढीलप्रमाणे आहे असं आम्हाला वाटतं. जर एखादी प्रस्थापित फर्म तिच्या ग्राहकांना एका विशिष्ट किंमतीला तिचं उत्पादन देत असेल (असं समजा की, १०० रुपयांना) आणि एखाद्या नवीन स्पर्धकानं तसंच उत्पादन कमी किमतीला (समजा ७० रुपयांना) विकण्याचा निर्णय घेतला तर ती प्रस्थापित फर्म आपल्या उत्पादनाची १०० रुपये किंमत तशीच टिकवून ठेवून बाजारातील आपला हिस्साही टिकवून ठेवू शकेल का? की प्रस्थापित कंपनीला आपल्या प्रभुत्वाचं रक्षण करण्यासाठी आपल्या उत्पादनाची किंमत कमी करावी लागेल? जर त्यांनी आपली किंमत तशीच ठेवली आणि बाजारातील हिस्साही टिकवून ठेवला तर प्रस्थापित कंपनीकडे उच्च मूल्यनिर्धारण शक्ती आहे, असं म्हणता येईल; अन्यथा तिच्याकडे ती नाही असं म्हणावं लागेल.

जवळजवळ सगळेच मोठे उद्योग अत्यंत स्पर्धात्मक असतात आणि बाजारात वर्चस्वी हिस्सा असलेल्या त्या क्षेत्रांमधील बहुतांश फर्मकडे दुर्बल मूल्य निर्धारण शक्ती असते. उदाहरणार्थ, भारताच्या विमान उद्योगात इंटरग्लोब एव्हिएशननं (इंडिगो एअरलाइन्सनं) बाजारातील आपला हिस्सा गेल्या दशकभरात १५ टक्क्यांवरून २०१० या आर्थिक वर्षात ५० टक्क्यांपर्यंत वाढवला. तिकिटाच्या किमती बघून बहुतांश प्रवासी विमान कंपन्यांची निवड करत असल्यामुळे सगळ्यात स्वस्त किंमत असलेली फर्मच विजेती ठरते. म्हणून त्यांच्या बाजारातील हिश्शात वाढ झाली असली तरी २०१० ते २०२० या आर्थिक वर्षांच्या कालखंडात इंटरग्लोब एव्हिएशनच्या प्रतिप्रवासी महसुलात फक्त एक टक्का सीएजीआरनं वाढ झाली.[२०]

त्याप्रमाणेच भारताच्या दूरसंचार दळणवळण क्षेत्रात २००७ ते २०१७ या आर्थिक वर्षांच्या काळात (म्हणजे रिलायन्सनं त्यांच्या सेवा सुरू करण्याच्या आधी) ग्राहकांच्या संख्येत ४० टक्क्यांहून अधिक सीएजीआर मिळवला. भारती एअरटेलनं २३ टक्के इतका बाजारातील हिस्सा मिळवून त्यांची बाजारातील आघाडी टिकवून ठेवली होती. मात्र भारतात दूरसंचार सेवांचा पुरवठा कोणी करावा याविषयीचा निर्णय स्वस्त किमतींच्या आधारावर अगदी ऐतिहासिकपणे भारतातील ग्राहकांनी

घेतला. सर्वोच्च कमी किमतीच्या सेवा देणाऱ्या पहिल्या तीन-चार क्रमांकांच्या कंपन्यांनी नेहमीच इतरांकडून बाजारातील हिस्सा मिळवला. परिणामी, भारती एअरटेलसारख्या फर्मकडे ग्राहकांना टिकवून ठेवण्यासाठी इतर कंपन्या ज्या किमतीत सेवा पुरवत होत्या, त्यांच्याइतक्या किमती कमी करण्याखेरीज इतर पर्याय नव्हता. म्हणून त्या उद्योगातील बाजारात वर्चस्वी हिस्सा असला तरी भारती एअरटेलच्या एआरपीयू (ॲव्हरेज रेव्हेन्यू पर युनिट कस्टमर - प्रतिएकक ग्राहक सरासरी महसूल) कमी झाला आणि तो २००७ ते २०१७ या आर्थिक वर्षांमध्ये सीएजीआरच्या आठ टक्क्यांपर्यंत घसरला. फर्मला जरी तिचं बाजारातील हिश्शावरचं वर्चस्व टिकवून ठेवता आलं असलं तरी स्पर्धात्मक लाभांच्या स्पष्ट उणीवेतून किमतीत वाढ नसणं आणि त्याबरोबरच दुर्बल कमाई आणि आरओसीई यांचं प्रतिबिंब पडतं. भारती एअरटेलच्या करपश्चात नफ्यात २००७ ते २०१७ या आर्थिक वर्षांमध्ये वार्षिक २.५ टक्क्यांनी घसरण झाली.

स्पर्धात्मक लाभाचा स्रोत म्हणून ब्रँडला महत्त्व असतं ही गुंतवणुकीतील आणखी एक अशीच भ्रामक समजूत आहे. ब्रँडची उभारणी करणं अवघड असतं, कारण त्यासाठी ग्राहक कोण आहेत, कुठे आहेत आणि त्यांना कसं बोललेलं हवं आहे याचं सखोल आकलन असावंच लागतं. भक्कम ब्रँड पुनर्आठवणीची उभारणी करणं ही गोष्टही लाभदायक असते, कारण त्यामुळे नवीन ग्राहकांना झपाट्यानं जोडण्यास आणि आधीच्या ग्राहकांमध्ये निष्ठा निर्माण करण्यासही मदत होते. यामुळे पुनःपुन्हा खरेदी करण्यास प्रोत्साहन मिळतं आणि इतरत्र खरेदी करण्याची गरज कमी होते. दुसऱ्या शब्दांत, भक्कम ब्रँड नवीन ग्राहकांना जोडण्याचा खर्च कमी करतो आणि प्रतिस्पर्धी ब्रँडकडे जाण्याचा खर्च वाढवतो. या प्रकरणात आधी चर्चा करण्यात आलेल्या सर जॉन के. यांच्या आयबीएएसच्या चौकटीचा ब्रँड हाही एक घटक आहेच. मात्र ब्रँडमुळे फर्मच्या आसपास प्रवेश करण्याच्या बाबतीत दुर्गम अडथळा निर्माण होत नाही. भारतातील अनेक फर्मनी ऐतिहासिकपणे भक्कम ब्रँडची निर्मिती केली, परंतु त्यांच्या ग्राहकांना आणि स्टेकधारकांना ब्रँडच्या पलीकडे त्यांनी फारसं काहीच देऊ केलं नाही. भयावह स्पर्धेच्या तोंडावर अशा कंपन्यांना त्यांची मूल्य निर्धारण शक्ती दाखवून देणं कठीण असल्याचं दिसून आलं. हिंदुस्तान युनिलिव्हर लि., आणि कोलगेट पामोलिव्ह इंडिया लि., ही भारताच्या एफएमसीजी क्षेत्रातील अशी दोन उदाहरणं आहेत.

अनेक दशकांपासून युनिलिव्हरनं साबण आणि डिटर्जंटच्या बाजाराचा ५० टक्के हिस्सा टिकवून ठेवला आहे आणि कोलगेटनं मौखिक देखभाल (टूथपेस्ट आणि टूथब्रश) बाजाराचा ५० टक्क्यांहून अधिक हिस्सा टिकवून ठेवला आहे. लाइफबॉय, लक्स आणि डव्ह या युनिलिव्हरच्या उत्पादनांनीही संबंधित म्हणजे अनुक्रमे कमी खर्चाच्या, मध्यम आणि जास्त खर्चाच्या मालांच्या उपक्षेत्रीय

बाजारांवर वर्चस्व मिळवलं आहे. सर्फ आणि कोलगेट हे ब्रँड इतके भक्कम आहेत की, अनेक ग्राहकांसाठी ते अनुक्रमे डिटर्जंट आणि टूथपेस्ट यांचे समानार्थी शब्द झाले आहेत. ब्रँड इक्विटीच्या सर्वाधिक विश्वासार्ह ब्रँड २०२०च्या यादीत कोलगेटला पहिल्या पाच क्रमांकांमध्ये स्थान मिळालं आहे.[२१] या ब्रँडकडे इतकी भक्कम ब्रँड पुनर्आठवण असली तरीही भयावह स्पर्धेच्या पार्श्वभूमीवर कोलगेटला नफ्याची किंमत मोजून बाजारातील हिश्शाचं वर्चस्व टिकवावं लागलं आहे. पुन्हा एकदा या फर्मना किमतीसंदर्भातील युद्धाला तोंड द्यावंच लागत आहे. त्यांना प्रामुख्यानं पतंजली (सुमारे पाच वर्षांपूर्वी), निरमा (वीस वर्षांहून अधिक वर्षं), पी अँड जी (प्रॉक्टर अँड गॅम्बल) आणि डाबर यांच्याकडून होणाऱ्या स्पर्धेला तोंड द्यावं लागत आहे. किमतीच्या अशा प्रत्येक युद्धात अधिक स्वस्त उत्पादनांच्या आव्हानांना तोंड देण्यासाठी हिंदुस्तान युनिलिव्हर आणि कोलगेट त्यांच्या किमतींमध्ये कपात करतात. अशा किमतीविषक युद्धांमधून त्यांचं बाजारातील हिश्शावरचं वर्चस्व अबाधित राहिलं असलं तरी त्यांना मिळणाऱ्या नफ्यात घट होत आहे. परिणामी, गेल्या दहा वर्षांत म्हणजे २०१० ते २०२० या आर्थिक वर्षांच्या कालावधीत हिंदुस्तान युनिलिव्हरला फक्त सीएजीआरच्या १२ टक्क्यांनी आणि कोलगेटला सीएजीआरच्या फक्त सहा टक्क्यांनी नफ्यात वाढ करता आली.[२२]

उच्च मूल्य निर्धारण शक्ती टिकवून ठेवलेल्या भारतातील वर्चस्वी फर्मना ओळखण्याची रूपरेषा

> ''सर्व आनंदी कंपन्या या वेगळ्या असतात. त्यांच्यापैकी प्रत्येक कंपनी अद्वितीय समस्या सोडवून मक्तेदारी मिळवते. सगळ्या अपयशी कंपन्या सारख्या असतात. त्यांना स्पर्धेतून सुटका करून घेण्यात अपयश आलेलं असतं.''
>
> –पीटर थिएल[२३]

ज्याप्रमाणे मूल्य निर्धारण शक्तीची उभारणी करणं अवघड असतं, तितकंच कालौघात मूल्यनिर्धारण शक्ती टिकवून ठेवणंही अवघड असतं. एका गतिशील जगात उत्पादनाची किंवा सेवेची मागणी (म्हणजे ग्राहकाचं वर्तन) आणि पुरवठा यांच्यामुळे मक्तेदारी रातोरात संपुष्टात येते. भक्कम स्पर्धात्मक लाभ आणि मोठ्या कंपन्या असूनही पोलरॉइड, कोडॅक आणि झेरॉक्स यांसारख्या कंपन्या याच प्रकारे कोसळल्या.

खरं तर, उच्च मूल्य निर्धारण शक्ती असलेल्या अनेक उत्तम कंपन्या भारतात सर्वसामान्य दर्जाच्या खाईत कोसळल्या आहेत. भारतीय शेअर बाजाराचा प्रमुख बेंचमार्क इंडेक्स असलेला निफ्टी ५० इंडेक्स दर दशकात सुमारे ५० टक्के कंपन्यांना बदलून टाकतो. म्हणून जर एखादा स्टॉक आज निफ्टी इंडेक्समध्ये असेल तर आतापासून दहा वर्षांनी तो इंडेक्समध्ये नसण्याची ५० टक्के शक्यता असते आणि आतापासून वीस वर्षांनी तो तिथे नसण्याची ७५ टक्के शक्यता असते. मात्र बाजार भांडवलीकरण वर्णपटावर (मार्केट कॅप स्पेक्ट्रमवर) मोठ्या यशस्वी कंपन्या खाली घसरण्याची ही प्रक्रिया फक्त निफ्टी ५० कंपन्यांपुरती मर्यादित नाही. जगभरच्या अत्यंत विकसित आणि उदयोन्मुख अशा बाजारांमध्येसुद्धा त्यांच्या इंडेक्समधील २५-४० टक्के मोठ्या कंपन्या दर दशकात बदलत राहतात.[२४]

मोठ्या भारतीय कंपन्यांच्या नाशामागची काही कारणं अशी आहेत : अ) प्रगत तंत्रज्ञानामुळे किंवा बदलत्या ग्राहक सवयींमुळे उत्पादन किंवा सेवा विस्कळीत होणं. ब) वितरण चॅनेल किंवा पणन किंवा पुरवठा साखळ्या विस्कळीत होणं. क) कंपनीकडून घेण्यात आलेले भांडवल वाटपाचे चुकीचे निर्णय. ड) फर्मच्या व्यवस्थापकीय टीममध्ये किंवा मालकीत बदल होणं. इ) आत्मसंतुष्टता किंवा आळस अगर मरगळ यांमुळे कंपनीच्या व्यवस्थापकीय टीमचं लक्ष विचलित होणं किंवा उत्साह कमी होणं.

म्हणून सर्जनशील मक्तेदार किंवा वर्चस्वी कंपनी नवीन उत्पादनांकरिता नावीन्यपूर्ण कल्पना लढवण्यासाठी, सध्याच्या उत्पादनात सुधारणा करण्यासाठी आणि ग्राहकांच्या वाढत्या प्राधान्यांची पूर्तता करण्याकरिता अधिक चांगले मार्ग शोधून काढण्यासाठी मक्तेदारीच्या नफ्यांची पुनर्गुंतवणूक करते.

तक्ता क्र. ५८ मध्ये भारतीय मक्तेदारांनी किंवा वर्चस्वी फर्मनी स्वीकारलेल्या सर्वसामान्य साच्याचा किंवा रूपरेषेचा फ्लोचार्ट दाखवण्यात आला आहे. या कंपन्यांनी अनेक अडचणींना आणि परिवर्तनांना तोंड देऊन अनेक दशकांपासून आपलं प्रभुत्व निर्माण केलं आहे. या फर्म, उद्योगाच्या एखाद्या आव्हानात्मक पैलूचा विचार करतात. त्या आव्हानाला तोंड देण्यासाठी फर्मच्या प्रस्थापित स्पर्धकांनी ते आव्हान दूर करण्यासाठी स्वीकारलेल्या मार्गाचं अनुसरण करण्याऐवजी, त्या पहिल्यांदा उद्योगाच्या रचनेत आपल्याला अनुकूल बदल होईपर्यंत त्या आव्हानाला आणखी खोलवर जाऊ देतात. त्यानंतर या आव्हानात्मक रचनेवरची इतर स्पर्धकांना सहजासहजी नक्कल करता न येण्याजोगी उपाययोजना शोधतात. दीर्घ काळापर्यंत या फर्म त्या आव्हानाचा आणि त्यावरच्या उपाय योजनेचाही विकास करत राहतात, त्यामुळे या मक्तेदारी निर्माण करणाऱ्या फर्मच्या स्पर्धकांना त्या आव्हानांची आणि त्यांच्या उपाययोजनेची गती पकडता येत नाही.

तक्ता क्र. ५८ भारतीय मक्तेदार किंवा एकाधिकार कंपन्यांची व्यावसायिक रूपरेषा

उद्योगाच्या आव्हानात्मक पैलूवर आक्रमण करा

⇩

सहजपणे नक्कल करणं शक्य असलेल्या साध्या, थेट पद्धतीनं आव्हान दूर करू नका

⇩

आव्हानाभोवती अडचणींच्या अतिरिक्त स्तरांची भर टाकून आव्हानाची तीव्रता वाढवा

⇩

आव्हानावर मात करण्यासाठी स्पर्धकांना सहजासहजी नक्कल करता येणार नाही अशा प्रकारची उपाययोजना शोधून काढा.

⇩

आपली (एकाधिकार किंवा मक्तेदार कंपन्यांची) गती आणि पद्धत स्पर्धकांना पकडता येऊ नये अशा पद्धतीनं कालौघात ते आव्हान आणि त्यावरची उपाययोजना या गोष्टींचा विकास करत राहा.

स्रोत : मार्सेलस इन्व्हेस्टमेंट मॅनेजर्स

ज्या वेळी विस्कळीतपणा आणि विकास यांचा प्रश्न येतो त्या वेळी एखादा उद्योग किंवा व्यवसाय किंवा ग्राहक यांचा भविष्यात नेमक्या कशा पद्धतीनं विकास होऊ शकेल हे पाहणं कठीण असतं. आपल्या फर्मच्या नेतृत्वाला स्पर्धकांकडून आव्हान दिलं जाऊ नये यासाठी आपल्या व्यवसायात विस्कळीतपणाच्या संदर्भात नावीन्यपूर्ण कल्पना आणण्याची शक्यता असलेल्या सध्याच्या नेत्यांमध्ये काही सामाईक गुणधर्म आढळतात. अशा कंपन्या आत्मसंतुष्टी, आळस, दुर्बलता, कंटाळा यांचं कुठलंही चिन्ह न दाखवता फक्त आणि फक्त व्यवसायावर व भांडवल वाटपावर संपूर्ण लक्ष एकवटतात. बर्कशायर हॅथवेच्या सन १९९६च्या बैठकीत शेअरधारकांना लिहिलेल्या वार्षिक पत्रात वॉरन बफेंनी या मुद्द्यावर मोठा भर दिला होता. त्यांनी म्हटलं होतं की, ज्या वेळी आम्ही सर्वसाधारणपणे उत्तम दिसणाऱ्या व्यवसायांमध्ये गुंतवणूक करण्याचा विचार करतो, त्या वेळी मला आणि चार्लीला (मुंगेरना) लक्ष विचलित होण्याची सगळ्यात मोठी काळजी वाटते. आम्हाला सहसा नेहमीच फाजील आत्मविश्वास किंवा कंटाळा यांमुळे व्यवस्थापकांचं लक्ष उडाल्यानंतर मूल्यांमध्ये साचलेपणा आल्याचं दिसून येतं.

तक्ता क्र. ५८ मध्ये दिलेल्या साच्याचं अतिशय यशस्वीपणे अनुसरण केलेल्या तीन भारतीय कंपन्यांची नमुना उदाहरणं देणार आहोत. असं करताना त्यांनी अगदी अथकपणे त्यांच्या स्पर्धात्मक लाभांना सखोल बनवलं आणि त्यांच्या शेअरधारकांसाठी प्रचंड प्रमाणात संपत्तीची निर्मिती केली.

नमुना उदाहरण : ॲबट इंडिया लिमिटेड (एआयएल)

एआयएल ही ब्रँडेड जेनेरिक औषधं, ओटीस उत्पादनं आणि पोषक पूरक आहार यांची आघाडीची उत्पादक कंपनी आहे. तिच्या अनेक ब्रँडनी आपापल्या क्षेत्रात बाजारातील वर्चस्वी हिस्सा प्राप्त केला आहे. या क्षेत्रांमध्ये चयापचय (मेटॅबॉलिक्स), महिलांचं आरोग्य, लशी इ.चा समावेश आहे. उदाहरणार्थ, ॲबटच्या थायरोनॉर्मनं हायपोथायरॉयडिझमच्या व्यवस्थापनात बाजारातील ५२ टक्के हिस्सा मिळवला आहे. ॲबटच्या क्रेऑननं स्वादुपिंड एन्झाइम रिप्लेसमेंट उपचारावरच्या औषधांच्या बाजारपेठेचा ३३ टक्के हिस्सा काबीज केला आहे, तर इन्फ्लुएंझाला प्रतिरोध करणाऱ्या इन्फ्ल्युवॅक या ॲबटच्या लशीनं लशींच्या बाजारपेठेचा ६३ टक्के हिस्सा मिळवला आहे.[२५]

इथे देण्यात आलेली उदाहरणं ही एआयएलच्या सर्वांगीण पोर्टफोलिओपैकी फक्त थोडीच उत्पादनं आहेत. या पोर्टफोलिओतील १६ सर्वोच्च ब्रँडना त्यांच्या बाजारपेठेत प्रथम किंवा द्वितीय क्रमांकाची श्रेणी मिळाली आहे. २०१० हे आर्थिक वर्ष आणि २०२० हे आर्थिक वर्ष या दरम्यानच्या काळात ॲबट इंडियाला त्यांच्या महसुलात सीएजीआरच्या १८ टक्के इतकी वाढ करता आली आणि त्याबरोबरच त्यांनी करपश्चात नफ्यात २३ टक्के सीएजीआर मिळवला. मग एआयएलला वर्षानुवर्षं अशा प्रकारची कामगिरी कशी काय करता आली? त्यांच्या व्यवसायाच्या विविध पैलूंभोवती 'मोट'ची (संरक्षक खंडकाची निर्मिती करण्याची क्षमता किंवा स्पर्धेत टिकून राहण्यास आणि भविष्यात नफा मिळवण्याची क्षमता टिकवून ठेवण्यास मदत करणारे स्पर्धात्मक लाभ टिकवण्याची कंपनीची क्षमता) निर्मिती करण्याच्या त्यांच्या क्षमतेत याचं उत्तर आहे.

जागतिक उत्पादन पोर्टफोलिओ आणि स्थानिक संशोधन व विकास यंत्रणा

एआयएल ही ॲबट लॅबोरेटरीज, यूएसएची उपकंपनी आहे आणि तिच्या पालक कंपनीच्या १,५०० हून अधिक उत्पादनांच्या (आणि इतर शेकडो उत्पादनं विकसनाच्या मार्गावर आहेत.) विशाल उत्पादन पोर्टफोलिओचा तिला लाभ मिळतो.

हा पोर्टफोलिओ उपलब्ध असल्यामुळे भारतीय बाजाराच्या विविध भागांमधील वेगवेगळ्या गरजा पूर्ण करण्यासाठी एआय़एलला अनेक नवीन उत्पादनं बाजारात आणणं शक्य होतं. स्थानिक संशोधन आणि विकास विभाग टीममुळे परदेशातून येत असलेल्या उत्पादनात भारतीय लोकांच्या आणि भारतीय नियामकांच्या गरजा पूर्ण करण्याच्या दृष्टीनं बदल करण्यात आल्याची हमी मिळते. त्यामुळे एआयएलला जागतिक उत्पादन पोर्टफोलिओ उपलब्ध नसलेल्या तिच्या स्पर्धक कंपन्यांच्या तुलनेत नवीन उत्पादनं लक्षणीय कमी किमतीत बाजारात आणणं शक्य होतं.

याशिवाय एआयएलमध्ये संशोधन आणि विकास व उत्पादन या दोन्ही विभागांच्या टीम, उपचार क्षेत्रातील रुग्णांच्या पूर्तता न झालेल्या गरजा पूर्ण करण्यासाठी काम करतात. त्याबरोबरच आधीपासूनच प्रचलित आणि प्रस्थापित झालेल्या औषधांकडून रुग्णांच्या ज्या गरजा पूर्ण केल्या जात नाहीत, त्या पूर्ण करण्यासाठीही त्या काम करतात. उदाहरणार्थ, ॲबटनं थायरोनॉर्म हे औषध विविध क्षमतांमध्ये बाजारात आणलं (या गोळ्या १२.५ मिलीग्रॅमपासून २०० मिलीग्रॅमपर्यंतच्या आहेत.) त्या वेळी ग्लॅक्सो या सुस्थापित आणि बाजारातील आघाडीच्या कंपनीचं एल्ट्रॉक्झिन बाजारात होतं, पण ते फक्त उच्च डोसच्या क्षमतेतच उपलब्ध होतं. याशिवाय ॲबट इंडियानं थायरोनॉर्ममध्ये व्हिटॅमिन किंवा पूरक गोष्टी समाविष्ट असलेले प्रकारही बाजारात आणले. उदा., थायरोनॉर्म प्लस आयोडिन किंवा थायरोनॉर्म विथ कॅल्शिअम. हायपोथायरॉयडिझममुळे महिलांमध्ये नेहमीच निर्माण होणाऱ्या व्हिटॅमिनच्या किंवा पूरक आहाराच्या कमतरता या गोळ्यांमुळे दूर होत होत्या.

बाजारांची निर्मिती आणि रुग्ण व डॉक्टर यांच्याशी संपर्क

एआयएलच्या महसुलापैकी मोठा भाग रुग्णांना औषधं लिहून देण्यातून येतो. यात ग्राहकांसमोर जाहिरात करण्यास बंदी असते. फक्त नवीन उत्पादनं बाजारात आणून यश मिळण्याची हमी मिळत नाही. आपल्या उत्पादनांमधून शक्य तितके उत्तम परतावे मिळवण्यासाठी एआयएल वैद्यकीय स्थितींविषयी जागृती करण्यावर आणि वाढवण्यावर भर देते. एआयएलनं अशी जागृती निर्माण केल्यामुळे तिला वैद्यकीय क्षेत्रात आणि डॉक्टरांमध्ये आपला जम बसवता येतो. याशिवाय लक्ष एकवटून करण्यात आलेल्या वैद्यकीय पणन प्रयत्नांमधून मतांवर परिणाम करणाऱ्या महत्त्वाच्या विशेषज्ञांशी (केओएल – की ओपिनिअन लीडरशी) प्रभावी संपर्क निर्माण करता येतात. अशा पणन प्रयत्नांमध्ये केओएलसाठी परिषदा प्रायोजित करणं, शास्त्रीय अभ्यासांचं आणि शोधपत्रिकांचं वितरण करणं आणि उपचारांसाठीच्या मार्गदर्शक सूचनांना आकार देणं यांचा समावेश असतो.[२६]

बाजाराच्या क्षेत्रावर प्रभाव मिळवण्याच्या थायरोनॉर्मच्या प्रवासातून एआयएल वैशिष्ट्यपूर्ण पणनाच्या दृष्टिकोनातून मिळवत असलेले लाभ दिसून येतात. २०१० या आर्थिक वर्षात जीएसकेचं एल्ट्रॉक्सिन हे हायपोथायरॉयडिझमवर उपचार करण्यासाठी वापरलं जाणारं बाजारातील आघाडीचं औषध होतं. त्याचा बाजारात ५० टक्के हिस्सा होता आणि ॲबट थायरोनॉर्मचा बाजारातील हिस्सा ४० टक्के होता. ही सुमारे ३२ कोटी रुपयांची बाजारपेठ होती. सन २०११ ते २०१४ या दरम्यान भारत सरकारनं आवश्यक औषधांची राष्ट्रीय यादी, २०११ आणि औषध किंमत नियंत्रण ऑर्डर २०१३ जाहीर केली. या दोन्ही नियमांमुळे एल्ट्रॉक्झिन आणि थायरोनॉर्म या दोन्ही औषधांच्या किमतींमध्ये मोठी (सुमारे २० ते २५ टक्के) घट झाली. उत्पादनातून मिळणारा नफा कमी झाल्यामुळे थायरोनॉर्मवरचं लक्ष कमी करण्याऐवजी ॲबट व्यवस्थापनानं थायरोनॉर्मचा बाजारातील हिस्सा दुपटीनं वाढवण्यावर लक्ष केंद्रित केलं.[२७]

सन २०११मध्ये एआयएलनं इंडियन थायरॉइड सोसायटीच्या साहाय्यानं 'थिंक थायरॉइड थिंक लाइफ' मोहीम सुरू केली. या मोहिमेअंतर्गत एआयएलनं थायरॉइडमधील बिघाडांसंदर्भात वाढत्या प्रमाणात जागृती निर्माण करण्यावर काम केलं आणि थायरॉइड तपासणीची ५,६०० हून अधिक शिबिरं घेतली. प्राथमिक डॉक्टर आणि स्त्रीरोगतज्ज्ञ यांच्याकडची थायरॉइडविषयीची मूलभूत माहिती वाढवण्यासाठी ब्रँड टीम तयार करण्यात आल्या आणि ४,००० डॉक्टरांसाठी 'थायरॉइड अपडेट' हा शैक्षणिक कार्यक्रम राबवण्यात आला. याशिवाय 'थायरॉइड ॲक्टिव्हेशन टीम' या नावानं ओळखल्या जाणाऱ्या विक्रेत्यांच्या टीम तयार करण्यात आल्या. या टीमनी महिलांमधील हायपोथायरॉयडिझमच्या तपासणीसाठी भारतभर सगळीकडे ग्रामीण भागातील आरोग्य व्यावसायिकांबरोबर काम केलं. आजाराचं निदान झाल्यानंतर रुग्णाला थायरोनॉर्म कशा प्रकारे त्यांच्या लक्षणांना दूर करेल हे सांगून स्थानिक औषध दुकानांमधून हे औषध विकत घेण्यास सांगण्यात आलं. डॉक्टरांकडून मिळालेली मान्यता आणि थॉयरोनॉर्मची कमी किंमत यांमुळे रुग्णांकडून पर्यायी उपचार शोधले जाण्याची शक्यता कमी झाली होती. परिणामी, थायरोनॉर्म ब्रँडवर लक्ष केंद्रित करून ॲबट ही हायपोथायरॉयडिझमच्या विभागातील आघाडीची कंपनी झाली. २०१९च्या आर्थिक वर्षात तिचा बाजारातील हिस्सा ५० टक्क्यांवर पोहोचला. या वर्षात भारतात या औषधाची सुमारे ७०० कोटी रुपयांची उलाढाल झाली.[२८]

सक्षम स्थानिक व्यवस्थापन आणि जागतिक पाठबळ

जागतिक स्तरावरच्या अनेक यशस्वी कंपन्यांचं भारतातील कामकाज दोन गोष्टींमुळे मार खात होतं. एक तर औषधांच्या बाजारपेठेचा तुलनात्मक आकार कमी असल्यामुळे भारतीय व्यवसायावर जागतिक व्यवस्थापन लक्ष एकवटत नव्हतं आणि

दुसरी गोष्ट म्हणजे बहुराष्ट्रीय कंपन्यांच्या संचालक मंडळांमध्ये बहुसंख्य परदेशी लोकांचाच भरणा असत होता. या लोकांना भारताचं व्यवस्थित आकलन होत नव्हतं. या दोन समस्यांचा परिणाम म्हणून बहुराष्ट्रीय कंपन्यांची सहसा नेहमीच भारतात भरभराट होत नव्हती. त्यामुळे भारतीय बाजारपेठेनं त्यांच्या उत्पादनांकरिता आणि सेवांकरिता दिलेली संधी त्या गमावून बसत होत्या.

ॲबट लॅबोरेटरीजच्या प्रस्थापित उत्पादन विभागात त्यांच्या भारतीय व्यवसायानं लक्षणीय स्थान पटकावलं होतं. त्यामुळे त्यांच्या जागतिक व्यवस्थापनानं भारताकडे पुरेसं लक्ष दिलं. त्यांनी लक्ष दिल्यामुळे एआयएलमधील कामकाजांना विलक्षण गती आली. अत्यंत सुनियोजित उद्दिष्टं आणि स्थानिक व जागतिक मुख्यालयांना नियमित माहिती पुरवणंही सुरू होतं. एआयएलचं जागतिक व्यवस्थापन उद्दिष्टं आणि लक्ष्यं ठरवत असलं तरीही ते स्थानिक व्यवस्थापनाला ही उद्दिष्टं पूर्ण करण्यासाठी व्यूहरचनांची आखणी आणि अंमलबजावणी करण्याचं पूर्ण स्वातंत्र्य देतं. याशिवाय सर्वोच्च व्यवस्थापन पातळीत मोठ्या प्रमाणात स्थानिक अधिकारी असतात. ते स्थानिक बाजारपेठेच्या बारकाव्यांना अधिक चांगल्या प्रकारे समजू शकतात. यामुळे करिअर वाढीच्या संधींचा अभाव असल्यामुळे उत्तम लोकांनी संघटना सोडून जाण्याचा धोकाही कमी होतो. म्हणून देशातील प्रमुखपदी आणि इतर महत्त्वाच्या पदांवर जागतिक मुख्यालयातील लोकांना पाठवण्याऐवजी ॲबट अमेरिकन व्यवस्थापकांना आशियात पाठवते, पण ते वरिष्ठ अधिकारी किंवा बॉस म्हणून इथे येत नाहीत, तर अल्पावधीसाठी पाठवण्यात आलेले सल्लागार म्हणून येतात. त्यांचं इथलं कामकाज कधी संपणार याची निश्चित तारीख ठरलेली असते.[२९]

आपल्या अमेरिकन व्यवस्थापकांप्रमाणेच भारतीय व्यवस्थापकांनाही ॲबटकडून करिअर विकासाच्या समान संधी दिल्या जातात. त्यात मार्गदर्शन, प्रशिक्षण, खास प्रकल्प आणि सर्वोच्च अधिकाऱ्यांशी वरचेवर संपर्क यांचा समावेश असतो. यामुळे ॲबटमधील वरिष्ठ पातळीवरचे बुद्धिमान लोक कंपनीत दीर्घ काळापर्यंत मोठ्या प्रमाणात टिकतात आणि या उद्योगातील संघर्ष दराचा विचार करता, ॲबटमधील संघर्षदर खूपच कमी आहे,[३०] यात आश्चर्य वाटण्याजोगं काहीच नाही.

ॲबट इंडियामध्ये जागतिक ताकदी आणि स्थानिक स्पर्धात्मक लाभ यांचं अद्वितीय मिश्रण आहे. त्यातून फर्मच्या शेअरधारकांसाठी प्रचंड प्रमाणात संपत्तीची निर्मिती झाली आहे. ३१ डिसेंबर २००० रोजी कंपनीत गुंतवलेल्या एक रुपयानं ३१ डिसेंबर २०२० रोजी ४५.५ रुपये (लाभांश वगळता) मिळवून दिले आहेत. हा २१ टक्क्यांचा सीएजीआर आहे. त्याउलट त्या दिवशी सेन्सेक्समध्ये गुंतवलेल्या एका रुपयातून ३१ मार्च २०२० मध्ये फक्त १२ रुपये मिळाले असते. याचा अर्थ इथे दिलेल्या २० वर्षांच्या कालावधीत ॲबट इंडियानं सेन्सेक्सच्या जवळजवळ तिप्पट अधिक कामगिरी केली आहे.

नमुना उदाहरण : दिवीज लॅबोरेटरीज लिमिटेड (दिवीज)

दिवीज ही जेनेरिक सक्रिय औषध उत्पादन घटक पदार्थांची (ॲक्टिव्ह फार्मास्युटिकल इन्ग्रेडियंटची – एपीआयची) आघाडीची जागतिक उत्पादक कंपनी आहे. तसंच ती अमेरिकेच्या आणि युरोपच्या औषध कंपन्यांसाठी एपीआयचं उत्पादन करणारी 'कस्टम' कंपनी आहे. निप्रॉक्झिन, डेक्स्ट्रोमिथॉर्फिन, इओपॅमिडॉल, लिव्हेटिरॅसिटॅम इ.सारख्या अनेक एपीआयचं उत्पादन करणारी ती जगातील अत्यंत मोठी कंपनी आहे. निप्रॉक्झिन आणि डेक्स्ट्रोमिथॉर्फिन यांच्या जागतिक उत्पादनात दिवीजचा ५० टक्के वाटा आहे.[३१] जेनेरिक एपीआय व्यवसायाशिवाय दिवीचा खूप मोठा कस्टम उत्पादन व्यवसायही आहे. ॲबट, सॅनोफी, जीएसके आणि फायझर यांसारख्या जगातील सर्वांत मोठ्या औषध कंपन्या तिच्या ग्राहक आहेत. २०१०चं आर्थिक वर्ष आणि २०२०चं आर्थिक वर्ष या दरम्यानच्या काळात दिवीच्या महसुलात १९ टक्के सीएजीआरनं वाढ झाली आणि तिच्या पीएटीमध्ये १५ टक्के सीएजीआरची वाढ झाली. तसंच तिचा दहा वर्षांचा सरासरी आरओसीई (करपूर्व) २९.६ टक्क्यांनी वाढला. वित्तीय कामगिरीच्या आधारावर दिवीज ही गेल्या दशकातील भारतातील सर्वाधिक यशस्वी सूचिबद्ध औषध कंपन्यांपैकी एक आहे. दिवीनं तयार केलेल्या वैशिष्ट्यपूर्ण व्यवसाय मॉडेलमुळे आणि तिच्या व्यवसायासाठी शाश्वत स्पर्धात्मक लाभांची उभारणी करण्यावर ती सातत्यानं लक्ष केंद्रित करत असल्यामुळे दिवीला हे यश मिळालं आहे.

बौद्धिक संपदा (आयपी)

अनुपालन डीएनए (कम्प्लायन्स डीएनए)

सन १९९०मध्ये मुरली दिवी यांनी दिवीज लॅबोरेटरीजची स्थापना केली. एपीआय उत्पादनाच्या नवीन आणि सक्षम प्रक्रियांची रचना करण्याशी संबंधित सल्लागार फर्म म्हणून तिची स्थापना करण्यात आली होती. नंतरच्या काळात उच्चतम बोली लावणाऱ्याला ती विकण्यात येणार होती. या व्यवसायात सल्लागार म्हणून दोन वर्षं काम केल्यानंतर दिवीजनं आंतरराष्ट्रीय औषध कंपन्यांकडून आउटसोर्स्ड काम मिळवण्याच्या दृष्टीनं आपल्या उत्पादन क्षमतेत भर टाकण्यास सुरुवात केली. त्या काळात मोठ्या पाश्चात्त्य औषध कंपन्यांसाठी आउटसोर्स्ड उत्पादनाचं क्षेत्र हे भारतातील औषध उद्योगातील उद्योजकांसाठीचं प्रस्थापित किंवा प्राधान्यीकृत क्षेत्र नव्हतं. तेव्हा नावीन्यपूर्ण कल्पना लढवणाऱ्या कंपन्यांच्या पेटंटना आव्हान देऊन जेनेरिक्सचे भारतीय उत्पादक आक्रमकपणे विकसित बाजारपेठांमध्ये प्रवेश करण्याचे प्रयत्न करत होते. नावीन्यपूर्ण कल्पना लढवणाऱ्या कंपन्या विकसनशील देशांमधील

उत्पादकांना त्यांचा आयपी देण्यास नाखूश असतात हे पाहिल्यानंतर दिवीजनं स्वतःला शंभर टक्के आयपी अनुपालन आणि स्पर्धा न करणारा सेवा पुरवठादार म्हणून काम करण्याची भूमिका घेतली. दिवीज आजतागायत या तत्त्वांच्या बांधिलकीपासून विचलित झाली नाही आणि तिने कोणत्याही अंतिम वापर-उत्पादन क्षेत्रात कधीच प्रवेश केला नाही. आयपी अनुपालनाचं धोरण स्वीकारणाऱ्या सुरुवातीच्या कंपन्यांपैकी दिवीज ही एक कंपनी असल्यामुळे जागतिक औषध कंपन्यांसाठी कस्टम निर्मिती (ग्राहकाच्या मागणीनुसार, संयुगाची निर्मिती) करणाऱ्या भारतातील पहिल्या काही कंपन्यांपैकी ती एक कंपनी होती. कालौघात दिवीजनं आयपी संरक्षणाचं आपलं धोरण तसंच पुढेही सुरू ठेवलं आणि गुणवत्तेच्या आधारावर उत्पादनं देणंही सुरू ठेवलं. त्यामुळे भारतात आउटसोर्सिंगसाठी उत्पादकांचा शोध घेणाऱ्या जागतिक औषध कंपन्यांच्या दृष्टीनं दिवीज ही प्राधान्याची भागीदार कंपनी झाली. सूत्रीकरणाच्या क्षेत्रांमध्ये प्रवेश करून आपल्या ग्राहकांशी स्पर्धा न करण्याच्या तिच्या बांधिलकीमुळे आयपी अनुपालनाविषयीच्या तिच्यावरच्या विश्वासात भरच पडली. त्यामुळे कस्टम निर्मिती आणि सूत्रीकरण व्यवसाय अशा दोन्ही गोष्टी करणाऱ्या त्या क्षेत्रातील इतर कंपन्यांच्या तुलनेत दिवीज वेगळी ठरली आणि तिचा फायदा झाला.[३२]

रसायनशास्त्रीय क्षमता

एपीआय व्यवसायात उत्पादनाचा खर्च हा यश ठरवणारा एक सगळ्यात मोठा घटक असतो. परंतु कमीतकमी खर्चात एपीआयचं उत्पादन करावयाचं असेल तर त्या संदर्भात मनुष्यबळावर होणारा खर्च हा महत्त्वाचा घटक नसतो. त्याऐवजी एपीआयची निर्मिती आणि शुद्धीकरण या प्रक्रियांमधील साधेपणा हा यातील महत्त्वाचा घटक असतो. अंतिम उत्पादनाची निर्मिती करण्यात समाविष्ट असलेल्या टप्प्यांची किंवा पायऱ्यांची आणि मध्यस्थांची संख्या कमी करून प्रक्रियेत साधेपणा आणता येतो. यासाठी रसायनशास्त्रातील अत्युच्च दर्जाच्या क्षमता असाव्या लागतात आणि दिवीजकडे त्या आहेत. सुरुवातीच्या काळात एपीआय बाजारपेठेत पुढे जाण्यासाठी, प्रगती करून घेण्यासाठी दिवीजनं निप्रॉक्झिन या दाहरोधक औषधाच्या उत्पादनाच्या उत्पादन क्षमतांमध्ये सुधारणा करण्यावर काम करण्यास सुरुवात केली. दिवीच्या मुख्य टीमनं (ही टीम केमिनोरमधून आली होती आणि तिच्यात ऑरॅगॅनिक रसायनतज्ज्ञ आणि औषध अभियंते यांचा समावेश होता.) अधिक किंमत-सक्षम (कमी किमतीची) आणि कमी प्रदूषण करणारी उत्पादन प्रक्रिया आणली. या प्रक्रियेत उत्प्रेरक (कॅटॅलिस्ट) म्हणून रसायनांऐवजी संप्रेरकं (एन्झाइम्स) वापरली जातात.[३३] यामुळे खर्चात मोठ्या प्रमाणात कपात झाली

आणि निप्रॉक्झिनच्या उत्पादनाच्या क्षमतेत सुधारणा झाली. परिणामी, दिवीज ही जागतिक बाजारपेठेत प्रवेश करणारी बाविसावी कंपनी असूनही कंपनीला बाजारपेठेचा लक्षणीय हिस्सा मिळाला.[३४]

मर्यादित उत्पादनांवर लक्ष केंद्रित

विविध क्षेत्रांमध्ये आणि उत्पादनांमध्ये यशस्वी होण्याचा प्रयत्न करणाऱ्या औषध कंपन्या आढळणं ही अत्यंत सर्वसामान्य गोष्ट आहे. बहुतेक वेळा अनेक क्षेत्रांमध्ये वाढीचा पाठपुरावा करत राहण्यातच भांडवलाचा बराचसा उपयोग केला जातो. या आणखी एका क्षेत्रात दिवीजनं प्रचंड शिस्तबद्धता दाखवून दिली. ज्या क्षेत्रांमध्ये त्यांचे प्रस्थापित कौशल्य-संच (एपीआयच्या निर्माण प्रक्रियेतील रसायनशास्त्राची पुनर्रचना)आणि उत्पादनाची व्याप्ती त्यांना कोणताही लाभ मिळवून देत नव्हती, त्या क्षेत्रांमध्ये त्यांनी प्रवेश केला नाही. दिवीजनं जेव्हापासून एपीआय उत्पादनाला सुरुवात केली, तेव्हापासून आजतागायत ती व्यवसायाच्या एकाच क्षेत्राला चिकटून राहिली आहे आणि एपीआय व्यवसायाच्या व्याप्तीत वाढ करण्यासाठी आपल्या नफ्याची पुनर्गुंतवणूक करत आहे. अनेकविध एपीआयचं उत्पादन करू शकणाऱ्या भट्ट्यांच्या आणि उत्पादन साधनसामग्रीच्या, उपकरणांच्या समूहाची भर टाकून तिने हे केलं आहे. अगदी उत्पादनासाठी एपीआयची निवड करतानासुद्धा दिवीजनं फक्त पेटंट नसलेल्या आणि जागतिक पातळीवर अत्युच्च खप होत असलेल्या एपीआयचीच निवड केली आहे. गेल्या अनेक वर्षांत दिवीजनं आपल्या उत्पादन पोर्टफोलिओत एपीआयची भर टाकली आहे, परंतु त्यांनी कधीही हे करणारे आपणच पहिले उत्पादक असल्याचा दावा केला नाही. त्याऐवजी त्यांनी एपीआयच्या पोर्टफोलिओतील खर्चावर, गुणवत्तेवर आणि मोठ्या प्रमाणातील उत्पादनावर लक्ष केंद्रित केलं. आपल्या मुख्य गाभ्याच्या व्यवसायाशी चिकटून राहण्याच्या या शिस्तबद्धतेचा परिणाम म्हणून, दिवीजनं भांडवलाचं चुकीचं पुनर्वाटप करणं टाळलं आहे.

विनियामक अनुपालन

दिवीजचा सुमारे ९० टक्क्यांहून अधिक महसूल हा निर्यातीतून येतो. अत्यंत कडक नियंत्रणं असलेल्या अमेरिकन आणि युरोपियन बाजारपेठांमध्येच दिवीज बहुतांश विक्री करते. १९९०मध्ये तिची स्थापना झाल्यापासून २०२०पर्यंतच्या काळापर्यंत दिवीज लॅब्जला फक्त दोनदा एफडीएकडून सूचना करण्यात आल्या आहेत. दिवीज काम करत असलेल्या व्यवसायाच्या क्षेत्रात अनुपालन न केल्यामुळे फक्त तत्कालीन

व्यवसायाचीच हानी होत नाही, तर दीर्घकालीन कंत्राटं रद्द होतात आणि भविष्यात मोठ्या औषध कंपन्यांकडून व्यवसाय मिळवण्यात अडचणी येतात. म्हणून दिवीजला इतक्या अत्यल्प सूचना मिळण्यातून तिची विविध नियामकांनी आखून दिलेल्या मानांकनांचं पालन करण्यातील सक्षमता दिसून येते. एफडीए अनुपालनाच्या या ट्रॅक रेकॉर्डमधून दिवीजच्या एपीआय आणि कस्टम निर्मिती या क्षेत्रांतील ग्राहकांना दिवीजला अधिक व्यवसाय देण्याच्या संदर्भात विश्वास वाटतो. अनुपालन न करणाऱ्या पुरवठादारांना व्यवसाय देण्यापेक्षा त्यांना दिवीजविषयी अधिक विश्वास वाटतो, कारण अनुपालन न करणारे पुरवठादार त्यांच्या उत्पादनांच्या बाबतीत प्रतिकूल नियामक कृतींना आमंत्रण देऊ शकतात. या नियामक ट्रॅक रेकॉर्डमुळे दिवीजला त्यांच्या उत्पादनासाठी अधिक चांगल्या किमती मिळवण्यातही मदत होते आणि कंपनीच्या नफ्यात भर पडते. कंपनीनं जाहीर केलेल्या वित्तीय प्रकटनांमधून हा निष्कर्ष काढणं शक्य होतं

प्रक्रिया रसायनशास्त्रातील दिवीज लॅब्जची ताकद, पाश्चात्त्य औषध कंपन्यांच्या मनात तिने निर्माण केलेली स्वतःची प्रतिष्ठा आणि त्याबरोबरच भांडवल वाटपातील फर्मची शिस्तबद्धता या सगळ्या गोष्टींमुळे कंपनीनं तिच्या शेअरधारकांसाठी प्रचंड संपत्ती निर्माण केली आहे. ३१ डिसेंबर २००३ रोजी कंपनीत एक रुपया गुंतवला असता तर ३१ डिसेंबर २०२० रोजी त्याचे ४८.८ रुपये (लाभांश वगळता) झाले असते. हा २५.७ टक्के सीएजीआर आहे. त्याउलट सेन्सेक्समध्ये त्याच तारखेला एक रुपया गुंतवला असता तर ३१ डिसेंबर २०२० रोजी फक्त ८.२ रुपये मिळाले असते. याचा अर्थ गेल्या सतरांहून अधिक वर्षांमध्ये दिवीज लॅब्जनं सेन्सेक्सच्या जवळजवळ पाच पट अधिक लक्षणीय कामगिरी केली आहे.

नमुना उदाहरण : एशियन पेंट्स

टिकाऊ स्पर्धात्मक लाभांची उभारणी कित्येक दशकांपर्यंत मूल्य निर्धारण शक्ती टिकवून ठेवण्यास कशी मदत करते याचं एशियन पेंट्स हे अभिजात उदाहरण आहे. कंपनीनं अनेक प्रकारे रंगांच्या उद्योगाला विस्कळीत केलं आहे. पहिली गोष्ट म्हणजे त्यांनी १९५०च्या आणि १९६०च्या दशकांमध्ये वितरक आणि ठोक विक्रेते यांसारख्या चॅनेल भागीदारांना दूर करून पारंपरिक वितरण चॅनेलना विस्कळित केलं. परिणामी, आज कोणत्याही चॅनेल मध्यस्थाशिवाय उत्पादक थेटपणे ७०,००० हून अधिक विक्री-केंद्रांपर्यंत (रंगांच्या डीलरपर्यंत) पोहोचू शकतो. बहुधा त्यामुळे अशी सुविधा देणारा आज फक्त डेकोरेटिव्ह पेंटिंग हाच 'मास मार्केट' या वर्गवारीतील एकमेव असा वर्ग आहे.[३५]

निकोप मार्जिन ज्या प्रकारे डीलरना दिली जात होती त्यात एशियन पेंट्सनं दुसरा विस्कळीतपणा आणला. सहसा नेहमीच रंगांच्या डीलरला फक्त ३-५ टक्के मार्जिन मिळतं आणि गुंतवलेल्या भांडवलावर निकोप परतावे मिळवण्यासाठी (आरओआय - रिटर्न्स ऑन इन्व्हेस्टमेंट) त्याच्याकडे मालाचा अत्युच्च साठा (इन्व्हेन्टरी) असण्याची गरज असते. एशियन पेंट्स आणि इतर स्पर्धक कंपन्या यांच्यातील फरकाचं हेच सर्वांत मोठं क्षेत्र होतं. एशियन पेंट्सनं आपल्या तंत्रज्ञान गुंतवणुकींचा वापर करून मागणीचं पूर्वानुमान बांधण्याभोवती आपल्या ताकदींची उभारणी केली. आधी उल्लेख करण्यात आला आहे त्याप्रमाणे यामुळे त्यांना ७०,००० डीलरपर्यंत रोज तीन ते चार वेळा अशा प्रकारे थेटपणे प्रचंड प्रमाणात (एफएमसीजीच्या उत्पादनांच्या किमान सात ते दहा पट अधिक प्रमाणात) उत्पादनं वितरित करता येतात.[३६]

तिसरी गोष्ट म्हणजे एशियन पेंट्सनं किमतीतील वाढ शक्य तितकी किमान ठेवली. गेल्या दोन दशकांमध्ये त्यांच्या किमती तीन टक्क्यांहून कमी सीएजीआरनं वाढल्या. एशियन पेंट्स तंत्रज्ञानात गुंतवणूक करते आणि कॉग्निझंट,[३७] एबीबी[३८] आणि साइट मशीन[३९] यांच्यासारख्या आघाडीच्या कंपन्यांशी भागीदारी करून यंत्रणांची आणि प्रक्रियांची उभारणी करते आणि त्यांच्याकडून वाढीच्या सक्षम कामकाज यंत्रणा मिळवते. अशा प्रकारच्या कामकाजविषयक क्षमतांपर्यंत पोहोचणं शक्य झालं नसतं तर अनेक रंग उत्पादकांना भारतात तग धरून राहणं कठीण झालं असतं. या क्षमतांनी एशियन पेंट्सला बाजारपेठेतील हिश्शांना अत्यंत मोठ्या प्रमाणात मजबूत करण्यास मदत केली.

परिणामी, तक्ता क्र. ५९मध्ये दाखवण्यात आलं आहे त्याप्रमाणे एशियन पेंट्सनं आतापर्यंतच्या सुमारे सात दशकांहून अधिक कालावधीत रंग उद्योगातील आपला मोठेपणा (निकोप वाढ आणि आरओसीई) आणि नेतृत्व टिकवून ठेवलं आहे. या सात दशकांच्या कालावधीत विस्कळीतपणाचे अनेक टप्पे किंवा घटना समाविष्ट आहेत. तसंच एशियन पेंट्सनं तोंड दिलेल्या बाह्य आणि अंतर्गत वातावरणाचा विकासही समाविष्ट आहे. त्यात चार संस्थापकांपैकी चंपकलाल चोक्सी या एका संस्थापकानं कंपनीतून बाहेर पडण्याचा समावेश आहे. कंपनीच्या तोपर्यंतच्या डीएनएमध्ये त्यांचं खूप मोठं योगदान होतं. परंतु चोक्सींच्या नंतरच्या काळातसुद्धा एशियन पेंट्सनं या क्षेत्रातील आपल्या वर्चस्वाला आणि आरओसीईवरच्या प्रभुत्वालाही भक्कम करणं तसंच सुरू ठेवलं.

तक्ता क्र. ५८ एशियन पेंट्सनं सन १९५२पासूनच्या ७० वर्षांत आपलं प्रभुत्व तसंच टिकवून ठेवलं आहे.

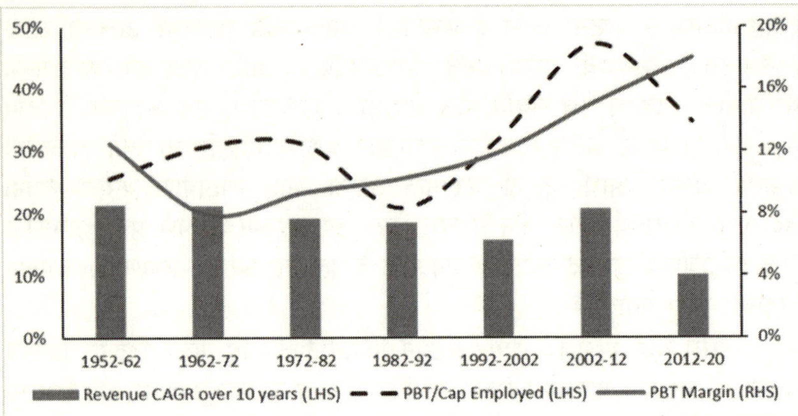

स्रोत : मार्सेलस इन्व्हेस्टमेंट मॅनेजर्स– एशियन पेंट्स, त्याआधीच्या वर्षांची माहिती उपलब्ध नसल्यामुळे पीबीटी /भांडवलाला आरओसीईचा प्रतिनिधी घटक म्हणून गृहीत धरण्यात आलं आहे.

एशियन पेंट्सची ही ऐतिहासिक प्रगती आहे. पण भारताच्या सजावटीच्या रंग (डेकोरेटिव्ह पेंट – पृष्ठभागाच्या दिसण्याचा कायापालट घडवून आणण्यासाठी वापरला जाणारा रंग) उद्योगाचं भविष्य काय आहे आणि त्याअंतर्गत विस्कळीतपणाच्या तोंडावर एशियन पेंट्सनं आतापर्यंत घेतलेल्या आघाडीचं भवितव्य काय आहे? आगामी तीन ते पाच वर्षांत हे क्षेत्र कसं विकसित होईल किंवा विस्कळीत होईल याचं अनुमान आपण बांधू शकत नसलो तरी या प्रश्नाचं उत्तर सूचित करणारे काही स्वारस्यपूर्ण मुद्दे आहेत. गेल्या काही दशकांमध्ये भारतातील रंगांचं क्षेत्र काही स्थित्यंतरांमधून गेलं आहे.

आधी उल्लेख करण्यात आला आहे त्याप्रमाणे एशियन पेंट्सच्या उत्पादनांच्या किमतीत मर्यादित वाढ झाली आहे. ती तीन टक्के सीएजीआर आहे. किरकोळ पातळीवर विचार करता घर रंगवण्याच्या एका विशिष्ट प्रकल्पात ग्राहक दोन स्वतंत्र गोष्टींसाठी पैसे देतो. रंगाचं साहित्य आणि श्रम या त्या दोन गोष्टी असतात. रंगांच्या किमती तीन टक्के सीएजीआरहून कमी प्रमाणात वाढल्या आहेत, पण श्रमाच्या मोबदल्यात खूप उच्च दरानं म्हणजे सुमारे आठ ते दहा टक्क्यांनी वाढ झाली आहे. याचा असा अर्थ आहे की, रंग देण्याच्या प्रकल्पाच्या खर्चाचा विचार केला तर त्यापैकी सरासरी ६५ टक्के खर्च हा श्रमांकरिता दिला जातो. दोन दशकांपूर्वी हे

प्रमाण २० टक्के होतं. इतक्या मोठ्या खर्चाच्या बदल्यात ग्राहकांना मूल्यसंवर्धित अनुभवाचीच अपेक्षा असते. विस्कळीतपणाचा स्रोत आणि बाजारातील हिस्सा मिळवण्याची संधी म्हणून हे नवीन श्रम-खर्च गुणोत्तर वापरण्यासाठी एशियन पेंट्सनं मूल्यसंवर्धित श्रमाभिमुख प्रस्ताव प्रस्थापित करण्यात एका दशकाहून अधिक काळ व्यतीत केला आहे. त्यात एशियन पेंट्स होम सोल्युशन्स, वॉटरप्रूफिंग सोल्युशन्स आणि रंग सल्लामसलती यांचा समावेश आहे.[४०]

अगदी अलीकडे, कुटुंबांच्या मनात कोविड-१९ संकटाच्या संदर्भात निर्माण झालेल्या प्रणालीत संभ्रमविकृतींचा विचार करता, एशियन पेंट्सनं 'एशियन पेंट्स सेफ पेंटिंग सर्व्हिस' (एशियन पेंट्स सुरक्षित रंगकाम सेवा) ही सेवा बाजारात आणली आणि तिचं आक्रमकपणे पणन केलं. घरगुती रंग प्रकल्पांमधील संकल्पना म्हणून मूल्यसंवर्धित सेवांच्या स्वीकृतीला गती देण्यास मदत करण्यासाठी ही सेवा बाजारात आणण्यात आली होती. याशिवाय फर्मनं यांत्रिकी उपाययोजनांचं (एक्सप्रेस पेंटिंग सोल्युशन्स) भारतीयीकरण केलं. हातानं रंग देण्याच्या प्रक्रियेच्या माध्यमातून रंगकामासाठी जितका वेळ लागला असता त्याच्या निम्म्या वेळात रंगकाम पूर्ण करण्यासाठी या सेवा कामगारांकडून वापरल्या जात होत्या. ग्राहकांना 'डीआयवाय' स्वरूपात थेटपणे अशा यांत्रिकी उपाययोजना देणं हे यानंतरचं पुढचं तर्कशुद्ध पाऊल असेल.[४१]

सन २०२०मध्ये एशियन पेंट्सनं स्वतंत्र डीआयवाय ब्रँड सुरू केला. 'इझीसीआर८' असं त्याचं नाव होतं. घरगुती रंगकामासाठी आणि घरातील डागडुजीसाठी ग्राहकांना डीआयवाय संकल्पनेशी परिचित करण्याच्या प्रक्रियेची ही सुरुवात होती. डीआयवाय म्हणजे 'डू इट युवरसेल्फ' (स्वतःच करा). या संकल्पनेत घरमालक कामगारांकडून रंगकाम करून घेत नाहीत, तर स्वतःच ते करतात. अनेक पाश्चात्त्य देशांमध्ये ही सर्वसामान्य संकल्पना आहे. या संकल्पनांसाठी तयार असण्याच्या बाबतीत एशियन पेंट्सचा इतर कोणताही स्पर्धक एशियन पेंट्सच्या जवळपासही फिरकू शकत नाही. या संकल्पनांमधून प्रगतीच्या पुढच्या लाटा येऊ शकतील किंवा भारताच्या सजावटीच्या रंग उद्योगातील विस्कळीतपणाची उपाययोजना म्हणून त्या समोर येतील.

आपले स्पर्धात्मक लाभ अधिक सखोल करण्यावर एशियन पेंट्सनं लक्ष केंद्रित केलं आहे. त्यामुळे त्यांच्या शेअरधारकांसाठी प्रचंड संपत्ती निर्माण झाली आहे. ३१ डिसेंबर २००० रोजी एशियन पेंट्समध्ये गुंतवलेल्या एक रुपयानं ३१ डिसेंबर २०२० रोजी १५० रुपये (लाभांश वगळता) मिळवून दिले आहेत, म्हणजे २८.५ टक्के सीएजीआर दिला आहे. त्याउलट सेन्सेक्समध्ये त्याच वेळी गुंतवलेल्या एक रुपयाची किंमत ३१ डिसेंबर २०२० रोजी १२ रुपये झाली आहे. याचा अर्थ या २१ वर्षांत एशियन पेंट्सनं सेन्सेक्सच्या जवळजवळ १२ पट अधिक कामगिरी केली आहे.

स्पर्धात्मक लाभांच्या आणि मूल्य निर्धारण शक्तीच्या सातत्यपूर्ण मूल्यमापनासाठी 'सुस्ती ओळखण्याच्या चाचण्या'

फर्मच्या मूल्य निर्धारण शक्तीच्या मूल्यमापनासाठी या प्रकरणात चर्चा करण्यात आलेल्या रूपरेषेचा उपयोग गुंतवणूकदाराकडून त्याच्या पोर्टफोलिओची उभारणी करताना किंवा पोर्टफोलिओत नवीन स्टॉकचा समावेश करताना एक वेळ करावयाचा स्वाध्याय म्हणून केला जाणं शक्य आहे. मात्र एकदा ती फर्म गुंतवणूकदाराच्या पोर्टफोलिओत समाविष्ट केल्यानंतर काळ पुढे सरकत जाईल त्याप्रमाणे फर्मची मूल्य निर्धारण शक्ती क्षीण होत जाण्याची शक्यता असते. ही गोष्ट स्पर्धेच्या संदर्भातील व्यवस्थापनाचा आत्मसंतुष्टपणा किंवा एकाग्रचित्ततेचा अभाव किंवा थकवा यांमुळे घडते. ज्याप्रमाणे 'क्रूझ कंट्रोल'वर कार चालवत असताना थकवा आणि सुरक्षितपणाची चुकीची जाणीव यांमुळे लक्ष विचलित होऊन अपघात होण्याची शक्यता असते, तसंच हेही असतं.

ज्या वेळी व्यवसाय व्यवस्थापनाचा प्रश्न येतो, त्या वेळी दीर्घ काळासाठी, शिस्तबद्ध आणि टिकाऊ पद्धतीनं ताकदींवर लक्ष केंद्रित करणं ही गोष्ट साधी असते; परंतु हे गुणधर्म विकसित करणं ही अत्यंत कठीण गोष्ट असते. असं करणं हे कालौघात एकसुरी, रटाळ किंवा कंटाळवाणं वाटू शकतं हे याचं अंशतः एक कारण आहे. विशेषतः ज्या वेळी बाह्य वातावरण अधिक 'उत्साहवर्धक' संधी देऊ करतं, त्या वेळी प्रामुख्यानं असं वाटू शकतं. हे म्हणजे राहुल द्रविडनं आक्रमक फटका लगावण्यासाठी एखाद्या सहजपणे टाकलेल्या सैलसर चेंडूची प्रतीक्षा करत असावं आणि त्याच वेळी समोरच्या फलंदाजानं काही हलके चेंडू खेळल्यानंतर कंटाळून चांगला चेंडूही सीमापार टोलवण्यासाठी जोरदार फटका मारण्याची जोखीम पत्करावी, तसंच असतं. परिणामी, ही गोष्ट म्हणजे व्यवस्थापन टीम आपले स्पर्धात्मक लाभ टिकवून ठेवण्यासाठी खूपच कमी गोष्टी अगर कामगिरी करत असल्याची किंवा पर्यायी संधींचा आक्रमकपणे पाठलाग केल्यामुळे नको इतक्या गोष्टी किंवा कामगिरी करत असल्याची जोखीम असते आणि ती या फर्ममधील गुंतवणूकदारांना पत्करावी लागते. या दोन्ही प्रकारांमध्ये आपल्या लाभाच्या ताकदींवरचं व्यवस्थापनाचं लक्ष विचलित होतं. (क्रिकेटच्या परिभाषेत बोलायचं झालं तर दीर्घ आणि यशस्वी डाव खेळल्यानंतर थकव्यामुळे एक तर फलंदाजाचा त्रिफळा उडतो किंवा उत्साहाच्या भरात मारलेल्या फटक्यामुळे चेंडू खूप उंच उडून तो झेलबाद होतो.) म्हणून ज्या फर्म दीर्घावधीत उत्तम कामगिरी करतात त्या त्यांच्या क्षेत्रातील राहुल द्रविड असतात, कारण आपल्या गाभ्याच्या ताकदीवर आणि क्षमतांवर एकवटलेलं आपलं लक्ष त्या कधीही विचलित होऊ देत नाहीत. म्हणूनच कोणतीही गुंतवणूक अगदी 'सातत्यपूर्ण वाढ देणाऱ्या कंपन्यां'मध्ये (सातत्यपूर्ण कंपाउंडर्समध्ये) असली तरीही तिच्यात

आत्मसंतुष्टीची किंवा आळसाची किंवा बेशिस्तीची अगर सुस्तीची चिन्हं दिसत आहेत का हे तपासण्यासाठी पुढे दिलेले घटक किंवा पैलू केंद्रस्थानी असलेल्या रूपरेषेचा वापर करून तिची चाचणी घेणं आवश्यक असतं. आपण या चाचण्यांना अतिशय साधं नाव देत आहोत. आपण त्यांना 'सुस्ती तपासण्याच्या चाचण्या' असं म्हणणार आहोत.

स्पर्धा

सातत्यपूर्ण कंपाउंडर्स म्हटल्या जाणाऱ्या कंपन्या मोठ्या उद्योग क्षेत्रांमध्ये काम करतात आणि त्यांच्यामध्ये गुंतवलेल्या भांडवलावर उच्च परतावे देतात. म्हणून त्यांच्याकडे नेहमीच स्पर्धक आकर्षित होतात. हे स्पर्धक या कंपन्यांचा भांडवलावरचा परतावा आणि त्यांचा भांडवली खर्च यांच्यातील तफावत कमी करण्याचा प्रयत्न करतात. असे स्पर्धक एक तर त्या कंपनी देऊ करत असलेल्या प्रस्तावांची नक्कल करण्याचा प्रयत्न करतात किंवा किमतीचं युद्ध सुरू करतात किंवा विविध स्टेकधारकांच्या (ग्राहक, चॅनेल भागीदार, कच्च्या मालाचे विक्रेते इ.) गरजा पूर्ण करण्याच्या नवीन पद्धती आणतात. उदा., सन २०१९मध्ये जेएसडब्ल्यू पेंट्सनं 'कोणताही रंग एकाच किमतीत' अशा प्रस्तावासह रंगांच्या उद्योगात पदार्पण केलं. सन २०१७-१८मध्ये वॅन ह्युसेन (आदित्य बिर्ला फॅशन अँड रिटेल) यांनी जॉकीबरोबर थेट स्पर्धा करण्यासाठी चॅनेल भागीदारांना सर्वोच्च इन्सेन्टिव्ह देऊन प्रीमियम अंतर्वस्त्रं बाजारात आणली. डॉ. लाल पॅथ लॅब्जला थायरोकेअरसारख्या स्पर्धकांकडून सन २०१७ मध्ये जबरदस्त किंमत-युद्धाला तोंड द्यावं लागलं. पोर्टफोलिओ कंपनीकडून अशा स्पर्धात्मक कृतींना दिला जाणारा प्रतिसाद समजून घेण्यासाठी सक्रिय संशोधन केलं जाणं महत्त्वाचं आहे, मात्र तेवढंच पुरेसं नाही. सातत्यपूर्ण कंपाउंडर हा कंपनीच्या स्पर्धात्मक लाभांना कशा प्रकारे अधिक सखोल, भक्कम करत आहे; त्याच्यामुळे विविध स्टेकधारकांशी असलेले कंपनीचे संबंध कशा प्रकारे बळकट होत आहेत आणि ती कशा प्रकारे तिच्या प्रस्तावांमध्ये नवनवीन गोष्टी आणत आहे हे समजून घेणं हा मार्सेलसच्या 'सुस्ती तपासण्याच्या चाचण्यां'चा सक्रिय हेतू आहे. वर वर्णन करण्यात आलेल्या कृतींच्या माध्यमातून स्पर्धकांना बाजाराचा हिस्सा घेऊन जाण्यास जागाच राहू नये, याची खात्री मिळवण्यासाठी या चाचण्या घेणं आवश्यक ठरतं.

विस्कळीतपणा

गेल्या काही वर्षांच्या कालावधीत घटनाधारित विस्कळीतपणा वरचेवर निर्माण होत आहे. जीएसटीची अंमलबजावणी, नोटाबंदी, आर्थिक संकटं (उदा., आयएल अँड

एफएस, जीएफसीमधील संकटांसारखी) आणि कोविड-१९ संकट यांसारख्या घटना वरचेवर घडत आहेत. दुसरीकडे ग्राहकांच्या गरजा भागवण्यासाठी आणण्यात आलेलं नवीन तंत्रज्ञान किंवा नवीन मूलभूत सुविधा (डिजिटल किंवा भौतिक) यांच्यामुळे अनेक प्रकारचा विस्कळीतपणा निर्माण झाला आहे. सातत्यपूर्ण कम्पाउंडर अशा विस्कळीतपणातून त्यांच्या स्पर्धकांना तोंड द्याव्या लागत असलेल्या आव्हानांमधून लाभ मिळवून अगदी नेमकेपणानं अशा विस्कळीतपणाचा वापर करून घेतात आणि त्यांच्या फ्रँचायझींच्या वर्चस्वाचं बळकटीकरण करतात. आमच्या पोर्टफोलिओतील कंपन्यांनी विस्कळीतपणाच्या कालावधींच्या दरम्यान केलेल्या प्रयत्नांवर सुस्तींची तपासणी करणाऱ्या आमच्या चाचण्यांच्या साह्यानं अगदी कडक देखरेख ठेवण्याची गरज असते.

विकास

काळ पुढे सरकतो, तशी ग्राहकांची प्राधान्यं, बाजारपेठेतील लोकांची संख्या, कामकाजांचं प्रमाण आणि व्याप्ती, तत्कालीन भौगौलिक क्षेत्रांमध्ये शिरकाव करून घेण्याच्या सुसंगत उत्पादनांच्या व सेवांचे स्तर यांच्यामध्ये बदल होतात. सुस्तींची तपासणी करणाऱ्या आमच्या चाचण्यांनी, अशा प्रकारच्या विकासात्मक बदलांना गुंतवणूकदाराच्या पोर्टफोलिओ कंपन्या किती सचेतपणे, जागरूकतेनं आणि स्वीकारार्हपणे प्रतिसाद देत आहेत याचं मापन केलं पाहिजे आणि त्या ते करतात. या कंपन्या दीर्घ काळासाठी कमाईतील वाढ तशीच टिकवून ठेवतील का, याची हमी मिळवण्यासाठी हे मापन करण्याची गरज असते.

भांडवलाच्या गैरवाटपाची जोखीम

सातत्यपूर्ण कंपाउंडरमध्ये जसजशी वाढ होते आणि त्यांचे स्पर्धात्मक लाभ अधिकाधिक गाढ होत जातात, तसा मुख्य व्यवसाय आणखी वाढावा यासाठी पुनर्गुंतवणूक करता येण्याजोग्या रकमेच्या तुलनेत पुनर्वाटपासाठी उपलब्ध असलेल्या मुक्त कॅशफ्लोच्या प्रमाणात मोठीच वाढ होते. 'साम्राज्य उभारण्याची' महत्त्वाकांक्षा असलेल्या किंवा दीर्घ काळासाठी आपल्या व्यवसायात महसूल वाढीच्या नवीन घटकांची भर टाकण्याची इच्छा असलेल्या प्रवर्तकांचा कल हा वेगवेगळ्या भौगोलिक ठिकाणांमध्ये किंवा उत्पादनांच्या वर्गवारींमध्ये वैविध्यीकरण आणण्यासाठी अतिरिक्त भांडवलाचा वापर करण्याकडे असतो. हे एक तर ऑर्गॅनिक किंवा इनऑर्गॅनिक स्वरूपाचं वैविध्यीकरण असू शकतं. अनेक फर्म वैविध्यीकरणाच्या इनऑर्गॅनिक पद्धतीला प्राधान्य देतात आणि त्या संबंधित असलेल्या किंवा संबंधित नसलेल्या

व्यवसायांमधील कंपन्यांचं संपादन करणं, इतर कंपन्यांबरोबर संयुक्त प्रकल्प राबवणं, इतर कंपन्यांमधील अल्प हिश्शाचं संपादन करणं इ. गोष्टी करतात. या सगळ्या गोष्टी अगदी स्पष्ट आणि थेट वाटत असल्या तरी सातत्यानं उच्च आरओसीईची निर्मिती करणारी महान फ्रँचाईझ केंद्रस्थानी असलेल्या फर्मना आपल्या व्यवसायाचं वैविध्यीकरण करण्यासाठी अतिरिक्त भांडवलाचं विवेकीपणानं पुनर्वाटप करणं अवघड वाटतं. म्हणून सुस्ती तपासण्याच्या आमच्या चाचण्यांच्या साह्यानं, फर्मनं सातत्याच्या आधारावर घेतलेल्या भांडवल पुनर्वाटपाच्या निर्णयांवर मोठ्या प्रमाणावर लक्ष एकवटण्याची गरज असते.

सुस्ती तपासण्याच्या या चाचण्यांची प्राथमिक डेटा तपासणीसह (उदा., चॅनेल भागीदार, विक्रेते, ग्राहक, आयटी आणि एचआर सल्लागार, माजी कर्मचारी इ.शी प्रदीर्घ चर्चा) दुय्यम डेटा संशोधनाशी (वार्षिक अहवाल, तिमाही व्यवस्थापन टिप्पण्या) सांगड घालण्याची गरज असते.

मुख्य मुद्दे

- व्यवसायात भांडवलाच्या पुनर्गुंतवणुकीच्या उच्च दरासह उच्च आरओसीई टिकवून ठेवणाऱ्या फर्म या उच्च आरओसीई असलेल्या, पण पुनर्गुंतवणुकीचा कमी दर असलेल्या फर्मच्या तुलनेत अधिक उच्च आणि अधिक टिकाऊ अशी कमाईतील वाढ मिळवून देतात.
- उच्च आरओसीई आणि भांडवल पुनर्गुंतवणुकीचा उच्च दर यांचं मिश्रण प्राप्त करण्याची क्षमता असलेली फर्म हे नावीन्यपूर्ण कल्पना, ब्रँड, आर्किटेक्चर आणि व्यूहरचनात्मक संपदा यांच्या भोवती उभारणी झालेल्या स्पर्धात्मक लाभांचं फलित असतं.
- भक्कम स्पर्धात्मक लाभ फर्मला संपूर्ण क्षेत्राच्या नफा मिळवण्याच्या क्षमतेवर मक्तेदारीचं किंवा एकाधिकारात्मक नियंत्रण निर्माण करण्यास आणि टिकवून ठेवण्यास मदत करू शकतात.
- जसजसा काळ पुढे सरकतो, तसतशा अशा कंपन्या आणि त्यांचे उद्योग यांचा विकास होतो. म्हणून अशा कंपन्यांच्या माध्यमातून संपत्तीचं कंपाउंडिंग करण्याची क्षमता गुंतवणूकदाराकडे असणं याचा अर्थ त्यांच्या मूल्य निर्धारण शक्तीचं नियमित आणि उत्तम आकलन असणं आणि त्याबरोबरच सुस्ती किंवा आत्मसंतुष्टपणा किंवा थकवा किंवा बेशिस्ती या संदर्भातील लक्षणं शोधण्यासाठी अशा फर्मची तपासणी करणं असा असतो.

***

प्रकरण ९

काय खरेदी करावं – भाग ३ : भांडवल पुनर्वाटपातील तज्ज्ञ

''समान कामकाजविषयक परिणाम देणाऱ्या दोन एकसारख्या कंपन्या असतील, पण त्यांचे भांडवलाचं वाटप करण्याविषयीचे दृष्टिकोन भिन्न असतील तर शेअरधारकांसाठी त्याच्यातून दोन अगदी भिन्न दीर्घकालीन फलितं निर्माण होतील. भांडवल वाटप म्हणजे खरं तर मूलत: गुंतवणूक असते आणि परिणामी, सगळेच सीईओ हे भांडवल वाटप करणारे आणि गुंतवणूकदार असे दोन्ही असतात. खरं तर ही भूमिका ही कोणत्याही सीईओची सगळ्यात महत्त्वपूर्ण जबाबदारी असते आणि तरीही ती इतकी महत्त्वाची असूनही कोणत्याही उच्च गुणवत्तेच्या व्यावसायिक शिक्षण संस्थेत भांडवल वाटपासंदर्भातील अभ्यासक्रम नाही.''

–विल्यम थॉर्नडाइक ज्युनिअर [१]

आरओसीई आणि भांडवलाचा खर्च हे कोणत्याही व्यवसायाकरिता मुक्त कॅशफ्लो निर्मितीचे मुख्य निर्णायक घटक कसे असतात याविषयी आपण चौथ्या प्रकरणात चर्चा केली आहे. या प्रकरणात आपण निर्माण करत असलेल्या मुक्त कॅशफ्लोंच्या संदर्भात व्यवसायांनी काय केलं पाहिजे यावर चर्चा करणार आहोत. ही रोख रक्कम हा भांडवलाचा स्रोत असतो. तो ज्या ठिकाणी गुंतवल्यामुळे भांडवलाच्या मूल्यापेक्षा तो सातत्यानं उच्चतर परतावा मिळवून देत राहील अशा ठिकाणी त्याची गुंतवणूक करण्याची गरज असते. व्यवसायासाठी भावी मूल्यनिर्मिती करणारे असे हे भांडवल वाटपाचे निर्णय असतात.

या प्रकरणात आपण ज्या प्रमुख प्रश्नांची उत्तरं देणार आहोत ते असे आहेत :

- कंपन्यांच्या भांडवल वाटपांच्या निर्णयांची समीक्षा कशी करावी?
- भांडवल वाटपाच्या निर्णयांचं विश्लेषण करताना कोणत्या जोखमींकडे लक्ष दिलं पाहिजे?

मुक्त कॅशफ्लो म्हणजे काय?

आपण आधी चर्चा केली आहे त्याप्रमाणे, ज्या वेळी एखादा व्यवसाय भांडवल पुरवठादारांना त्याला द्याव्या लागणाऱ्या रकमांच्या तुलनेत, व्यवसायात गुंतवलेल्या एकूण स्थावर किंवा निश्चित आणि खेळत्या भांडवलावर अधिक कमाई करतो, फक्त त्याच वेळी तो मूल्याची निर्मिती करतो. आरओसीई आणि सीओसी यांच्यातील फरक म्हणजेच व्यवसायाचा मुक्त कॅशफ्लो असतो यावरही आपण चर्चा केली आहे. परंतु आरओसीई हा मुक्त रोख रकमेशी (कॅशशी) कसा काय निगडित असतो? या मापनपद्धतींच्या गणनेला किंवा हिशेबाला तिच्या घटकांमध्ये विभाजित करणं हा आरओसीई आणि मुक्त कॅशफ्लो यांच्यातील संबंध समजून घेण्याचा साधा मार्ग आहे. आरओसीईला पुढीलप्रमाणे व्यक्त केलं जातं :

$$\text{करपश्चात आरओसीई} = \frac{\textit{व्याज आणि करपूर्व कमाई – कर}}{\textit{वापरण्यात आलेलं भांडवल}}$$

(निव्वळ स्थायी संपत्ती + निव्वळ करंट संपत्ती)

व्याज आणि करपूर्व कमाई (ईबीआयटी)[२]चा उपयोग व्यवसायानं कमावलेला किंवा निर्माण केलेला ऑपरेटिंग नफा किंवा परतावा यांचं माप म्हणून केला जातो. या उदाहरणात आम्ही ईबीआयटीचा विचार केला आहे, एबीटाचा (म्हणजे व्याज, मूल्यऱ्हास (डेप्रिसिएशन), कर्ज परतफेड आणि कर यांच्या आधीची कमाई) विचार केलेला नाही. एबीटा हे कॅशफ्लोचं एक अधिक चांगलं मापन आहे, कारण मूल्यऱ्हासासाठी आकारण्यात आलेल्या रकमेचा उपयोग भांडवली खर्च देखभालीकरिता प्रॉक्झीच्या स्वरूपात करणं शक्य असतं – म्हणजेच, तो व्यवसायाला सध्याच्या व्याप्तीचं कामकाज तसंच राखण्यासाठी लागणारा किमान भांडवली खर्च असतो. ईबीआयटी हा भांडवली खर्चात कोणतीही वाढ न करता (म्हणजे क्षमता वृद्धीतून) कमावलेला रोख नफा असतो. या रोख नफ्यातून व्यवसायाला भांडवल पुरवठादारांना म्हणजे कर्जदात्यांना आणि इक्विटी शेअरधारकांना त्यांची देणी देता आलीच पाहिजेत. जर भांडवल पुरवठादारांच्या देण्यांच्या रकमांहून ईबीआयटी उच्च असेल, फक्त तरच व्यवसाय अतिरिक्त रोख रकमेची किंवा मुक्त रोख रकमेची निर्मिती

करू शकेल. जर व्यवसायानं अतिरिक्त रोख रकमेची निर्मिती केली तरच तो क्षमता विस्तारात गुंतवणूक करण्यास, महसुलात व कमाईत आणखी वाढ करण्यास समर्थ असेल. तक्ता क्र.६० मध्ये दाखवल्याप्रमाणे या समीकरणाचं लेखांकन सादरीकरण हेच सूचित करतं, परंतु ते किंचित वेगळं दिसतं आणि पुढे दाखवल्याप्रमाणे ते प्रवाहित होत पुढे जातं.

तक्ता क्र. ६० : कंपनीच्या 'कॅशफ्लो वॉटरफॉल'चं साधं सादरीकरण

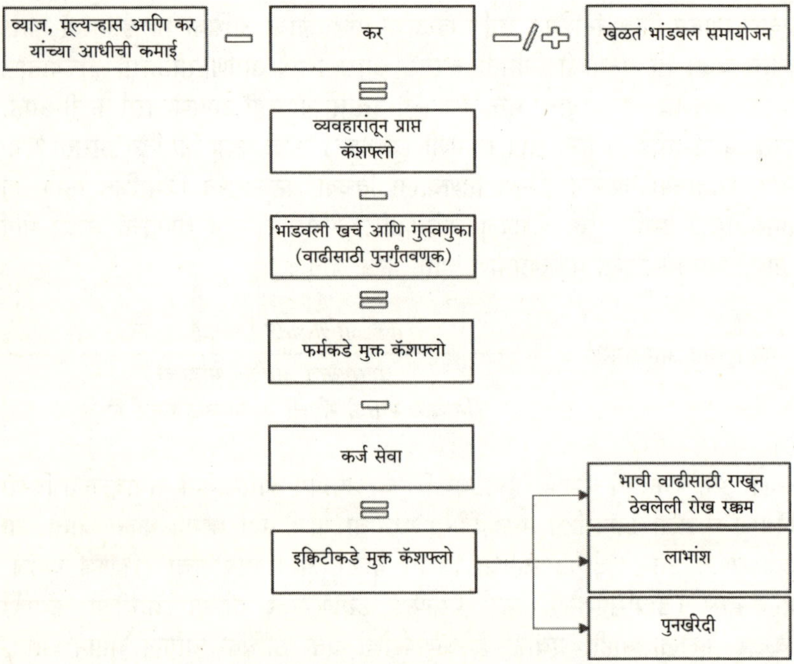

स्रोत : मार्सेलस इन्व्हेस्टमेंट मॅनेजर्स

व्यवसायानं निर्माण केलेल्या मुक्त कॅशफ्लोचा उत्तम वापर कसा करावा हे ठरवणं ही कंपनीच्या व्यवस्थापनाची मुख्य जबाबदारी असते. जर कंपनीला तिच्या व्यवसायात वाढीच्या पुरेशा संधी दिसल्या तर ती मुक्त कॅशफ्लोचं पुनर्वाटप करताना व्यवसायातच पुनर्गुंतवणूक करण्यास प्राधान्य देईल. क्षमतेचा विस्तार करण्यासाठी (यामुळे भावी वाढीला चालना मिळते) आणि त्याबरोबरच स्पर्धात्मक लाभ अधिक रुजवण्यासाठी

(यामुळे सीओसीपेक्षा आरओसीईला अधिक उच्च पातळीवर टिकवण्यास मदत होते.) अशा दोन्ही गोष्टींसाठी अशी पुनर्गुंतवणूक केली जाते. या परिस्थितीचा विचार करण्याचा आणखी एक मार्ग असा आहे की, जर कंपनीनं सातत्यानं भांडवली मूल्याहून अधिक उच्च परतावा दरानं कॅशफ्लोची पुनर्गुंतवणूक केली तर त्याच्यातून कंपनीचे स्पर्धात्मक लाभ आणि अतिरिक्त भांडवलाची यशस्वीपणे पुनर्गुंतवणूक करण्याची व्यवस्थापनाची क्षमता या दोन्ही गोष्टी प्रतिबिंबित होतात. म्हणून हे चक्र तसंच सुरू ठेवणं हे कंपनीच्या व्यवस्थापनाचं उद्दिष्ट असलंच पाहिजे. तक्ता क्र. ६१मध्ये दाखवण्यात आलं आहे त्याप्रमाणे, उच्च आरओसीई कमावण्यासाठी भक्कम स्पर्धात्मक लाभांची उभारणी करण्यातून मोठ्या प्रमाणात मुक्त कॅशफ्लो निर्मिती होते. एम्प्लॉईड भांडवलात (नफा कमावण्यासाठी वापरण्यात आलेलं एकूण भांडवल) वाढ करण्यासाठी आणि स्पर्धात्मक लाभांना सखोल रुजवण्यासाठी या कॅशफ्लोची गुंतवणूक केली जाते.

तक्ता क्र. ६१ : रोखीची निर्मिती हे नीतिमान चक्र असलं पाहिजे

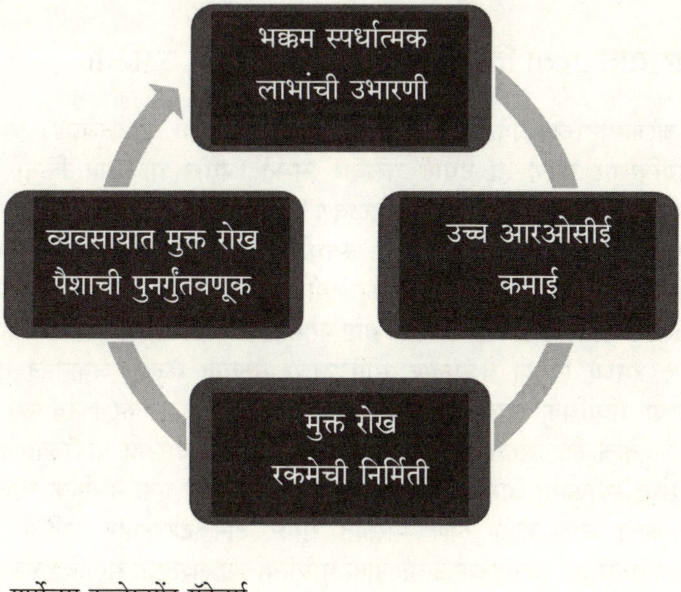

स्रोत : मार्सेलस इन्व्हेस्टमेंट मॅनेजर्स

याचाच अर्थ असा आहे की, सीओसीहून कमी असलेल्या आरओसीईची निर्मिती करणारी वाढ हा मुक्त रोख पैशाचा विवेकीपणानं केलेला वापर नसतो. म्हणून

योग्य गुंतवणुकी ओळखण्यातील आणि त्या प्रकल्पांमध्ये भांडवलाचं वाटप करण्यातील कंपनीच्या व्यवस्थापनाची भूमिका महत्त्वाची असते. मात्र अगदी सखोल 'मोट' असलेल्या व्यवसायांसह बहुतेक व्यवसाय ते कार्यरत असलेल्या बाजाराच्या आकारामुळे अडचणीत येतात. एका मर्यादेपलीकडे गेल्यावर नवीन कामात गुंतवलेला मुक्त कॅशफ्लो हा व्यवसायाची सातत्यानं वाढ होत राहण्यासाठी आवश्यक असलेल्या रकमेहून खूपच अधिक होतो. गुंतवणुकीच्या संधींच्या अभावामुळे असा पैसा भांडवलाच्या मूल्याला झाकोळून टाकतो. अशा वेळी हा मुक्त रोख पैसा लाभांश म्हणून किंवा पुनर्खरेदीच्या माध्यमातून शेअरधारकांना परत करणं ही गोष्ट व्यवस्थापनाच्या दृष्टीनं सुज्ञपणाची ठरते.

मात्र हुशार व्यवस्थापन टीम आणि सातत्यपूर्ण कंपाउंडर्स बाजारात प्रचलित संधींचा अभाव असल्यामुळे स्वतःला मर्यादा घालून घेत नाहीत. ते परतावे कमी न होऊ देता किंवा व्यवसायाच्या जोखमीत वाढ न करता नवीन क्षेत्रांमध्ये वाढीच्या संधी शोधण्यासाठी व्यवसायाचा विस्तार करतात. गुंतवणूकदारांसाठी अशा व्यवस्थापन टीम ओळखणं ही गोष्ट दीर्घकालीन संपत्ती निर्मितीसाठी महत्त्वाची असते. म्हणूनच भांडवल वाटप हा मार्सेलसच्या गुंतवणूक रूपरेषेचा तिसरा स्तंभ आहे.

भांडवलवाटपाच्या निर्णयांच्या मूल्यमापनाची रूपरेषा

नवीन बाजारपेठांच्या किंवा नवीन उत्पादनांच्या (किंवा दोहोंच्याही) संदर्भात व्यवसायविस्तार करणं ही दुधारी तलवार असते. नवीन बाजारात किंवा नवीन उत्पादनात वाढीची आकर्षक संधी मिळवणं शक्य असलं तरी सगळ्याच कंपन्या अत्यल्प किंवा जवळजवळ नगण्य स्पर्धात्मक लाभासह सुरुवात करतात. वैविध्यीकरणासाठी व्यूहरचनात्मक कारणमीमांसा कितीही भक्कम असली तरी यशस्वीरीत्या अंमलबजावणी करणं ही गोष्ट नेहमीच सोपी नसते. केलॉग कं. यूएसएनं सन १९९४मध्ये तिच्या ब्रेकफास्ट सीरियलची सुरुवात केली. जगातील दुसऱ्या क्रमांकाची सर्वाधिक लोकसंख्या असलेल्या नव्यानंच उदारीकरण स्वीकारलेल्या आणि अनुकूल लोकसंख्याशास्त्र असलेल्या भारताचा विचार हा वाढीच्या अधिक नवीन संधी स्वीकारत असलेल्या बहुराष्ट्रीय कंपनीसाठीची एक नैसर्गिक बाजारपेठ म्हणून केला जात होता. पण भारतात सुमारे दोन दशकांहून अधिक काळ घालवल्यानंतरसुद्धा केलॉगच्या उत्पादनांना भारतीयांच्या नाश्त्यात समाविष्ट होण्याच्या बाबतीत अगदी मर्यादित यश मिळालं.[३] सन १९९४मध्ये कंपनीची जगभरात एकूण ६.५ अब्ज डॉलर्सची विक्री होत होती.[४] मात्र त्यांच्याकडची आर्थिक ताकद आणि कंपनीचा आकार या गोष्टी इतक्या मोठ्या असूनही भारतातील त्यांचं यश त्यांच्या हातातून निसटून चालल्याचं स्पष्ट झालं होतं.

विवाहविषयक नवीन ऑनलाइन बाजारपेठांवर आपलं वर्चस्व प्रस्थापित करण्यासाठी सुरू झालेला संघर्ष भारतातील ऑनलाइन विवाहविषयक जाहिरातींच्या क्षेत्रात स्पष्टपणे दिसून येतो. मॅट्रिमोनी डॉटकॉम (Matrimony.com) ही निर्विवादपणे दक्षिण भारतातील आघाडीची साइट आहे. मात्र इतर बाजारपेठांमध्ये आपला जम बसवणं तिला आव्हानात्मक वाटत आहे. जीवनसाथी आणि शादी डॉटकॉम (Jeevansathi आणि Shadi.com) या पश्चिम आणि उत्तर भारतातील आघाडीच्या साइट आहेत. त्यांना दक्षिण भारतात आपला ठसा उमटवण्यात अपयश आलं आहे.[५]

नवीन उत्पादनांना बाजारात यशस्वी ठरवणं तर याहूनही अधिक अवघड आहे. सन २००९ मध्ये ग्लॅक्सोस्मिथक्लाईन कंझ्युमर हेल्थ केअर (जीएससीएच) ही त्या वेळी आरोग्यदायी पेय हॉर्लिक्सचं उत्पादन करत होती. तिने इन्स्टंट नूडल्सच्या बाजारपेठेत प्रवेश केला. मात्र गेली दहांहून अधिक वर्षं हॉर्लिक्सचे 'फूडल्स' हे या क्षेत्रातील नाममात्र उत्पादन ठरलं आहे. कदाचित हे पुस्तक वाचत असलेल्या दहापैकी आठ जणांनी या ब्रँडचं नावही ऐकलेलं नसेल. फूडल्स बाजारात आणण्याचं पाऊल उचलल्यामुळे कंपनीला कोणतंही आर्थिक नुकसान सोसावं लागलं नाही. (नूडल्स पहिल्यांदा बाजारात आणल्यापासूनच्या पाच वर्षांच्या काळात आरओसीईंमध्ये वाढ झाली आहे. हॉर्लिक्स आणि बूस्ट या कंपनीच्या महत्त्वपूर्ण पेयांमधील वाढीमुळे हे प्रामुख्यानं घडलं आहे. इन्स्टन्ट नूडल्स बाजारात आणण्यासाठी भांडवलावर आणि व्यवस्थापनावर जो खर्च झाला होता, तो इतरत्र अधिक चांगल्या प्रकारे वापरता आला असता. यातली रोचक बाब अशी आहे की, सन २०२०च्या एप्रिलमध्ये जीएससीएच हिंदुस्तान लिव्हरमध्ये (एचयूएल) विलीन झाली. या विलीनीकरणाबरोबरच एचयूएलनं जीएसकेकडून हॉर्लिक्स ब्रँड संपादित करण्यासाठी ३,०४५ कोटी रुपये दिले.[६]

टाटा मोटर्सचं व्यापारी वाहनांच्या बाजारपेठेवर वर्चस्व आहे. मात्र प्रवासी कारच्या क्षेत्रात त्यांना या वर्चस्वाची पुनरावृत्ती करता आली नाही. सन १९९८मध्ये इंडिका बाजारात आणल्यानंतर कंपनीच्या इतिहासात पहिल्यांदाच २००१ या आर्थिक वर्षात कंपनीनं नुकसानीची नोंद केली. अर्थातच काही वर्षांनंतर टाटा इंडिकाचं सुधारित मॉडेल बाजारात आणल्यानंतर इंडिका यशस्वी ठरली. पण तरीही इंडिका कधीही मारुती, ह्युंदाई किंवा होंडा यांच्या मॉडेलची बरोबरी करू शकली नाही आणि त्यांची प्रतिस्पर्धी झाली नाही.[७] २००३च्या आर्थिक वर्षात आपल्या श्रेणीत बाजाराचा २४.३ टक्के हिस्सा काबीज केल्यावर, त्यानंतरच्या वर्षांत इंडिकाची वाटचाल घसरत गेली आणि अखेरीस सन २०१८च्या एप्रिलपासून या मॉडेलचं उत्पादन बंद करण्यात आलं.

मग व्यवस्थापनाच्या भांडवल वाटपाच्या निर्णयांचं गुंतवणूकदारांनी कशा प्रकारे मूल्यमापन केलं पाहिजे? नवीन विकास धोरणातील जोखमीच्या प्रमाणाचं मूल्यमापन करणं ही पहिली पायरी असते. अपयशाच्या किंवा यशाच्या शक्यता किती असू शकतील? एकदा तुम्ही जोखमीचं मूल्यमापन केलं की मग या धोरणानुसार संबंधित बाबीवर किती भांडवल गुंतवण्याचा व्यवस्थापनाचा विचार आहे याचं मूल्यमापन करणं ही दुसरी पायरी असेल. व्यवस्थापन त्यांच्या आवाक्याच्या पलीकडची गोष्ट करण्याचा विचार करत आहे का? प्रस्तावित भांडवल वाटपाचा निर्णय चुकीचा ठरला तर ताळेबंद त्याची जोखीम घेऊ शकेल का?

एच. इगोर अन्सॉफनं १९५०च्या दशकात विकसित केलेलं 'अन्सॉफ मॅट्रिक्स' हे साधन धोरणातील जोखमीचं मूल्यमापन करण्यास सुरुवात करण्यासाठी उपयुक्त आहे. हे साधन नवीन उत्पादनांतून किंवा नवीन बाजारपेठांतून येणाऱ्या वाढीच्या स्रोतांचा विचार करतं. तक्ता क्र. ६२ मध्ये दिसत आहे, त्याप्रमाणे डावीकडच्या वरच्या चौकटीत सगळ्या कंपन्या दिसत आहेत. तिथे ज्याला सर्वसामान्यपणे 'कोअर' (मुख्य किंवा गाभ्याचा) व्यवसाय असं म्हटलं जातं तो सुरू करतात. एकदा या मुख्य व्यवसायात बाजारातील हिश्शावर वर्चस्व प्राप्त करता आलं किंवा तिथल्या वाढीच्या संधींचा पुरेपूर उपयोग करून घेता आला की मग कंपनीची नैसर्गिक प्रगती सुरू होते. त्यात कंपनी एक तर तिची उत्पादनं नवीन बाजारपेठांमध्ये नेते किंवा त्याच बाजारपेठेत काम करत राहून तिच्या उत्पादन पोर्टफोलिओचा विस्तार करते. या पाठोपाठ नवीन बाजारपेठांवर किंवा नवीन उत्पादनांवर वर्चस्व प्रस्थापित केलं जातं आणि अशाच प्रकारे कंपनी पुढे जात राहते.

तक्ता क्र. ६२ : अन्सॉफ मॅट्रिक्स

		उत्पादनं	
		सध्या अस्तित्वात असलेली	**नवीन**
बाजारपेठ	**सध्या अस्तित्वात असलेल्या**	**बाजारात प्रवेशाची व्यूहरचना** हा मुख्य व्यवसाय आहे. बाजारातील हिस्सा प्राप्त करून वाढ मिळते. उदा., निरमानं अहमदाबादमध्ये सध्या अस्तित्वात स्थानिक पातळीवर दारोदार फिरून डिटर्जंट पावडरची विक्री करून सुरुवात केली.	**उत्पादन विकासाची व्यूहरचना** आधीच्या ग्राहकांना नवीन उत्पादनं विकून वाढ मिळते. उदा. निरमानं त्यांच्या डिटर्जंटच्या ग्राहकांना त्यांच्या अंघोळीच्या साबणांची विक्री केली.
	नवीन	**बाजारपेठ विकास व्यूहरचना** सध्याच्या उत्पादनांची नवीन बाजारपेठेत विक्री करून वाढ मिळते. उदा. निरमानं अहमदाबादच्या पलीकडे देशातील इतर बाजारपेठांमध्ये विस्तार केला.	**वैविध्यीकरण व्यूहरचना** नवीन बाजारपेठांमध्ये नवीन उत्पादनांची विक्री करून वाढ मिळते.उदा. निरमानं सिमेंटच्या व्यवसायात प्रवेश केला आहे.

स्रोत : मार्सेलस इन्व्हेस्टमेंट मॅनेजर्स, हार्वर्ड बिझनेस रिव्ह्यू

वाढीच्या किंवा विकासाच्या व्यूहरचनांची किती चांगल्या प्रकारे अंमलबजावणी केली जाते यावरच त्या व्यूहरचनांचं यश अवलंबून असतं. दुर्दैवानं, विकासाच्या व्यूहरचनेच्या अंमलबजावणीत कंपनीला यश येईल की नाही याचा अंदाज बांधणं सोपं नसतं. व्यवस्थापनाचं आधीचं ट्रॅक रेकॉर्ड हा गुंतवणूकदारांनी निष्कर्ष मांडण्याकरिता वापरण्याचा उपयुक्त ठरणारा अत्यंत दिलासादायक निर्देशक आहे. मात्र त्याच्यातून नवीन व्यूहरचना भविष्यात यशस्वी ठरेल की नाही याचा अंदाज वर्तवणं शक्य होत नाही. म्हणून व्यवस्थापनाकडून वाटप केल्या जात असलेल्या भांडवलाचं प्रमाण आणि धोरण यांचा तुलनात्मक समग्र विचार केला पाहिजे. निरखून पारखून घेतलेली भांडवल बांधिलकी याचा अर्थ कंपनीच्या सर्वांगीण वित्तीय आरोग्याची फारशी हानी न करता वेळेत पूर्वपदावर परतण्याची क्षमता असा आहे. याचाच अर्थ संपूर्ण क्षमतेसह उत्पादन बाजारात आणण्याच्या आधी ग्राहकांच्या प्रतिसादाचं मूल्यमापन

करण्यासाठी कंपनीकडून करण्यात आलेलं पणन किंवा मर्यादित प्रमाणात बाजारात आणलेलं उत्पादन असा आहे.

उदाहरणार्थ, एचडीएफसी बँक सहसा नेहमीच आधीच्या ग्राहकांच्या लहान संचाच्या बाबतीत नवीन उत्पादनाची चाचणी घेते आणि नंतर आधीच्या सर्व सक्षम ग्राहकांपर्यंत ते उत्पादन नेते. फक्त त्यानंतरच बाहेरच्या व्यापक ग्राहकांपर्यंत ते उत्पादन नेलं जातं. यामुळे बँकेला सुरुवातीच्या अनुभवावरून तिच्या पत प्रक्रियांमध्ये सुधारणा करणं आणि नंतर खूपच कमी जोखीम पत्करून उत्पादन वाढवणं शक्य होतं.[८] एचडीएफसी बँकेनं हा निरखून पारखून भांडवल गुंतवणूक करण्याचा दृष्टिकोन दीर्घ काळापासून अवलंबला आहे. त्यामुळेच भारताला पाहावयास मिळालेल्या पत चक्रांमध्ये एचडीएफसी बँक नेहमीच स्थिरपणे सुस्थितीत राहिली आहे.

दुग्धजन्य पेयांच्या क्षेत्रात प्रवेश करण्याच्या कोका कोला इंडियाच्या योजना हे दुसरं उदाहरण आहे. कंपनीनं सन २०१६च्या जानेवारीत फ्लेवर्ड दुधाचा वायो ब्रँड बाजारात आणला. पहिल्या टप्प्यात वायो ब्रँड हा देशातील फक्त ५०० रिलायन्स किरकोळ विक्रीच्या दुकानांमध्ये विक्रीसाठी ठेवण्यात आला. रिलायन्स रिटेलसाठी खास प्रमोशनच्या माध्यमातून 'निष्ठा कार्यक्रमा'चा (लॉयल्टी प्रोग्रॅमचा) एक भाग म्हणून त्यांच्या नियमित ग्राहकांना सॅम्पल म्हणून उत्पादन देऊन उत्पादनाविषयी जागृती निर्माण करण्याचं धोरण आखण्यात आलं. त्यानंतर अखेरीस सर्व ग्राहकांपर्यंत हा कार्यक्रम न्यावयाचा होता.[९] तो यशस्वी झाला असता तर वायो सगळ्या बाजारपेठांमध्ये आणि चॅनेल्समध्ये व्यापकपणे नेण्यात येणार होतं. परंतु या उत्पादनाला तितकी उंची गाठता आली नाही आणि त्याला दुकानांमधून काढून टाकण्यात आलं.[१०] त्यानंतर कंपनीनं सन २०२०मध्ये 'वायो' मसाला ताक (वायो स्पाइस्ड बटरमिल्क) बाजारात आणलं. पुन्हा एकदा फक्त सहा राज्यांमधील निवडक शहरांमध्ये आणि गावांमध्ये हे उत्पादन विक्रीसाठी उपलब्ध करून देण्यात आलं.[११] मर्यादित ठिकाणी ठेवण्यात आलेल्या या उत्पादनांच्या परिणामांच्या आधारावरच उत्पादनाचं भवितव्य ठरवलं जाईल, असा आमचा विश्वास आहे.

व्यवस्थापनानं नवीन बाजारांमध्ये किंवा उत्पादनांमध्ये दक्षतापूर्वक, वाढीचा मार्ग अवलंबला असेल तर भांडवल वाटपाच्या निर्णयांचं मूल्यमापन करताना गुंतवणूकदारांना नेहमीच दिलासा मिळतो. सुरुवातीलाच अखिल भारतीय स्तरावर डंका वाजवत दुधावर आणि दुग्धजन्य पदार्थांवर आधारित पेयं बाजारात आणण्यापासून परावृत्त होणं हा कोका कोलाचा चांगला विचार होता. त्या क्षेत्रात कोका कोलाला कोणताही महत्त्वपूर्ण स्पर्धात्मक लाभ मिळाला नव्हता (आणि अजूनही नक्कीच मिळालेला नाही). त्या क्षेत्रावर आधीपासूनच अमूल आणि ब्रिटानिया यांसारख्या राष्ट्रीय स्तरावरच्या ब्रँडचं आणि कित्येक स्थानिक ब्रँडचं वर्चस्व होतं आणि आहे.

इनऑर्ग्‌ॅनिक उत्पादनं किंवा बाजार विस्तारीकरणं जोखमीची असतात

उत्पादन किंवा बाजार विस्तारीकरणं एक तर ऑर्ग्‌ॅनिक किंवा इनऑर्ग्‌ॅनिक पद्धतीनं केली जातात. उत्पादन क्षमतेचं विस्तारीकरण किंवा किरकोळ विक्रीच्या दुकानांची संख्या वाढवणं इ. सारख्या गोष्टींद्वारे हाती घेतलेले अंतर्गत विस्तारीकरण कार्यक्रम हे ऑर्ग्‌ॅनिक कार्यक्रमांमध्ये मोडतात. इनऑर्ग्‌ॅनिक विस्तारीकरणं ही विलीनीकरण, संपादनं आणि खरेदी करून ताबा मिळवणं – म्हणजे उदाहरणार्थ, उत्पादन क्षमतेची खरेदी करणं यांसारख्या गोष्टींनी पार पाडली जातात. ज्या क्षेत्रांमध्ये बाजारांमधील हिस्से विखंडित किंवा तुकड्यांमध्ये (फ्रॅग्मेंटेड) असतात तिथे इनऑर्ग्‌ॅनिक विस्तारीकरण विकासात किंवा वाढीत तुलनेत जास्त मोठं योगदान देतं. अशा विखंडित उद्योग क्षेत्रातील आणि भक्कम स्पर्धात्मक लाभ असलेल्या कंपन्यांचा कल कालौघात दुर्बल कंपन्यांना संपादित करण्याकडे असतो. या दुर्बल कंपन्या टिकाऊ पायावर आपलं भांडवलमूल्य मिळवण्यासाठी संघर्ष करत असतात. हुशार व्यवस्थापन टीम त्यांच्या मुक्त रोख (फ्री कॅश) निर्मितीचा उपयोग आपल्या उत्पादनांच्या जवळच्या उत्पादनांमधील कंपन्यांची खरेदी करण्यासाठीसुद्धा करतात. त्यामुळे त्यांना नवीन क्षेत्रात तत्काळ जम बसवता येतो. त्यांनी अशी खरेदी केली नाही तर कदाचित त्या नवख्या क्षेत्रात ऑर्ग्‌ॅनिक पद्धतीनं जम बसवण्यासाठी त्यांना अनेक वर्षं लागू शकतात.

ज्या वेळी कंपनी अपरिचित परदेशी बाजारपेठेत प्रवेश करण्याचा आणि तोसुद्धा स्थानिक कंपनी संपादित करून प्रवेश करण्याचा प्रयत्न करते, त्या वेळी बाजारपेठ किंवा उत्पादन विस्तारीकरणं ही अवघड असतात.

अनेक भारतीय कंपन्यांनी २०००च्या दशकाच्या मध्यापासून अतिरिक्त भांडवलाचा उपयोग संपादनाच्या माध्यमातून आंतरराष्ट्रीय विस्तारीकरण करण्यासाठी केला आहे. उदाहरणार्थ, गोदरेज कंझ्युमर प्रॉडक्ट्स लिमिटेडनं (जीसीपीएलनं) आफ्रिका, इंडोनेशिया आणि लॅटिन अमेरिका इथे असा विस्तार केला आहे. पिडिलाइटनं ब्राझील, अमेरिका आणि मध्य पूर्वेत, मेरिकोनं मध्य-पूर्व भाग, बांगला देश आणि दक्षिण आफ्रिकेत, डाबरनं आफ्रिका, अमेरिका, तुर्की आणि इजिप्तमध्ये, हावेल्सनं सिल्वानियात, टाटा स्टीलनं युरोपमध्ये, एशियन पेंट्सनं (बर्जर इंटरनॅशनल, २००१) आणि भारती एअरटेलनं आफ्रिकेत असं विस्तारीकरण केलं आहे.

परदेशांमध्ये करण्यात आलेल्या काही संपादनांच्या आरओसीईंच्या (कंपन्यांचा एकत्रित आरओसीई उणे भारतात जिथे हा व्यवसाय आहे, त्या मुख्य (स्टॅंडअलोन) कंपनीचा आरओसीई) विश्लेषणातून ही आंतरराष्ट्रीय संपादनं कशा प्रकारे प्रगती करत आहेत ते दिसून येतं. या विश्लेषणातून अनेक रोचक बाबी समोर येतात.

मुख्य किंवा उपकंपनी नसलेल्या (स्टँडअलोन) व्यवसायातून निर्माण झालेल्या ऑपरेटिंग कॅशफ्लोचा भरपूर भाग (एका प्रकरणात १०० टक्क्यांहूनही अधिक) हा आंतरराष्ट्रीय संपादनासाठी वापरण्यात आल्याचं दिसून येतं. (तक्ता क्र. ६३ चा चौथा स्तंभ पाहा.)

या फर्मच्या स्थानिक (मुख्य) व्यवसायांनी भांडवलाच्या मूल्याच्या तुलनेत खूपच मोठ्या प्रमाणात आरओसीई निर्माण केले आहेत. बहुतेक वेळा ते ५० टक्क्यांहूनही अधिक आहेत. (तक्ता क्र. ६४ पाहा.) यामधून भारतातील या फर्मनी उभारलेल्या मजबूत 'मोट'चं प्रतिबिंब दिसून येतं.

या फर्मच्या आंतरराष्ट्रीय व्यवसायांचे आरओसीई जवळजवळ समान आहेत. अनेक प्रसंगी या व्यवसायांनी भांडवल मूल्याहून खूपच कमी प्रमाणात आरओसीई निर्माण केले आहेत. (तक्ता क्र. ६४ पाहा.) त्यांमधून या आंतरराष्ट्रीय व्यवसायांमध्ये असलेल्या दुर्बल 'मोट'चं प्रतिबिंब पडतं.

तक्ता क्र. ६३ : स्टँडअलोन ऑपरेटिंग कॅशफ्लोच्या टक्केवारीच्या स्वरूपात आंतरराष्ट्रीय एमअँडए कडे करण्यात आलेलं भांडवल वाटप[१२]

कंपनी	परदेशी संपादन	कालावधी	आंतरराष्ट्रीय संपादनाकरिता वापरण्यात आलेल्या ऑपरेटिंग कॅशफ्लोची टक्केवारी
गोदरेज कंझ्युमर प्रॉडक्ट्स	टुरा ग्रुप, आफ्रिका (२०१०), डार्लिंग, आफ्रिका (२०१२); सन, आफ्रिका (२०१७) इ.	आर्थिक वर्षं ११-१८	११२%
मेरिको	एनॅलेनी फार्मा, आफ्रिका (२००८); इंट. कंझ्युमर कॉर्प. व्हिएतनाम (२०११) इ.	आर्थिक वर्षं ०८-१२	४६%
डाबर	रेडरॉक, दुबई (२००४); होबी ग्रुप, तुर्की (२०११), इ.	आर्थिक वर्षं ०४-१२	४१%
पिडिलाईट	पुल्विटेक, ब्राझील (२००८); जुपिटर, मध्य-पूर्व (२००६); बाम्को ग्रुप, थायलंड (२००८), सायक्लो, यूएसए (२००७) इ.	आर्थिक वर्षं ०६-०९	३५%

स्रोत : मार्सेलस इन्व्हेस्टमेंट मॅनेजर्स, एस इक्विटी

तक्ता क्र. ६४ : काही कंपन्यांच्या बाबतीत बिगर स्टँडअलोन व्यवसायांचे सूचित आरओसीई हे स्टँडअलोन व्यवसायाच्या आरओसीईंपेक्षा कमी आहेत.[१३]

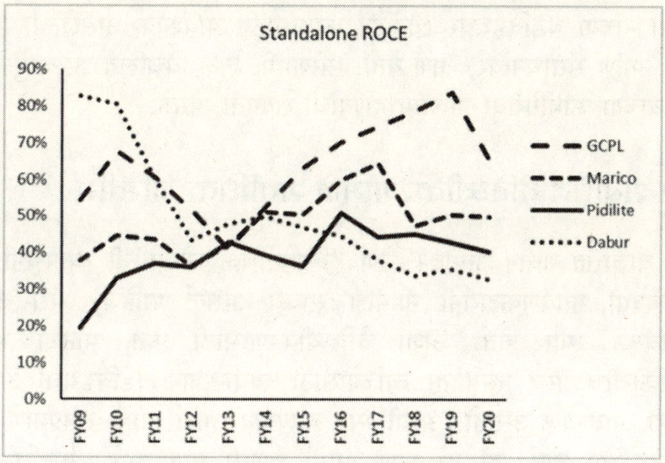

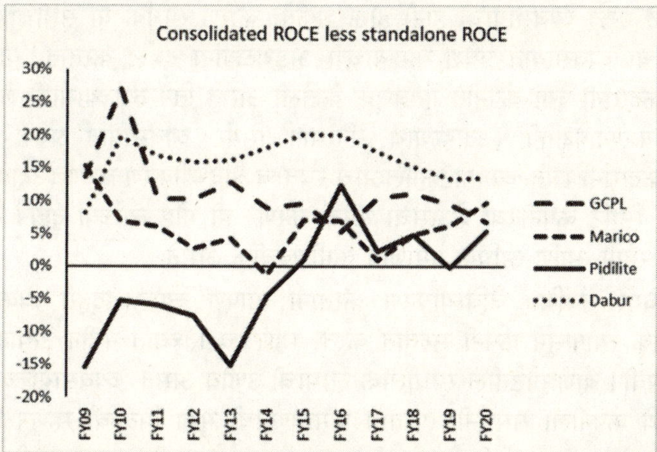

स्रोत : मार्सेलस इन्व्हेस्टमेंट मॅनेजर्स, एस इक्विटी, *जीसीपीएल हे लघुरूप गोदरेज कंझ्युमर प्रॉडक्ट्स लि., करिता वापरण्यात आलं आहे.

इनऑऱ्गॅनिक वाढीची व्यूहरचना ही कदाचित नेहमीच मुक्त रोख रकमेचा योग्य उपयोग करण्याची व्यूहरचना असण्याची शक्यता नाही, हे वर दिलेल्या विश्लेषणातून ठळकपणे समोर येतं. अशी व्यूहरचना अपयशी ठरण्यामागे अनेक कारणं असू शकतात. काही वेळा परदेशातील माहीत नसलेल्या (किंवा कमी माहीत असलेल्या)

भौगोलिक रचनेत व्यवसायाचं व्यवस्थापन करण्यासाठी कंपनीला तिच्या स्थानिक बाजारपेठेत काम करण्यासाठी आवश्यक असलेल्या संघटनात्मक रचनेहून वेगळ्या प्रकारच्या संघटनात्मक रचनेची गरज असण्याची शक्यता असते किंवा संपादनामुळे व्यवस्थापनाच्या बँडविड्थवर (दैनंदिन कामासाठी आवश्यक असलेल्या मर्यादित ऊर्जेवर आणि संसाधनांवर) ताण येतो. परिणामी, लक्ष विचलित झाल्यामुळे मुख्य व्यवसायाच्या कामगिरीवर परिणाम होण्याची शक्यता असते.

बिगर संबंधित वैविध्यीकरणामुळे सर्वाधिक जोखीम

'नवीन बाजारात नवीन उत्पादन' नेणं ही सर्वाधिक जोखमीची व्यूहरचना असून तिच्याविषयी गुंतवणूकदारांनी नेहमीच सावध असलं पाहिजे, असं अन्सॉफ मॅट्रिक्सवरून स्पष्ट होतं. अशा वैविध्यीकरणासाठी फक्त मोठ्या भांडवल बांधिलकीचीच गरज नसते तर त्यांच्यासाठी व्यवस्थापन बँडविड्थचा अवास्तव हिस्साही आवश्यक असतो. आधी स्पष्ट करण्यात आलं आहे, त्याप्रमाणे यामुळे लक्ष विचलित होतं, ही ठळकपणे समोर येणारी गोष्ट आहे. साहजिकच या गोष्टीमुळे मुख्य व्यवसायाची हानी होऊ शकते, कारण स्पर्धक या संधीचा फायदा घेऊन त्या व्यवसायात प्रवेश करण्याच्या अडथळ्यांना दुर्बल करतात. याशिवाय गुंतवणूकदारांनी ज्या कंपनीत गुंतवणूक केलेली असते तिने त्यांच्यांसाठी शेअर्सची खरेदी करण्यापेक्षाही (उदाहरणार्थ, निरमानं सिमेंट व्यवसायात प्रवेश करणं) गुंतवणूकदारांनी स्वतःच्या पोर्टफोलिओचं स्वतःच वैविध्यीकरण करणं (उदाहरणार्थ, स्वतःच सिमेंट कंपनीच्या शेअर्सची खरेदी करणं) ही गोष्ट त्यांच्या दृष्टीनं नेहमीच अधिक सोपी आणि अधिक प्रमाणात कमी खर्चीक असते.

बिगर संबंधित वैविध्यीकरण करताना आपण ज्याला दुहेरी विकलांगता म्हणू शकू त्यापासून कंपनी सुरुवात करते. म्हणजेच तिच्यात नवीन उत्पादनातील आणि नवीन बाजारपेठेतील स्पर्धात्मक लाभांची उणीव असते. व्यवसायाच्या नवीन क्षेत्रांमध्ये कंपनीला समर्थनीय परतावे कमावण्याची मुभा मिळावी म्हणून टिकाऊ लाभांची उभारणी करणं ही गोष्ट नेहमीच अवघड असते. नवीन व्यवसायाची उभारणी करणं ही गुंतागुंतीची गोष्ट नाही, असं मानलं तरी (स्पर्धात्मक लाभांची उभारणी करणं हे रॉकेट शास्त्रासारखं अवघड नसतं, या अर्थानं) व्यवसायाच्या उभारणीसाठी अनेक वर्षं लागतात. एखाद्या एकल उत्पादनावर /बाजारपेठेवर आणि/ किंवा तिच्या जवळपासच्या एकल गोष्टीवर लक्ष केंद्रित केलेल्या कंपन्या आणि अनेक गोष्टींच्या समूहावर लक्ष केंद्रित केलेल्या कंपन्या यांच्या तुलनेतून हा मुद्दा अधिक स्पष्ट होतो.

तक्ता क्र.६५ मुख्य व्यवसायावर लक्ष केंद्रित केलेल्या कंपन्या आणि अनेक क्षेत्रांत कार्यरत असलेल्या कंपन्या यांचे तुलनात्मक आरओसीई

अनेक क्षेत्रांच्या समूहांवर लक्ष एकवटलेल्या कंपन्या		एका क्षेत्रावर लक्ष एकवटलेल्या कंपन्या	
कंपनी	**सरासरी १० वर्षांचा आरओसीई (आर्थिक वर्ष ११–२०)**	**कंपनी**	**सरासरी १० वर्षांचा आरओसीई (आर्थिक वर्ष ११–२०)**
ग्रासिम इंडस्ट्रीज लि. नैसर्गिक धागे, सिमेंट, वित्तीय सेवा	१५.१%	श्री सिमेंट सिमेंट	१८.३%
महिंद्रा अँड महिंद्रा लि. ऑटोमोबाइल्स, वित्तीय सेवा, लॉजिस्टिक्स, आयटी सेवा, टाइमशेअर हॉलिडेज इ.	१४.२%	मारुती सुझुकी लि. प्रवासी वाहनं	२१.६%
लार्सन अँड टुब्रो लि. बांधकाम आणि अभियांत्रिकी, वित्तीय सेवा, आयटी सेवा, मूलभूत सुविधा मालमत्ता	१३.०%	पिडिलाईट इंडस्ट्रीज लि. अॅड्हेसिव्ह्ज आणि संबंधित गोष्टी	३५.४%
रिलायन्स इंडस्ट्रीज लि. पेट्रोलियन शुद्धीकरण, रिटेल, दूरसंचार सेवा, डिजिटल सेवा	११.०%	एशियन पेंट्स लि. रंग आणि संबंधित गोष्टी	४४.६%

स्रोत : मार्सेलस इन्व्हेस्टमेंट मॅनेजर्स, एस इक्विटी

तक्ता क्र. ६५मध्ये अनेक क्षेत्रांवर लक्ष केंद्रित करणाऱ्या कंपन्या देण्यात आल्या आहेत. प्रत्यक्षात त्या बिगर संबंधित वैविध्यीकरणाचं अधिक चांगल्या प्रकारे व्यवस्थापन करणाऱ्या कंपन्या आहेत. या कंपन्यांनी जरी कमी आरओसीईची नोंद केली असली तरी संपूर्ण समूहावर त्यांच्या व्यवसाय विस्तारीकरणाचे विपरीत किंवा हानिकारक परिणाम झाले नाहीत. त्यांची तक्ता क्र. ६६मधील कंपन्यांशी तुलना करा. या कंपन्यांमध्ये समूह कंपन्यांची लांबलचक यादी समाविष्ट आहे. विस्तारभयास्तव आम्ही ती इथे दिलेली नाही. अशा कंपन्या एक तर आता अस्तित्वात नाहीत किंवा मूळ प्रवर्तकांना त्या कंपन्या नवीन मालकांना विकणं भाग पडलं आहे.

तक्ता क्र. ६६ : शेअरधारकांसाठी हानिकारक परिणाम घेऊन आलेल्या अनेक क्षेत्रांवर लक्ष केंद्रित केलेल्या कंपन्या

कंपनी	मुख्य/ मूळ व्यवसाय	बिगर संबंधित वैविध्यीकरण	फलित
व्हिडिओकॉन इंडस्ट्रीज	घरगुती उपकरणं	दूरसंचार, तेल, प्रसारमाध्यमं	दिवाळखोरीच्या भारतीय संहितेअंतर्गत एनसीएलटीकडे नेण्यात आलेली कंपनी
यूबी ग्रुप	मद्य	विमान कंपन्या	विमान व्यवसाय दिवाळखोरीत
जयप्रकाश असोसिएट्स	बांधकाम	सिमेंट, जलऊर्जा प्रकल्प, बीओटी रस्ते, रिअल इस्टेट, हॉटेलं	दिवाळखोरीच्या भारतीय संहितेअंतर्गत एनसीएलटीकडे नेण्यात आलेली कंपनी
अलोक इंडस्ट्रीज	कापड उद्योग	रिटेल, रिअल इस्टेट	दिवाळखोरीच्या भारतीय संहितेअंतर्गत एनसीएलटीकडे नेण्यात नेण्यात आलेली कंपनी
लॅन्को इन्फ्राटेक	बांधकाम	ऊर्जा निर्मिती, बीओटी रस्ते रिअल इस्टेट	दिवाळखोरीत गेलेली कंपनी

स्रोत : मार्सेलस इन्व्हेस्टमेंट मॅनेजर्स, *www.ibbi.gov.in*

सूचीबद्ध कंपन्यांच्या भांडवल वाटपाच्या निर्णयांचं गुंतवणूकदारांनी कसं मूल्यमापन केलं पाहिजे हे समजून घेण्यासाठी आता आपण तीन वेगवेगळी नमुना उदाहरणं पाहणार आहोत. या नमुना उदाहरणांमध्ये अर्थातच पश्चातबुद्धीच्या लाभातून विश्लेषण करण्यात आलं असलं तरी त्यांच्यातून विस्तारीकरणातील जोखमी आणि बक्षीसं यांच्याविषयीच्या योग्य परिप्रेक्ष्यात व्यूहरचनांच्या संधींना ठेवण्यासाठी उपयुक्त रूपरेषा पुरवली जाते.

नमुना उदाहरण : टाटा स्टील

टाटा स्टील ही भारतातील सर्वांत जुनी आणि सगळ्यात मोठ्या पोलाद उत्पादक कंपन्यांपैकी एक कंपनी आहे. कंपनीच्या प्रदीर्घ इतिहासात ही कंपनी एक एकात्मिक पोलाद उत्पादक कंपनी आहे. याचा अर्थ ती उत्खनन करून खनिज मिळवते आणि धातू तयार करते. कंपनीकडे लोह खनिज आणि कोळसा या प्रमुख कच्च्या मालाच्या खाणकामाचे हक्क आहेत.

तिच्या वाढीच्या पाठपुराव्यात, टाटा स्टीलनं परदेशात विस्तारीकरण करण्याची मोहीम हाती घेतली आणि सन २००४मध्ये नॅटस्टील या सिंगापूरमधील पोलाद उत्पादक कंपनीचं संपादन केलं. या कंपनीचे मलेशियात आणि व्हिएतनाममध्ये प्रकल्प होते. पाठोपाठ सन २००५मध्ये त्यांनी थायलंडमधील मिलेनियम स्टीलचं संपादन केलं आणि नंतर सन २००७ मध्ये टाटा स्टीलनं कोरस या युरोपियन स्टील उत्पादक कंपनीचंही संपादन केलं. टाटा स्टीलची भारतातील पोलाद उत्पादनाची क्षमता ही ५ दशलक्ष टन इतकी होती, आता तिची ही क्षमता आशिया आणि युरोपमध्ये २८ दशलक्ष टन पोलाद उत्पादन करण्यापर्यंत वाढली आहे.[१४]

भांडवल वाटपाच्या संदर्भात या संपादनांचं विश्लेषण करू या. हे विश्लेषण करण्यात आपल्याला पश्चातबुद्धीचा लाभ मिळत असला तरी कंपन्यांच्या भांडवल वाटपाच्या निर्णयांमधील कोणत्या जोखमींचं मूल्यमापन केलं पाहिजे याचा विचार करण्यासाठी टाटा स्टीलचं प्रकरण गुंतवणूकदारांना एक चांगली रूपरेषा पुरवतं.

नवीन बाजार

वर्ल्ड स्टील असोसिएशनच्या मते,[१५] सन २००४मध्ये भारतात दरडोई ३५ किलो पोलादाचा वापर केला जात होता, तर चीनमध्ये हा वापर २१७ किलो इतका होता. ब्राझीलमध्ये १११ किलो, अमेरिकेत ४३७ किलो आणि दक्षिण कोरिआत तो १,०१३ किलो होता. सन २००४ मध्ये साधं, तुलनात्मक विश्लेषण करण्यात आलं असतं तर त्याच्यातून भारतात स्टील वापरात दीर्घकालीन वाढ होण्याची

क्षमता असल्याचं सूचित झालं असतं. त्यानंतर २०१४पर्यंतच्या[१६] दहा वर्षांत भारत ही पोलादाची अत्यंत झपाट्यानं वाढणारी दुसऱ्या क्रमांकाची मोठी बाजारपेठ झाली होती. भारतात ७ टक्के सीएजीआरनं सुमारे दहा दशलक्ष टन इतका पोलादाचा खप होत होता. फक्त चीनच भारताच्या पुढे होता आणि त्याचा सीएजीआर ८ टक्के होता. याच्याशी तुलना करता बहुतांश युरोपियन बाजारपेठांमध्ये २००४ ते २०१४ या कालखंडात लक्षणीय प्रमाणात दुर्बल वाढ झाली होती. त्यात जर्मनी (०.९ टक्के), इटली (−३.४ टक्के), फ्रान्स (−२.१ टक्के) आणि यूके (−२.७) टक्के असं वाढीचं प्रमाण होतं. याचा अर्थ असा होता की, टाटाकडे असलेलं कोणतंही अतिरिक्त भांडवल गुंतवण्यासाठी कंपनीनं युरोपऐवजी भारताच्या बाजारपेठेची निवड करणं आवश्यक होतं. त्याऐवजी त्यांनी युरोपमधील प्रकल्पांचं संपादन करण्यात पैसा खर्च केला होता.

नवीन उत्पादनं

कोरसच्या संपादनामागची कारणं स्पष्ट करताना टाटा स्टीलच्या सन २००६च्या वार्षिक अहवालात देण्यात आलेलं एक कारण असं होतं की, कंपनीला ऑटोमोटिव्ह, पॅकेजिंग आणि बांधकाम क्षेत्रांमधील तज्ज्ञता प्राप्त करून घ्यावयाची होती. त्यामुळे टाटा स्टीलला भारतात उच्च मूल्याच्या, उत्तम प्रकारे अंतिम हात फिरवलेल्या उत्पादनांचा पुरवठा करता आला असता. ही कदाचित समर्थन होण्याजोगी व्यूहरचनात्मक खेळी असू शकते, विशेषतः भारतासारख्या विकसनशील देशात उच्च मूल्याच्या पोलादाच्या उत्पादनांचा वाढता वापर होण्याची शक्यता असल्यामुळे तर तिचं समर्थन होऊच शकतं. त्या अर्थानं विचार करता, निदान कोरसच्या संपादनाच्या बाबतीत तरी बाजारपेठ विकासाच्याऐवजी उत्पादन विकासाकडे अधिक लक्ष पुरवण्यात आलं आहे.

भांडवल वाटपाचं प्रमाण

अगदी न्याय्यपणानं सांगायचं झालं तर टाटा स्टीलनं आग्नेय आशिया आणि युरोपमध्ये केलेल्या संपादनांच्या वेळी म्हणजेच सन २००५–०७च्या दरम्यान, उत्पादन आणि बाजारपेठ विस्ताराच्या व्यूहरचनांच्या दीर्घकालीन फलितांचा अंदाज बांधणं नक्कीच शक्य झालं नसतं. मात्र आपण आधीच चर्चा केली आहे त्याप्रमाणे कोणतीही विस्तारीकरण व्यूहरचना आणि तिच्यावर व्यवस्थापन खर्च करू इच्छित असलेल्या भांडवलाचं प्रमाण यांचा विचार करण्याची गरज असते. मार्च २००४मध्ये टाटा स्टीलची निव्वळ संपत्ती ४,५०० कोटी रुपयांची होती आणि त्यांचं बाजार

भांडवलीकरण १४,१०० कोटी रुपयांचं होतं. त्यानंतर २००५ ते ०८ या आर्थिक वर्षांमध्ये टाटा स्टीलनं परदेशांमधील तीन संपादनांमध्ये सुमारे ५८,००० कोटी रुपये खर्च केले. या संपादनांमधून कोणते व्यूहरचनात्मक लाभ मिळवता येतील याचा विचार न करता इतक्या मोठ्या प्रमाणात त्यावर खर्च करण्यात आलेल्या भांडवलाच्या प्रमाणाचा विचार केला तर कंपनीनं मोठी जोखमी पत्करल्याचं दिसून येतं. याशिवाय या संपादनांसाठी टाटा स्टीलच्या मुक्त कॅशफ्लोमधून निधी पुरवला गेला नव्हता, तर त्यासाठी कर्ज घेण्यात आलं होतं. अशा प्रकारच्या संपादनामुळे या जोखमी आणखी वाढतात.

तक्ता क्र. ६७ : आर्थिक वर्षं ०३-२० या कालखंडातील टाटा स्टीलचा एकत्रित आरओसीई

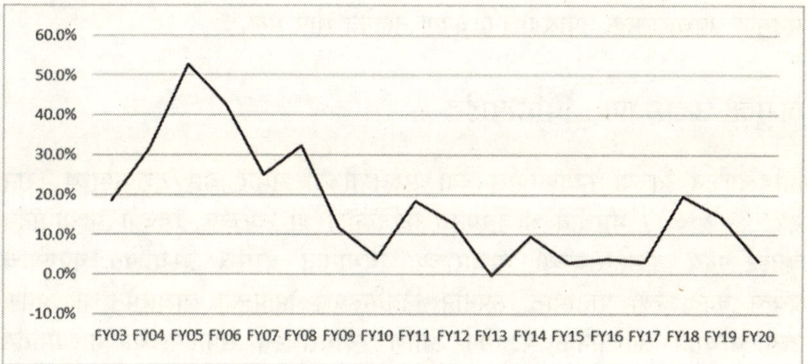

स्रोत : मार्सेलस इन्व्हेस्टमेंट मॅनेजर्स, एस इक्विटी

यातून असा निष्कर्ष काढता येतो की, टाटा स्टीलच्या व्यवस्थापनानं या संपादनांसाठी घेतलेल्या भांडवल वाटपाच्या निर्णयातील संभाव्य मोठ्या जोखमींचे संकेत गुंतवणूकदारांना मिळाले असते. त्यानंतर २००८ या आर्थिक वर्षापासून म्हणजेच कोरसच्या संपादनापासून[१७] (तक्ता क्र.६७ पाहा) कंपनीच्या आरओसीईमध्ये रचनात्मक घट सुरू झाल्याचं दिसून येतं. गुंतवणूकदारांच्या दृष्टीनं यातला प्रमुख धडा असा आहे की, वाढीच्या व्यूहरचनेच्या चांगल्या बाजूंचं मूल्यमापन त्या व्यूहरचनेच्या अंमलबजावणीत अंतर्भूत असलेल्या जोखमींच्या संदर्भात केलं पाहिजे. विशेषतः तिला कर्जाऊ रकमेतून भांडवल पुरवठा करण्यात आला असेल, ते इनऑर्गॅनिक उत्पादन असेल किंवा परदेशी बाजारपेठेतील विस्तारीकरण असेल तर जोखमींचा विचार अधिक गांभीर्यानं केलाच पाहिजे.

टाटा स्टीलच्या भांडवल वाटपातील चुकीच्या पावलांचा परिणाम शेअरधारकांना मूल्य मिळवून देण्याच्या कंपनीच्या क्षमतेवर झाला. कंपनीत ३१ डिसेंबर २००० रोजी एक रुपया गुंतवला असता तर ३१ डिसेंबर, २०२० रोजी त्याचे फक्त ८.७ रुपये (लाभांश वगळता) झाले असते. ११.४ टक्के सीएजीआर मिळाला असता. त्याउलट सेन्सेक्समध्ये त्याच वेळी गुंतवलेल्या एका रुपयातून ३१ डिसेंबर २०२० पर्यंत १२ रुपये मिळाले असते. याच्यातून टाटा स्टीलची कामगिरी सेन्सेक्सच्या तुलनेत १.८ टक्क्यांनी खालावल्याचं दिसून येतं. संपत्तीच्या दीर्घकालीन चक्रवाढ वृद्धीकरिता सुज्ञपणानं केलेलं भांडवल वाटप किती महत्त्वाचं असतं यावर प्रकाश टाकण्यासाठी आणखी एका कंपनीवर नजर टाकू या. या कंपनीनंही संपादनाच्या माध्यमातून आंतरराष्ट्रीय बाजारपेठेत प्रवेश करण्याचा प्रयत्न केला, परंतु संपादनासाठी वापरण्यात आलेल्या मुक्त रोख पैशाचं प्रमाण प्रमाणबद्ध होतं आणि म्हणून ज्या वेळी या संपादनांमधून परतावे मिळवण्यात अपयश आलं त्या वेळी व्यवस्थापनाला त्या संदर्भात उपचारात्मक उपाययोजना करणं तुलनेत सोपं गेलं.

नमुना उदाहरण : पिडिलाईट

पिडिलाईटनं तिच्या स्थापनेपासूनच्या सुरुवातीच्या सुमारे चार दशकांमध्ये (सन १९५९-२०००) भारतीय बाजारपेठेत फेविकॉल या त्यांच्या ब्रँडच्या माध्यमातून व्हाइट ग्ल्यू अ‍ॅड्हेसिवच्या बाजाराच्या विभागात वर्चस्व प्रस्थापित करण्याचे प्रयत्न केले. त्या पाठोपाठ कंपनीनं नियमितपणे आपल्या बाजारपेठांचा आणि उत्पादनांचाही ऑर्‌गॅनिक पद्धतीनं आणि त्याबरोबरच संपादनाच्या माध्यमातून इनऑर्‌गॅनिक पद्धतीनं विस्तार केला.

सन १९९९ ते २००५ या कालावधीत पिडिलाईटनं स्थानिक बाजारपेठेत अनेक संपादनं करून आपल्या उत्पादनाच्या पोर्टफोलिओत भर घातली. फर्मची चॅनेलमधील उपस्थिती विस्तारण्यासाठी आणि मध्यस्थीचा प्रभाव वाढवण्यासाठीही त्यांनी हे केलं.

यात पुढील संपादनांचा समावेश होता :

अ) पिडिलाईटनं सन १९९९मध्ये चार कोटी रुपयांना रानीपाल, या कपड्यांना पांढरी चमक देणाऱ्या (फॅब्रिक व्हाइटनर) ब्रँडचं संपादन केलं.

ब) सन २००० मध्ये त्यांनी ३२ कोटी रुपयांना एम-सील आणि डॉक्टर फिक्सइट या अनुक्रमे सीलंट आणि जलप्रतिरोधक क्षेत्रातील ब्रँडचं संपादन केलं.

क) सन २००२ मध्ये दहा कोटी रुपयांना स्टीलग्रिप या इन्स्युलेशन टेप्सच्या ब्रँडचं संपादन केलं.

ड) सन २००५ मध्ये रॉफ या फरशांच्या आणि टायलिंगच्या अड्हेसिवच्या ब्रँडचं त्यांनी संपादन केलं. ते किती रुपयांना केलं ते जाहीर करण्यात आलं नाही.

पिडिलाईटनं त्या काळात कंपनीनं निर्माण केलेल्या एकूण ऑपरेटिंग कॅशफ्लोच्या ११ टक्के इतकी रक्कम या संपादनांसाठी वापरली. मात्र याकरिता कोणतंही कर्ज घेतलं नाही. यांपैकी बहुतांश संपादनं ही त्यांच्या संबंधित वर्गांमधील वर्चस्वी ब्रँड झाली आणि त्यांनी पिडिलाईटला संपादनासाठी वापराव्या लागलेल्या भांडवल मूल्याच्या तुलनेत खूपच मोठ्या प्रमाणात आरओसीई दिले. भारतातील इतर कोणत्याही कंपनीपेक्षा पिडिलाईटकडे अत्यंत वैविध्यपूर्ण वितरण जाळी आहेत, त्याचं श्रेय विस्तारीकरणाच्या या टप्प्याला जातं. त्यांची उत्पादनं विविध मार्गांनी ग्राहकांपर्यंत पोहोचतात. त्यात किराणा मालाची दुकानं, हार्डवेअरची दुकानं, रंगांची दुकानं, आधुनिक किरकोळ विक्रीची दुकानं, ई-कॉमर्स, पानवाले आणि स्टेशनरीची दुकानं यांचा समावेश आहे.[१८]

सन २००६पासून पुढे पिडिलाईटनं भारताबाहेरच्या बाजारपेठांमध्ये प्रकल्प शोधण्यास सुरुवात केली आणि आंतरराष्ट्रीय संपादनांसाठी सुमारे ६८५ कोटी रुपये (म्हणजे नऊ वर्षांच्या कालावधीत ऑपरेटिंग कॅश फ्लोच्या १६ टक्के इतकी रक्कम) खर्च केले. या संपादनांमध्ये ब्राझील, मध्य-पूर्व आणि अमेरिका या देशांचा समावेश होता. याशिवाय फ्रान्समधील अलॅस्टोमर (लवचिकतेचे गुणधर्म असलेला नैसर्गिक किंवा कृत्रिम पॉलीमर) उत्पादन कंपनीही त्यात अंतर्भूत होती. पिडिलाईटनं लहान उद्योगांची खरेदी केली. त्यांच्यापैकी काही उद्योग बिगर संबंधित क्षेत्रांतील उद्योगांमध्ये कार्यरत होते आणि त्यांच्याकडे कुठल्याही प्रकारचं बाजारपेठीय नेतृत्व नव्हतं. ब्राझीलसारख्या देशांमध्ये केलेल्या संपादनांना त्या देशातील आर्थिक घसरणीला तोंड द्यावं लागलं आणि कंपनीच्या वारसा व्यवस्थापन टीमच्या समस्यांचा सामनाही करावा लागला. सन २०११-२०२० या कालावधीत पिडिलाईटनं ब्राझीलमधील आणि मध्य-पूर्वेतील तिच्या उपकंपन्यांमध्ये १८० कोटी रुपयांची संपत्ती गुंतवली आणि अलॅस्टोमर प्रकल्पात ३०० कोटी रुपयांची गुंतवणूक केली. अमेरिकेत करण्यात आलेलं (सायक्लो) संपादन सन २०१७मध्ये ४५ कोटी रुपयांना विकण्यात आलं.[१९]

आपल्या आंतरराष्ट्रीय संपादनांमधून केलेल्या चुकांतून शिकल्यामुळे पिडिलाईटनं पुन्हा एकदा स्थानिक बाजारपेठेकडे आणि तिच्या मुख्य अ‍ॅड्हेसिव्हच्या व्यवसायावर आपलं लक्ष केंद्रित केलं. बाजारपेठेत अ‍ॅड्हेसिवच्या व्यापक श्रेणीतील आपलं स्थान भक्कम करण्यासाठी पिडिलाईटनं अनेक लहान कंपन्यांचं संपादन केलं. या संपादनांमध्ये कापड रसायन आणि अ‍ॅड्हेसिव्ह कंपनी ब्ल्यूकोटचा समावेश होता. पिडिलाईटनं तिचं २६० कोटी रुपयांना संपादन केलं. याशिवाय काही अज्ञात

कारणापोटी त्यांनी सुपार्श्व या ॲड्हेसिव्ह ब्रँडची खरेदी केली. ही तुलनेत लहान असलेली स्थानिक संपादनं पिडिलाईटला मोठं आरओसीई मिळवून देणारी ठरली.

पिडिलाईटनं २०१४-२०१९ या आर्थिक वर्षांमध्ये ३०० कोटी रुपये देऊन (म्हणजे ऑपरेटिंग कॅशफ्लोंच्या सात टक्के आणि एम्प्लॉइड कॅपिटलच्या २-३ टक्के) जवळपासच्या वर्गवारीतील व्यवसायांचं संपादन केलं (सीआयपीवाय - फ्लोअर कोटिंग्ज, निना अँड पर्सेप्ट - जलप्रतिरोधक कंत्राटदार) आणि आयसीएसारख्या बहुराष्ट्रीय कंपन्यांबरोबर वुड फिनिशसारख्या उत्पादनांकरिता संयुक्त प्रकल्प केले. संपादनानंतर या व्यवसायांनी वित्तीय कामगिरींमध्ये लक्षणीय सुधारणा दर्शवली. या टप्प्यातील एम अँड ए करिता शिस्तबद्ध भांडवल वाटप करण्याखेरीज पिडिलाईटनं २०१८ या आर्थिक वर्षात प्रतिशेअर १००० रुपये या दरानं ५०० कोटी रुपयांच्या शेअरची पुनर्खरेदी केली. या शेअर पुनर्खरेदीचा खर्च हा एम्प्लॉइड भांडवलाच्या १४ टक्के आणि २०१८ या आर्थिक वर्षातील पिडिलाईटच्या ऑपरेटिंग कॅशफ्लोच्या ६३ टक्के इतका होता. २०१० आणि २०२० या आर्थिक वर्षांच्या दरम्यान, पिडिलाईटचा आरओसीई हा २६ टक्क्यांवरून ३२ टक्क्यांपर्यंत वाढला.

कोविड-१९ महामारीच्या दरम्यान अनेक भारतीय कंपन्यांना २०२१ या आर्थिक वर्षात बाह्य वातावरणातील अनिश्चिततेला तोंड देणं अवघड वाटत असताना पिडिलाईट पुढे झाली आणि तिने हंट्समन कॉर्पोरेशन (अमेरिका) या कंपनीच्या भारतीय उपकंपनीचं संपादन केलं. ही कंपनी अराल्डाईट, अराल्डाईट कार्पेंटर आणि अरासिल यांसारख्या सर्वज्ञात ब्रँडअंतर्गत अड्हेसिव्ह, सिलंट यांचं उत्पादन आणि विक्री करते.[२०] या संपादनाच्या आधी एपॉक्सी ही अड्हेसिव्हच्या उत्पादनातील भारतातील सगळ्यात मोठी कंपनी होती. हंट्समनच्या अराल्डाईट ब्रँडच्या ताकदीमुळे पिडिलाईटला या क्षेत्रात वर्चस्व प्रस्थापित करता आलं नव्हतं. पिडिलाईटनं या ब्रँडचं संपादन तिच्या २०१९च्या एबीआयडीटीएच्या फक्त पंधरा पट रक्कम मोजून केलं. त्या वेळी त्या कंपनीनं त्या वर्षी ३५ टक्के ईबीआयटीडीए मार्जिनची निर्मिती केली होती.[२१] पिडिलाईटनं या संपादनासाठी ताळेबंदावर उपलब्ध असलेल्या अतिरिक्त एकत्रित रोख पैशाचा वापर केला होता. म्हणून या संपादनामुळे पिडिलाईटचा ताळेबंद दुर्बल झाला नव्हता. त्याऐवजी त्याने पिडिलाईटला अड्हेसिवच्या उद्योगावर वर्चस्व प्रस्थापित करण्याची संधी मिळवून दिली होती.

पिडिलाईटचा प्रवास हा मुख्य व्यवसायावर आणि/किंवा त्याच्या समकक्ष व्यवसायांवर लक्ष केंद्रित करून केलेल्या भांडवल वाटपाच्या लाभाचं उदाहरण आहे. विस्तारीकरणाच्या व्यूहरचना चुकीच्या ठरल्या तर त्यामुळे झालेली हानी सहन करणं शक्य असतं असंही त्याच्यातून दिसतं. यासाठी या व्यूहरचनांकरिता वाटप करण्यात आलेलं भांडवल हे निरखून-पारखून, मोजून-मापून व्यवस्थितपणे

दिलेलं असलं पाहिजे आणि व्यवस्थापनानं त्यावर सहसा सगळं काही पणाला लावलेलं असता कामा नये.

पिडिलाईटच्या व्यवस्थापनाच्या भांडवल वाटपातून त्यांच्या शेअरधारकांसाठी प्रचंड प्रमाणात संपत्तीची निर्मिती झाली. ३१ डिसेंबर २००० रोजी कंपनीत गुंतवलेल्या एक रुपयातून गुंतवणूकदाराला ३१ डिसेंबर २०२० रोजी १४२.७ रुपये (लाभांश वगळता) मिळाले असते. म्हणजेच २८.२ टक्के सीएजीआर मिळाला असता. त्याउलट सेन्सेक्समध्ये त्याच दिवशी गुंतवलेल्या एक रुपयातून ३१ डिसेंबर २०२० रोजी फक्त १२ रुपये मिळाले असते. याचा अर्थ पिडिलाईटनं या वीस वर्षांच्या काळात सेन्सेक्सच्या तुलनेत अकरा पट अधिक कामगिरी केली आहे.

नमुना उदाहरण : कोटक महिंद्रा बँक

सन १९८५मध्ये उदय कोटक यांनी स्थापन केलेल्या कोटक महिंद्रा बँकेची (केएमबी) सुरुवात एनबीएफसी म्हणून (नॉन बँकिंग फिनान्शियल कंपनी – बिगर-बँक वित्त कंपनी) झाली. सन २००३च्या फेब्रुवारीत कोटक महिंद्रा फायनान्स लिमिटेड या एनबीएफसीला रिझर्व्ह बँक ऑफ इंडियाकडून बँकिंग परवाना मिळाला आणि कोटक महिंद्रा बँक अस्तित्वात आली. बँक म्हणून अस्तित्वात असलेल्या सोळा वर्षांच्या कालावधीत केएमबीनं प्रतिशेअर २८.६ टक्के सीएजीआरनं कमाईत वाढ केली. २०२० या आर्थिक वर्षाच्या अखेरीला केएमबीकडे २,२०,००० कोटी रुपयांचं कर्जपुस्तक होतं.

कोटक महिंद्रा बँकेच्या प्रवासातून भांडवल वाटपाविषयीचे काही महत्त्वाचे धडे मिळतात. त्यांच्यापैकी काही महत्त्वाचे धडे पुढे दिले आहेत :

विलीनीकरणानं केएमबीला एक मोठा डाव खेळण्यास प्रेरित केलं

सन २०१५मध्ये केएमबीनं आयएनजी वैश्य बँकेचं संपादन केलं. भारताच्या बँकेच्या इतिहासातील ते तोपर्यंतचं सगळ्यात मोठं विलीनीकरण होतं. भांडवल वाटपाच्या या निर्णयानं केएमबीचं ज्या बाजारपेठांमध्ये आणि उत्पादनांमध्ये कमी अस्तित्व होतं, त्या बाजारपेठा आणि उत्पादनं त्यांना उपलब्ध झाली. दक्षिण भारतीय प्रदेश आणि एसएमई क्षेत्र या त्या अनुक्रमे दोन गोष्टी होत्या. मात्र त्या व्यवहाराचा आकार लक्षात घेतला तर चुकीच्या अंदाजामुळे बँकेला भविष्यात मोठी किंमत चुकती करावी लागली असती. ही जोखीम सौम्य करण्यासाठी केएमबीनं या व्यवहाराला शेअर-

स्वॅप व्यवहार स्वरूपात तयार केलं. त्यामुळे त्यांना त्यासाठी रोख पैशांत रक्कम द्यावी लागली नाही. याशिवाय केएमबी (~४.५ पट x पी/बी) आणि आयएनजी वैश्य (~२.२x पी/बी) यांच्यातील मूल्यांकन फरक, इक्विटी डायल्युशन हे फक्त १५ टक्क्यांपर्यंत मर्यादित ठेवण्यात आलं.

नफा निर्माण करणं आणि त्याचं पुनर्वाटप करणं याच्या नीतिमान चक्रावर प्रभुत्व मिळवणं

भांडवल हा बँकेचा कच्चा माल असतो आणि केएमबीनं व्यवसाय वाढवण्यातील अतिरिक्त नफ्याच्या स्वरूपात भांडवलाच्या पुनर्वाटपाला प्राधान्य दिलं. २०११ आणि २०२० या दरम्यानच्या दहा आर्थिक वर्षांच्या कालावधीत केएमबीनं त्यांना झालेल्या ४१,५०० कोटी रुपयांहून अधिक नफ्यातून दिलेले एकूण लाभांश हे फक्त ९०८ कोटी रुपयांचे होते. (त्यात लाभांश वितरण कराचा समावेश होता.) बँकेला सुमारे १४.५ टक्क्यांचा आरओई कायम ठेवून सातत्यानं तिच्या कॅशफ्लोंचा वापर करून भांडवलाची पुन्हा व्यवसायात गुंतवणूक करण्याच्या संधी मिळत असल्यामुळे हे घडलं होतं.

परिणामी, केएमबीचा ईपीएस हा २०१०–२०२० या आर्थिक वर्षांदरम्यानच्या कालावधीत १७ टक्के सीएजीआरनं वाढला आहे. आर्थिक वर्ष २०११ ते २०२० या कालावधीत केएमबीच्या शेअरच्या किमतीत २१ टक्के सीएजीआरची वाढ करण्यात या ईपीएस वाढीनं महत्त्वाची भूमिका बजावली आहे.

संयुक्त प्रकल्पांचं व्यवस्थापन

बँकिंग व्यवसायाच्या पलीकडे जाऊन कोणत्याही नवीन क्षेत्रात प्रवेश करण्यासाठी कर्ज किंवा वित्तीय सेवा देणं या संदर्भात आपल्या स्वतःच्या संसाधनांचा वापर करण्याऐवजी केएमबीनं जागतिक नेता असलेल्या कंपन्यांबरोबरच्या संयुक्त प्रकल्पांना प्राधान्य दिलं. गोल्डमन सॅक्स आणि फोर्ड यांच्याबरोबर केएमबीनं सन १९९६मध्ये केलेल्या संयुक्त प्रकल्पामुळे त्यांना ब्रोकिंग, गुंतवणूक बँकिंग आणि ऑटोमोबाइल कर्ज या संदर्भातील जगातील उत्तम पद्धती समजल्या. त्याचप्रमाणे सन २००१मध्ये आयुर्विमा व्यवसायात उतरण्याचा निर्णय घेतल्यानंतर केएमबीनं ओल्ड म्युच्युअलबरोबर ७६:२४ या प्रमाणात संयुक्त प्रकल्पात प्रवेश केला. अशा जागतिक पातळीवरच्या फर्मकडून केएमबीला अनेक गोष्टी शिकता आल्याच, पण त्याशिवाय त्या व्यवसायांना टिकवून ठेवतानाच त्यांनी ते संयुक्त प्रकल्प सामोपचारानं संपुष्टातही आणले. ज्या काळात अशा प्रकारच्या संयुक्त

प्रकल्पांमध्ये परदेशी भागीदारांनी स्थानिक कंपन्यांचं संपादन करणं ही सर्वसामान्य बाब होती, त्या काळात त्यांनी हे केलं होतं. (गोल्डमन कोटक सिक्युरिटीजमधून बाहेर पडण्याच्या फक्त तीनच महिने आधी मेरिल लिंचनं डीएसपी मेरिल लिंचमधील हमेंद्र कोठारींचा ५० टक्के हिस्सा खरेदी केला होता.) केएमबीनं फोर्ड, गोल्डमन आणि ओल्ड म्युच्युअल यांच्यामध्ये फक्त हिस्सेच खरेदी केले नव्हते, तर त्यांनी संयुक्त प्रकल्पांमधील आपल्या भागीदारांना चांगली किंमत देऊन त्यांच्याशी असलेली भागीदारी सौहार्दपूर्ण वातावरणात संपुष्टात आणली होती. सन २०१७मध्ये ओल्ड म्युच्युअलचा २६ टक्के हिस्सा खरेदी करण्यात आला त्यावेळी १८५ कोटी रुपयांच्या त्यांच्या मूळ गुंतवणुकीवर त्यांना सीएजीआर परताव्याच्या १५ टक्के रक्कम कमावता आली होती. त्याचप्रमाणे गोल्डमनला कोटक महिंद्रा कॅपिटल आणि कोटक सिक्युरिटीजमध्ये करण्यात आलेल्या १०० कोटी रुपयांच्या गुंतवणुकीवर १३ टक्के सीएजीआर मिळवता आला. यांपैकी प्रत्येक कंपनीतील त्यांच्या २५ टक्के हिश्शापोटी त्यांना ३३० कोटी रुपये देण्यात आले. केएमबीनं त्यांच्या संयुक्त प्रकल्पांच्या भागीदारांनी बाहेर पडावं असा प्रस्ताव त्यांच्या समोर ठेवेपर्यंत केएमबीनं आधीच जागतिक सर्वोत्तम प्रथा आत्मसात केल्या होत्या, शिवाय तोपर्यंत ती भारताची प्रथम क्रमांकाची गुंतवणूक बँक, ब्रोकरेज कंपनी आणि ऑटोमोबाईल कर्जदाताही झाली होती. तसंच आयुर्विमा क्षेत्रातील ती देशातील सहाव्या क्रमांकाची कंपनी होती. केएमबी ही ब्रोकिंग, गुंतवणूक बँकिंग, विमा किंवा मालमत्ता व्यवस्थापन या सर्व क्षेत्रांमधील आपल्या सर्व उपकंपन्यांची शंभर टक्के मालकी असलेली देशातील पहिल्या क्रमांकाची कंपनी आहे.

कालौघात इक्विटी भांडवलात सुज्ञपणानं झालेली वाढ

भांडवलात हुशारीनं झालेली वाढ हासुद्धा भांडवल वाटपाचा एक हुशारीचा मार्ग आहे. विशेषतः झपाट्यानं वाढणाऱ्या किंवा विकसित होत जाणाऱ्या कर्जदात्यांनी दर तीन वर्षांनी किंवा तत्सम काळात भांडवलात वाढ करत जाण्याची गरज असते. आरओईपेक्षा उच्चतर वाढीचा दर नियामक भांडवलावर दबाव आणत असल्यामुळे हे आवश्यक असतं. केएमबीनंसुद्धा दर तीन ते चार वर्षांच्या अंतरानं भांडवलात वाढ केली आहे, परंतु या क्षेत्रातील इतर कंपन्यांच्या तुलनेत ही बँक काही बाबतींत वेगळी ठरते. त्यांच्यापैकी एक म्हणजे या बँकेकडे इक्विटी डायल्युशनला आळा घालतानाच भांडवली बाजारातून पैशाची उभारणी करण्याची क्षमता आहे. बँकेनं सन २००७ आणि सन २०१७ अशा दोन वर्षी अर्हताप्राप्त संस्थात्मक प्लेसमेंटच्या (क्वालिफाइड इन्स्टिट्युशनलाइज्ड प्लेसमेंट– क्यूआयपी) माध्यमातून इक्विटी भांडवलात दोनदा वाढ केली आहे आणि या दोन्ही प्रसंगी ही

वाढ बाजारपेठेतील सर्वोच्च किंवा तिच्या जवळपासची वाढ होती. याचा अर्थ कमी प्रमाणात इक्विटी डायल्युशन करण्यात आलं होतं आणि आरओईवर त्याचा कमी परिणाम झाला होता.

केएमबीच्या लक्षणीयरीत्या प्रभावी भांडवल वाटपानं त्यांच्या शेअरधारकांसाठी प्रचंड प्रमाणात संपत्तीची निर्मिती केली. ३१ डिसेंबर २००० रोजी कंपनीत गुंतवण्यात आलेल्या एक रुपयानं ३१ डिसेंबर २०२० रोजी ३६.९ टक्के सीएजीआर मिळवून दिला. त्याउलट सेन्सेक्समध्ये त्या काळात गुंतवलेल्या एक रुपयानं ३१ डिसेंबर २०२० रोजी फक्त १२ रुपये मिळवून दिले. याचा अर्थ केएमबीनं सेन्सेक्सच्या ४३ पट अधिक चांगली कामगिरी केली असा होतो.

भांडवल वाटपाची काळी बाजू

आतापर्यंत आपण कंपन्यांच्या व्यवस्थापनांनी घेतलेल्या भांडवल वाटपाच्या निर्णयांची चर्चा केली. काही प्रकरणांमध्ये कंपनीच्या प्रवर्तकांनी घेतलेल्या भांडवल वाटपाच्या निर्णय़ांचं म्हणजेच त्यांच्या मालकीच्या विविध व्यवसायांमध्ये त्यांनी केलेल्या निधी वाटपाचं मूल्यमापन करणं अत्यंत महत्त्वाचं असतं. ज्या वेळी प्रवर्तकांचं एकाहून अनेक व्यवसायांवर नियंत्रण असतं, त्या वेळी त्यांनी उत्तम प्रकारे चाललेल्या एका व्यवसायाचं भांडवल आपल्या नियंत्रणाखाली असलेल्या पण निधीची गरज असलेल्या दुसऱ्या व्यवसायाकडे वळवण्याचा धोका असतो. अशा प्रकारे निधीचं हस्तांतरण हे अगदी पारदर्शकपणे करण्यात आलं असलं तरी ते फारसं अल्पसंख्य शेअरधारकांच्या हिताचं नसतंच. सहसा नेहमी संचालक मंडळानं याला हरकत घेतली पाहिजे आणि प्रवर्तकाच्या इतर व्यवसायांना आपल्या व्यवसायाकडून आर्थिक पाठबळ देणं रोखलं पाहिजे. परंतु उतावळा प्रवर्तक संचालक मंडळाला डावलण्याचे मार्ग शोधतो. म्हणून गुंतवणूकदारांनी कोणत्याही कंपनीत गुंतवणूक करण्याच्या आधी अत्यंत सावधगिरी बाळगली पाहिजे. प्रवर्तकाच्या मालकीच्या एकाहून अधिक कंपन्या आहेत का, याचा दक्षतेनं विचार केला पाहिजे. ज्या वेळी प्रवर्तकाचे वेगवेगळ्या कंपन्यांमध्ये अनेक व्यवसाय असतात, त्या वेळी ही दक्षता घेतली पाहिजे, शिवाय ज्या वेळी प्रत्येक कंपनीगणिक प्रवर्तकाचं शेअरधारण भिन्न असेल आणि ज्या कंपनीत त्याचं शेअरधारण इतर कंपन्यांच्या तुलनेत अधिक असेल आणि त्या कंपनीला अनुकूल ठरणारे अधिक निर्णय घेण्याकडे त्याचा कल असेल त्या वेळी तर ही गोष्ट अधिक गांभीर्यानं घेतली पाहिजे.

या गोष्टीचं एक उदाहरण पाहू या. यावर आपण आधीही चर्चा केली आहे. सत्यम कॉम्प्युटर्स हे याचं उदाहरण आहे. सन २००९च्या जानेवारीत रामलिंग राजू या सत्यम कॉम्प्युटर्सच्या प्रवर्तकानं आणि सीईओनं कंपनीच्या संचालक मंडळाला

पाठवलेल्या पत्रात कंपनीच्या आर्थिक परिणामांमध्ये मोठ्या प्रमाणात चुका असल्याचं (खरं तर अफरातफर) मान्य केलं. त्यात महसुलाचे आकडे फुगवून सांगणं, दायित्वं कमी असल्याचं दाखवणं आणि रोख व बँकेतील शिलकांचे आकडेही फुगवून सांगणं या गोष्टींचा समावेश होता.[२२] बनावट कर्मचारी असल्याचं दाखवून त्यांना वेतन दिलं जात असल्याचं दाखवण्यात आलं होतं. अशा विविध प्रकारे राजू कंपनीचा पैसा कंपनीच्या बाहेर वळवत होता. त्या पैशातून त्याने स्वतःच्या नावावर जमिनींची आणि इतर मालमत्तांची खरेदी केली होती. नंतर एक वेळ अशी आली की, त्याला हे सगळं बनावट प्रकरणं तसंच उभं करणं शक्य होईनासं झालं. प्रत्यक्ष आणि दाखवण्यात आलेल्या रोख शिल्लक रकमांमधील तफावत जुळवणं कठीण झालं. त्या वेळी राजूनं त्याच्या कुटुंबाच्या मालकीच्या दोन कंपन्यांचं विलीनीकरण करण्याचा घाट घातला. मेटास प्रॉपर्टीज आणि मेटास इन्फ्रास्ट्रक्चर या त्या दोन कंपन्या होत्या. त्यांचं सत्यममध्ये विलीनीकरण करण्यात आलं. सत्यमच्या हिशेबपुस्तकांमध्ये दाखवण्यात आलेली रक्कम या बनावट विलीनीकरणांसाठी वापरल्याचं दाखवायचं अशी त्याची योजना होती. प्रत्यक्षात ही रोख रक्कम राजूला आणि त्याच्या कुटुंबालाच दिली जाणार असल्यानं ती खरोखरची दिली गेली नसती तरी काहीच फरक पडणार नव्हता. फक्त या बनावट विलीनीकरणाद्वारे प्रत्यक्ष आणि दाखवण्यात आलेल्या शिल्लक रकमेतील तफावत दूर करण्याचा प्रयत्न केला जाणार होता. मेटास कंपन्यांच्या मालमत्तांचा वापर करून सत्यममधील अफरातफरीवर पांघरूण घालण्याचा प्रयत्न केला जात होता.[२३] प्रवर्तकाच्या कुटुंबाकडे सत्यममधील फक्त ८.६१ टक्के हिस्सा होता आणि मेटास कंपन्यांचा मात्र १०० टक्के हिस्सा होता. म्हणूनच त्यांची वित्तीय स्वारस्यं आणि त्यांच्या शेअरधारकांची वित्तीय स्वारस्यं यांच्यात कुठेही ताळमेळ नव्हता. अशा कठीण परिस्थितींमध्येच प्रवर्तकांच्या खऱ्या निष्ठा कुठे आहेत ते दिसून येतं.

अर्थातच सत्यमचं प्रकरण हे अपवादात्मक उदाहरण आहे, हे मान्य केलं तरीही आपल्या वैयक्तिक स्वारस्यांचं रक्षण करण्यासाठी प्रवर्तक कुठल्या टोकांपर्यंत जाऊ शकतात, ते यातून दिसून येतं. भांडवल वाटपाच्या निर्णयांचं मूल्यमापन करताना गुंतवणूकदारांनी म्हणूनच प्रवर्तकाच्या पातळीवर आणि कंपनीच्या पातळीवर अशा दोन्ही पातळ्यांवर करण्यात आलेल्या भांडवल वाटपाचा विचार केला पाहिजे.

मानवी भांडवल - अत्यंत महत्त्वाचा वाटप निर्णय

> उत्तराधिकाऱ्यावरून नेत्याच्या टिकाऊ मूल्यांचं मापन केलं जातं.
>
> -जॉन सी. मॅक्सवेल[२४]

मानवी भांडवल हे सातत्यपूर्ण कंपाउंडरचं सर्वाधिक मूल्यवान भांडवल असतं, कारण फर्मला दीर्घ काळात तिचे स्पर्धात्मक लाभ रुजवण्यासाठी तिच्या डीएनएचं पोषण करण्यास मानवी भांडवलाचीच मदत होते. मात्र तरीही जसजसा काळ पुढे सरकतो, तसतशा फर्मच्या मानवी भांडवलाचा भाग असलेल्या व्यक्ती निवृत्त होऊ शकतात, राजीनामा देऊन बाहेर पडू शकतात किंवा प्रमुख जबाबदाऱ्या असलेल्या व्यापक टीमचा भाग होऊ शकतात. म्हणूनच आपल्या स्पर्धात्मक लाभांना टिकवून ठेवण्यास मदत करण्यासाठी सातत्यपूर्ण कंपाउंडरला उत्तराधिकाऱ्याचं नियोजन करण्याची गरज असते. मात्र तरीही उत्तराधिकाऱ्याचं नियोजन हा कोणत्याही प्रकारे एखादा उपक्रम नसतो. ही एक प्रक्रिया असते आणि ती संघटनेच्या डीएनएमध्ये रुजलेलीच असावी लागते.

उत्तराधिकाऱ्याच्या प्रक्रियेची अंमलबजावणी करणं ही गोष्ट बहुतांश संघटनांसाठी विविध पातळ्यांवर अत्यंत आव्हानात्मक असते. ज्या वेळी व्यवसाय लहान असतो त्या वेळी तो कदाचित एखाद्या सर्वशक्तिशाली नेत्याकडून (म्हणजे प्रवर्तकाकडून, सीईओकडून किंवा व्यवस्थापकीय संचालकाकडून) चालवला जातो. असा अधिकारी काहीही करू शकतो आणि सगळ्या समस्या सोडवू शकतो. अशा संघटना आकारानं अधिक मोठ्या झाल्या की त्या 'सर्वशक्तिमान' नेत्याला त्या संघटनांवरचं आपलं नियंत्रण सुटत चालल्यासारखं वाटून असुरक्षितपणा वाटू लागतो. विशेषतः ज्या वेळी त्या फर्मनं त्याच नेत्याच्या नेतृत्वाखाली भक्कम स्पर्धात्मक लाभांची उभारणी केलेली असते, त्या वेळी हे घडतंच. याशिवाय जर त्या नेत्यानं सीएक्सओंच्या (चीफ एक्सपीरिअन्स ऑफिसरच्या) पातळ्यांची उभारणी केली असेल तर तो त्यांना उत्तराधिकारी म्हणून प्रशिक्षण देतो. मात्र सर्वोच्च नोकरी न मिळाल्यामुळे उर्वरित प्रशिक्षित सीएक्सओ नोकरी सोडून इतर संघटनांमध्ये नेतृत्वाचं पद मिळालं तर तिकडे जाण्याची शक्यता असते. अशा प्रकारे लोक कंपनी सोडून गेले तर कंपनीत मोठ्या प्रमाणात पोकळी निर्माण होते. उत्तराधिकारी ओळखण्यासाठी लागणारा काळही महत्त्वाचा असतो.

जर उत्तराधिकारी खूपच लवकर ठरवण्यात आला, तर इतर सक्षम लोकांमध्ये संघर्ष निर्माण होण्याची शक्यता असते, कारण त्यांच्या करिअरच्या प्रगतीत त्यांना अडथळा आल्यासारखं वाटतं. जर उत्तराधिकारी खूपच उशिरा निश्चित करण्यात आला तर कदाचित त्या भूमिकेसाठी त्याची फारशी तयारीच झालेली नसते आणि टीममधील इतर ज्येष्ठ व्यवस्थापकांमध्ये त्याच्या नेतृत्वाविषयी विश्वास निर्माण झालेला नसतो. भारतातील अनेक व्यवसाय प्रवर्तकाच्या कुटुंबांकडून चालवले जातात. आपल्या मुलांना किंवा मुलींना नैसर्गिक कंपनीप्रमुख म्हणून कंपनीत आणण्याकडे अशा प्रवर्तकांचा कल असतो. फर्ममध्ये वीस किंवा तीस वर्षं काम केलेल्या काही व्यावसायिकांप्रमाणे प्रवर्तकाच्या पुढच्या पिढीतील उत्तराधिकाऱ्यांनी

कदाचित मूलभूत पातळीवर पुरेसा वेळ काम करून व्यवसायाच्या धन आणि ऋण बाजू, ताकदी आणि दुर्बलता जाणून घेतलेल्या नसतात. तसंच त्यांनी विविध स्टेकधारकांशी आवश्यक संबंध निर्माण केलेले नसतात. याशिवाय प्रवर्तकाच्या कुटुंबातील एकाहून अधिक लोक उत्तराधिकाऱ्याच्या जागेवर दावा सांगू शकतात. त्यामुळे प्रवर्तकाच्या कुटुंबांतर्गत संघर्ष निर्माण होऊ शकतात.

जर अशी आव्हानं उचितपणे संघटनात्मक आणि गुणी लोकांकडून नियंत्रित करण्यात आलेल्या उत्तराधिकारी नियोजन प्रक्रियेद्वारे सोडवली गेली नाहीत, तर तिच्यातून व्यूहरचनात्मक चुका घडू शकतात. त्यामुळे कर्मचारी संस्कृतीची हानी होऊ शकते किंवा मूलभूत पातळीवरच्या अंमलबजावणीत आणि भांडवल वाटपात आळशीपणा, सुस्ती आणि आत्मसंतुष्टपणा येऊ शकतो.

सातत्यपूर्ण कंपाउंडरमधील उत्तराधिकारी नियोजनाच्या गुणात्मकतेच्या आकलनात पुढील चार घटकांचा समावेश केलाच पाहिजे.

१. सत्ता आणि अधिकार यांच्या विकेंद्रीकरणाचा पुरावा – व्यवसायाची दैनंदिन अंमलबजावणी आणि भांडवल वाटपाच्या निर्णयाची अंमलबजावणी या दोहोंमधील विकेंद्रीकरणाचा पुरावा.
२. संघटनेतील सीएक्सओंच्या गुणवत्ता आणि मुदती.
३. भांडवल वाटपाच्या निर्णय प्रक्रियेचं विकेंद्रीकरण आणि फर्ममधील सीएक्सओंच्या भरती यांमध्ये संचालक मंडळाचा सहभाग आणि स्वतंत्रपणा.
४. संघटनेवर प्रतिकूल परिणाम होऊ न देता सीएक्सओ पातळीवर उत्तराधिकारी निवडीची अंमलबजावणी झाल्याचा ऐतिहासिक पुरावा.

एशियन पेंट्स हे आपल्या उत्तराधिकारी नियोजनाच्या रूपरेषेतील सर्वच्या सर्व चारही घटकांचा विचार करणारं उत्तम उदाहरण आहे. सुमारे दशकभराहून अधिक कालावधीत कामकाजांची अंमलबजावणी ही फर्मच्या अधिकाऱ्यांच्या उतरंडीतील सीईओ पातळीपासून ते व्यवस्थापनातील मध्यम पातळीवरच्या सक्षम व्यावसायिकांपर्यंतच्या अधिकाऱ्यांकडून नियंत्रित केली जात होती. गेल्या पन्नास वर्षांहून अधिक कालावधीत ही फर्म उत्तम विद्यापीठांमधील बुद्धिमान लोकांना व्यवस्थापकीय प्रशिक्षणार्थी म्हणून घेत आहे आणि गेल्या वीस ते पंचवीस वर्षांपासून अशा प्रकारच्या बुद्धिमान लोकांना प्रशिक्षण आणि पुनर्प्रशिक्षण देण्याचं त्यांचं ट्रॅक रेकॉर्ड आहे. परिणामी, बहुतांश सीएक्सओंनी आणि प्रमुख व्यवस्थापन अधिकाऱ्यांनी एशियन पेंट्समध्ये अनेक कार्यं करण्यात वीसहून अधिक वर्षं व्यतीत केलेली असतात. तंत्रज्ञान गुंतवणुका आणि माहिती विश्लेषणं या गोष्टीही कामकाजाच्या अंमलबजावणीच्या विकेंद्रीकरणाला चालना देतात. या

गोष्टी एशियन पेंट्सच्या स्पर्धात्मक लाभाचा मोठा भाग आहेत. एशियन पेंट्सच्या संचालक मंडळावरचे सर्व सातही संचालक हे अत्यंत प्रतिष्ठित आणि सन्माननीय लोक आहेत आणि त्यांच्याकडे तशाच उत्तम सुसंगत व्यावसायिक पार्श्वभूमी आहेत.[२५] आणखी एक महत्त्वाची बाब म्हणजे फर्मचं ऐतिहासिक ट्रॅक रेकॉर्ड निकोप आणि सातत्यपूर्ण आहे. फक्त यात पुढील काही गोष्टींचा समावेशही आहे : अ) गेल्या पंधरा वर्षांत तीन वेळा व्यावसायिक सीईओंमध्ये बदल करण्यात आले आहेत. ब) गेल्या ७० वर्षांत एशियन पेंट्सच्या प्रवर्तक कुटुंबांच्या तीन पिढ्या आल्या आणि गेल्या आहेत. क) सन १९९७मध्ये संस्थापक-प्रवर्तक कुटुंबांपैकी एक कुटुंब कंपनीतून बाहेर पडलं आणि, ड) अनेक सीएक्सओंना अनेक वेळा बदलण्यात आलं आहे.

एचडीएफसी बँक ही आणखी एक फर्म आहे. परंतु वर दिलेल्या रूपरेषेच्या निकषांच्या संदर्भात बहुधा एशियन पेंट्सइतकेच तिचे सध्याचे स्पर्धात्मक लाभ भक्कम नसावेत. दैनंदिन व्यवसायाच्या अंमलबजावणीचा विचार करता, एचडीएफसी बँकेकडे भारतातील बँकिंग उद्योगातील उत्तम यंत्रणा आणि प्रक्रिया आहेत. तसंच बँकेच्या विविध कार्यांमध्ये पंधराहून अधिक वर्षं व्यतीत केलेल्या लोकांची फौज आहे. एचडीएफसी बँकेत दीर्घ काळ काम केलेल्या विविध लोकांशी झालेल्या आमच्या संपर्कातून, संवादातून असं सूचित झालं की, यंत्रणा आणि प्रक्रिया यांच्यावर बँकेनं लक्ष एकवटलेलं असल्यानं तिच्या बहुतांश दैनंदिन क्रियांमध्ये मानवी हस्तक्षेप अनावश्यक ठरला आहे. सुस्थापित एसओपींच्या ताकदी भक्कम पत अंडररायटिंग आणि लवचीक ताळेबंद यांमुळे एचडीएफसी कंपनी आगामी काही वर्षांत चांगल्या स्थितीत राहील असं दिसतं, कारण सध्या कंपनी नेतृत्वातील स्थित्यंतरातून जात आहे. मात्र गेल्या काही वर्षांत सीएक्सओ-पातळीवरचा संघर्ष मोठ्या प्रमाणात वाढला आहे. शिवाय सध्या सीएक्सओ पातळीवरच्या काही भूमिका या बँकेत पाच वर्षांहून कमी काळ काम केलेल्या बाहेरून आणण्यात आलेल्या व्यक्ती पार पाडत आहेत. वैविध्यपूर्ण पार्श्वभूमीच्या सुसंगत तज्ज्ञ व्यक्ती असल्यामुळे बँकेच्या संचालक मंडळाची गुणवत्ता चांगली असली[२६] तरी अगदी अलीकडे आदित्य पुरींनी त्यांच्या व्यवस्थापकीय संचालक पदावरून सन २०२०च्या ऑक्टोबरमध्ये राजीनामा दिल्यानंतर त्यापाठोपाठ सुरू झालेली संभाव्य उत्तराधिकारी निवडण्याची आणि त्यांना प्रशिक्षण देण्याची प्रक्रिया एशियन पेंट्सप्रमाणे सुनियोजित असल्याचं सूचित झालं नाही. (एशियन पेंट्समध्येसुद्धा सन २०२०च्या एप्रिलमध्ये केबीएस आनंद यांच्याकडून सीईओपद अमित सिंगल यांच्याकडे गेलं होतं आणि अशा प्रकारे नेतृत्वात स्थित्यंतर घडून आलं होतं.)

मुख्य मुद्दे

- मुक्त कॅशफ्लोचा सुज्ञपणे केलेला उपयोग ही शेअरधारक मूल्याची मुख्य प्रेरणा असते. म्हणूनच गुंतवणूकदारांनी भांडवल वाटप निर्णयांमधील जोखमींचं मूल्यमापन करण्याची गरज असते.
- वाटप करण्यात आलेल्या भांडवलाच्या प्रमाणाच्या संदर्भात मुख्य उत्पादनांच्या आणि बाजारपेठांच्या बाहेरच्या विकासाचं मूल्यमापन केलंच पाहिजे. वैविध्यीकरणाच्या दिशेनं पत्करलेल्या मोठ्या भांडवली बांधिलकीच्या तुलनेत बाजारपेठेच्या आणि /किंवा उत्पादन विकासाच्या दिशेनं टाकलेल्या प्रगतीपर पावलांमुळे शेअरधारक मूल्याचा ऱ्हास होण्याची शक्यता कमी असते.
- समूहातील कोणत्याही कंपनीच्या भांडवल वाटप निर्णयांचं मूल्यमापन करताना विविध व्यावसायिक स्वारस्यं असलेल्या प्रवर्तकांकडे खास लक्ष देण्याची गरज असते.
- भक्कम उत्तराधिकारी नियोजन प्रक्रिया आणि रूपरेषा ही भांडवलाच्या सर्वाधिक महत्त्वपूर्ण स्रोतापासून आणि मानव संसाधनांपासून उत्तम परतावे मिळवण्याची गुरुकिल्ली असते.

***

प्रकरण ६

खरेदी कधी करावी?

''बाजारात कधी प्रवेश करावा आणि बाजारातून कधी बाहेर पडावं याचा इशारा देणारी घंटी वाजते, यावर विश्वास ठेवणं निव्वळ अशक्य आहे. या व्यवसायात जवळजवळ ५० वर्षं काम करूनही मला सातत्यानं यशस्वी होत राहिलेली एकही व्यक्ती माहीत नाही. शिवाय कुठल्याही माणसाला अशा प्रकारे सतत यशस्वी होत राहिलेली व्यक्ती माहीत नाही.''

–जॉन बोगल[१]

''दीर्घ कालावधीत एखाद्या स्टॉकनं तो ज्या व्यवसायाचा असतो त्या व्यवसायानं केलेल्या कमाईहून अधिक चांगली कमाई करणं कठीण असतं. जर चाळीस वर्षांच्या कालावधीत एखाद्या व्यवसायानं भांडवलाच्या सहा पट कमाई केली आणि तुम्ही त्याचा स्टॉक चाळीस वर्षांपर्यंत तुमच्या ताब्यातच ठेवून दिला तर तुम्ही सुरुवातीला तो कितीही स्वस्तात खरेदी केला असला तरी तुम्हाला सहा टक्क्यांहून अधिक परतावा मिळवणं शक्य होत नाही. उलटपक्षी, एखाद्या व्यवसायाची तुम्ही अगदी महागड्या वाटणाऱ्या किमतीत खरेदी केली असली तरी तो वीस किंवा तीस वर्षांच्या कालावधीत भांडवलावर सुमारे अठरा टक्क्यांची कमाई करतो आणि तुम्हाला काही वेगळेच परिणाम मिळतात.''

– चार्ली मुंगेर[२]

एकदा कोणता स्टॉक खरेदी करायचा आहे ते समजलं की, 'खरेदी कधी करावी?' हा त्यानंतर गुंतवणूकदारासमोर उभा ठाकणारा दुसरा यक्षप्रश्न असतो. हा प्रश्न स्टॉक खरेदी करण्याच्या वेळी (किंवा विकण्याच्या वेळी) आणि त्याबरोबरच खरेदी करण्यासाठी (किंवा विकण्यासाठी) चांगल्या किमतीची प्रतीक्षा करत असतानाही गुंतवणूकदारासमोर उभा ठाकलेला असतो. नेहमीच हे दोन्ही घटक अनावश्यक असतात. आपल्या स्पर्धात्मक लाभांच्या आणि हुशारीच्या भांडवल वाटपाच्या माध्यमातून सातत्यानं कमाईत वाढ करणाऱ्या स्वच्छ कंपन्यांची तुम्ही एकदा खरेदी केली की, मग खरेदीची वेळ आणि किंमत या दोन्ही गोष्टींना खऱ्या अर्थानं फारसा अर्थ उरत नाही.

या प्रकरणात उत्तर देण्यात आलेल्या मुख्य प्रश्नांमध्ये खालील प्रश्नांचा समावेश होतो :

- स्टॉकच्या खरेदीसाठी आणि विक्रीसाठी बाजाराची वेळ ठरवण्याचा प्रयत्न करण्याला काही अर्थ आहे का?
- व्यवसायाच्या अंगभूत मूल्याविषयी तुम्हाला सापेक्ष मूल्य गुणांक काय सांगतो? आणि
- कोणत्या प्रकरणांमध्ये स्टॉकच्या खरेदी आणि विक्रीच्या संदर्भात तुम्ही पीई गुणकावर अवलंबून राहू शकता?

या पुस्तकात आतापर्यंत आपण कोणते स्टॉक खरेदी करावेत यावर चर्चा केली आहे. स्वच्छ लेखांकन असलेल्या टीम ओळखण्याची मार्सेलसची चौकट, सुज्ञपणानं भांडवल वाटप करण्याचं ट्रॅक रेकॉर्ड आणि भक्कम व शाश्वत स्पर्धात्मक लाभ असणं या गोष्टी या प्रश्नाचं उत्तर देण्यासाठी उपयुक्त मार्गदर्शक म्हणून कामी येतात. एकदा तुम्हाला कशाची खरेदी करण्याची गरज आहे हे समजलं की केव्हा खरेदी करावी, हा गुंतवणूकदारांना पडणारा सर्वसामान्य प्रश्न असतो. गुंतवणूकदार या प्रश्नापर्यंत येऊन पोहोचले की, मग मानसिकदृष्ट्या ते अनेक प्रश्नांच्या सागरात बुडू लागतात. त्यात पुढील प्रश्नांसारख्या प्रश्नांचा समावेश असतो :

- या वर्षी अमेरिकेत निवडणुका होणार आहेत. अमेरिकेकडून ८० टक्के महसूल मिळवणाऱ्या या औषध कंपनीचे स्टॉक खरेदी करण्यासाठी आपण अमेरिकेचा पुढचा राष्ट्राध्यक्ष कोण असेल हे समजेपर्यंत वाट पाहिली पाहिजे का?
- या तिमाहीत अमुक एका बँकेचे परिणाम चांगले आहेत आणि त्यांच्या स्टॉकची किंमत दहा टक्क्यांनी वधारली आहे. मग त्याची खरेदी करण्यापूर्वी करेक्शनची आणि किमती कमी होण्याची वाट पाहिली पाहिजे का?

- अमुक एका ग्राहकोपयोगी मालाच्या कंपनीचा स्टॉक ३० पट पीई गुणकावर ट्रेड होत आहे, तर त्याच्या स्पर्धक कंपनीचा स्टॉक २० पट गुणकावर ट्रेड होत आहे. मग मी 'महागडा' स्टॉक विकून 'अधिक स्वस्त' स्टॉक खरेदी करावा का?

व्यापक अर्थानं विचार केला तर कधी खरेदी करावी किंवा कधी विक्री करावी हा प्रश्न वेळ आणि किंमत या दोन पैलूंचा विचार करतो. या प्रकरणात आपण या प्रश्नाचं उत्तर देण्याचा प्रयत्न करणार आहोत.

किमतीतील अपेक्षित बदलांनुसार खरेदी किंवा विक्री करण्याची व्यूहरचना (बाजारात प्रवेशाची किंवा बाहेर पडण्याची वेळ ठरवणं)

सन २०२०च्या जानेवारी आणि मार्च यादरम्यान कोविड-१९ महामारीचा भारतभर फैलाव होऊ लागला होता आणि काही शहरांमधील स्थानिक अधिकारी यंत्रणांनी आर्थिक कामकाजावर मर्यादा आणण्यास सुरुवात केली होती. त्या वेळी सेन्सेक्स इंडेक्स तोपर्यंतच्या त्याच्या सर्वोच्च स्थानी पोहोचला होता. १४ जानेवारी २०२० रोजी तो ४१,९५३ वर होता. मात्र २३ मार्च २०२० रोजी तो २५,८९१वर कोसळला. फक्त दोन महिन्यांहून थोड्याशाच अधिक कालखंडात त्याच्यात ३८ टक्क्यांची घसरण झाली. त्यानंतर एकवीस दिवसांच्या राष्ट्रव्यापी टाळेबंदीची घोषणा करण्यात आली. २४ मार्च २०२०पासून टाळेबंदी सुरू झाली. मार्सेलसच्या पीएमएस पोर्टफोलिओंमधील काही गुंतवणूकदारांनी देशातील जवळजवळ सगळ्याच आर्थिक कामकाजावर होणाऱ्या परिणामाविषयी चिंता व्यक्त केली. त्यांनी आपल्या गुंतवणुकी काढून घेऊन इक्विटींमधून बाहेर पडून तुलनेत सुरक्षित मानल्या जाणाऱ्या गुंतवणूक साधनांमध्ये गुंतवणूक करण्याची इच्छा व्यक्त केली. ती एक अभूतपूर्व आपत्तिजनक परिस्थिती होती आणि त्यामुळे बाजारात आणखी घसरण होण्याची अपेक्षा बाळगणं ही अत्यंत नैसर्गिक बाब होती. मोठ्या प्रमाणात संपत्ती नष्ट होण्याची शक्यताही वाटणं साहजिक होतं, बरोबर? नाही. २३ मार्च, २०२० रोजी इंडेक्स अगदी रसातळाला पोहोचला होता. त्याला शिखरावरून ३८ टक्के घसरणीच्या रसातळापर्यंत पोहोचण्याकरिता ४९ ट्रेडिंग सत्रं लागली होती. त्यानंतरच्या ४९ सत्रांमध्ये सेन्सेक्स आधीच ३२ टक्क्यांनी वधारला होता आणि २०२०च्या अखेरीपर्यंत सेन्सेक्सनं तोपर्यंतचे सगळे विक्रम मोडीत काढून सर्वोच्च स्थान गाठलं होतं.

बाजार सहसा कोणत्या विशिष्ट पद्धतीनं वागतो, त्याचं हे एक नेमकं उदाहरण आहे. फक्त आपत्तीच्या काळातच नव्हे, तर नेहमीच्या वेळीही त्याचं वर्तन असंच

असतं. बाजाराच्या वर्तनाला बहुतांश गुंतवणूकदार कसा प्रतिसाद देतात, तेही या उदाहरणावरून दिसून येतं. व्याकूळ झालेल्या अवस्थेत ते अत्यंत वाईट काळात विक्री करून मोकळे होतात. बाजारात प्रवेश करण्याची किंवा बाहेर पडण्याची वेळ ठरवण्यातील निष्फळता अनेक अभ्यासांमधून अनेक वेळा दिसून आली आहे. खरेदीसाठी स्टॉकची सर्वांत कमी किंमत कोणती आहे ते ठरवणं आणि विक्रीसाठी सर्वोच्च किंमत ठरवणं या दोन्ही गोष्टी अशक्य असतात. सातत्यानं अशा वेळा सापडणं हा फक्त नशिबाचा भाग असतो.

'अ वेल्थ ऑफ कॉमन सेन्स,' या बेन कार्ल्सन यांच्या पुस्तकात रिथॉल्झ वेल्थ मॅनेजमेंटच्या फंड व्यवस्थापकानं गुंतवणुकीची तेरा मिथकं दिली आहेत. त्या यादीत त्याने सगळ्यात पहिल्यांदा दिलेलं मिथक असं आहे : चांगले परतावे मिळवण्यासाठी तुम्हाला बाजारात प्रवेश करण्याची किंवा बाहेर पडण्याची अचूक वेळ साधावी लागते. कार्ल्सननं फिडेलिटी इन्व्हेस्टमेंट्सचा दंतकथा बनून गेलेला फंड व्यवस्थापक पीटर लिंच याने केलेल्या एका अभ्यासाचा दाखला दिला आहे. या अभ्यासात सन १९६५ ते १९९५ या तीस वर्षांच्या कालखंडाचा आढावा घेण्यात आला आहे. या अभ्यासातून असं दाखवून देण्यात आलं आहे की, जर या कालावधीत एखाद्या व्यक्तीनं दरवर्षी बाजार सर्वाधिक घसरलेला असताना गुंतवणूक केली असती तर त्या व्यक्तीला वार्षिक ११.७ टक्के दरानं परतावा मिळाला असता.[३]

त्याऐवजी दर वर्षी एखाद्या गुंतवणूकदारानं वर्षातील सर्वोच्च किंमत असताना गुंतवणूक केली असती तर त्याला तीस वर्षांनंतर १०.६ टक्क्यांनी परतावा मिळाला असता आणि तुम्ही अगदी सरळ साधी व्यूहरचना ठेवून दर वर्षी वर्षाच्या पहिल्या दिवशी गुंतवणूक केली असती तर तुम्हाला ११ टक्क्यांनी परतावा मिळाला असता. बाजारातील सगळ्यात कमी किमतीचा दिवस आणि वेळ ठरवण्यासाठी तीस वर्षं इतका वेळ घालवल्यानंतर मिळणारा परतावा हा ठरलेल्या दिवशी गुंतवणूक करत राहिल्यानंतर मिळणाऱ्या परताव्यापेक्षा फक्त ०.७ टक्क्यांनी अधिक असता. कार्ल्सन असं म्हणतो की, सातत्यानं उत्तम आणि वाईट दिवस निवडणं ही गोष्ट अतिशय दुर्मीळ असतं, पण ठरावीक कालांतरानं ठरलेल्या दिवशी बाजारात ठरलेली रक्कम भरत राहणं ही गोष्ट कुठलाही गुंतवणूकदार करू शकतो. उत्तम वेळ शोधण्याचा प्रयत्न करण्यात कितीतरी वेळ आणि ऊर्जा घालवली जाते, पण त्यापेक्षा साधी दीर्घकालीन डॉलर कॉस्ट ॲव्हरेजिंग (डीसीए) योजना ही अंमलबजावणी करण्यास खूपच कमी तणावपूर्ण आणि सोपी असते.

भारतातसुद्धा अशाच प्रकारचा कल दिसून येतो. सन १९९१पासून (म्हणजे १९९१च्या जानेवारीपासून) एखादी व्यक्ती सेन्सेक्समध्ये, सेन्सेक्स ५२ आठवड्यांमध्ये सर्वाधिक खाली घसरलेला असताना समान रकमेची गुंतवणूक करत होती असं समजू या. त्या गुंतवणूकदारानं तीस वर्षं अशा प्रकारे सन २०२०च्या डिसेंबरपर्यंत

गुंतवणूक केली आणि दर वर्षी इंडेक्स ५२ आठवड्यांमधील सर्वांत खालच्या स्तरावर असतानाच त्याने ती केली असंही गृहीत धरू या. अशा प्रकारे केलेल्या गुंतवणुकीतून चक्रवाढीनं १२.८ टक्के परतावा मिळाला असता. दुसरीकडे, त्याने दरवर्षी नवीन वर्षाच्या सुरुवातीच्या दिवशी म्हणजेच एक जानेवारीला गुंतवणूक केली असती तर त्याला १२.१ टक्के दरानं परतावा मिळाला असता. याचा अर्थ त्याला फक्त ०.९ टक्के इतका कमी परतावा मिळाला असता.

ज्या वेळी आपण तीस वर्षांहून कमी काळाचा विचार करतो, त्या वेळी स्वारस्यपूर्ण निष्कर्ष निघतो. तक्ता क्र. ६८ मध्ये दिसून येतं त्याप्रमाणे वीस वर्षांच्या गुंतवणूक चक्रात या दोन्हींमधील फरक हा २.१ टक्क्यांचा असतो आणि दहा वर्षांमध्ये तो २.९ टक्के असतो. या आकड्यांमधून दोन गोष्टी सूचित होतात. पहिली म्हणजे बाजारात प्रवेश करण्याची किंवा बाहेर पडण्याची कुठलीही वेळ ठरवल्यामुळे तुम्ही दीर्घकाळ गुंतवणूक करणार असाल तर परताव्यात वेळेअनुसार भरघोस फरक पडत नाही. (आम्ही किमान दहा वर्षं तरी गुंतवणूक करण्यास सुचवतो.) दुसरी गोष्ट म्हणजे जितका अधिक दीर्घ काळ असेल तितका गुंतवणूक करण्याच्या वेळेचा परिणाम कमी होत जातो. सारांशानं, बाजारात प्रवेशाची किंवा बाहेर पडण्याची वेळ ठरवण्यापेक्षा बाजारात तुम्ही किती वेळ असता ते महत्त्वाचं असतं असं पूर्वीपासून जे म्हटलं जात आहे, तेच महत्त्वाचं असल्याचं दिसून येतं. ही गोष्ट जितकी भारताला लागू पडते तितकीच ती अमेरिकेला लागू पडते आणि ही गोष्ट लक्षात ठेवून गुंतवणूकदार लाभ मिळवू शकतात.

तक्ता क्र. ६८ : दीर्घकालीन सातत्यपूर्ण आणि स्थिर गुंतवणूक केली तर बाजारातील प्रवेशाच्या वेळेला फारसं महत्त्व नसतं.*

कालावधी	५२ आठवड्यांमधील कमी दरात केलेली खरेदी	दरवर्षी एक जानेवारीला दरात केलेली खरेदी	जास्तीचे परतावे
१९९०–२०२० (३० वर्षं)	१२.८%	१२.१%	०.७%
२०००–२०१० (२० वर्षं)	१५.३%	१३.२%	२.१%
२०१०–२०२० (१० वर्षं)	१४.६%	११.७%	२.९%

स्रोत : मार्सेलस इन्व्हेस्टमेंट मॅनेजर्स, एस इक्विटी, *परतावे सेन्सेक्सकरिता आहेत.

आता हे मोठ्या प्रमाणात स्पष्ट होतं की एकूण बाजाराची वेळ ठरवणं ही गोष्ट कष्ट करण्याच्या योग्यतेची नाही आणि प्रत्येक खरेदी आणि विक्रीची अचूक वेळ मिळवण्याकरिता आपल्या नशिबाची परीक्षा घेत बसण्याच्या योग्यतेचीही नाही. याचा अर्थ नियमितपणे गुंतवणूक करण्याच्या साध्या व्यूहरचनेच्या तुलनेत तुमच्याकडचं कौशल्य, किंवा नशीब तुम्हाला खूप दूरवर नेऊ शकणार नाही. मग वैयक्तिक स्टॉकविषयी काय म्हणता येईल? स्टॉक मार्केट इंडेक्स हा 'सर्वसामान्य' निदर्शक आहे आणि तो स्टॉकच्या टोकाच्या कामगिरीचा परिणाम सौम्य करतो. जर वैयक्तिक स्टॉकच्या किमतीत मोठ्या प्रमाणात अस्थैर्य असेल तर विशिष्ट स्टॉक्सच्या बाबतीत योग्य वेळी खरेदी आणि विक्री करण्यातून अधिक मोठ्या संधी मिळतात का आणि त्यामुळे गुंतवणूकदाराच्या सर्वांगीण पोर्टफोलिओत फरक पडतो का?

विशिष्ट स्टॉकच्या बाबतीत बाजारात प्रवेशाची आणि बाहेर पडण्याची वेळ महत्त्वाची असते का?

एफिशियंट मार्केट हायपोथिसीस (ईएमएच – सक्षम बाजार सिद्धान्त) असं सांगतो की, बाजाराच्या किमतींमधून कोणत्याही वेळी स्टॉकविषयीची सगळी माहिती समजते. (तपशिलांसाठी पहिलं प्रकरण पाहा.) ज्या वेळी बाजारात नवीन माहिती येते, त्या वेळी तीसुद्धा तत्काळ स्टॉकच्या किमतीतून दिसून येते. याचा अर्थ सहजपणे निवडलेल्या स्टॉक्सच्या पोर्टफोलिओहून एखादा गुंतवणूकदार अधिक चांगले परतावे निर्माण करू शकत नाही. यात इंडेक्सचाही समावेश असतो. तुम्ही बाजारावर मात करू शकला नाहीत तरीसुद्धा बाजारातील वैयक्तिक स्टॉकच्या खरेदीची किंवा विक्रीची वेळ ठरवण्यात खरं म्हणजे काहीही अर्थ नसतो. अर्थातच गुंतवणूकदार स्टॉकच्या किमतीवर अगदी बारकाईनं लक्ष ठेवून राहू शकतो. नवीन माहिती आत आली रे आली की, विजेच्या वेगानं तो तिला प्रतिसाद देण्याचा प्रयत्न करू शकतो आणि प्रतिसाद देऊ शकतो आणि असं केल्यानं तो कदाचित सुदैवी ठरू शकतो. परंतु फक्त दोन डोळ्यांनी तुम्ही खऱ्या अर्थानं पैसा कमवू शकणार नाही.

ईएमएच हा लक्षणीय पाठबळ देऊ शकतो. अमेरिकेत मॉर्निंगस्टार, जॉन बोगल आणि रॉब अर्नोट (रिसर्च ॲफिलिएट्सचा) यांनी स्वतंत्रपणे अभ्यास केले. त्यांना असं आढळून आलं की, तीस वर्षांच्या काळात अमेरिकेतील ७५-९० टक्के म्युच्युअल फंडांची कामगिरी घसरली होती. भारतात डिसेंबर २०१९मध्ये संपलेल्या दहा वर्षांहून अधिक कालावधीत ६५ टक्के लार्ज कॅप इक्विटी म्युच्युअल फंडांनी एस अँड पी बीएसई१०० इंडेक्सपेक्षा खालावलेली कामगिरी केली होती. या म्युच्युअल फंडांचे दहा वर्षांसाठीचे सरासरी परतावे १०.४२ टक्के होते, तर बीएसई१०० नं १०.१५ टक्क्यांनी परतावे दिले होते. यामुळे ईएमएचला विश्वसनीयता प्राप्त होते.[४]

याचा अर्थ सरासरी बाजाराहून अधिक चांगले परतावे मिळवण्याची आशा गुंतवणूकदारांनी बाळगू नये का? अगदी असंच म्हणता येणार नाही. वर देण्यात आलेल्या भारतीय म्युच्युअल फंडांच्या अभ्यासात लार्ज कॅप इक्विटी फंडांपैकी ३५ टक्के फंडांनी दहा वर्षांहून अधिक कालावधीत बाजारांपेक्षा अधिक चांगली कामगिरी केली आहे. ईएमएचवर शंका घेण्याकरिता हा खूपच मोठ्या प्रमाणातील कालावधी आहे. याशिवाय तुम्ही गेल्या दहा वर्षांतील कोणत्याही तीन वर्षांचा विचार केला तर भारतातील फक्त तीन आघाडीच्या म्युच्युअल फंडांनी सातत्यानं कामगिरीच्या सर्वोच्च चतुर्थांशात राहण्याची कामगिरी केली आहे. उर्वरित ९७ फंड हे एक तर संपूर्ण दशकभर या सर्वोच्च चतुर्थांशाच्या बाहेर राहिले आहेत किंवा अधूनमधून ते त्या चतुर्थांशांमध्ये शिरले आहेत. त्याच्यातून कौशल्य आणि कामगिरी या गोष्टी त्यांच्या कामगिरीला जबाबदार असल्याचं सूचित होतं.[५]

वॉरन बफे यांच्यासारख्या दंतकथा बनून गेलेल्या गुंतवणूकदारांनाही ईएमएचमध्ये गंभीर दोष आढळले आहेत. बफेंच्या मते, सातत्यानं अनेक वर्षं बाजारावर मात करून पुढे जाणाऱ्या गुंतवणूकदारांची अनेक उदाहरणं आहेत. ही गोष्ट स्पष्टपणे ईएमएचच्या सैद्धांतिक आधारांच्या विरुद्ध आहे. या गुंतवणूकदारांना बफे 'ग्रॅहॅम आणि डॉड गुंतवणूकदार' असं म्हणतात. हे गुंतवणूकदार व्यवसायाचं मूल्य आणि बाजारातील त्या व्यवसायांच्या लहान तुकड्यांची किंमत यांच्यातील तफावती शोधतात.[६]

याशिवाय गुंतवणूकविषयक शैक्षणिक संस्थांचा भाग झालेल्या इतर अनेक सैद्धांतिक संकल्पनावरही बफे टीका करतात. ते असं म्हणतात, ''आमचे ग्रॅहॅम आणि डॉड गुंतवणूकदार बीटा, भांडवल संपत्ती मूल्यनिर्धारण मॉडेल किंवा सिक्युरिटीजमधील परताव्यांमधील सहप्रसरण यांवर चर्चा करत नाहीत, हे वेगळं सांगण्याची गरजच नाही. त्यांना या विषय़ांमध्ये बिलकूल रस वाटत नाही. खरं तर त्यांच्यापैकी बहुतेक जणांना या संज्ञांची व्याख्या करणंही कठीण जातं. हे गुंतवणूकदार फक्त दोन चलांवरच लक्ष केंद्रित करतात. किंमत आणि मूल्य ही ती दोन चलं होतं.''

स्टॉकची सध्याच्या बाजारातील किंमत शोधणं हा सोपा भाग असतो. मग त्याचं 'मूल्य' म्हणजे काय? मूल्य म्हणजे काय याविषय़ीचा बफेंचा दृष्टिकोन अनेक वर्षांपासून विकसित होत गेला आहे. स्वस्त स्टॉकमध्ये किंवा कमी मूल्याच्या गुणकांमध्ये गुंतवणूक करण्यापासून शाश्वत दीर्घकालीन स्पर्धात्मक लाभ असलेल्या भक्कम फ्रँचायजींमध्ये गुंतवणूक करण्यापर्यंत त्यांचा दृष्टिकोन विकसित झाला. चार्ली मुंगेर हे त्यांचे दीर्घकालीन सहकारी म्हणतात की, एखादी कंपनी भांडवलावर उच्च परताव्यांची निर्मिती करत असेल आणि उच्च परताव्यांवर पुनर्गुंतवणूक करत असेल तर तिचं कामकाज चांगलं चाललेलं असतं.

आधीच्या प्रकरणांमध्ये चर्चा करण्यात आली आहे त्याप्रमाणे मार्सेलसमधील आम्ही लोकही भक्कम आणि शाश्वत स्पर्धात्मक लाभ असलेल्या कंपन्यांमध्येच गुंतवणूक करण्याचं समर्थन करतो. त्यामुळे भांडवलावर उच्च परतावे मिळवणं आणि उच्च परताव्यांवर पुनर्गुंतवणूक करणं या गोष्टी शक्य होतात. गुंतवणुकीविषयीच्या अशा दृष्टिकोनामुळे फक्त गुंतवणूकदारांना बाजारापेक्षा अधिक चांगले परतावे निर्माण करण्यास मदत होतेच, शिवाय खरेदी आणि विक्री करण्याच्या वेळाही अनावश्यक ठरतात. हे कसं काय होतं, असं तुम्ही विचारू शकता. तुमच्या या प्रश्नाचं उत्तर देण्यासाठी एक उदाहरण घेऊ या. त्यामुळे गुंतवणुकीवरच्या परताव्यांमधील वेळांची भूमिका नेमकी काय असते ते स्पष्ट होऊ शकेल. (खरं तर वेळांची फारशी भूमिकाच नसते हेच यातून स्पष्ट होईल.)

असं समजा की, आपल्याकडे दोन वर्गांतील गुंतवणूकदार आहेत. प्रत्येक जण दर वर्षी १०,००० रुपयांची गुंतवणूक करत आहे. त्या दोघांनीही नेस्ले इंडियाच्या शेअर्समध्ये शेअर्सची किंमत सर्वाधिक कमी असताना गुंतवणूक करण्याची निवड केली आहे. पहिल्या गुंतवणूकदाराला बाजारात गुंतवणुकीची वेळ अचूक ओळखण्याची निसर्गदत्त देणगी आहे. दुसऱ्या गुंतवणूकदाराला आपल्याकडे अशी देणगी नाही हे माहीत आहे. त्या दृष्टीनं तो सर्वसामान्य गुंतवणूकदार आहे. त्यामुळे त्याने शेअरच्या किमतीचा विचार न करता दरवर्षी ठरलेल्या तारखेला नेस्ले इंडियाचे १०,००० रुपयांचे शेअर्स विकत घ्यायचे असं ठरवलं. यातही सुलभता आणि साधेपणा राहावा म्हणून दरवर्षाच्या सुरुवातीला म्हणजे एक जानेवारीला तो गुंतवणूक करत राहिला.

निसर्गदत्त देणगी असलेला आणि सर्वसामान्य गुंतवणूकदार या दोघांनीही सन २०११च्या जानेवारीपासून नेस्ले इंडियात गुंतवणूक करण्यास सुरुवात केली आणि पुढची दहा वर्षं ते तशीच गुंतवणूक करत राहिले, असं समजू या. २०२० या वर्षी त्यांनी अखेरची गुंतवणूक केली.

गुंतवणुकीच्या पहिल्या वर्षी सर्वसामान्य गुंतवणूकदारानं प्रतिशेअर ३,८२९ रुपये दरानं २०११च्या ट्रेडिंगच्या पहिल्या दिवशी शेअरची खरेदी केली. दुसरीकडे वेळ अचूक ओळखण्याच्या आपल्या कौशल्याचा वापर करून निसर्गदत्त देणगी लाभलेल्या गुंतवणूकदारानं १० फेब्रुवारी २०११ रोजी ३,२०९ रुपये प्रतिशेअर दरानं शेअरची खरेदी केली. नेस्लेच्या शेअरची त्या वर्षीची (जानेवारी-डिसेंबर २०११मधील) ती सर्वाधिक कमी किंमत होती. आपल्या दोन्ही गुंतवणूकदारांनी याच गोष्टीची एकूण दहा वर्षं पुनरावृत्ती केली. त्या काळात त्यांनी एक लाख रुपये गुंतवले. या काळात त्यांच्या खरेदीच्या किमती एकमेकांपासून तीन टक्क्यांपासून सोळा टक्क्यांपर्यंत भिन्न होत्या.

त्यांच्या गुंतवणूक चक्राच्या दहा वर्षांच्या कालावधीच्या अखेरीस या दोघा गुंतवणूकदारांनी आपापल्या पोर्टफोलिओ मूल्यांची तुलना केली आणि त्यांनी

कमावलेल्या कंपाउंडेड परताव्यांचीही तुलना केली. (यासाठी त्यांनी मायक्रोसॉफ्ट एक्सेलमधील एक्सआयआरआर फंक्शनचा वापर केला.) त्यांना काय आढळलं?

सन २०२०च्या ३१ डिसेंबरपर्यंत निसर्गदत्त देणगी असलेल्या गुंतवणूकदाराच्या पोर्टफोलिओचं मूल्य ३,४५,८१८ रुपये होतं, म्हणजे त्याला २२.५ टक्के दरानं दहा वर्षांच्या कालावधीत परतावा मिळाला होता. सर्वसामान्य गुंतवणूकदाराच्या पोर्टफोलिओचं मूल्य ३,०८,९८० रुपये होतं आणि त्याला १९.९ टक्के दरानं परतावा मिळाला होता. याचा अर्थ निसर्गदत्त देणगी लाभलेल्या गुंतवणूकदाराला सर्वसामान्य गुंतवणूकदाराच्या तुलनेत फक्त २.६ टक्के अधिक लाभ मिळाला होता. दहा वर्षांच्या स्टॉक खरेदीच्या वेळा निश्चित करणं आणि परिपूर्ण खरेदी करणं यांमुळे त्याच्या पोर्टफोलिओचं मूल्य सर्वसामान्य गुंतवणूकदाराच्या पोर्टफोलिओच्या मूल्याहून फक्त ११.९ टक्क्यांनी अधिक होतं.

तक्ता क्र. ६९ : निसर्गदत्त देणगी लाभलेला गुंतवणूकदार आणि सर्वसामान्य गुंतवणूकदार यांच्या नेस्ले इंडियामधील गुंतवणुकींची पोर्टफोलिओ मूल्यं (२०११–२०२०).

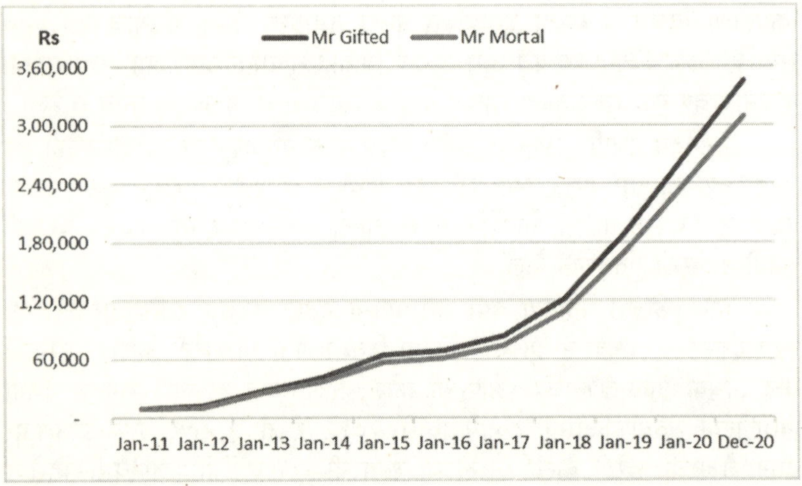

स्रोत : मार्सेलस इन्व्हेस्टमेंट मॅनेजर्स, एस इक्विटी, टीप : पोर्टफोलिओ मूल्यांमध्ये लाभांशांचा समावेश करण्यात आलेला नाही. ती फक्त शेअरच्या किमतीच्या हालचालींवर आधारित आहेत.

तुम्ही अगदी वीस वर्षांच्या दीर्घ मुदतीचा विचार केला म्हणजे सन २००१ ते २०२० या काळाचा विचार केला तरी मिळणाऱ्या परिणामांमध्ये फारसा बदल झाल्याचं दिसत नाही. वीस वर्षांच्या चक्रातून निसर्गदत्त देणगी लाभलेल्या गुंतवणूकदाराला वार्षिक २२.५ टक्के चक्रवाढ वार्षिक परतावा मिळाला असता, तर सर्वसामान्य गुंतवणूकदाराला २१.२ टक्क्यांचा परतावा मिळाला असता. याचा अर्थ निसर्गदत्त देणगी लाभलेल्या गुंतवणूकदाराला फक्त १.३ टक्क्यांचा अधिक लाभ मिळाला असता. समजा, तुम्ही कमी म्हणजे पाच वर्षांचा कालावधी घेतला तरीसुद्धा तुम्हाला अशाच प्रकारचे परिणाम मिळतील. सन २०१६चा जानेवारी ते २०२०चा डिसेंबर या काळात तुम्हाला निसर्गदत्त देणगी लाभलेल्या गुंतवणूकदाराला फक्त १०.५ टक्के इतका उच्चतर संपूर्ण (ॲब्सोल्यूट) परतावा मिळाल्याचं दिसेल. सलग पाच वर्षं प्रत्येक खरेदीची योग्य वेळ निर्धारित करण्यासाठी घेतलेल्या कष्टांचा विचार करता हा लाभ निश्चितपणे पुरेसा नाही.

गेल्या वीस वर्षांतील या दोन्ही गुंतवणूकदारांची कामगिरी पाहण्यासाठी आपण दहा वर्षांच्या चक्रांवर नजर टाकू शकता. तक्ता क्र. ७० मध्ये ती देण्यात आली आहे. निसर्गदत्त देणगी मिळालेल्या गुंतवणूकदाराची कामगिरी अर्थातच निश्चितपणे सर्वसामान्य गुंतवणूकदाराच्या तुलनेत उजवी असली तरी त्याने केलेल्या जास्तीत जास्त उत्तम कामगिरीतील फरक हा फक्त ४.२ टक्क्यांचा आहे. २००४ ते २०१३ या कालावधीतील कंपाउंडेड परताव्यात हा फरक दिसून येतो. निसर्गदत्त देणगी असलेल्या गुंतवणूकदाराचा दहा चक्रांमधील सरासरी कंपाउंडेड परतावा हा फक्त तीन टक्क्यांनी अधिक चांगला आहे. पाच, दहा किंवा वीस वर्षं सलग वर्षानुवर्षं स्टॉकची तळातील किंमत शोधण्यासाठी घालवण्यात आलेला वेळ आणि ऊर्जा यांचा विचार करता, निसर्गदत्त देणगी लाभलेल्या गुंतवणूकदाराला सर्वसामान्य गुंतवणूकदाराच्या तुलनेत फारसा फायदा झालेला नाही. त्याच्या अचूक वेळ ओळखण्याच्या कौशल्यानं त्याच्या नावलौकिकात काहीच भर टाकलेली नाही.

तक्ता क्र. ७० निसर्गदत्त देणगी असलेल्या आणि सर्वसामान्य गुंतवणूकदाराच्या पोर्टफोलिओतील नेस्ले इंडियाच्या शेअर्समधील विविध गुंतवणूक कालावधींमधील परतावे

	दहा वर्षांनंतरचं पोर्टफोलिओ मूल्य (लाखांमध्ये)		एक्सआयआरआर		सर्वसामान्य गुंतवणूकदाराच्या तुलनेत निसर्गदत्त देणगी असलेल्या गुंतवणूकदाराला मिळालेला परतावा (बी/ए)
	निसर्गदत्त देणगी मिळालेला गुंतवणूकदार (अ)	सर्वसामान्य गुंतवणूकदार (ब)	निसर्गदत्त देणगी मिळालेला गुंतवणूकदार	सर्वसामान्य गुंतवणूकदार	
१ जाने. ०२-३१ डिसें.११	५.१	४.६	३०.२%	२६.७%	८९%
१ जाने.०३-३१ डिसें. १२	५.३	४.६	३०.४%	२६.८%	८८%
१ जाने.०४-३१ डिसें. १३	४.७	४.०	२८.५%	२४.३%	८५%
१ जाने.०५-३१ डिसें. १४	४.५	४.०	२७.५%	२४.४%	८९%
१ जाने.०६-३१ डिसें. १५	३.२	२.८	२१.३%	१८.०%	८८%
१ जाने.०७-३१ डिसें. १६	२.७	२.३	१८.१%	१४.९%	८७%
१ जाने.०८-३१ डिसें. १७	२.७	२.५	१८.५%	१६.०%	९१%
१ जाने.०९-३१ डिसें. १८	३.१	२.९	२०.६%	१८.७%	९२%
१ जाने.१०-३१ डिसें. १९	३.३	३.०	२१.३%	१९.१%	९१%
१ जाने.११-३१ डिसें. २०	३.५	३.१	२२.५%	१९.९%	८९%
सरासरी			२३.९%	२०.९%	८९%

स्रोत : मार्सेलस इन्व्हेस्टमेंट मॅनेजर्स, एस इक्विटी

इतर काही सातत्यपूर्ण कंपाउंडरसाठी अशाच प्रकारच्या विश्लेषणातून असेच परिणाम मिळतात. पिडिलाईट इंडस्ट्रीज, एशियन पेंट्स, ॲबॉट इंडिया, एचडीएफसी बँक यांच्या संदर्भात तक्ता क्र. ७१ मध्ये अशीच माहिती देण्यात आली आहे. त्यात स्थिरपणानं गुंतवणूक करण्यात आलेल्या कालावधीनुसार, निसर्गदत्त देणगी मिळालेल्या गुंतवणूकदाराच्या तुलनेत सर्वसामान्य गुंतवणूकदाराला १.२ टक्क्यांपासून तीन टक्क्यांपर्यंत कमी परतावा मिळाल्याचं दिसत आहे.

तक्ता क्र. ७१ : सातत्यपूर्ण कंपाउंडर्समधील १०,००० रुपयांच्या वार्षिक गुंतवणुकीकरिता तुलनात्मक आयआरआर

	१० वर्षांचा कालावधी १ जाने. २०११–३१ डिसें. २०२०			२० वर्षांचा कालावधी १ जाने. २००१– ३१डिसें. २०२०		
कंपनी	सर्वसामान्य गुंतवणूकदार	निसर्गदत्त देणगी मिळालेला गुंतवणूकदार	अतिरिक्त परतावे (टक्केवारीत)	सर्वसामान्य गुंतवणूकदार	निसर्गदत्त देणगी मिळालेला गुंतवणूकदार	अतिरिक्त परतावे (टक्केवारीत)
एशियन पेंट्स	२७.५%	२९.९%	२.४%	२९.९%	३१.०%	१.२%
पिडिलाईट इंडस्ट्रीज	२९.०%	३०.८%	१.९%	३०.५%	३२.९%	२.४%
एचडीएफसी बँक	२१.२%	२३.५%	२.४%	२३.६%	२५.६%	१.९%
ॲबोट इंडिया	३१.१%	३४.१%	३.०%	२४.८%	२७.०%	२.२%

स्रोत : मार्सेलस इन्व्हेस्टमेंट मॅनेजर्स, एस इक्विटी

अर्थातच सर्व प्रकारच्या कंपन्यांकरिता समान परिणाम मिळत नाहीत. ज्या कंपन्यांमध्ये व्यवसायाच्या चक्रीयतेमुळे किंवा शाश्वत स्पर्धात्मक लाभांची उणीव असल्यामुळे भांडवलांवरचे परतावे नेहमीच भांडवलाच्या किमतीहून अधिक नसतात, त्या कंपन्यांमध्ये परिणाम (रिझल्ट्स) नेहमीच अत्यंत भिन्न असतात. तक्ता क्र. ७२मध्ये दाखवण्यात आलं आहे त्याप्रमाणे दहा वर्षांच्या गुंतवणूक चक्रात, अशा कंपन्यांच्या बाबतीत निसर्गदत्त देणगी लाभलेल्या गुंतवणूकदारानं सामान्य गुंतवणूकदाराहून मिळवलेले परतावे हे त्याने सातत्यपूर्ण कम्पाउंडर्सच्या बाबतीत सामान्य गुंतवणूकदाराच्या तुलनेत मिळवलेल्या परताव्यांहून दुपटीपेक्षा जास्त असतात. याचा अर्थ सातत्यपूर्ण कम्पाउंडरमध्ये गुंतवणूक करावयाची असेल तर त्यावेळी स्टॉकच्या खरेदी आणि विक्री यांची वेळ फारशी महत्त्वाची नसते.

जर सर्वसामान्य गुंतवणूकदाराच्या आयआरआरच्या संपूर्ण मूल्याचा विचार केला तर तक्ता क्र. ७१मध्ये दाखवण्यात आले आहेत त्याप्रमाणे परताव्यांमधील हे उच्चतर फरक गुंतवणूकदाराच्या दृष्टीनं आणखी महत्त्वाचे ठरतात. जर सर्वसामान्य गुंतवणूकदारानं २० टक्क्यांहून अधिक आयआरआरएसची निर्मिती केली (सातत्यपूर्ण कम्पाउंडर्सच्या बाबतीत असं घडतं आणि ते तक्ता क्र. ७० आणि ७१मधून दिसून येतं.) आणि निसर्गदत्त देणगी लाभलेल्या गुंतवणूकदारानं त्याच्याहून एक टक्का उच्चतर

परतावा मिळवला तर अतिरिक्त परतावे हे एकूण फलिताच्या दृष्टीनं फारसे लक्षणीय नसतील. मात्र जर सर्वसामान्य गुंतवणूकदारानं फक्त ५-१० टक्के आयआरआर मिळवला (सातत्यपूर्ण कम्पाउंडर नसलेल्या बहुतांश कंपन्यांच्या बाबतीत असं घडतं - तक्ता क्र. ७२ पाहा.) तर त्याच्या आणि निसर्गदत्त देणगी मिळवलेल्या गुंतवणूकदाराच्या परताव्यांमधील फरक हा सुमारे तीन टक्के असेल आणि अशा वेळी एकूण फलितात किंवा परिणामामध्ये त्याचा लक्षणीय वाटा असेल.

तक्ता क्र. ७२ : काही बिगर-सातत्यपूर्ण कम्पाउंडर्सकरिता सापेक्ष आयआरआर

	१० वर्षांचा कालावधी १ जाने. २०११-३१ डिसें. २०२०			२० वर्षांचा कालावधी १ जाने. २००१- ३१ डिसें. २०२०		
कंपनी	सर्वसामान्य गुंतवणूकदार	निसर्गदत्त देणगी मिळालेला गुंतवणूकदार	अतिरिक्त परतावे (टक्केवारीत)	सर्वसामान्य गुंतवणूकदार	निसर्गदत्त देणगी मिळालेला गुंतवणूकदार	अतिरिक्त परतावे (टक्केवारीत)
अंबुजा सिमेंट्स	४.३%	८.३%	४.०%	१०.७%	१२.६%	१.९%
मारुती सुझुकी	२०.०%	२५.०%	५.०%	१९.०%	२१.६%	२.६%*
एअरटेल	७.७%	११.९%	४.२%	१७.३%	२०.१%	२.७%**
हिंडाल्का	८.२%	१७.०%	८.७%	६.९%	१०.६%	३.८%
टाटा स्टील	७.९%	१६.१%	८.२%	९.३%	१२.७%	३.३%

स्रोत : मार्सेलस इन्व्हेस्टमेंट मॅनेजर्स, एस इक्विटी *परतावे २००४-२० या कालावधीसाठीचे आहेत. ** परतावे २००३-२० या कालावधीसाठीचे आहेत.

सातत्यपूर्ण कम्पाउठंडर्ससाठी वेळ निर्धारित करण्याला का महत्त्व नसतं?

आदर्श परिस्थितीचा विचार केला तर स्टॉकच्या किमतींनी व्यवसायाच्या मुळाशी असलेल्या कॅशफ्लोचं सध्याचं मूल्य प्रतिबिंबित केलं पाहिजे आणि दीर्घ कालावधीत ते तसं करतातही. मात्र अल्पावधीत बाजारात सहभागी होत असलेल्या व्यक्तीनं केलेल्या अनेक घटकांच्या मूल्यमापनानुसार स्टॉकच्या किमती कमी-जास्त होत राहतात. त्यांच्यापैकी बहुतांश घटक कंपनीबाहेरचे असतात. उदाहरणार्थ,

निर्यातिभिमुख कंपन्यांच्या स्टॉकच्या किमतींमध्ये दीर्घ काळात स्थिरपणानं अवमूल्यन होत असल्यासारखं दिसत असलं तरी या कंपन्या विनिमय दरातील प्रत्येक लहान चढ-उतारालाही प्रतिसाद देत राहतात. त्याउलट, कंपनी किंवा इंडेक्सनं कमाईमध्ये आणि कॅशफ्लोमध्ये मध्यम किंवा निकोप वाढ दर्शवली तर अल्प मुदतीत स्टॉकची किंमत किती प्रमाणात कमी-जास्त होत राहिली याला काहीच महत्त्व नसतं. याचा अर्थ असा होतो की, अशा स्टॉकच्या बाबतीत एखाद्या गुंतवणूकदारानं स्टॉकची किंमत २० टक्के अधिक किंवा कमी असताना जरी शेअर बाजारात प्रवेश केला तरी त्यामुळे काहीच फरक पडत नाही.

चक्रीय व्यवसाय असलेल्या कंपन्यांच्या बाबतीत काळानुरूप कमाई अस्थिर किंवा चंचल असतात. काही वर्षं भक्कम वाढ दर्शवली जाते आणि त्यानंतरची काही वर्षं दुर्बल किंवा अगदी नकारात्मक वाढही दर्शवली जाते. परिणामी, असे स्टॉक कधी खरेदी करण्यात आले किंवा विकण्यात आले ही गोष्ट महत्त्वाची ठरते. अशा स्टॉकच्या बाबतीत खरेदीची किंवा विक्रीची योग्य वेळ कोणती आहे ते समजणं हेच खरं आव्हान असतं. कमाईतील अस्थैर्याला प्रामुख्यानं बाह्य घटकांनी चालना मिळते आणि कंपनीच्या मूलभूत ताकदीवर किंवा दुर्बलतेवर ते कमी प्रमाणात अवलंबून असतं. या बाह्य घटकांमध्ये बृहत आर्थिक चलांचा (मॅक्रोइकनॉमिक व्हेरिएबल्सचा) समावेश होतो. म्हणूनच या चक्राचा अतिशय अचूक कालावधी समजणं ही गोष्ट अधिक अवघड असते. उदाहरणार्थ, धातूंच्या कंपनीची कमाई ही उत्पादकाच्या सक्षमतेवर अवलंबून असली तरी ती फक्त याच एका घटकावर अवलंबून नसते. त्याबरोबरच ती आंतरराष्ट्रीय बाजारांमधील अनेकविध जागतिक मागणी-पुरवठा घटकांनी निर्धारित केल्या जाणाऱ्या धातूच्या किमतीवरही अवलंबून असते. असं समजू या की, चिलीमधील खाणीत पुरवठ्यात तात्पुरता विस्कळीतपणा आला आहे. (चिली हा तांब्याचा पुरवठा करणारा जगातील सर्वांत मोठा देश आहे.) यामुळे आंतरराष्ट्रीय बाजारांमधील तांब्याच्या अल्पावधींच्या किमतींमध्ये वाढ होईल. वैयक्तिक गुंतवणूकदाराकडे या गोष्टींचा मागोवा घेण्याचं किंवा अगदी वेळेवर त्याविषयीची माहिती मिळवण्याचंही कोणतंच साधन नसतं. त्यामुळे धातूच्या किमतीत झालेल्या बदलानुसार तांबे उत्पादकाच्या स्थानिक स्टॉक किमतीतील हालचालीचा वेळेवर लाभ घेणंही त्याला शक्य होणार नाही.

तक्ता क्र. ७२मध्ये दिसत आहे त्याप्रमाणे काहीही झालं तरी अशा परिस्थितीत, ज्या कंपन्यांमध्ये भांडवलावरचा परतावा हा भांडवल मूल्याहून सातत्यानं अधिक नसतो, अशा कंपन्यांमध्ये निसर्गदत्त देणगी लाभलेला गुंतवणूकदार सर्वसामान्य गुंतवणूकदाराच्या तुलनेत अधिक चांगली कामगिरी करू शकतो. अशा वेळी त्याला मिळालेले संपूर्ण एकूण परतावे हे सातत्यपूर्ण कम्पाउंडरनी निर्माण केलेल्या परताव्यांच्या तुलनेत बरेच कमी असतात. (तक्ता क्र. ७१ पाहा). याचा अर्थ असा

होतो की, ज्या कंपन्यांचा आरओसीई सातत्यानं भांडवलाच्या मूल्यापेक्षा अधिक असतो, त्या सातत्यपूर्ण कंपाउंडर असतात आणि अशा कंपन्यांमध्ये मध्यम किंवा अल्पावधीच्या स्टॉक किमतीतील हालचाली फारशा सुसंगत नसतात. म्हणून अशा कंपन्यांच्या बाबतीत स्टॉक खरेदीच्या किंवा विक्रीच्या वेळा फारशा महत्त्वाच्या नसतात. आता नेस्ले इंडियाच्या आमच्या आधीच्या उदाहरणात आणखी एका गुंतवणूकदाराचा विचार करू या. हा श्रीयुत दुर्दैवी गुंतवणूकदार आहे. तो निसर्गदत्त देणगी लाभलेल्या गुंतवणूकदाराच्या बरोबर विरुद्ध प्रकारचा गुंतवणूकदार आहे. तो नेहमीच नेस्ले इंडियाचा स्टॉक बावन्न आठवड्यांतील सर्वोच्च किमतीत असताना दरवर्षी खरेदी करतो आणि अशी दहा वर्षं त्याने खरेदी केली आहे. जर श्रीयुत दुर्दैवींनी सन २०११च्या जानेवारीपासून ही खरेदी करण्यास सुरुवात केली असती तर सन २०२०च्या डिसेंबरपर्यंत त्याला किती कंपाउंडेड वार्षिक परतावा मिळाला असता? त्याला अगदी उत्तम असा १८.६ टक्के परतावा मिळाला असता. आम्ही आधी मांडलेल्या मुद्द्यांची पुनरुक्ती करून इथे आम्ही सांगू इच्छितो की, सातत्यपूर्ण कम्पाउंडर्समध्ये गुंतवणूक करताना गुंतवणूक कधी करावी हा प्रश्न पूर्णपणे निरर्थक ठरतो.

या संदर्भात आम्ही पुन्हा एकदा वाचकांचं लक्ष पहिल्या प्रकरणातील 'अबक' (किंवा एबीसी) चौकटीकडे वेधू इच्छितो. दीर्घ काळात आपल्या संपत्तीत चक्रवाढीनं वाढ करण्याची इच्छा असलेल्या गुंतवणूकदारांनी सातत्यपूर्ण कम्पाउंडरवर अवलंबून राहणं हा कमी जोखमीचा मार्ग असतो. अशा कम्पाउंडरच्या कमाई आणि कॅशफ्लो स्थिरपणानं आणि सातत्यपूर्ण सुसंगत गतीनं वाढत जातात. या 'क' किंवा 'सी' प्रकारच्या कंपन्या स्वच्छ लेखांकन, सुज्ञ भांडवल वाटप आणि भक्कम स्पर्धात्मक लाभ या तीन मूलभूत स्तंभांच्या माध्यमातून हे साध्य करतात.

वेळ निर्धारित करण्याविषयीच्या या चर्चेची सांगता करताना आम्ही तुमच्या समोर माहितीचा आणखी एक संच ठेवत आहोत. वेळ निर्धारित करण्यातील फोलपणावर या प्रकरणात आतापर्यंत चर्चा करण्यात आलेल्या मुद्द्यांना यातून पुष्टी मिळते. असं समजू या की तुम्हाला सन २००१च्या सुरुवातीला पाच सातत्यपूर्ण कम्पाउंडर ओळखता आल्या. एशियन पेंट्स, एचडीएफसी बँक, पिडिलाईट इंडस्ट्रीज, ॲबोट इंडिया आणि नेस्ले इंडिया या त्या पाच कंपन्या होत्या. समजा, तुम्ही या पाचही कंपन्यांच्या स्टॉक्समध्ये दरवर्षी समान रक्कम गुंतवत गेलात. पण यात बाजार ५२ आठवड्यांमध्ये सर्वोच्च किमतीवर असताना तुम्ही खरेदी केली असं समजू या. वीस वर्षांनंतर तुमच्या पोर्टफोलिओत निकोप २७.४ टक्क्यांच्या आयआरआरची कमाई होईल. जर हीच गोष्ट तुम्ही सेन्सेक्सच्या बाबतीत केली असती तर तुम्हाला १२.६ टक्के आयआरआर मिळाला असता. या आकड्यांतून गुंतवणुकीविषयीच्या दोन बाबी स्पष्टपणे समोर येतात. पहिली म्हणजे व्यापक

बाजारापेक्षा सातत्यपूर्ण किंवा सुसंगत कम्पाउंडर्समध्ये गुंतवणूक केल्यामुळे तुम्हाला अधिक चांगले परतावे मिळतात आणि दुसरी म्हणजे बाजारात प्रवेशाची किंवा बाजारातून बाहेर पडण्याची वेळ ठरवण्यापेक्षाही सातत्यानं गुंतवणूक करत राहणं अधिक महत्त्वाचं असतं.

पी/ई (प्राइस टू अर्निंग) मूल्यांकनं महत्त्वाची असतात का?

बाजारात कधी खरेदी किंवा विक्री करावी ही गोष्ट स्टॉकच्या किमतीशी किंवा मूल्यांकनाशी निगडित असते. व्यापक बाजाराच्या किंवा त्या क्षेत्रातील इतर स्टॉकच्या तुलनेत स्टॉकची किंमत किंवा कमाई गुणक 'कमी' किंवा 'स्वस्त' असताना तुम्ही स्टॉकची खरेदी केली पाहिजे का? तसंच त्या क्षेत्रातील इतर स्टॉकच्या किंवा त्या क्षेत्राच्या सरासरी किंमतीच्या तुलनेत स्टॉकचा कमाई गुणक 'अधिक' असताना तुम्ही स्टॉकची विक्री केली पाहिजे का?

आधी नमूद करण्यात आलं आहे त्याप्रमाणे स्टॉकचं अंगभूत मूल्य हे कंपनीच्या कॅशफ्लोच्या सध्याच्या मूल्यातून प्रतिबिंबित होतं. मात्र गुंतवणूकदार अधिक अंतःप्रेरणेनं स्टॉकचं मूल्यमापन करण्यासाठी संबंधित मापनांचा वापर करतात. त्यांमध्ये प्राइस टू अर्निंग (पी/ई) गुणक किंवा प्राइस टू बुक व्हॅल्यू (पी/बीव्ही) गुणक यांचा समावेश होतो. एखादी कंपनी तिच्या क्षेत्रातील इतर कंपन्यांच्या तुलनेत कमी पी/ईवर ट्रेडिंग करत असेल तर निश्चितपणे ती आकर्षकपणे मूल्यांकित झाल्याचं मानलं जातं. मात्र या तुलनेत व्यवसायाच्या मूल्याला प्रेरणा देणाऱ्या अनेक घटकांकडे दुर्लक्ष केलं जातं. त्यांमध्ये भांडवलावरचा परतावा आणि पुनर्गुंतवणुकीचा दर हे प्रमुख घटक असतात. माझ्या शेजारची शेतजमीन प्रतिएकर अमुक एका किमतीला विकली गेली म्हणून माझी शेतजमीनही प्रतिएकर त्याच दरानं विकली गेली पाहिजे असं म्हटल्यासारखंच हे आहे. पण जर त्या शेजारच्या शेतजमिनीत फळझाडं असतील किंवा तेलाची विहीर असेल आणि माझ्या शेतजमिनीत ती नसेल तर?

कंपनीच्या मुळाशी असलेल्या कॅशफ्लोंवरून तिच्या अंगभूत मूल्याची गणना करताना डिस्काउंटेड कॅशफ्लो पद्धतीचा वापर करण्याची गरज असते. पुढे दिलेल्या समीकरणातून हे लेखांकन प्रतिबिंबित होतं. भविष्यातील प्रत्येक वर्षासाठीची (अनंत काळापर्यंतची) इक्विटीची मुक्त रोख रक्कम (फ्री कॅश टू इक्विटी – एफसीएफई)[७] ही उचित सूटदराचा (म्हणजेच भांडवली मूल्याचा. पुढे दिलेल्या समीकरणात आरनं ही संख्या दर्शवण्यात आली आहे.) वापर करून सध्याच्या एफसीएफईमधून वजा केली जाते.

$$\text{मूल्य} = \sum_{t=1}^{t=\infty} \frac{\text{फ्री कॅशफ्लो टू इक्विटी (एफसीएफई)}}{(\text{१}+r)^t}$$

प्रत्यक्षात मात्र भावी काळातील प्रत्येक वर्षासाठीच्या कॅशफ्लोचा अंदाज बांधणं कठीण असतं, विशेषतः दूरवरच्या भविष्यकाळासाठी ही अवघड गोष्ट असते. परिणामी, हे सूत्र वापरणारे बहुतेक लोक पुढच्या टर्मिनल व्हॅल्यूचं लेखांकन करताना पाच, सात किंवा दहा वर्षांसाठीच्या कॅशफ्लोचेच अंदाज व्यक्त करतात आणि नंतर उर्वरित कॅशफ्लोंना टर्मिनल मूल्य देतात. टर्मिनल मूल्य हे पाच, सात किंवा दहा वर्षांनंतरच्या सर्व कॅशफ्लोंचं सध्याचं मूल्य असतं. टर्मिनल मूल्याचं लेखांकन करताना सर्व व्यवसायांचे कॅशफ्लो अनंत काळापर्यंत सातत्यानं स्थिर दरानं वाढत राहतील असं गृहीत धरलेलं असतं. खाली दिलेल्या समीकरणात 'जी' या अक्षरानं त्याला दर्शवण्यात आलं आहे. टर्मिनल मूल्य (टीव्ही) हे पुढील सूत्रानं दर्शवलं जातं

$$TV = \frac{\text{टर्मिनल वर्षातील इक्विटीचा फ्री कॅशफ्लो* (१}+g)}{r-g}$$

इथे g = स्थिर दीर्घकालीन वाढीचा दर. r = भांडवलाचं मूल्य

टीव्ही सूत्रातून असं सूचित होतं की, आपल्या भांडवली मूल्याहून उच्च दरानं कंपनी सातत्यानं वाढू शकत नाही. (कारण त्यामुळे वर दिलेल्या समीकरणाच्या छेदातील 'आर उणे जी'ची किंमत ऋण होईल आणि त्यामुळे ऋण टीव्ही मिळेल.) व्यवसायाला भांडवलावर त्याच्या भांडवल मूल्याहून अधिक परतावा मिळतो त्या वेळी त्याच्याकडे स्पर्धक आकर्षित होतात आणि स्पर्धा सुरू होते आणि हळूहळू इतके स्पर्धक येतात की ते त्या व्यवसायातून मिळणारा सगळा नफा गिळंकृत करून टाकतात, त्यामुळे मग व्यवसायाला त्याच्या भांडवलाहून थोडासाच अधिक नफा मिळू शकतो या धारणेवर ही कल्पना आधारित आहे. भांडवलावरचा परतावा आणि भांडवलाचं मूल्य यांच्यातील तफावत जसजशी कमी होत जाते, तसतशी कंपनी आधी ज्या गतीनं वाढत चालली होती, त्याच गतीनं पुढेही वाढत राहण्यासाठी पुनर्गुंतवणूक करण्याची कंपनीची क्षमता वाढत राहते. म्हणून दीर्घकालीन स्थिर वाढ ही भांडवलाच्या मूल्याहून कमी असल्याचं मानलं जातं. भारतातील बहुतेक व्यावसायिक पाच टक्के टर्मिनल वाढीच्या दराचा उपयोग करतात.

आपण आधीच्या प्रकरणांमध्ये पाहिलं आहे त्याप्रमाणे भारतातील काही थोड्या कंपन्या या आर्थिक सिद्धान्ताचा पारंपरिक वापर करण्यापासून दूर राहतात.

ज्या वेळी डीसीएफ पद्धती वापरून आपण अशा कंपन्यांचं मूल्य काढण्याचा प्रयत्न करतो, त्या वेळी आपल्याला पाच किंवा सात किंवा दहा वर्षांच्या डीसीएफ अधिक टीव्ही सूत्र यांचा वापर करणं शक्य होत नाही. कारण या कंपन्या स्थिर वाढीच्या काळात प्रवेश करण्याच्या आधी त्यांची वाढ पाच, सात किंवा दहा वर्षांहून अधिक वर्षांपर्यंत सुरू राहते.

हे समजून घेण्यासाठी काळाच्या प्रवाहात थोडंसं मागे जाऊ या. असं समजा, की तुम्ही सन १९९६च्या मार्च महिन्यात बसलेले आहात. तुम्ही एशियन पेंट्सचं मूल्य काढण्याचा प्रयत्न करत आहात. पुढच्या दहा वर्षांसाठी (आर्थिक वर्ष १९९७-आर्थिक वर्ष २००६) तुम्ही एफसीएफईमध्ये वाढीची विशिष्ट अनुमानं करत आहात. कंपनीचा टर्मिनल वाढीचा दर पाच टक्के आहे असं गृहीत धरा आणि कंपनीचं डिस्काउंटेड कॅशफ्लो मूल्य काढा. आता असंही गृहीत धरा की, तुम्ही केलेले कॅशफ्लोचे अंदाज हे कंपनीच्या नेमक्या प्रत्यक्षातील कॅशफ्लोइतकेच होते. म्हणजे १९९७चं आर्थिक वर्ष आणि २००६चं आर्थिक वर्ष या दरम्यानच्या काळात २०.९ टक्के सीएजीआरइतके ते आहेत. त्या वेळी १५ टक्के इतकं भांडवल मूल्य गृहीत धरून आणि २००७च्या आर्थिक वर्षापासून पाच टक्के इतका स्थिर टर्मिनल वाढीचा दर धरून कंपनीसाठी डीसीएफ पद्धतीनं सुमारे ५३५ कोटी रुपयांच्या मूल्याची निर्मिती झाली असती. तुम्ही ज्या वेळी हे डीसीएफ मूल्यांकन केलं होतं त्या वेळी म्हणजे सन १९९६ च्या मार्चमध्ये एशियन पेंट्सचं बाजार भांडवलीकरण हे १,३७४ कोटी रुपयांचं होतं. याचा अर्थ बाजारानं एशियन पेंट्सचं दुपटीहून जास्त प्रमाणात अधिमूल्यांकन केलं असं तुम्ही म्हणू शकाल का?

आता काळाच्या प्रवाहातून पुढे प्रवास करा आणि सन २०२१च्या मार्चमध्ये या. या वेळी तुमच्या डीसीएफ कालावधीच्या अखेरच्या वर्षापासून म्हणजे आर्थिक वर्ष २००६पासून पंधरा वर्षं उलटून गेली आहेत आणि मार्च १९९६मध्ये गृहीत धरलेल्या एशियन पेंट्सच्या पाच टक्के स्थिर वाढीच्या काळात आहात. या काळातील कंपनीच्या मुक्त कॅशफ्लोची वाढ तुमच्या कल्पनेच्या विरुद्ध कशी काय आहे? ती तुम्ही कल्पना केली होती त्याहून पाच पट अधिक कशी काय आहे? २००७च्या आर्थिक वर्षापासून २०२१च्या आर्थिक वर्षापर्यंत एशियन पेंट्सनं एफसीएफईमध्ये २५.७ टक्के सीएजीआर मिळवला आहे. आता पुन्हा १९९६च्या मार्चमध्ये परत जा आणि तुम्ही आधी केला होता त्या दहा वर्षांच्या डीसीएफऐवजी पंचवीस वर्षांचा डीसीएफ करा. गेल्या पंचवीस वर्षांत (आर्थिक वर्ष १९९६ - आर्थिक वर्ष २०२१) एशियन पेंट्सनं नोंदवलेल्या प्रत्यक्ष मुक्त कॅशफ्लोचे आकडे भरा. आर्थिक वर्ष २०२१मध्ये टीव्हीचा वापर करा आणि कंपनीच्या अंगभूत मूल्याचं लेखांकन करा. तुम्हाला असं आढळून येईल की, डीसीएफ मूल्य हे ५३५ कोटी रुपयांवरून सुमारे चौपटीनं उसळी घेऊन २,००१ कोटी रुपयांवर पोहोचलं आहे. दुसऱ्या शब्दांत, तुमची अंदाज वर्तवण्याची

वर्षांपुरती मर्यादित ठेवून तुम्ही कंपनीचं ७३ टक्के इतक्या प्रचंड प्रमाणात अवमूल्यन केलं आहे. याचं कारण असं आहे की, कोणत्याही फर्मला दीर्घ काळापर्यंत स्पर्धात्मक लाभांचा उपभोग घेणं शक्य नसतं ही पारंपरिक विचारसरणी एशियन पेंट्सनं धुडकावून लावली. म्हणूनच एका ठरावीक कालावधीच्या पलीकडे कंपनीच्या कॅशफ्लोविषयी भविष्य वर्तवणं ही गोष्ट निष्फळ ठरते. पारंपरिक अंगभूत मूल्य डीसीएफ पद्धती ही फ्रँचाईजच्या दीर्घायुष्याचं मोठ्या प्रमाणात अवमूल्यन करून तिचं मूल्यमापन करते. इतर सातत्यपूर्ण किंवा सुसंगत कम्पाउंडर्सच्या बाबतीतही तुम्ही असाच प्रयोग केला तर तुम्हाला असेच परिणाम मिळतील.

तक्ता क्र. ७३ : काही कंपन्या एफसीएफईमधील उच्च वाढीचा दर अनेक वर्षं तसाच राखतात

कंपनी	प्रारंभीचं वर्ष	१० वर्षं	१५ वर्षं	२० वर्षं
नेस्ले इंडिया	कॅलेंडर वर्ष १९९५	१३.६%	१४.४%	१३.२%
एशियन पेंट्स	आर्थिक वर्ष १९९५	२०.५%	२७.२%	२४.५%
पिडिलाईट	आर्थिक वर्ष २००२	२४.९%	३०.३%	२६.०%
टीसीएस	आर्थिक वर्ष २००६	२८.९%	२६.१%	लागू होत नाही

स्रोत : एस इक्विटी, मार्सेलस इन्व्हेस्टमेंट मॅनेजर्स

सापेक्ष मूल्यांकन पद्धतींचा वापर केल्यावरसुद्धा डीसीएफ पद्धत वापरून करण्यात आलेल्या अवमूल्यनाचं प्रतिबिंब दिसणं ही नैसर्गिक बाब आहे. सन १९९६च्या मार्चमध्ये एशियन पेंट्सच्या बाजार किंमतीतून प्राइस टू अर्निंग गुणक हा सुमारे २६ पट वाढल्याचं दिसत होतं, तर त्याच वेळी सेन्सेक्सचा संबंधित पीई हा सुमारे १३ पट होता. जर एशियन पेंट्सनं बाजारात १०० टक्के प्रीमियमवर बोली लावली असती तर सापेक्ष-मूल्यांकनाच्या आधारावर ती 'महागडी' ठरली असती का? अनेक गुंतवणूकदारांनी असाच विचार करून स्टॉकची खरेदी टाळली असावी. पण आधी दाखवण्यात आलं आहे, त्याप्रमाणे कंपनीच्या अंगभूत मूल्याच्या आधारावर ती प्रत्यक्षात ३० टक्के इतकी खूप मोठी सूट देऊन विक्री करत होती. दुसऱ्या शब्दांत स्टॉकनं सुमारे ३८ पट पीईची बोली लावण्याची गरज होती आणि सन १९९६च्या मार्चमध्ये अगदी ३८ पट पीईवरसुद्धा स्टॉक खरेदी केलेल्यांनी पुढच्या दहा वर्षांत १६.३ टक्क्यांचा, तर पंधरा वर्षांत २१.१, वीस वर्षांत २२.८ टक्क्यांहून अधिक आणि २५ वर्षांत २३ टक्क्यांचा आयआरआर मिळवला असता.[८]

शाश्वत आरओसीई आणि वाढ देण्यासाठी (यासाठी भांडवलाच्या पुनर्गुंतवणुकीची आवश्यकता असते.) भक्कम आणि शाश्वत स्पर्धात्मक लाभ असलेल्या फर्मच्या क्षमतेवर ठाम विश्वास असावा लागतो. मात्र पी/ई आणि इतर गुणक-आधारित मूल्यांकन पद्धतींसह मोठ्या प्रमाणात वापरल्या जाणाऱ्या बहुतेक मूल्यांकन साधनांमध्ये या गोष्टीचं नेहमीच अवमूल्यन केलं जातं. एशियन पेंट्सच्या उदाहरणाप्रमाणे मोठा असलेला पीई गुणक हा संपूर्ण अर्थानं विचार केला तर महागडाच असला पाहिजे, असं नसतं. याचा व्यत्यासही खरा असतो. कमी पीई गुणकाचा स्टॉक हा नेहमीच स्वस्त असतो असंही नाही, त्याच्या अंगभूत मूल्याचा विचार केला आणि व्यवसाय जर दीर्घ काळात भांडवलाच्या मूल्याच्या तुलनेत अधिक मोठ्या प्रमाणात भांडवलावरचा परतावा देत नसेल तर कदाचित असा स्टॉक प्रत्यक्षात महागडाच ठरतो. आतापर्यंत केलेल्या चर्चेतून असं निष्पन्न होतं की, स्टॉकच्या फक्त पीईच्या आधारावर खरेदीत आणि विक्रीत गुंतवणूक करण्याचा किंवा गुंतवणुकीची वेळ ठरवण्याचा प्रयत्न करणं ही गोष्ट निष्फळ असते.

अनुभवजन्य पुरावा

स्टॉकच्या अधिक व्यापक संचाच्या दीर्घकालीन किमतींनी संबंधित व्यवसायांच्या मुक्त कॅशफ्लो निर्मितीच्या संदर्भात कसं वर्तन केलं आहे ते पाहू या. या विश्लेषणासाठी आपण दहा वर्षांच्या कालावधीचा (आर्थिक वर्ष २०१० - आर्थिक वर्ष २०२०) विचार करू या आणि बीएसई१०० इंडेक्समधील स्टॉक्सच्या इक्विटींमधून मुक्त कॅशफ्लो (एफसीएफई) प्राप्त करून घेऊ या.

भांडवली खर्चाचा परिणाम आणि लाभातील बदल (म्हणजे कंपन्यांनी घेतलेल्या कर्जांचं प्रमाण) सुगम करण्यासाठी आपण आर्थिक वर्षं २००८-१० आणि आर्थिक वर्ष २०१८-२० या काळातील सरासरी एफसीएफई घेऊ या. त्यानंतर आपण एफसीएफईमधील (आर्थिक वर्ष २००८-१० हून आर्थिक वर्ष २०१८-२० ती सरासरी अधिक.) सीएजीआर आणि दहा वर्षांच्या स्टॉक किमतीचे परतावे यांच्या सहसंबंधाचा विचार करणार आहोत. आपल्याला जो सहसंबंध सहगुणक मिळेल तो फक्त ३७.३ टक्के इतका असेल. यातून असं सूचित होईल की, स्टॉकच्या किमतींमधील वाढ ही मुक्त कॅशफ्लो निर्मितीतून पुरेशा प्रमाणात स्पष्ट होत नाही. हा निष्कर्ष अगदीच विरुद्ध प्रकारचा वाटतो, परंतु त्याच्या मागे मिळालेल्या माहितीचं मिश्रण आहे.

बीएसई१०० मधील ७४ कंपन्यांच्या स्टॉकच्या विश्वापैकी (इथे आपण २१ वित्त सेवा कंपन्यांना वगळत आहोत, कारण त्यांच्यासाठी एफसीएफई मॅट्रिक विसंगत आहे. शिवाय संपूर्ण वर्षभराच्या कालावधीत सूचीबद्ध न झालेल्या पाच स्टॉकनाही

आपण वगळत आहोत.) या दहा वर्षांच्या सुरुवातीच्या आणि अखेरच्या वर्षांमध्ये फक्त ४८ कंपन्यांकडे सकारात्मक एफसीएफई आहे (आर्थिक वर्ष २००८-१०ची सरासरी आणि २०१८-२०ची सरासरी). ४८ कंपन्या असल्यामुळे संशोधनाच्या नमुन्याचा आकार पुरेशा प्रमाणात मोठा आहे. मधल्या वर्षांमधील कॅशफ्लोंमधील परिवर्तनांचा स्टॉक-किमतींच्या परिणामांवर प्रभाव पडतो. उदाहरणार्थ, बीएसई१०० मधील ७४ पैकी फक्त १९ बिगर-वित्त सेवा कंपन्यांनी आपण विचार करत असलेल्या दर दहा वर्षांनी मुक्त कॅशफ्लोची निर्मिती केली आहे आणि आर्थिक वर्ष २०१०-२० या काळात फक्त १७ कंपन्यांनी कमाल दहापैकी पाच वर्षांत सकारात्मक एफसीएफईची निर्मिती केली आहे. अशा कंपन्यांकडे जरी त्या विशिष्ट कालावधीतील सुरुवातीच्या आणि अखेरच्या वर्षांत सकारात्मक एफसीएफई असला तरी साहजिकच दुर्बल शेअर मूल्य कामगिरी पाहावयास मिळेल. बीएसई१००सारख्या व्यापक इंडेक्समधील फक्त २६ टक्के बिगर-वित्त कंपन्या सातत्यपूर्ण किंवा मुक्त कॅशफ्लोची निर्मिती करतात. यातून दीर्घ काळात व्यवसाय चक्रावर आणि बाजार चक्रावर टिकून राहणाऱ्या स्पर्धात्मक लाभांची उभारणी करण्यात आणि ते टिकवून ठेवण्यात अनेक कंपन्यांना अडचणी येत असल्याचं सूचित होतं.

ज्या वेळी नमुन्याचा आकार वाढवण्याच्या आशेपोटी आपण बीएसई५०० सारख्या जास्त मोठ्या इंडेक्सचा विचार करतो त्या वेळी काय होतं? बीएसई१००च्या तुलनेत बीएसई५०० हा बहुजिनसी कंपन्यांचा संच असल्यामुळे यातून मिळणारे परिणाम आणखी गोंधळात टाकणारे असतात. सुरुवातीच्या (आर्थिक वर्ष २००८-१०ची सरासरी) आणि अखेरच्या काळात (२०१८-२०ची सरासरी) सकारात्मक एफसीएफई असलेल्या बीएसई५००च्या घटक-कंपन्यांचा विचार करता आपल्याकडे अशा फक्त १६१ कंपन्यांची (वित्त सेवा आणि आधीच्या दहा वर्षांत सूचिबद्ध न झालेल्या कंपन्यांना वगळून.) नावं आहेत. एफसीएफईमधील सीएजीआरमधील (आर्थिक वर्ष २००८-१०च्या सरासरीच्या तुलनेत आर्थिक वर्ष २०१८-२०ची सरासरी) आणि दहा वर्षांचे स्टॉक मूल्य परतावे यांच्यातील सहसंबंध सहगुणक २३.५ टक्के आहे. पुन्हा एकदा जरी आर्थिक वर्ष २०१० आणि आर्थिक वर्ष २०२० मधील मुक्त रोख रक्कम सकारात्मक असली तरीही त्यांच्या दरम्यानच्या वर्षांमध्ये अनेक कंपन्यांकडे नकारात्मक मुक्त कॅशफ्लो असतात, या वस्तुस्थितीमुळे हे घडतं.

थेट सांख्यिकी सहसंबंधाकडे पाहण्यातील अडथळे लक्षात घेता, कंपनी सकारात्मक मुक्त कॅशफ्लो निर्माण करत असलेल्या वर्षांच्या आकड्यांचं (दहा वर्षांच्या नमुना कालावधीतील) विश्लेषण करणं आणि त्या काळातील शेअर मूल्य परताव्यांची तुलना करणं हा शेअरच्या किमतीच्या संदर्भात मुक्त कॅशफ्लो निर्मितीचं महत्त्व समजून घेण्याचा दुसरा मार्ग आहे. तक्ता क्र. ७४ मध्ये समग्र

बीएसई५००साठीचे परिणाम देण्यात आले आहेत. निष्कर्ष स्पष्ट आहे – मुक्त कॅश निर्मितीचा उच्चतर आकडा हा उच्चतर शेअर मूल्य परताव्याशी संबंधित असतो.

तक्ता क्र. ७४ : बीएसई ५०० स्टॉकसाठी सकारात्मक एफसीएफईचं वारंवारिता वितरण

सकारात्मक एफसीएफईच्या वर्षांचा आकडा	स्टॉक्सचा आकडा	सरासरी परतावे
उत्तम (७–१०)	१६३	१५.३%
मध्यम (४–६)	११४	९.२%
अत्यंत वाईट (०–३)	४७	४.७%
एकूण	**३२४**	**९.७%**

स्रोत : मार्सेलस इन्व्हेस्टमेंट मॅनेजर्स, एस इक्विटी, फक्त बिगर–वित्तीय स्टॉकचा विचार करण्यात आला आहे. २०२०च्या एप्रिलपासून २०२०च्या जूनपर्यंतच्या सीएजीआरच्या आधारावरचे परतावे.

आपला नमुना आपण जितका एकसंध करू, तितके आणखी स्पष्ट परिणाम मिळतात. उदाहरणार्थ, तक्ता क्र. ७५मध्ये दाखवण्यात आले आहेत, त्यासारख्या बीएसई५००चा भाग असलेल्या ग्राहक स्टॉकचा विचार करा. त्या क्षेत्रातील एकूण ३१ स्टॉकपैकी ७७ टक्के स्टॉकनी आर्थिक वर्ष २०१०–२० या दहा वर्षांच्या कालावधीत सात किंवा त्याहून अधिक वर्षं सकारात्मक एफसीएफई निर्माण केले आहेत. त्यांच्या शेअरच्या किमतीच्या सरासरी २३.४ टक्के इतक्या कंपाउंडिंगची निर्मिती केली. दहापैकी चार ते सहा वर्षं सकारात्मक एफसीएफई निर्माण केलेल्या कंपन्यांनी त्यांच्या शेअरच्या किमतीत तुलनेत कमी म्हणजे २२.० टक्के सीएजीआरनं कम्पाउंडिंग केलं. भांडवली माल, औषध आणि टिकाऊ स्टॉक यांमध्येही असाच कल दिसून येतो.

तक्ता क्र. ७५ : बीएसई५००मधील स्टॉकनी केलेल्या सकारात्मक एफसीएफई निर्मितीचं क्षेत्रनिहाय वारंवारिता वितरण

	ग्राहक		भांडवली माल		औषधं		टिकाऊ माल	
सकारात्मक एफसीएफईच्या वर्षांचा आकडा	स्टॉकची संख्या	सरासरी परतावे	स्टॉकची संख्या	सरासरी परतावे	स्टॉकची संख्या	सरासरी परतावे	स्टॉकची संख्या	सरासरी परतावे
उत्तम (७-१०)	२४	२३.४%	१२	११.४%	१६	१९%	६	२३.७%
मध्यम (४-६)	७	२२.०%	४	-३.६%	१०	१८.४%	४	११.८%
अत्यंत वाईट (०-३)	-	-	१	-१६.१%	३	१४.१%	-	-
एकूण	**३१**	**२२.७ %**	**१७**	**-२.८%**	**२९**	**१७.१%**	**१०**	**१७.७%**

स्रोत : मार्सेलस इन्व्हेस्टमेंट मॅनेजर्स, एस इक्विटी

ऑटो आणि आयटी उद्योग बदलत्या स्वरूपाचे, वेगवेगळे परिणाम दर्शवतात. बीएसई५०० मधील आयटी कंपन्यांच्या बाबतीत सर्वोच्च शेअर मूल्य कंपाउंडिग हे सगळ्यात वाईट एफसीएफई वर्गात म्हणजे ० ते ३ वर्षांच्या वर्गात दिसून येतं. म्हणजेच या कंपन्यांनी दहा या कमाल मुदतीत फक्त तीन वर्षांतच सकारात्मक एफसीएफईची निर्मिती केली आहे. वक्रांगी लिमिटेड या एका कंपनीचा परिणाम ही एक नियमाच्या विरुद्ध असलेली किंवा असंगत गोष्ट आहे. या कंपनीनं दहापैकी तीन वर्षांतच सकारात्मक एफसीएफई असूनही २०१०-२०२० या आर्थिक वर्षांच्या कालावधीत ३८.७ टक्के सीएजीआरची निर्मिती केली. मात्र त्यानंतर सन २०१८ च्या फेब्रुवारीत हा स्टॉक आपल्या सर्वोच्च किमतीवरून सुमारे ९५ टक्क्यांनी घसरला.

तक्ता क्र. ७६ : बीएसई५००मधील स्टॉकनी केलेल्या सकारात्मक एफसीएफई निर्मितीचं क्षेत्रनिहाय वितरण

	ऑटो		आयटी	
सकारात्मक एफसीएफईच्या वर्षांचा आकडा	स्टॉकची संख्या	सरासरी परतावे	स्टॉकची संख्या	सरासरी परतावे
उत्तम (७-१०)	२२	११.९%	१६	१४.०%
मध्यम (४-६)	१०	१४.२%	२	८.४%
अत्यंत वाईट (०-३)	१	३८.७%	१	२२.३%
एकूण	**३३**	**२१.६%**	**१९**	**१४.९%**

स्रोत : मार्सेलस इन्व्हेस्टमेंट मॅनेजर्स, एस इक्विटी

ऑटो क्षेत्राचा व्यवसाय हा मोठ्या प्रमाणात चक्रीय व्यवसाय आहे, या एकाच वस्तुस्थितीतून हा व्यवसाय अपवादात्मक असण्याचं स्पष्टीकरण मिळू शकतं. म्हणून शेअर मूल्य लाभातील मोठा भाग हा अनुकूल चक्राच्या ज्या थोड्या वर्षांमध्ये एफसीएफई निर्मितीलाही उत्तेजन मिळतं, त्या वर्षांमध्ये मिळतो. सर्वसामान्य गुंतवणूकदाराच्या दृष्टीनं मात्र कोणत्या वर्षांमध्ये ऑटो चक्र सकारात्मकतेकडे वळेल आणि सकारात्मक एफसीएफई निर्मितीला चालना मिळेल हे समजून घेण्याचा आणि त्यानुसार त्या क्षेत्रातील स्टॉकची खरेदी करण्याचा कोणताच मार्ग नसतो. विक्री कधी करावी आणि म्हणूनच ऑटो चक्र दुसऱ्या बाजूकडे कधी वळेल ती नेमकी वेळ समजून घेण्याच्या बाबतीतही अशीच समस्या उद्भवते.

यातूनच, या प्रकरणात आधी आणि या पुस्तकात अनेक वेळा जो मुद्दा समोर आणण्यात आला आहे, त्या मुद्द्याकडे आपण पुन्हा एकदा वळतो. सातत्यपूर्ण मुक्त रोख रक्कम निर्मितीवर लक्ष केंद्रित करणं हा सातत्यपूर्ण कम्पाउंडिंगचा सर्वाधिक खात्रीशीर मार्ग आहे. हे केल्यामुळे बाजाराची वेळ ठरवण्यासाठी सतत बाजारावर लक्ष ठेवून राहण्याचा प्रयत्न करण्याच्या सापळ्यातून गुंतवणूकदार मुक्त होतो. मग मुक्त कॅशफ्लोची सातत्यानं निर्मिती करण्याची कंपनीची क्षमता आपल्याला कशी काय समजू शकेल? स्वच्छ लेखांकनं असलेल्या, सुज्ञपणे भांडवल वाटप केल्याचं ट्रॅक रेकॉर्ड असलेल्या आणि शाश्वत स्पर्धात्मक लाभ मिळवलेल्या कंपनीत गुंतवणूक करा.

मुख्य मुद्दे

- दीर्घ काळ गुंतवणूक करणं ही स्थिर आणि निकोप स्टॉक मूल्य परतावे मिळवण्याची गुरुकिल्ली आहे. अल्पकालीन खरेदी आणि विक्री यांच्या वेळा ठरवणं ही गोष्ट व्यवहार्यदृष्ट्या अशक्य आहे आणि ही गोष्ट त्यासाठी लागणारा वेळ आणि श्रम यांचा विचार केला तर उचितही नाही.
- कॅशफ्लोच्या मुळाशी असलेल्या दोन प्रमुख घटकांनी स्टॉकच्या मूल्याला चालना मिळते. कॅशफ्लोंमधील वाढ आणि त्याहूनही महत्त्वाची गोष्ट म्हणजे कॅशफ्लोंचं दीर्घ आयुर्मान या त्या गोष्टी होत.
- डिस्काउंटेड कॅशफ्लोसारख्या समग्र पद्धतीसह बहुतांश मूल्यांकन पद्धती आणि पी/ई, ईव्ही/ ईबीआयटीडीए इ. सारख्या सापेक्ष पद्धती कॅशफ्लोंच्या आयुर्मानाकडे दुर्लक्ष करतात. त्यामुळे गुंतवणूकदार 'महागडं मूल्य' असल्यासारख्या वाटणाऱ्या, परंतु प्रत्यक्षात त्यांच्या अंगभूत मूल्याच्या तुलनेत खूपच कमी किमतीत विक्री होत असलेल्या स्टॉककडे दुर्लक्ष करतात.
- सातत्यपूर्ण कम्पाउंडर्समध्ये गुंतवणूक केल्यामुळे गुंतवणूक कधी करावी याविषयीच्या गुंतवणूकदाराच्या मनातील गोंधळातील दोन मुख्य गोष्टी दूर होतात. गुंतवणुकीची वेळ आणि मूल्य या त्या दोन गोष्टी होत.

***

प्रकरण ७

गुंतवणूक योजना तयार करणं

देविकासाठी सुचवण्यात आलेला मार्ग

या पुस्तकाच्या पहिल्या प्रकरणात आपण देविका पटेलला भेटलो होतो. आधीच्या वीस वर्षांच्या काळात तिने कितीही कष्ट केले, काळजीपूर्वक बचत केली आणि सक्रिय गुंतवणूक केली असली तरी सगळी यंत्रणाच तिच्या विरोधात काम करत असल्यावर तिचा विश्वास आहे. यंत्रणा प्रतिकूलपणे काम करत असल्यामुळे तिच्या संपत्तीची तिला अर्थपूर्ण चक्रवाढ पद्धतीनं वाढ करता आली नाही, असं तिचं म्हणणं आहे.

देविकाच्या मनात आपल्या हातातून झपाट्यानं काळ निघून चालल्याची बोचरी जाणीव आहे. ती राहत असलेलं घर वगळता तिच्याकडे एकूण नऊ कोटींची संपत्ती आहे. त्यात सहा कोटी रुपयांची रिअल इस्टेट (दक्षिण मुंबईतील निवासी अपार्टमेंट), दोन कोटी रुपयांचं सोनं आणि एक कोटी रुपयांच्या मुदत ठेवी यांचा समावेश आहे. निवृत्तीनंतर आपली जीवनशैली कायम राखण्यासाठी तिला किमान २० कोटी रुपयांची आवश्यकता आहे. याचा अर्थ तिच्या सध्याच्या संपत्तीनं पुढच्या दहा वर्षांत परताव्याच्या करपश्चात नऊ टक्के दरानं चक्रवाढीनं वाढलं पाहिजे.

अखेरीस, मनाच्या निराश अवस्थेत देविकानं सेबीच्या वेबसाइटला भेट दिली आणि तिथे तिला सेबीमध्ये नोंद असलेल्या गुंतवणूकदार सल्लागारांची (सेबी-रजिस्टर्ड इन्व्हेस्टरची- आरआयएंची)[१] नावं आणि संपर्क तपशील असलेला विभाग आढळला. तिला मुंबईत तिच्या राहत्या ठिकाणापासून जवळच असलेल्या विष्णू कृष्णमूर्ती यांचा पत्ता सापडला. विष्णू यांच्या समवेत काही तास चर्चा केल्यानंतर

देविकाच्या लक्षात आलं की, आगामी दशकांत तिची संपूर्ण संपत्ती तिला दोन वर्गांमध्ये ठेवावी लागणार होती.

पहिल्या वर्गात गुंतवणुकीच्या भाषेत ज्याला 'पावसाळी दिवसांसाठी'चं भांडं म्हणतात ते होतं. ते ती तिच्या आईसाठी आणि स्वतःसाठी निर्माण करणार होती. अर्थातच ती आकस्मिक तातडीच्या गोष्टींसाठी गरज पडली तर खर्च करण्यासाठी आवश्यक असलेली गुंतवणूक होती. जर तिची नोकरी गेली, किंवा तिला अगर तिच्या आईला एखादा गंभीर आजार झाल्यामुळे देविकावर नोकरी सोडण्याची वेळ आली आणि वैद्यकीय खर्च करावा लागला तर असावेत म्हणून तिला ती गुंतवणूक करावी लागणार होती. बराच विचार केल्यानंतर देविकानं याकरिता चार कोटी रुपयांची गुंतवणूक केली. विष्णूंनी तिला हा पैसा भारत सरकारच्या करमुक्त रोख्यांमध्ये गुंतवण्याचा सल्ला दिला. यांतून तिला वार्षिक सहा टक्के परतावा मिळणार होता.

दुसऱ्या भागातील गुंतवणुकीत उर्वरित पाच कोटी रुपयांचा समावेश होता. विष्णूंनी तिला ते पैसे मार्सेलसरच्या कन्सिस्टंट कम्पाउंडर्स पीएमएस पोर्टफोलिओत (सीसीपीमध्ये) गुंतवण्याचा सल्ला दिला होता. आपल्या मित्र-मैत्रिणींकडून देविकानं असं ऐकलं होतं की, शेअर बाजारातून पैसा मिळवणं अतिशय कठीण असतं. त्यामुळे देविका शेअर बाजाराचं नाव ऐकताच एकदम सावध झाली. विष्णूंनी देविकाला पहिल्यांदा मार्सेलसच्या वेबसाइटवर उपलब्ध असलेला व्हिडिओ पाहण्याची विनंती केली. तुलनेत कमी अस्थैर्यासह (सहसा गेल्या वीस वर्षांच्या निफ्टी ५०च्या आधारावरच्या बॅक टेस्टिंग डेटाच्या निम्म्याहून कमी)[२] निकोप परतावे देणं हा सीसीपीचा हेतू आहे.

व्हिडिओ पाहिल्यानंतर देविकाला मार्सेलसनं त्यांच्या ग्राहकांचा पैसा कसा गुंतवला होता त्याची कल्पना आली. मात्र तरीही एशियन पेंट्ससारख्या काही फर्म या सातत्यानं तिच्या संपत्तीत चक्रवाढीनं वृद्धी करत राहतील याविषयी तिची खात्री पटत नव्हती. काहीही झालं तरी गेल्या वीस वर्षांत तिच्या सामाजिक वर्तुळातील कित्येक लोकांनी भारतीय स्टॉकमध्ये भरपूर पैसा गमावल्याचं तिने पाहिलं होतं. तिची ही शंका दूर करण्यासाठी विष्णूंनी तिला सौरभ यांचं सन २०२० मध्ये प्रसिद्ध झालेलं 'द व्हिक्टरी प्रोजेक्ट : सिक्स स्टेप्स टू पिक पोटेन्शिअल' या पुस्तकातील काही तक्ते दाखवले.

विष्णूंनी सेन्सेक्सचा हिस्टोग्रॅम दाखवून याची सुरुवात केली. त्यात गेल्या बत्तीसपैकी एकवीस वर्षांत (म्हणजे ६६ टक्के वर्षांमध्ये) सेन्सेक्सनं सकारात्मक परिणाम दिल्याचं दिसतं. सेन्सेक्सनं परताव्यांच्या या एकवीस वर्षांपैकी बहुसंख्य (म्हणजे तेरा) वर्षांमध्ये ० ते ३० टक्क्यांच्या दरम्यान परतावे दिले होते.

तक्ता क्र. ७७ : बीएसई सेन्सेक्स – वार्षिक परताव्यांचं वितरण

नकारात्मक पतावे				सकारात्मक परतावे			
<–३०% हून कमी	–२०% ते –३०%	–१०% ते –२०%	०% ते –१०%	०% ते +१०%	+१०% ते +२०%	+२०% ते +३०%	>+३०%
वित्त वर्ष ९३	वित्त वर्ष ०१	वित्त वर्ष९५	वित्त वर्ष९७	वित्त वर्ष९६	वित्त वर्ष ९८	वित्त वर्ष०८	वित्त वर्ष ९१
वित्त वर्ष०९	वित्त वर्ष२०	वित्त वर्ष०३	वित्त वर्ष९९	वित्त वर्ष१३	वित्त वर्ष ०५	वित्त वर्ष १५	वित्त वर्ष ९२
		वित्त वर्ष१२	वित्त वर्ष०२	वित्त वर्ष९०	वित्त वर्ष ०७		वित्त वर्ष ९४
			वित्त वर्ष१६		वित्त वर्ष ११		वित्त वर्ष००
					वित्त वर्ष १४		वित्त वर्ष ०४
					वित्त वर्ष १७		वित्त वर्ष ०६
					वित्त वर्ष १८		वित्त वर्ष १०
					वित्त वर्ष १९		वित्त वर्ष ८९

स्रोत : मार्सेलस इन्व्हेस्ट मॅनेजर्स, एस इक्विटी

त्यानंतर विष्णूंनी देविकाला एशियन पेंट्सचे आणि एचडीएफसी बँकेचे संबंधित हिस्टोग्रॅम दाखवले. हे दोन्ही स्टॉक मार्सेलसच्या सीसीपीचे भाग आहेत.

तक्ता ७८ : एचडीएफसी बँक – वार्षिक परताव्याचं वितरण

नकारात्मक पतावे				सकारात्मक परतावे			
<–३०% हून कमी	–२०% ते –३०%	–१०% ते –२०%	०% ते –१०%	०% ते +१०%	+१०% ते +२०%	+२०% ते +३०%	>+३०%
वित्त वर्ष ९	वित्त वर्ष २०	वित्त वर्ष०१	वित्त वर्ष९९	वित्त वर्ष०२	वित्त वर्ष १२	वित्त वर्ष०७	वित्त वर्ष ९७
			वित्त वर्ष०३	वित्त वर्ष१६		वित्त वर्ष११	वित्त वर्ष ९८
						वित्त वर्ष १३	वित्त वर्ष ००
						वित्त वर्ष १४	वित्त वर्ष०४
						वित्त वर्ष १९	वित्त वर्ष ०५
							वित्त वर्ष ०६
							वित्त वर्ष ०८
							वित्त वर्ष १०
							वित्त वर्ष १५
							वित्त वर्ष १७
							वित्त वर्ष १८

स्रोत : मार्सेलस इन्व्हेस्ट मॅनेजर्स, एस इक्विटी

तक्ता क्र. ७९ : एशियन पेंट्स : वार्षिक परताव्यांचं वितरण

नकारात्मक पतावे				सकारात्मक परतावे			
<−३०% हून कमी	−२०% ते −३०%	−१०% ते −२०%	०% ते −१०%	०% ते +१०%	+१०% ते +२०%	+२०% ते +३०%	>+३०%
वित्त वर्ष९		वित्त वर्ष९७	वित्त वर्ष०१	वित्त वर्ष९०	वित्त वर्ष९१	वित्त वर्ष०५	वित्त वर्ष८९
		वित्त वर्ष९९		वित्त वर्ष९३	वित्त वर्ष९५	वित्त वर्ष११	वित्त वर्ष९२
				वित्त वर्ष०३	वित्त वर्ष९६	वित्त वर्ष१२	वित्त वर्ष९४
				वित्त वर्ष१६	वित्त वर्ष९८	वित्त वर्ष१४	वित्त वर्ष००
				वित्त वर्ष१८	वित्त वर्ष०७	वित्त वर्ष१७	वित्त वर्ष०२
					वित्त वर्ष२०		वित्त वर्ष०४
							वित्त वर्ष०६
							वित्त वर्ष०८
							वित्त वर्ष१०
							वित्त वर्ष१३
							वित्त वर्ष१५
							वित्त वर्ष१९

स्रोत : मार्सेलस इन्व्हेस्ट मॅनेजर्स, एस इक्विटी

विष्णूंनी देविकाला 'द व्हिक्टरी प्रोजेक्ट' या पुस्तकातील हे तक्ते दाखवल्यानंतर देविकाच्या लक्षात पुढील गोष्टी आल्या :

- सेन्सेक्सच्या तुलनेत सीसीपी स्टॉकमधून जास्त लक्षणीय प्रमाणात सातत्यपूर्ण धन किंवा सकारात्मक परतावे मिळतात. सीसीपीमधील बहुतांश कंपन्यांनी गेल्या ३५ वर्षांतील ८० टक्के वर्षी म्हणजे पाचपैकी चार वर्षी सकारात्मक परतावे दिले आहेत. सेन्सेक्समधील ६६ टक्के कंपन्यांनी सकारात्मक परतावे दिले आहेत.
- ज्या वर्षांमध्ये सकारात्मक परतावे मिळाले होते त्या वेळी त्या कंपन्यांचे वार्षिक परतावे हे ३० टक्क्यांच्या वर होते. सेन्सेक्समध्ये बहुतांश सकारात्मक परतावे हे वार्षिक तीस टक्क्यांहून कमी होते.
- ज्या वर्षांमध्ये या कंपन्यांचे परतावे नकारात्मक किंवा ऋण होते, (यात १९९९, २००१ आणि २००९ या आर्थिक वर्षांचा समावेश होतो.) त्यांनी त्यानंतरच्या वर्षांमध्ये वार्षिक ३० टक्क्यांहून अधिक परतावे दिल्याचं दिसतं.

बाजार तेजीत असल्याच्या काळात अधिक प्रमाणात कमी परतावे दिले गेले होते का आणि असं मूल्य चुकतं करण्यातून मार्सेलसच्या सीसीपींचं स्थैर्य आणि सातत्य निर्माण झालं होतं का, असं स्वतःही एक व्यावसायिक महिला असल्याने देविकानं आता विष्णूंना विचारलं. तिच्याकडे व्यावसायिक शिक्षण संस्थेत प्राध्यापकांनी शिकवलेल्या ज्ञानाचा मोठा साठा होता. एमबीएच्या विद्यार्थ्यांसाठी दिलेल्या व्याख्यानात त्यांनी विद्यार्थ्यांना सांगितलं होतं की, ज्या वेळी अर्थकारण मजबूत होतं आणि शेअर बाजारात तेजी येते त्या वेळी एशियन पेंट्स आणि एचडीएफसी बँक यांसारख्या उच्च दर्जाच्या कंपन्या कमी परतावे देतात. आता विष्णूंनी देविकाला पाश्चात्त्य अर्धगोलातील व्यावसायिक संस्थांमधून शिकवल्या जाणाऱ्या अशा सिद्धान्तांमधील सदोषपणा दाखवून देण्यासाठी आणखी काही तक्ते दाखवले.

सीसीपीचा दृष्टिकोन वापरल्यामुळे तुमच्या गुंतवणुकांना दीर्घ काळात सेन्सेक्सवर मात करून अधिक परतावे देण्यास मदत होतेच, शिवाय अ) त्या तुम्हाला क्वचितच नकारात्मक किंवा ऋण परतावे देतात आणि ब) बहुतांश वेळा कालौघात त्यांच्यातून लक्षणीय सकारात्मक परतावे तयार होतात.

चौकट क्र. ८० : एका वर्षाच्या रोलिंग आधारावर[३] सीसीपींच्या VS सेन्सेक्सच्या एकूण शेअरधारक परताव्यांची तुलना.[३]

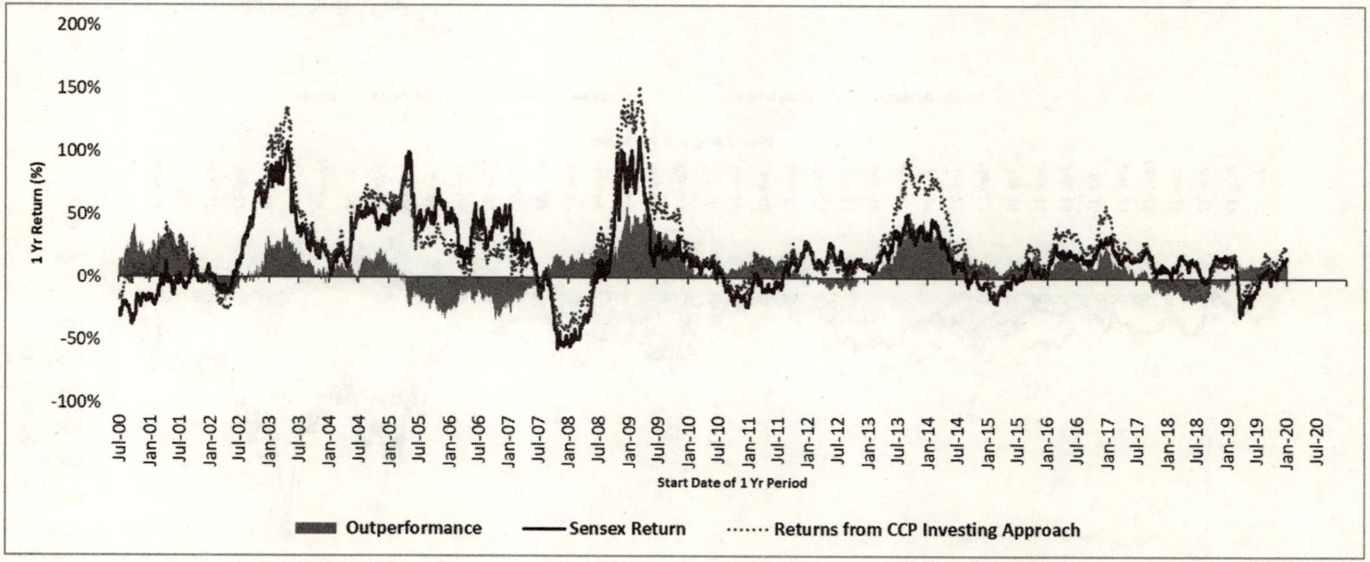

स्रोत : मार्सेलस इन्व्हेस्टमेंट मॅनेजर्स, एसी इक्विटी

चौकट क्र. ८१. तीन वर्षांच्या रोलिंग आधारावर[४] सीसीपींच्या VS सेन्सेक्सच्या एकूण शेअरधारक परताव्यांची तुलना.[४]

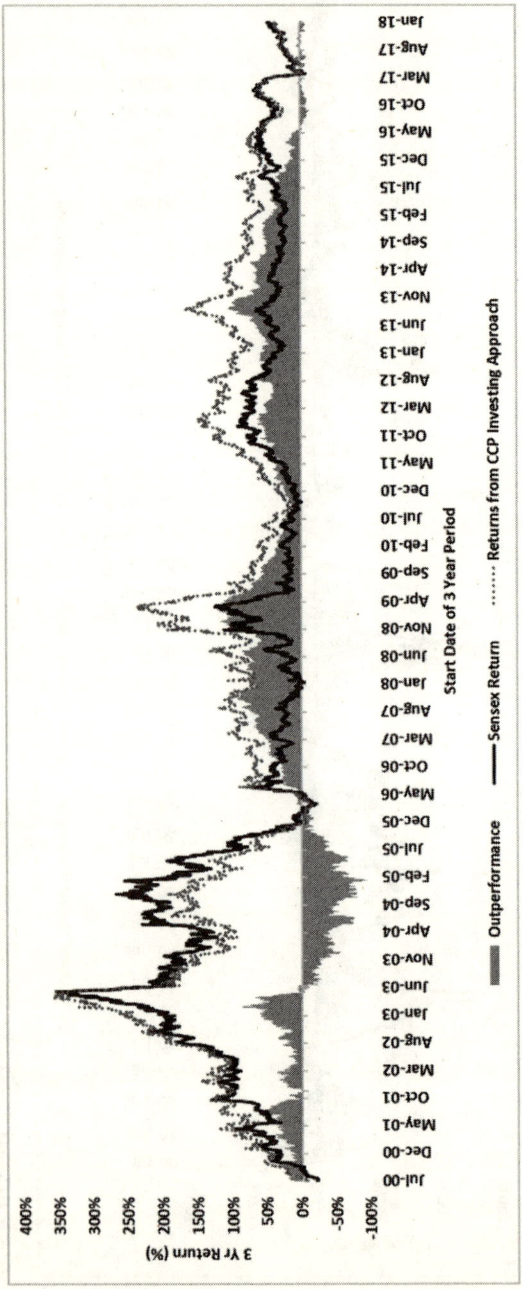

स्रोत : मार्सेलस इन्व्हेस्टमेंट मॅनेजर्स, एसी इक्विटी

तक्ता क्र. ८१ मध्ये दिसून येतं त्याप्रमाणे, तुम्ही जर या दृष्टिकोनाचं गेल्या वीस वर्षांत किमान तीन वर्षांसाठी (२००६ पासून सुरू होत असलेल्या तीन वर्षांच्या काळात. या काळात जागतिक वित्तीय संकटाची सुरुवात झाली होती आणि या काळात नऊ वर्षांच्या कालावधीत सेन्सेक्स निम्म्याहून अधिक प्रमाणात घसरला होता.) अनुसरण केलं असतं तर तुम्हाला फक्त एका वेळी नकारात्मक परतावे मिळाले असते.

देविकाला दोन तक्ते (तक्ता क्र.८० व ८१ मधील) पाहता आले. त्यात तिला सेन्सेक्सच्या तुलनेत लक्षणीयरीत्या कमी अस्थैर्य असलेले परतावे निर्माण झाल्याचं पाहता आलं.

आता त्यांची बैठक संपत आली होती. विष्णूंनी देविकाला असं सांगितलं की, जर तिच्या एकूण संपत्तीपैकी ६० टक्के संपत्ती दहा वर्षांपूर्वी तिने सीसीपीमध्ये आणि उर्वरित संपत्ती करमुक्त सरकारी रोख्यांमध्ये गुंतवली असती तर तिला वार्षिक तेरा टक्के (करपश्चात, म्हणजेच भांडवली लाभ कर भरल्यानंतर) परतावे मिळाले असते.[५] त्यानंतर विष्णूंनी तिला असं दाखवून दिलं की, जर आगामी दहा वर्षांसाठी या संमिश्र पोर्टफोलिओनं तिला तेरा टक्क्यांहून लक्षणीयरीत्या कमी परतावा दिला तरीसुद्धा निवृत्तीच्या वेळी ती आर्थिकदृष्ट्या भक्कम स्थितीत असेल.[६]

आपल्याला 'द अनयुज्वल बिल्यनेअर्स' (२०१६) आणि 'कॉफी कॅन इन्व्हेस्टिंग : द लो रिस्क रुट टू स्टुपेंडस वेल्थ' (२०१८) ही दोन पुस्तकं पाठवून द्यावीत अशी देविकानं विष्णूंना विनंती केली. ती सौरभनी आणि त्यांच्या सहकाऱ्यांनी लिहिली होती. उच्च जोखमी न पत्करता भारतातील गुंतवणूकदारांनी आपल्या संपत्तीत सातत्यानं कशी वाढ करावी याविषयी त्यात माहिती देण्यात आली आहे.

राजवीरसाठीचा भावी मार्ग

या पुस्तकाच्या सुरुवातीच्या प्रकरणात आपण भारतातील एका प्रमुख व्यवसाय शिक्षणसंस्थेतून पदवीधर झालेल्या राजवीर भाटियाचं प्रकरण पाहिलं होतं. नंतरच्या काळात तो मुंबईतील गुंतवणूक बँकेचा उपाध्यक्ष झाला होता. पहिल्या प्रकरणात आपण पाहिलं आहे त्याप्रमाणे दुर्दैवानं, राजवीरनं पहिल्यांदा स्मॉल कॅप स्टॉक्समध्ये आपले हात पोळून घेतले आणि नंतर स्वतःचा आणि त्याच्या पालकांचा पैसा क्रेडिट रिस्क फंडात गुंतवल्यावर तिथेही त्याला दुर्दैवाच्या फेऱ्याला तोंड द्यावं लागलं आणि ती रक्कम वाया गेली.

आता तीस वर्षांच्या राजवीरला त्याच्या समोर बिकट आर्थिक परिस्थिती निर्माण झाल्याचं चित्र दिसलं. त्याचं निवासस्थान वगळता त्याची आणि त्याच्या पालकांची एकूण मालमत्ता ही फक्त पाच कोटी रुपयांची होती. (त्यात तीन कोटी

रुपयांच्या स्मॉल कॅप स्टॉक्सचा आणि राजवीरच्या पालकांनी केलेल्या दोन कोटींच्या मुदत ठेवींचा समावेश होता.) राजवीरला त्याच्या पालकांचा निवृत्तिपश्चात पुढील पंधरा वर्षांचा खर्च भागवायचा होता आणि अजूनही त्याची गोव्यात घर घेण्याची महत्त्वाकांक्षा होती. त्याची ही आर्थिक उद्दिष्टं वास्तववादी होती का?

राजवीरच्या सुदैवानं, शिनेदा इंडस्ट्रीज ही त्याची एक बँकिंग ग्राहक होती आणि देविका पटेल त्या इंडस्ट्रीजच्या सीईओनं राजवीरला विष्णू कृष्णमूर्ती या तिच्या गुंतवणूक सल्लागाराविषयी सांगितलं. राजवीर एके दिवशी आठवडाअखेरीला दुपारच्या वेळी विष्णूंना भेटला. मुंबईतील बांद्रा-कुर्ला कॉम्प्लेक्समधील एका कॉफी शॉपमध्ये त्यांची भेट झाली.

राजवीरनं त्यांना आपली आर्थिक परिस्थिती स्पष्ट करून सांगितली. विष्णूंना दोन गोष्टी महत्त्वाच्या वाटल्या. राजवीर तरुण होता आणि त्याला उत्तम पगाराची नोकरी होती. देविका पटेलच्या तुलनेत राजवीर अधिक प्रमाणात आर्थिक जोखमी घेण्याच्या परिस्थितीत होता. मात्र तरीही राजवीरला त्याच्या पालकांचं निवृत्तीनंतरचं आयुष्य पुढची पंधरा वर्षं योग्य प्रकारे व्यतीत होईल, याची काळजी घ्यावीच लागणार होती. म्हणून विष्णूंनी राजवीरला त्याच्या संपत्तीचे दोन भाग करावेत असा सल्ला दिला.

पहिल्या भागात कमी जोखमीच्या मालमत्ता असणार होत्या. त्यांच्या द्वारे राजवीरच्या पालकांसाठी वार्षिक आधारावर स्थिर कॅशफ्लोची निर्मिती झाली असती. विष्णूंनी राजवीरला भारत सरकारच्या दीर्घकालीन रोख्यांमध्ये अडीच कोटी रुपये गुंतवावेत असं सुचवलं आणि दोन कोटी रुपये खासगी क्षेत्रातील आघाडीच्या बँकेच्या मुदतठेवीत गुंतवण्याचा सल्ला दिला. विष्णूंचा असा विश्वास होता की, त्यामुळे राजवीरच्या पालकांना प्राप्तिकर भरल्यानंतर वार्षिक २५ लाख रुपयांचं उत्पन्न मिळालं असतं.

राजवीरच्या पोर्टफोलिओच्या दुसऱ्या भागात ५० लाख रुपये उरले होते. विष्णूंनी राजवीरला मार्सेलसच्या लिटल चॅम्प पोर्टफोलिओ (एलसीपी) या स्मॉल कॅप पीएमएसमध्ये त्या पैशाची गुंतवणूक करण्याचा सल्ला दिला. विष्णूंच्या सल्ल्याविषयी राजवीरनं तत्काळ नाराजी व्यक्त दिली. स्मॉल कॅप सट्टेबाजीमुळे राजवीर कमालीचा घाबरलेला होता, पण तरीही जर कोणी स्मॉल कॅपमधून पैसा मिळवू शकत असेल तर तो स्वतःच ती व्यक्ती होता असंही त्याला वाटत होतं.

विष्णूंनी राजवीरला विचारलं की त्याच्या भरपूर वेळ खाणाऱ्या नोकरीतून परत आल्यानंतर आणि त्याच्या पालकांची आवश्यक देखभाल केल्यानंतर शेअर बाजाराचा विचार करण्याइतका वेळ त्याच्याकडे खरोखरच उरत होता का? ते म्हणाले, ''आपण इथे वस्तुनिष्ठपणे विचार करू या. आपण आठवडाअखेरीला एका कॉफी शॉपमध्ये भेटत आहोत, कारण फक्त तुमच्या जेवणाच्या एक

तासाच्या वेळेतच तुम्हाला थोडीफार उसंत मिळत आहे. जर असं असेल तर स्मॉल कॅप स्टॉक्सचा विचार करण्याइतका वेळ घालवण्यासाठी तुम्ही कसा काय वेळ काढू शकाल?''

त्यानंतर विष्णूंनी राजवीरला मार्सेलसनं केलेलं संशोधन दाखवलं. स्मॉल कॅप स्टॉक्सवर करण्यात आलेल्या आणि इतरत्र प्रकाशित झालेल्या त्या संशोधनातून मिड कॅप आणि लार्ज कॅप यांच्या तुलनेत स्मॉल कॅप स्टॉकनी केलेली भरपूर मोठी कामगिरी दिसत होती. अगदी सगळ्यात दुर्बल स्मॉल कॅप स्टॉक मात्र एक वर्षाहून कमी कालावधीत शेअरधारकाची संपत्ती नष्ट करू शकत होते.

तक्ता क्र. ८२ : स्मॉल कॅपमधील सगळ्यात कमी तिमाही परतावे गुंतवणूकदाराच्या संपत्तीचा झटपट नाश करू शकतात, हे दर्शवणारे आलेख[७]

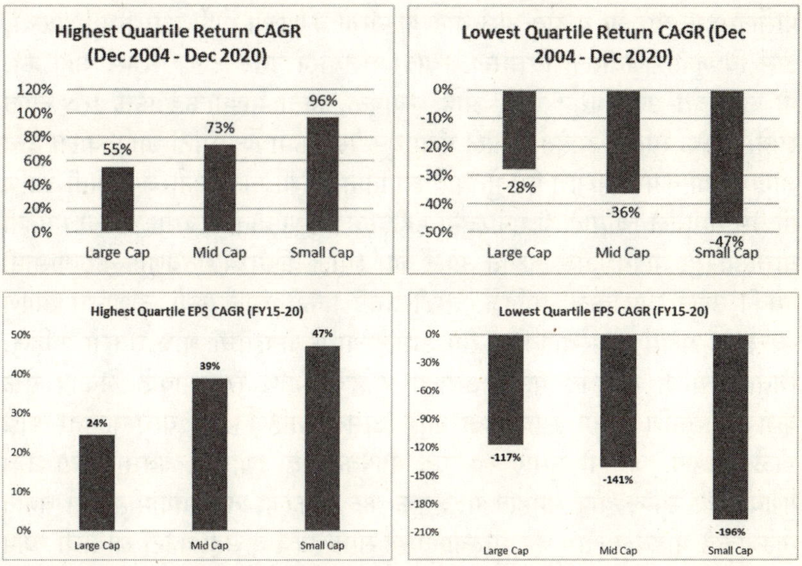

स्रोत : मार्सेलस इन्व्हेस्टर्स मॅनेजर्स, एस इक्विटी.

म्हणूनच गुंतवणुकीसाठी कंपन्यांची निवड करणं हेच स्मॉल कॅप गुंतवणुकीतील मुख्य कौशल्य असतं. पुढील कंपन्यांमध्ये गुंतवणूक करणं महत्त्वाचं असतं : अ) ज्या कंपन्या त्यांच्या हिशेबाच्या वह्या आपल्याला हव्या तशा 'तयार' करत नाहीत, म्हणजेच ज्यांचे हिशेब निर्दोष असतात. ब) ज्या कंपन्या आगामी वर्षांमध्ये वाढत्या प्रमाणात नफा मिळवण्यासाठी आपल्या भांडवलाचं आणि मुक्त कॅशफ्लोचं

सुज्ञपणानं वाटप करतात आणि क) ज्या कंपन्या आपल्या ब्रँडचा, व्यवसाय प्रक्रियांचा आणि ग्राहकांशी, पुरवठादारांशी व कर्मचाऱ्यांशी असलेल्या संबंधांचा वापर करून आपल्या व्यवसायात सहजासहजी प्रवेश करण्यास प्रतिस्पर्ध्यांना अटकाव करतात. पोर्टफोलिओतील एकूण पंधरा स्मॉल कॅपसाठी तर सोडूनच द्या, पण अगदी एखाद्या स्मॉल कॅपसाठीही या मुद्द्यांवर योग्य प्रकारे दिलासादायक वातावरण निर्माण करण्यासाठी किती मेहनत घ्यावी लागते आणि किती बाजारविषयक बुद्धिमत्तेची आवश्यकता असते हे एक गुंतवणूकदार बँकर म्हणून राजवीरला माहीत होतंच.

त्यानंतर विष्णूंनी राजवीरला मार्सेलसच्या वेबसाइटवर जाऊन लिटल चॅम्प पोर्टफोलिओ (एलसीपी)[८] वरची वेबिनार पाहण्यास सांगितलं. एकदा सपाटून मार खाल्लेला असल्यामुळे राजवीरनं मार्सेलसचे एलसीपीवरचे व्हिडिओ आणि वार्तापत्रं पाहण्यात जवळजवळ संपूर्ण एक आठवडाअखेर घालवली. त्यानंतर मार्सेलसच्या टीमशी आपला संपर्क साधून द्यावा, अशी त्याने विष्णूंना विनंती केली. आपण मार्सेलसच्या बाजूला वळावं असं वाटण्याकरिता कोणत्या गोष्टी कारणीभूत झाल्या, असं विष्णूंनी राजवीरला विचारलं. त्यावर राजवीरनं उत्तर दिलं, ''असं पाहा की, मी ज्या चढ-उतारांमधून गेलो आहे, त्यामुळे आता माझ्याकडे फक्त ५० लाख रुपये शिल्लक राहिले आहेत. स्मॉल कॅपमधून पैसा कमावण्यासाठी आपल्याला उच्च जोखमीच्या कंपन्यांमध्येच पैसे गुंतवावे लागतात, अशी माझी मनोरचना होती आणि मी पैसे गमावले त्यामागे ही मनोरचना हेही एक कारण होतं. वेबसाइटवरची माहिती वाचल्यानंतर माझ्या असं लक्षात आलं की, स्मॉल कॅपमध्ये गुंतवणूक करण्यासाठी नेमकी उलट गोष्ट केली पाहिजे. तुम्ही उत्तम प्रकारे चालवल्या जाणाऱ्या आणि स्वच्छ व सक्षम व्यवस्थापकीय टीम असलेल्या फ्रँचायझींचा शोध घेतला पाहिजे. शिवाय त्यांचा ताळेबंद भक्कम असला पाहिजे आणि त्यांच्याकडे निकोप मुक्त कॅशफ्लो आणि सक्षम स्पर्धात्मक लाभ असले पाहिजेत. हे वाचल्यानंतर माझे डोळे उघडले. जर मी सुमारे २० टक्के वार्षिक वाढ देणाऱ्या व्यवसायांच्या उच्च गुणवत्तेच्या स्मॉल कॅप समूहात गुंतवणूक करू शकलो, तर आगामी पंधरा वर्षांत माझ्याकडे भांडवल लाभ कर भरल्यानंतरही सुमारे पाच ते सहा कोटी रुपयांची रक्कम जमा झालेली असेल. यामुळे आजपासून पंधरा वर्षांनी मी गोव्यात माझं स्वप्नातील सुंदर घर बांधू शकेन. तोपर्यंत मी जर कुशल व्यवहार करणारी व्यक्ती असलो तर माझ्या ग्राहकांना आणि मित्रांना मी गोव्यात सप्ताहअखेरीच्या पार्ट्यांकरिता गोव्यात नेऊ शकेन.''

त्यावर विष्णू म्हणाले, ''त्या वेळी आपल्या वित्त सल्लागारालाही गोव्यातील त्या पार्ट्यांना आमंत्रित करण्यास तुम्ही विसरणार नाही, अशी आशा आहे. उत्तम गुंतवणूक व्यूहरचना ओळखण्याच्या माझ्या दिवसभराच्या कामाखेरीज मीसुद्धा कॉकटेल आणि मॉकटेल तयार करण्यात तरबेज आहे, बरं का!''

मुख्य मुद्दे

आपली आर्थिक उद्दिष्टं निश्चित करण्यासाठी आणि त्यानुसार विविध प्रकारच्या गुंतवणूक साधनांमध्ये आपल्या बचतींचं वाटप करण्यासाठी आर्थिक नियोजनाची आवश्यकता असते.

- गुंतवणूकदारानं आपल्या गुंतवणुकीचं पहिलं वाटप हे नजीकच्या काळात किंवा तातडीच्या अगर आणीबाणीच्या परिस्थितीत लागणाऱ्या फंडांसाठी केलं पाहिजे. यालाच 'पावसाळी दिवसांसाठी लागणारा पैसा,' असं म्हणतात. भांडवलाच्या कंपाउंडिंगऐवजी भांडवलाचं संरक्षण करणं फक्त इतकाच या वाटपाचा हेतू असल्यामुळे ही गुंतवणूक करमुक्त सरकारी रोख्यांमध्ये केली पाहिजे.
- स्मॉल कॅप असो किंवा लार्ज कॅप, पण गुंतवणूकदाराच्या इक्विटींकरिता केलं जाणारं भांडवल वाटप हे अत्यंत बारकाईनं संशोधन करण्यात आलेल्या पोर्टफोलिओकरिताच केलं गेलं पाहिजे. हे संशोधन पुढील गोष्टींसाठी केलं पाहिजे : अ) स्वच्छ लेखांकन ब) भक्कम मुक्त रोख रकमेच्या निर्मितीसाठी करण्यात आलेलं विवेकी आणि सक्षम भांडवल वाटप आणि क) स्पर्धकांचा आपल्या व्यवसायातील प्रवेश रोखण्यासाठी उभारले गेलेले भक्कम अडथळे.

***

निष्कर्ष

राहुल द्रविडकडून शिकलेले धडे : वर्तनात्मक कौशल्यांची तांत्रिक क्षमतांशी सांगड घालणं

''गावसकर हे बचावात्मक फलंदाजी करणारे महान फलंदाज होत. त्यांनी उत्तम फलंदाजी करून उत्तम खेळ केला आणि विजय संपादन केला. तेंडुलकरला विलक्षण बुद्धिमानतेची देणगी मिळाली होती, पण त्याने कधीही तिला गृहीत धरलं नाही. द्रविडकडे बहुधा या तिघांपेक्षाही अधिक खंबीर मन आणि मानसिक शक्तीची सगळ्यात विशाल भांडारं असावीत.''

–संजय मांजरेकर, क्रिसइन्फो मॅगझिन (२००६)

''ड्रेसिंग रूममध्ये नेहमीच एक बॅट असते. ती हातात घेऊन मी बहुधा खेळणार असलेले फटके मारत असल्याची कल्पना करत असे. आदल्या रात्री झोपण्याच्या आधी मी दुसऱ्या दिवसाचा विचार करण्यात १५ मिनिटं घालवत असे. त्या वेळी मी तो दिवस माझ्यासाठी कसा असेल याचा विचार करून माझ्या विचारांची रचना करत असे.''

–राहुल द्रविड[१]

कसोटी सामन्यातील फलंदाज म्हणून द्रविडची तांत्रिक क्षमता अत्युच्च असली तरी त्याच्या मानसिक दिनचर्येमुळे आणि अगदी आपल्या शालेय जीवनापासून मनाला संस्कारित करण्याच्या नियमाचं पालन केल्यामुळे तो इतरांपेक्षा वेगळा ठरला होता. ही तयारी, मनःचक्षूंसमोर तंत्रं आणण्याची त्याची पद्धत यांमुळे त्याला आपल्या दुर्बलता तर ओळखता आल्याच, शिवाय आपल्या दुर्बलतांवर मात करण्याच्या उपाययोजना

आपल्या आपणच शोधण्याची क्षमताही त्याला प्राप्त झाली. द्रविडचं यश हे म्हणूनच त्याच्या तांत्रिक कौशल्यांइतकंच त्याच्या वर्तनात्मक गुणधर्मांमुळेही त्याला प्राप्त झालं होतं. या संदर्भात द्रविड हा महत्त्वाकांक्षी इक्विटी गुंतवणूकदारांकरिता एक महान आदर्श आहे.

द्रविडसारखं होणं ही इतकी कठीण गोष्ट आहे, कारण...

'ओळख' या सुरुवातीच्या प्रकरणात आपण कसोटी सामन्यातील फलंदाज म्हणून द्रविडनं तयार केलेलं असामान्य रेकॉर्ड साध्या तत्त्वांवर कसं आधारित होतं ते पाहिलं. थेट खेळणं, मैदानात दीर्घ काळापर्यंत टिकून राहणं, जोखमीचे फटके टाळणं आणि तंदुरुस्त राहणं ही त्याने पाळलेली काही साधी तत्त्वं होती. यातूनच असा प्रश्न निर्माण होतो की, जर ही गोष्ट इतकी साधी असेल तर मग बेंगळुरूच्या दंतकथा बनून गेलेल्या या फलंदाजाप्रमाणे फक्त थोडेच फलंदाज यशस्वी का होतात? थोडक्यात, राहुल द्रविडसारखं होणं इतकं कठीण का आहे? आणि याचं असंच थोडक्यात दिलेलं, संक्षिप्त उत्तर आहे : ''मानवी वर्तनामुळे''.

फलंदाजी आणि गुंतवणूक यांच्यासह जीवनाच्या कोणत्याही क्षेत्रातील प्रचंड यशाच्या गाभ्याशी एक क्षमता असते. सुमारे ९९.९९ टक्के लोकांना जी फलितं आपल्या आवाक्याबाहेरची आहेत असं वाटतं, ती प्राप्त करण्यासाठी आपल्या मनाला प्रशिक्षित करण्याची ही क्षमता असते आणि ती फक्त अत्यल्प लोकांकडेच असते. या व्यक्ती जे काही करतात ते कदाचित साधंसुधंच असतं, मात्र याचा अर्थ ते सोपं असतं असा मात्र नसतो. व्यापकपणे सांगायचं झालं तर राहुल द्रविडसारखी फलंदाजी करणं सोपं नसण्यामागे चार कारणं आहेत.

पहिलं म्हणजे द्रविडचं प्रशिक्षण आणि त्याचं मूलभूत मानसिक वळण किंवा संस्कार यांची सुरुवात तो सुमारे आठ वर्षांचा असताना झाली होती. त्याच वेळी केकी तारापोर या त्याच्या मार्गदर्शकांनी त्याला सरळ बॅटनं खेळणं महत्त्वाचं असतं आणि उच्च पातळीचं कौशल्य प्राप्त करण्यासाठी अथक सराव करणं ही केंद्रीभूत महत्त्वाची गोष्ट असते हे शिकवण्यास सुरुवात केली होती. 'आउटलायर्स' (२००८) या आपल्या प्रसिद्ध पुस्तकात माल्कोम ग्लॅडवेलनं '१०,००० तासांच्या सरावाचं' महत्त्व लिहिण्याच्या कितीतरी आधीपासूनच केकी तारापोर (द्रविडचे मार्गदर्शक), रमाकांत आचरेकर (सचिन तेंडुलकरचे मार्गदर्शक) आणि देश आझाद (कपिल देवचे मार्गदर्शक) यांनी आपल्या शिष्यांना या तत्त्वाचं पालन करण्यात प्रशिक्षित केलं होतं. फझल खलील हा द्रविडच्या शाळेतील संघापासूनचा त्याचा सहखेळाडू होता. तो रणजी ट्रॉफी क्रिकेटमध्येही त्याच्या समवेत खेळला होता. त्याने द्रविडविषयीची आठवण सांगताना म्हटलं होतं,

"तो विशेषतः मूलभूत तपशिलांकडे लक्ष पुरवत होता. जर त्याचा फॉर्म चांगला नसेल तर तो पुन्हा मागे वळत असे आणि शॅडो प्रॅक्टिस करत असे. आमच्या खेळाच्या मूलभूत तत्त्वांमध्ये दुरुस्त्या करताना आमचे प्रशिक्षक केकी तारापोर आम्हाला असं सांगत की, जर बॅट सरळ रेषेत खाली आली नाही तर चेंडू कोनात वळून पुढे जाईल. राहुल कधीही ही सूचना विसरला नाही. यातली रोचक बाब अशी आहे की, त्याने कधीही आपल्या मूलभूत क्रिकेटमध्ये किंवा खेळाविषय़ीच्या दृष्टिकोनात बदल केले नाहीत. अगदी शालेय जीवनापासून तो एकाच प्रकारे खेळत राहिला. 'व्ही'मध्ये खेळणं हे त्याच्याकडे नैसर्गिकरीत्याच आलं आणि त्याने कधीही त्यात बदल केला नाही."

भारताच्या महानगरांमध्ये मोठ्या होणाऱ्या अनेक मध्यम वर्गीय शालेय मुलांना द्रविडप्रमाणेच प्रशिक्षण आणि फलंदाजी सुविधा मिळत असतील. पण तरीही द्रविड हा एका बाबतीत आंतरराष्ट्रीय क्रिकेट खेळण्याच्या आधी आणि नंतरही त्याच्या सहाध्यायी मुलांहून किंवा सह-खेळाडूंहून नेहमीच वेगळा होता. त्याच्याकडे सराव करण्याची प्रचंड भूक होती. जॉन राईट य़ांनी सन २००० पासून २००५ पर्यंत भारतीय क्रिकेट संघाला प्रशिक्षण दिलं. द्रविड किती गांभीर्यानं नेट-सराव करतो हे त्यांनीच पहिल्यांदा जगाला सांगितलं होतं. त्यांनी म्हटलं होतं की : नेट्सवर सराव करणारा राहुल द्रविडहून अधिक निष्ठावान क्रिकेटपटू मी कधीच पाहिलेला नाही. फक्त गतीच्या माध्यमातूनच नव्हे, तर प्रत्येक चेंडू मोजून तो खेळाच्या परिस्थितीचं अनुकरण करू शकतो. जणू काही अगदी नेटमध्येसुद्धा त्याला खेळातून बाहेर जाण्याची इच्छा असत नव्हती. ज्या वेळी त्याला तीन किंवा चार गोलंदाजांना तोंड द्यावं लागत असे, अगदी तेव्हासुद्धा त्याची त्यांच्या बरोबर स्पर्धा करण्याची इच्छा असे. तो नेहमीच स्वतःची कसोटी पाहत असे आणि प्रत्येक वेळेची काय गरज आहे, ते पाहून त्यावर काम करत असे. त्यात आपल्या तांत्रिक बाबींवर काम करणं किंवा काही समस्या सोडवणं यांचा समावेश असे.[२]

राहुल फक्त नेट्सवरच फटक्यांचा सराव करत नव्हता, तर तो सगळीकडे आणि सदासर्वकाळ मनातल्या मनातही सराव करत असे. ही गोष्ट विवाहानंतर लवकरच विजेता या त्याच्या पत्नीच्या लक्षात आली होती. ती सांगते : "मी मेलबर्न आणि सिडनीला गेले होते, त्या वेळी (सन २००४च्या जानेवारीत) खरं म्हणजे तोपर्यंत मी त्याला समजून घेण्याचाच प्रयत्न करत होते. त्याचा खेळ जाणून घेण्याचा प्रयत्न करत होते. त्याच वेळी तो कशी तयारी करतो ते मी पाहिलं. त्याची दिनचर्या, दिवसभर सतत त्याला शॅडो प्रॅक्टिसविषयी वाटत असलेली आसक्ती या सगळ्या

गोष्टी माझ्या लक्षात आल्या आणि सुरुवातीला त्याची ही आसक्ती मला अतिशय विचित्र वाटली...''[३]

अशा प्रकारे चांगलं प्रशिक्षण आणि नेट्समधील व मनातील अथक सराव यांची सांगड घालून द्रविडनं भारतीय कसोटी संघात प्रवेश केला होता. त्या वेळी त्याचं वय तेवीस वर्षं होतं आणि तेव्हा जागतिक दर्जाची कामगिरी करण्यासाठी आवश्यक असलेली १०,००० तासांच्या सरावाची अट त्याने केव्हाच आरामात ओलांडली होती.

दुसरी गोष्ट म्हणजे त्याच्याकडच्या या ताकदींशिवाय निश्चित दिनचर्येचा आणि मानसिक संस्कार तंत्रांचा वापर करून आपल्या खेळात सुधारणा करणारा राहुल द्रविड हा कसोटी क्रिकेटमधील सुरुवातीच्या काही खेळाडूंपैकी एक होता. यातली लक्षणीय बाब अशी आहे की, अगदी शालेय जीवनापासूनच त्याने या दिनचर्यांचं पालन केल्याचं दिसून येतं. फझल खान म्हणतो :

''राहुलबरोबर एकाच खोलीत राहणं ही अवघड आणि त्याच वेळी सोपी गोष्ट होती. त्याला खोलीत अगदी शांत आणि मनः शांती मिळण्याजोगं...झेनसारखं वातावरण हवं असे. तो शांत असे आणि ध्यानधारणा करत असे. तो टीव्ही पाहत नसे, त्याऐवजी पुस्तकं वाचत असे. त्याची निश्चित अशी ठरावीक दिनचर्या होती आणि तो ठरलेले विधी पार पाडत असे. अगदी शालेय जीवनातसुद्धा तो असाच होता. तो श्वसनाचे अभ्यास (प्राणायाम) करत असे आणि जलनेती या प्राचीन तंत्राचा वापर करून नाकपुड्या स्वच्छ करत असे. ती अतिशय कंटाळवाणी गोष्ट होती.''[४]

तयारीचं साधन म्हणून त्याने ध्यानधारणेचा वापर करणं कसं काय सुरू केलं होतं, असा प्रश्न शारदा उग्रानं सन २०१२मध्ये त्याला विचारला होता.

त्यावर द्रविडनं उत्तर दिलं होतं की, मी अगदी लहान असतानाच हे करू लागलो. मी या सगळ्या गोष्टींकडे चक्क ओढला गेलो. मी १८-१९ वर्षांचा असताना दोन वेळा ध्यानाच्या काही मूलभूत गोष्टींचा अभ्यास केला होता. पण मी जसजसा मोठा होत गेलो, तसा मला वाटतं की, मी यात अधिक कुशल होत गेलो. थोडीफार विश्रांती घेण्याच्या, स्वतःचं मन शांत करण्याच्या प्रयत्नांतून या सगळ्याची सुरुवात झाली होती. काही गोष्टींच्या बाबतीत मी प्रयोगही करून पाहिले...पण मला असं आढळून आलं की, हा विश्रांती घेण्याचा आणि मनातील विचार पूर्णपणे काढून टाकण्याचा सोपा मार्ग होता.[५]

वर्षं उलटत गेली आणि जसजसा तो क्रिकेटच्या जगात आगेकूच करत पुढे गेला तसतशी त्याची मानसिक संस्काराची किंवा मनाला वळण लावण्याची तंत्रं अधिकाधिक विकसित होत गेली आणि त्यांच्यामध्ये उच्चस्तरीय कौशल्यं येत गेली. सन २००६-०७मध्ये त्याच्या बरोबर परदेश दौऱ्यावर गेलेल्या विजेतानं त्याच्या ध्यानाविषयी आणि इतर मानसिक सरावांविषयी असं म्हटलं होतं :

> ''आम्ही मुलांबरोबर प्रवासाला सुरुवात करतानाच आम्हाला एकमेकांच्या शेजारच्या दोन खोल्या मिळतील याची खात्री करून घेतली होती. प्रत्येक सामन्याच्या आदल्या दिवशी मुलांना हे सांगितलं जात होतं की, त्यांच्या वडलांना त्यांनी काही काळ एकटं सोडलं पाहिजे. त्या वेळी तो त्याच्या खोलीत जात असे आणि ध्यान करत असे किंवा मनःचक्षूंसमोर काही दृश्यं आणण्याचा सराव करत असे. सामन्याच्या दिवशी सकाळी मैदानावर जाण्यासाठी निघण्यापूर्वी तो ध्यानाचा आणखी एकदा संपूर्ण सराव करत असे. मीसुद्धा ध्यान करण्याचा प्रयत्न केला. मला माहीत आहे की, ज्या सहजपणे आणि झटपट राहुल ध्यानात शिरतो आणि लीन होतो, तितकी सहजता त्याला अनेक वर्षांच्या प्रशिक्षणानंतरच प्राप्त झाली आहे.''[६]

आतापर्यंत आपण जी चर्चा केली आहे, तिची गोळाबेरीज केल्यानंतर तुम्हाला राहुलकडे फक्त एक अत्यंत कुशल क्रिकेटचा खेळाडू म्हणूनच बघता येणार नाही, तर मानसिक संस्कारांमुळे जिला प्रचंड मानसिक शक्तीचं भांडार प्राप्त झालं आहे अशी व्यक्ती म्हणून राहुलकडे बघावं लागेल. द्रविडनं सन २००४मध्ये 'क्रिकइन्फो'चे संपादक संबित बाल यांना दिलेल्या मुलाखतीत स्वतःच या सगळ्या गोष्टी सांगितल्या होत्या. त्याने म्हटलं होतं,

> ''सामन्याच्या आधी दोन दिवस मी शक्य तितका वेळ नेटवर सराव करण्याचा प्रयत्न करतो. ज्या वेळी माझा खेळ मला दिलासादायक वाटतो त्या वेळी मी थांबतो. त्यानंतर मी सामन्याविषयी विचार करण्यास सुरुवात करतो. मी यष्टीकडे पाहतो. मी ज्यांच्या बरोबर खेळणार असतो, त्या गोलंदाजांच्या गोलंदाजीच्या प्रकाराचं विश्लेषण करण्याचा प्रयत्न करतो. त्यांच्या ताकदींचा आणि दुर्बलतांचा मी विचार करतो. त्यांच्या बरोबर माझा गेल्या वेळी सामना झाला होता, त्या वेळी काय घडलं होतं याचा विचार करतो. मी उपलब्ध असतील, तर व्हिडिओ पाहतो. जर एखाद्या गोलंदाजानं मला आधीच्या वेळी आउट केलं असेल तर त्या वेळी मी कसा आउट झालो होतो, मी कोणती चूक केली होती त्याचा विचार करण्याचा मी प्रयत्न करतो.

''त्यानंतर मनाच्या निवांत अवस्थेत येण्याचे मी सर्वतोपरी प्रयत्न करतो, कारण त्या अवस्थेत असतानाच मी उत्तम खेळू शकतो. सामन्याच्या आधी दोन दिवस मी सगळ्याच गोष्टी शांततेनं, घाई-गडबड न करता करण्याचा प्रयत्न करतो. मी बराच वेळ शांतपणे जेवतो, सगळ्या गोष्टी अगदी सावकाश करतो. सामन्याच्या दिवशी सकाळी आम्हाला मैदानावर पोहोचायचं असतं, त्याच्या बराच वेळ आधी मी उठतो. त्यामुळे मला तयार होण्यासाठी भरपूर वेळ मिळतो. मी अतिशय सावकाश अंघोळ करतो, कपडे घालतो. नाश्ता करतो. मी कुठेही घाई करत नाही. त्यामुळे दिवसभरासाठी मी चांगल्या मानसिक स्थितीत राहतो. त्यानंतर शक्य असेल तर मी मैदानावर नेट-सराव करतो.''[७]

याशिवाय तिसरी गोष्ट म्हणजे त्याची कारकिर्द प्रगतिपथावरून पुढे चाललेली असताना द्रविडनं त्याच्या सहकाऱ्यांकडून त्याच्या खेळाविषयीची त्यांची मतं मिळवली आणि त्यांच्यावर अंतर्मुख होऊन, आत्मपरीक्षण करून विचार केला. त्यामुळे त्याला त्याच्या दुर्बलता समजल्या. क्रिकेटमधील आपल्या हुशारीचा, बुद्धिकौशल्याचा वापर करून त्याने त्या दुर्बलतांवर उपाययोजना शोधल्या आणि नंतर नेटवर सराव करून त्या दूर करण्यावर शेकडो तास घालवले. अखेरीस त्याने उच्च गुणवत्तेच्या प्रतिस्पर्धी संघाबरोबर खेळताना त्या सुधारित तांत्रिक गोष्टी क्रिकेटच्या प्रत्यक्ष सामन्यांमध्ये उतरवल्या. जॉन राईट यांनी इतर बहुतेक लोकांच्या आधीच याची नोंद केली होती. त्यांनी म्हटलं होतं की :

त्याने कधीही एकच चूक दोनदा केली नाही. एक दिवसीय क्रिकेटमधून तो प्रचंड प्रमाणात शिकला. कदाचित या क्षेत्रात इतरांच्या तुलनेत त्याला थोडं अधिक काम करावंच लागलं. भारताच्या एक दिवसीय संघातून त्याला वगळण्यात आलं होतं आणि नंतर तो परतला होता. त्यानंतर सन २००३च्या विश्वचषक सामन्यांमध्ये त्यांने खूपच चांगली कामगिरी केली. तो सगळ्या प्रकारची फटकेबाजी करत होता, पण स्ट्राइक ओव्हरला वळवणं, एकेक धाव मिळवणं आणि चेंडू एका बाजूला फेकण्यावर त्याने भरपूर परिश्रम केले. सुरुवातीला स्पर्धक संघातील गोलंदाज त्याची गती मंद करण्याचा प्रयत्न करत असत, पण नंतर त्याने त्यावरही काम केलं आणि मग त्या लोकांना त्याच्या बाबतीत तसं करता येईनासं झालं.[८]

द्रविडनं एक दिवसीय क्रिकेटमध्ये त्याच्या फलंदाजीत कशा सुधारणा केल्या ते पाहणं रोचक आणि स्फूर्तिदायक आहे. भारतीय संघातील द्रविडचा आधीचा सहखेळाडू आकाश चोप्रा त्याच्या सोबत २००३-०४मध्ये खेळला होता. ऑस्ट्रेलियाचा हा दौरा संस्मरणीय झाला होता आणि आकाश चोप्रा हा त्या वेळी भारताचा

सलामीचा फलंदाज होता. त्याने द्रविडचं अतिशय सुंदर वर्णन केलं आहे. तो म्हणाला,

> ''ज्या वेळी त्याने सुरुवात केली होती, त्या वेळी द्रविड एका बाजूला खूपच झुकत होता. त्याचं डोकं ऑफ-साइडला थोडं जास्त झुकत होतं. गलीच्या बाजूनं येत असलेल्या त्याच्या बॅटनं त्याला बॅकलिफ्टच्या सर्वोच्च जागी एक मोठी लूप तयार करणं भाग पडलं होतं. बॅकलिफ्ट आणि झुकणारं मस्तक या दोन्ही गोष्टींमुळे त्याला जवळजवळ कुठल्याही गोष्टीला फटका मारणं सोपं झालं होतं. त्याच्या वाइड बॅकलिफ्टमुळे तो चेंडूचा चांगला 'कटर' म्हणून ओळखला जात होता. दुसरीकडे याचा अर्थ ऑफ साइडला कमी फ्रंट-फूट फटके मारणं असा होता.
>
> ''त्यामुळे गोलंदाज त्याला आऊट करण्यासाठी जंग जंग पछाडत असले आणि सरतेशेवटी आउट करतही असले तरी ऑफ-स्टंप कुठे होता याची माहिती आणि प्रचंड संयम यांच्या साहाय्यानं द्रविडनं कसोटी सामन्यात धावांचा डोंगर रचला. जरी धावा मिळत असल्या तरी त्याला त्या जितक्या झपाट्यानं आलेल्या आवडल्या असत्या तितक्या झपाट्यानं त्या येत नव्हत्या. धावा मिळवण्यासाठी त्याला दीर्घ काळापर्यंत मैदानावर राहावंच लागत होतं आणि त्यामुळेच त्याला एक दिवसीय क्रिकेटमध्ये आपलं स्थान गमवावं लागलं. त्याला ऑफ-साइड खेळण्याची पद्धत शोधावी लागणार होती. द्रविड हा 'गावसकर स्कूल ऑफ बॅटिंग'चा एक उत्साही अनुयायी होता. त्याने सुरुवात केली होती, त्या वेळी चेंडू फेकण्याच्या आधी आणि चेंडूच्या रेषेच्या मागे जाण्यासाठी त्याला मागे-पुढे जावं लागत होतं. या पद्धतीनं कसोटी क्रिकेटमध्ये चांगलं काम केलं असलं तरी एक दिवसीय सामने हा कसोटी क्रिकेटचा लहान नमुना होता आणि त्यात खेळण्यासाठी त्याला आपल्या खेळात काही बदल करावेच लागणार होते. म्हणून मागे आणि तिरकं न जाता त्याने मागे आणि मागेच जाण्यास प्राधान्य दिलं. त्यामुळे तो अधिक वेळा चेंडूच्या बाजूलाच राहिला असता आणि ऑफमधून खेळण्यासाठी त्याचे हात मोकळे राहिले. या गोष्टी यशस्वी ठरल्या आणि द्रविड त्या काळात अतिशय सुंदर क्रिकेट खेळला. या पद्धतीनं खेळण्यासाठी त्याला शेकडो तास सराव करावाच लागला असणार. अशा प्रकारे तो अगदी निर्दोष खेळू लागला. द्रविडनं यासाठी कसून मेहनत केली होती.''[९]

आपली दुर्बलता समजून घेणं आणि मान्य करणं, त्यानंतर त्यावर उपाययोजना शोधणं आणि अखेरीस त्यांची जागतिक प्रेक्षकांसमोर अंमलबजावणी करणं या गोष्टी अतिशय दुर्मीळ असतात. एखाद्या व्यक्तीच्या मनात असे सगळे गुण निव्वळ प्रशिक्षणाद्वारे

बिंबवणं शक्य नसतं. त्यासाठी त्या व्यक्तीच्या मनात जिज्ञासा असावी लागते आणि तिच्याकडे अशा प्रकारची वाढीची मनोरचना असावी लागते. द्रविडकडे अगदी सुरुवातीच्या काळापासून आणि लहानपणापासूनच अशी वाढीची मनोरचना होती. परंतु ही वाढीची मनोरचना – द्रविडची ही चौथी ताकद कुठून आली होती?

ग्रेग चॅपेल हे २००५-०७ या काळात भारतीय संघाचे मार्गदर्शक होते. त्या काळात द्रविडनं भारतीय संघाचा कप्तान म्हणून काम केलं होतं.

> त्यांनी असं म्हटलं होतं की, राहुल हा अधाशी वाचक आहे. तो स्वतःमध्ये सुधारणा घडवून आणण्यासाठी, ज्ञानाच्या शोधार्थ वाचन करतो. तो एखाद्या लहान मुलाप्रमाणे सतत प्रश्न विचारतो आणि ज्या वेळी तुम्ही त्याला उत्तर देता, त्या वेळी तो 'का' असं विचारतो. अशा प्रकारे तो प्रशिक्षण देण्याकरिता अतिशय योग्य खेळाडू आहे. तो संकल्पना आत्मसात करू शकतो आणि आपल्या बुद्धिमत्तेमुळे व स्वतःच्या क्षमतेविषयीच्या प्रखर आत्मविश्वासामुळे त्यांचं कृतीत रूपांतर करू शकतो.[१०]

प्रख्यात क्रीडा पत्रकार रोहित ब्रिजनाथ यांनी सन २००४च्या जानेवारीत राहुल द्रविड किती प्रचंड प्रमाणात अनेकविध पुस्तकांचं वाचन करतो त्यावर प्रकाश टाकला होता. त्यांनी लिहिलं होतं :

> ''गेल्या महिन्यात 'विजडेन एशिया क्रिकेट' या नियतकालिकात त्याने पुस्तकांवर एक लेख लिहिला. एक तरुण खेळाडू म्हणून खेळत असतानाची आठवण त्याने सांगितली आहे. त्या वेळी तो दुसरा सामना खेळण्यासाठी ट्रेनमधून निघाला होता. ट्रेन धडधडत पुढे निघाली होती त्यावेळी ट्रेनमधील लाकडी बर्थवर पडून तो 'टू किल अ मॉकिंगबर्ड' हे पुस्तक वाचत होता. ॲडलिडमध्ये (२००३ च्या डिसेंबरमध्ये) त्याच्या टेबलावर १९९६ची नाट्यमय कथा ठरलेल्या फॉर्म्युला वन सीझनवरचं 'रेसर्स' पडलेलं होतं. पण एका पुस्तकाची त्याला प्रचंड आठवण होते. बहुधा त्याच्यातील काही गोष्टी त्याला अतिशय आवडल्या असाव्यात. डेव्हीड हल्बरस्टॅमचं 'दि अमॅच्युअर्स' हे ते पुस्तक आहे. त्यात ऑलिम्पिकमध्ये निवड होण्यासाठी अमेरिकन नाविकांनी केलेल्या धडपडीचं, पाठपुराव्याचं तपशीलवार वर्णन आहे. त्यांच्या दुःखाचं, संतापाचं, प्रवासाविषयीच्या आसक्तीचं... असं सगळ्या गोष्टींचं वर्णन त्यात आलं आहे. द्रविड असं स्पष्ट करतो की, त्या पुस्तकातून तुम्हाला खरी उत्कट इच्छा आणि खरी प्रेरणा दिसून येते. जे लोक खेळतात त्यांच्यासाठी तो खेळ म्हणजे काय असतं ते त्याच्यातून दिसून येतं. ते प्रशंसेविषयीचं किंवा पैशाविषयीचं पुस्तक नाही, तर वैयक्तिक संघर्षांविषयीचं, युद्धांविषयीचं, त्यागांविषयीचं

पुस्तक आहे. ते प्रक्रियेविषयी सांगतं आणि मला ते वाचताना खूपच मजा वाटली.[११]

सन २०१०च्या मार्चमध्ये 'मिंट लाऊंज'मध्ये राहुल द्रविडविषयी लिहिताना रोहित ब्रिजनाथनी असं म्हटलं होतं :

''एकदा द्रविड सिंगापूरला आला होता. तो विचारत असे की, तू सध्या काय वाचत आहेस? तुला काय वाटतं? वगैरे. तो क्रिकेटविषयी बोलत नसे. तो टेनिस, कणखरपणा, राजकारण यांविषयी बोलत असे. तो पुस्तकांच्या दुकानात रेंगाळत राहत असे. चित्रपटगृहांमध्ये–नाट्यगृहांमध्ये फिरत असे. वन्य जीव बगिचांमध्ये बसत असे. एके वर्षी दक्षिण आफ्रिकेतील व्हिज्युअल स्किल्स तज्ज्ञाकडे तो शिकायला गेला. त्यांच्या 'माइंड रूम' मधून भटकण्यासाठी तो चेल्सी एफसीकडे आकर्षित झाला होता. त्याच्या व्यापक रुचींमुळे तो क्रिकेटमधील सर्वाधिक रोचक व्यक्ती झाला होता.''[१२]

द्रविडची पत्नी विजेता असं म्हणते की, क्रिकेटच्या मैदानावर जरी त्याचा एखादा दिवस वाईट गेला तरी त्याची वाढीची मनोरचना त्याला पुन्हा एकदा पूर्वपदावर येण्याकरिता मदत करते.

खेळ संपल्यानंतर त्या दिवसाअखेरीला तो त्याविषयी विचार करतो. त्याच्या फलंदाजीमुळे कदाचित तो भंडावून गेलेला असतो. पण त्याच वेळी तो त्याच्या आयुष्याचे व्यवस्थित भाग करू शकतो. तो रूम सर्व्हिसची ऑर्डर देत नाही किंवा दरवाजा लावून घेऊन कुढत बसत नाही. त्याऐवजी तो बाहेर जातो. करण्याजोग्या काही गोष्टी शोधतो. चित्रपट पाहायला किंवा संगीताचा एखादा कार्यक्रम ऐकायला जातो. त्याला जे आवडतं ते तो करतो. तो समुद्रकिनाऱ्यावर फिरायला जातो किंवा पुस्तकांच्या दुकानात जातो.[१३]

इथेच तुम्हाला उत्तर सापडतं. राहुल द्रविडसारखी फलंदाजी करणं अत्यंत अवघड आहे, कारण एकाच व्यक्तीमध्ये इतक्या सगळ्या दुर्मीळ गुणांचा संगम पाहायला मिळणं कठीण आहे. तांत्रिक बुद्धिमत्ता, कामाविषयीची प्रबळ नीतिमत्ता, खेळातील सर्वाधिक अवघड आव्हानांसाठी मानसिकदृष्ट्या स्वतःला स्थिर ठेवण्याची इच्छा, कमतरता मान्य करण्याची विनम्रता, या दुर्बलतांवर मात करण्याची बुद्धिमत्ता आणि अखेरीस अब्जावधी लोकांसमोर जाऊन त्या दुर्बलतांवर मात करण्यासाठी शोधलेल्या

उपाययोजनांची अंमलबजावणी करणं इतके सगळे क्वचितच आढळणारे गुण त्याच्या व्यक्तिमत्त्वात एकवटले आहेत.

राहुल द्रविडच्या महानतेविषयीचं अंतिम म्हणणं हे खुद्द त्याच्याकडूनच आलं आहे. त्याने संबित बालला सन २००४च्या जानेवारीत विजडेन एशिया क्रिकेट नियतकालिकासाठी दिलेल्या मुलाखतीत सांगितलं होतं की : माझ्या खेळातील त्रुटींकडे मी बारकाईनं पाहिलं आणि त्या सगळ्यांवर भरपूर परिश्रम करून त्यांना दूर करण्याचे प्रयत्न केले. मी खरोखरच माझ्या शारीरिक तंदुरुस्तीवर, फिटनेसवर काम केलं. या सगळ्या गोष्टी एकत्रितपणे करण्याचा हा प्रश्न आहे, असं मला वाटतं.

कसोटी क्रिकेटप्रमाणेच या सगळ्या गोष्टी गुंतवणुकीच्या क्षेत्रालाही लागू होतात. जे गुंतवणूकदार आपल्या कौशल्य संचांवर तर काम करतातच, पण फक्त तेवढंच करून न थांबता महान कंपन्याच्या मुळाशी असलेल्या कामकाजाचा विचार करतात तेच सर्वाधिक यशस्वी गुंतवणूकदार असतात. इतर कोणालाही ज्या प्रकारे कंपन्यांकडे पाहणं शक्य होत नाही, त्या प्रकारे असे गुंतणूकदार कंपन्यांकडे पाहू शकतात. याशिवाय आपल्या आधीच्या गुंतवणूकविषयक निर्णयांचं आत्मपरीक्षण करून आणि त्यांचा आढावा घेऊन त्यांच्या गुंतवणूक साधनसंचातील कमतरता ओळखणं त्यांना शक्य होतं. त्यानंतर द्रविडप्रमाणे हे गुंतवणूकदार त्यांच्या कमतरतांवर मात करण्याच्या उपाययोजनाही शोधून काढतात. अत्यंत महान क्रिकेट खेळाडूप्रमाणेच अत्यंत महान गुंतवणूकदारामध्येही तांत्रिक कौशल्यं आणि वाढीची मनोरचना यांचा संगम असावा लागतो.

***

परिशिष्ट १

मार्सेलिसची चेकलिस्ट

> "...अपयशावर मात करण्यासाठी आपल्याला वेगळ्या प्रकारच्या व्यूहरचनेची गरज असते. अनुभवावर आधारित असलेली आणि लोकांकडच्या ज्ञानाचा लाभ घेणारी, पण कशी कोण जाणे, आपल्या अटळ मानवी अपुरेपणाला दूर करणारी अशी ही व्यूहरचना असते. अशी व्यूहरचना ही अतिशय साधी दिसत असल्यामुळे कदाचित कंटाळवाणीही वाटू शकते, कदाचित आपल्यापैकी ज्या काही जणांनी अधिक प्रगत कौशल्यांचा आणि तंत्रज्ञानांचा काळजीपूर्वक विकास करण्यासाठी काही वर्षं घालवलेली असतात, त्यांच्या दृष्टिकोनातून ती वेडपटपणाचीही असू शकते. ही व्यूहरचना म्हणजे दुसरंतिसरं काहीही नसून ती चेकलिस्ट असते."
>
> –अतुल गावंडे [१]

मार्सेलसच्या सूत्रातील तीन प्रमुख घटकांपैकी – म्हणजेच स्वच्छ लेखांकन, स्पर्धात्मक लाभ आणि भांडवल वाटप या घटकांपैकी प्रत्येक घटकात अनेक व्यापक विषय समाविष्ट असतात. त्यात लेखांकन, व्यावसायिक व्यूहरचना, उद्योग विश्लेषण आणि उद्योजकीय वित्त यांचा समावेश असतो. संशोधन प्रक्रियेचा मागोवा घेणं अधिक सोपं करण्यासाठी आणि मार्सेलसचं सूत्र वापरून सातत्यपूर्ण कम्पाउंडर ओळखण्याच्या एखाद्याच्या प्रगतीवर देखरेख ठेवण्यासाठी आम्ही चेकलिस्टचा संच तयार केला आहे. या चेकलिस्टमध्ये संशोधन प्रक्रियेतील प्रमुख पायऱ्यांचा समावेश आहे आणि एखादी कंपनी सातत्यपूर्ण कम्पाउंडर आहे की नाही याचं उत्तर शोधण्यासाठी ती वाचकांना मदतही करू शकेल.

चेकलिस्ट
लेखांकन गुणोत्तरं

☐	कामकाजातून किंवा विविध ऑपरेशनमधून / ईबीआयटीडीएमधून मिळणारे कॅशफ्लो	गुणोत्तराचा कल तपासा. सातत्यानं कमी गुणोत्तरं असतील तर त्यातून महसूल आणि ऑपरेटिंग नफ्यांचं रोख रकमेत रूपांतर होत नसल्याचं सूचित होतं.
☐	घसारा दरातील अस्थैर्य दूर करते.	कमाईत चुकीचे बदल किंवा अफरातफर करण्यासाठी नेहमीच घसारा दरात बदल केले जातात. त्याच्यातील अस्थैर्य अशा प्रकारच्या जोखमी दर्शवतात.
☐	राखीव निधी आणि अतिरिक्त निधी यांच्यातील बदलाचं संबंधित वर्षाच्या नफा/तोट्याच्या आणि लाभांशाच्या साहाय्यानं देण्यात आलेलं स्पष्टीकरण	नफा आणि तोटा विवरणपत्राच्या मार्गानं जाण्याऐवजी थेट ताळेबंदातून खर्चाची रक्कम खर्चाच्या खात्यात टाकण्यात आली आहे का, ते तपासणं. तसं असेल तर नफा फुगवून सांगितला गेल्याचं दिसून येतं.
☐	रोख रक्कम आणि रोख रकमेच्या समकक्ष रकमांवरचं लाभ उत्पन्न	कमी लाभ उत्पन्न असणं याचा अर्थ रोख रक्कम आणि समकक्ष रकमांचं चुकीचं सादरीकरण असण्याची शक्यता असते.
☐	निव्वळ संपत्तीच्या टक्केवारीच्या स्वरूपातील आकस्मिक दायित्वं	ताळेबंदबाह्य जोखमींचं प्रमाण दर्शवतात.
☐	सीडब्ल्यूआयपी आणि ग्रोस ब्लॉक यांचं गुणोत्तर	उच्च गुणोत्तर अप्रमाणित भांडवली खर्च सूचित करू शकतं.
☐	मुक्त (फ्री) कॅशफ्लो (ऑपरेशनमधून आलेला कॅशफ्लो + गुंतवणुकीतून आलेला कॅशफ्लो) आणि मेडियन (म्हणजेच मध्यक) महसूल यांचं गुणोत्तर	व्यवसायातून निर्माण झालेली रोख रक्कम गैर प्रकारे व्यवसायाबाहेर वळवण्यात आली आहे का ते तपासणं किंवा नोंदवण्यात आलेला महसूल / कमाई विश्वासार्ह आहेत का ते तपासणं

☐	लेखा परीक्षकांच्या मानधनातील वाढ आणि महसुलातील वाढ यांचं गुणोत्तर	लेखा परीक्षकांच्या मानधनात झपाट्यानं वाढ होणं आणि त्याबरोबरच कंपनीच्या कामकाजांमध्येही वाढ होणं यांमुळे संबंधित लेखा परीक्षकांच्या वस्तुनिष्ठतेविषयी चिंता निर्माण होते.

प्रगत लेखांकन तपासणी

☐	नफा आणि तोटा विवरपणपत्रात प्रतिस्पर्धी कंपन्यांच्या तुलनेत लक्षणीय तफावत आढळते का ते तपासण्यासाठी तुलनात्मक सर्वसामान्य आकाराचं प्राप्ती विवरणपत्र वि. प्रतिस्पर्ध्याचं प्राप्ती विवरणपत्र यांची तपासणी.
☐	तुलनात्मक ड्युपाँट विश्लेषण वि. त्याच क्षेत्रातील इतर कंपन्या
☐	आर अँड डी भांडवलीकरण वि. नफा आणि तोटा शुल्क.
☐	निव्वळ संपत्तीच्या टक्केवारीच्या स्वरूपात गुडविल
☐	लेखा परीक्षकांमध्ये वरचेवर बदल
☐	लेखा परीक्षकाच्या अहवालातील एखादं महत्त्वाचं प्रतिकूल विधान
☐	लेखापरीक्षण समितीची गुणवत्ता (तिच्या अध्यक्षस्थानी स्वतंत्र संचालक आहे का ते पाहणं.)
☐	लेखांकन कालावधींमध्ये वरचेवर होणारे बदल

प्रशासनविषयक तपासण्या

☐	संबंध असलेल्या पक्षांमधील आर्थिक व्यवहार आणि त्यांचं महत्त्व
☐	प्रवर्तकांची इतर व्यवसायांमधील स्वारस्यं (त्या व्यवसायामध्ये एखादा महत्त्वाचा तणाव किंवा समस्या इ. आहे का ते तपासणं.)
☐	प्रवर्तकाच्या मालकीच्या कंपन्यांमधील विलिनीकरणं आणि संपादनं
☐	प्रवर्तकांच्या संबंधातील किंवा आसपासचे महत्त्वपूर्ण खटले इ.
☐	प्रवर्तकाच्या कुटुंबाची रचना, वारस इ.
☐	प्रवर्तकाच्या ताब्यातील तारण ठेवण्यात आलेले शेअर
☐	अंतर्गत खरेदी आणि विक्री
☐	प्रवर्तकांची मानधनं
☐	इक्विटी डायल्युशनची वारंवारिता आणि आवश्यकता

बँका आणि एनबीएफसींची फोरेन्सिक तपासणी

☐	निव्वळ व्याज उत्पन्नाची (एनआयआयच्या) टक्केवारी आणि ट्रेझरी उत्पन्न	ट्रेझरी उत्पन्न आक्रमकपणे बुक करण्यात येत आहे का ते तपासणं.
☐	निव्वळ व्याज उत्पन्नाची (एनआयआयच्या) टक्केवारी आणि शुल्क उत्पन्न	त्याच क्षेत्रातील इतर कंपन्यांच्या तुलनेत शुल्क उत्पन्नाचं उच्चतर प्रमाण हे मालमत्तेच्या गुणवत्तेची किंमत मोजून नफेखोरीला उत्तेजन देण्याकरिता आक्रमकपणे कर्ज देण्याच्या पद्धतीमुळे असू शकतं.
☐	एनपीएमधील अस्थैर्य	एनपीएमधील उच्चतर अस्थैर्य हे एनपीएच्या ओळखीत विसंगती किंवा सातत्याचा अभाव असल्यामुळे असू शकतं.
☐	एनपीएची टक्केवारी आणि भविष्यातील दायित्वाकरिता कंपनीच्या नफ्यातून काही रकमेची केलेली तरतूद	कमी गुणोत्तरातून अपुरी तरतूद असल्याचं आणि म्हणून कृत्रिमरित्या उच्चतर नफा दाखवल्याचं दिसून येतं.
☐	आकस्मिक दायित्वं आणि एकूण संपत्ती यांचं गुणोत्तर	ताळेबंदबाह्य जोखमीचं प्रमाण सूचित होतं.
☐	लेखापरीक्षकाच्या मानधनातील वाढ वि. एकूण व्याज उत्पन्न	कंपनीच्या कामकाजातील वाढीच्या तुलनेत लेखापरीक्षकाच्या मानधनात अधिक झपाट्यानं झालेल्या वाढीमुळे लेखापरीक्षकांच्या वस्तुनिष्ठतेविषयी चिंता निर्माण होते.

स्पर्धात्मक लाभ तपासण्या

☐	कंपनीच्या संपूर्ण भांडवलावरचा दीर्घकालीन सरासरी परतावा (आरओसीई) भांडवलाच्या मूल्याहून अधिक आहे का?
☐	त्याच क्षेत्रातील इतर कंपन्यांच्या तुलनेत कंपनीचं आरओसीई कसं आहे? त्याच्यातून उद्योगाचं 'प्रॉफिट पूल'वरचं वर्चस्व सूचित होतं का?
☐	बाजारपेठेत जर भरपूर संपत्ती असलेला आणि प्राप्ती विवरणपत्रावरचा तोटा दीर्घ काळासाठी सहन करून तगून राहण्याची क्षमता असलेला एखादा स्पर्धक उतरला तर बाजारात आधीच प्रस्थापित झालेला संबंधित व्यवसाय त्याचा बाजारातील हिस्सा गमावेल का?
	नवीन स्पर्धकामुळे किंवा त्या क्षेत्रातील इतर सह-कंपन्यांमुळे कंपनी विस्कळीत होण्याऐवजी कंपनी ठरावीक कालावधीनंतर उद्योगाचं व्यावसायिक मॉडेल विस्कळीत करते का?

स्पर्धात्मक लाभ - नावीन्यपूर्ण कल्पनांचे स्रोत

☐	ही कंपनी त्याच क्षेत्रातील इतर कंपन्यांच्या तुलनेत नवीन उत्पादनं, प्रक्रिया, तंत्रज्ञानं, महसूल मॉडेल इ. गोष्टी सातत्यानं पहिल्यांदा बाजारात आणते का?
☐	संशोधन आणि विकासाला काय महत्त्व आहे आणि कंपनीत या कार्याचं नेतृत्व कोण करत आहे?
☐	सगळ्याच संशोधन आणि विकास गुंतवणुकांमधून नवीन उत्पादन तयार होत नाही हे लक्षात घेऊन, कंपनीत नावीन्यपूर्ण कल्पनांमध्ये गुंतवणूक करण्याची आणि वक्ररेषेच्या (कर्व्हच्या) पुढे राहण्याची संस्कृती आहे का?

स्पर्धात्मक लाभ - ब्रँडचे स्रोत

☐	त्याच क्षेत्रातील प्रतिस्पर्धी कंपन्यांच्या उत्पादनांहून आगळीवेगळी उत्पादनं ठरावीत अशी कंपनीच्या उत्पादनांची कोणती वैशिष्ट्यं आहेत? कशामुळे या उत्पादनांचा वेगळा ब्रँड तयार होतो?
☐	ब्रँडच्या स्थितीत (पोझिशनिंगमध्ये) कोणत्याही प्रकारचं दौर्बल्य किंवा घोटाळा आहे का?
☐	जाहिरात मोहिमा वेगळ्या प्रकारच्या आहेत का आणि त्या गोंधळ दूर करून ब्रँडच्या केंद्रस्थानी असलेल्या आश्वासनांना स्पष्टपणे ग्राहकांपर्यंत पोहोचवतात का?
☐	कंपनीत कर्मचाऱ्यांची भरती करून घेण्यासाठी कोणत्या व्यूहरचना वापरल्या जातात? कंपनीकडून कोणती प्रशिक्षण धोरणं राबवली जातात आणि चांगल्या कर्मचाऱ्यांनी टिकून राहावं म्हणून कोणती साधनं वापरली जातात?
☐	कंपनीत 'प्रमुख व्यक्ती जोखीम' (की मॅन रिस्क) आहे का आणि/ किंवा प्रवर्तकावर अतिरिक्त अवलंबित्व आहे का?
☐	कंपनीकडे उत्तराधिकारी निवडीची योजना आहे का? नेतृत्व टीमची निवड कशी केली जाते?
☐	कंपनीचा पुरवठादार असणं ही गोष्ट कितपत लाभदायक आहे?
☐	कंपनीच्या उत्पादनांच्या वितरकाला किंवा डीलरला त्याच्या गुंतवणुकीवर कितपत लाभ मिळतो?

स्पर्धात्मक लाभ - व्यूहरचनात्मक मालमत्ता

☐	सरकारकडून मिळालेल्या किंवा परदेशी मालकाकडून मिळालेल्या परवान्यासह कंपनी कामकाज करत असेल तर त्या परवान्याची मुदत किती आहे आणि कंपनीचं स्थानिक किंवा उत्पादनव्यापी वैशिष्ट्य काय आहे?
☐	कंपनी आणि परवाना देणारी एजन्सी यांच्यामध्ये किती काळाचे संबंध आहेत? अशा संबंधांच्या असल्याच्या दीर्घ इतिहासातून निकोप संबंध सूचित होतो.
☐	स्पर्धात्मक लाभामुळे कंपनीला व्यवसायातील मूल्यनिर्धारण शक्ती मिळते का?

भांडवल वाटप तपासण्या

☐	कंपनी सातत्यानं सकारात्मक ऑपरेटिंग कॅशफ्लोची आणि मुक्त कॅशफ्लोची निर्मिती करत आहे का?
☐	कंपनी वाढीची किंवा विकासाची पुढीलपैकी कोणती व्यूहरचना स्वीकारण्यात येत आहे - बाजारपेठ अंतर्भेद आणि प्रभुत्व, उत्पादन विकास, बाजारपेठ विकास की वैविध्यीकरण?
☐	वाढीच्या व्यूहरचनेसाठी किती प्रमाणात भांडवल वाटप करण्यात येत आहे? एकूण संपत्तीच्या तुलनेत हे भांडवल वाटप किती प्रमाणात आहे?
☐	वाढीच्या व्यूहरचनेतून मोठ्या प्रमाणात आर्थिक लाभ होत आहेत का?
☐	आंतरराष्ट्रीय बाजारपेठांमध्ये संपादनांच्या माध्यमातून वाढ करून घेतली जात असेल तर त्या भौगोलिकतांमधील व्यवस्थापनाचा अनुभव आणि ट्रॅक रेकॉर्ड काय आहे?
☐	प्रवर्तक समूहाचे इतर व्यवसायही आहेत का? जर याचं उत्तर 'होय' असं असेल तर इतर व्यवसायांमधील त्यांचं स्वामित्व कशा प्रकारचं व कितपत आहे?
☐	प्रवर्तक समूहानं भांडवलप्रधान व्यवसायांमध्ये इतर गुंतवणुकी केल्या आहेत का? जर याचं उत्तर 'होय' असेल तर या व्यवसायांच्या भांडवलाचा स्रोत काय आहे?
☐	सर्व प्रमुख नेतृत्व पातळ्यांकरिता स्पष्ट उत्तराधिकारी योजना आहे का?
☐	दैनंदिन व्यवसाय अंमलबजावणीसाठी आणि भांडवल वाटप निर्णयांच्या अंमलबजावणीसाठी सत्ता आणि अधिकार यांचं विकेंद्रीकरण करण्यात आल्याचा पुरावा आहे का?
☐	संघटनेतील मुख्य अनुभव अधिकाऱ्यांची (सीएक्सओंची) गुणवत्ता कशी आहे आणि त्यांचा कार्यकाल किती आहे?
☐	भांडवल वाटपाच्या निर्णयांचं विकेंद्रीकरण आणि फर्ममध्ये सीएक्सओंची भरती करून घेणं या दोहोंच्या संदर्भात संचालक मंडळाचा कितपत सहभाग आहे आणि ते या सगळ्यांपासून कितपत स्वतंत्र आहे?

☐	संघटनेवर कोणताही प्रतिकूल परिणाम होऊ न देता सीएक्सओ पातळीवर उत्तराधिकारी-अंमलबजावणीचा ऐतिहासिक पुरावा काय आहे?

वेळ आणि मूल्यनिर्धारणाची तपासणी

☐	मुक्त रोख रक्कम निर्मितीत काय सातत्य आहे? गेल्या दहा/वीस वर्षांमध्ये तीन वर्षांच्या रोलिंग कालबद्ध चौकटीत नकारात्मक मुक्त कॅशफ्लोच्या किती घटनांची नोंद करण्यात आली आहे?
☐	मुक्त कॅशफ्लो निर्मितीची दीर्घ योजना काय आहे? वर विचारण्यात आलेल्या सगळ्या प्रश्नांच्या उत्तरांच्या एकत्रिकरणातून या प्रश्नाचं उत्तर देणं शक्य आहे.
☐	कंपनीची लेखांकनं स्वच्छ आहेत का?
☐	कंपनीच्या व्यवस्थापनाकडे विवेकपूर्ण भांडवल वाटपाचं सातत्यपूर्ण ट्रॅक रेकॉर्ड आहे का?
☐	कंपनीकडे शाश्वत स्पर्धात्मक लाभ आहेत का?
☐	वर देण्यात आलेल्या प्रश्नात मूल्यमापन करण्यात आलेल्या दीर्घकाळातील मुक्त कॅशफ्लोचं डीसीएफ मूल्य काय आहे?

***

परिशिष्ट २

सर जॉन केची आयबीएएस चौकट[१]

शाश्वत स्पर्धात्मक लाभ

''वित्त विषयातील कोणतंही सूत्र तुम्हाला असं सांगणार नाही की, 'मोट' (खंदक या अर्थानं) २८ फूट लांबीचा आणि १६ फूट खोलीचा असतो. यामुळेच अभ्यासक भंडावून जातात. ते विचलनं आणि बीटा यांची गणना करू शकतात, पण व्यवसायातील 'मोट' म्हणजे काय ते त्यांना समजत नाही. कदाचित मी शैक्षणिक अभ्यासकांच्या बाबतीत खूपच कट्टरपणे वागत असेन.''

–वॉरन बफे[२]

''एखाद्या प्रतिस्पर्ध्याशी किंवा कंपनी त्यांच्या ज्या पुरवठादारांशी अगर ग्राहकांशी व्यवहार करत असते, त्यांच्या बरोबर संपर्क साधण्याचा मी नेहमीच प्रयत्न करतो आणि त्यासाठी अखेरची काही मिनिटं घालवतो. सर्वच व्यवस्थापनं इतर कंपन्यांच्या व्यवस्थापनांविषयी बोलत नसली तरी ज्या वेळी ती बोलतात, त्या वेळी त्यांमधून अनेक गोपनीय गोष्टी उघड होतात. ज्या वेळी एखादी कंपनी प्रतिस्पर्धी कंपनीविषयी सकारात्मकपणे बोलते त्या वेळी ती निर्णायक प्रशंसा असते. अशा दृष्टिकोनाला मी नेहमीच भरपूर महत्त्व देतो.''

–अँथनी बोल्टन[३] (फिडेलिटी स्पेशल सिच्युएशन फंड चालवलेला आणि दंतकथा बनून गेलेला फंड व्यवस्थापक)

शाश्वत स्पर्धात्मक लाभांमुळे फर्मना त्यांच्या प्रतिस्पर्ध्यांच्या तुलनेत अधिक मूल्याची भर घालण्याची आणि दीर्घ काळापर्यंत तसं करत राहण्याची मुभा मिळते. परंतु हे स्पर्धात्मक लाभ कुठून येतात? आणि विशिष्ट फर्मनाच हे लाभ इतरांच्या तुलनेत अधिक प्रमाणात मिळाल्याचं का दिसतं? मार्सेलसमध्ये सर्वसामान्यपणे विशेषतः उद्योजकीय व्यूहरचनेवरच्या सर जॉन केच्या कामानं आम्ही अत्यंत प्रभावित झालो आहोत आणि कंपन्यांच्या शाश्वत स्पर्धात्मक लाभांचं मूल्यमापन करण्यासाठी आम्ही त्याच्याच चौकटीचा वापर करतो.

सन १९९३मध्ये 'फाउंडेशन्स ऑफ कॉर्पोरेट सक्सेस' या आपल्या पुस्तकात के असं म्हणतो की, कंपनी भर घालत असलेल्या मूल्याशी तिची स्पर्धक कंपनी स्पर्धा करू शकणार नाही याविषयी फर्मची खात्री पटवून देण्यास मदत करणारी गोष्ट म्हणजे शाश्वत स्पर्धात्मक लाभ होय. तो पुढे असं म्हणतो की, शाश्वत स्पर्धात्मक लाभ हे दोन स्त्रोतांपासून येऊ शकतात : वैशिष्ट्यपूर्ण क्षमता किंवा व्यूहरचनात्मक संपदा. व्यूहरचनात्मक संपदा या बौद्धिक संपदेच्या (पेटंट आणि मालकीविषयक माहिती), कायदेशीर हक्कांच्या (परवाने आणि सवलती) किंवा नैसर्गिक मक्तेदारीच्या स्वरूपात असू शकतात. मात्र वैशिष्ट्यपूर्ण क्षमता या अधिक अमूर्त स्वरूपाच्या असतात.

सर जॉनच्या म्हणण्यानुसार, फर्मचे तिच्या ग्राहकांशी, पुरवठादारांशी किंवा कर्मचाऱ्यांशी असलेले संबंध या तिच्या वैशिष्ट्यपूर्ण क्षमता असतात. इतर स्पर्धक फर्मना त्यांची तंतोतंत नक्कल करता येत नाही. त्यामुळे फर्मला आपल्या स्पर्धकांच्या तुलनेत अधिक मूल्यवर्धन करता येतं. के वैशिष्ट्यपूर्ण क्षमतांचं तीन वर्गांमध्ये वर्गीकरण करतो.

- ब्रँड आणि प्रतिष्ठा
- संरचना (व्यापक अर्थानं कंपनीचं वास्तुशास्त्र)
- नावीन्यपूर्ण कल्पना

यावर आणखी तपशीलवार चर्चा करू या, कारण या घटकांना समजून घेणं ही कंपनीच्या फ्रँचाईजीची ताकद समजून घेण्यातील अत्यंत महत्त्वाची गोष्ट आहे.

विविध ब्रँड आणि प्रतिष्ठा

> ''उत्पादन झटपट कालबाह्य होऊ शकतं, परंतु यशस्वी ब्रँड हा कालातीत असतो.''
>
> –स्टिफन किंग, अमेरिकन कादंबरीकार, लेखक आणि टीव्ही निर्माता

''विशिष्ट बाजारपेठांमध्ये प्रतिष्ठांची निर्मिती केली जाते. प्रतिष्ठा ही एखाद्या उत्पादनाशी किंवा उत्पादनांच्या समूहाशी जोडली जाणं अनिवार्यच असतं. ती भौगोलिक मर्यादांमध्येही सीमित असते. अनेक प्रतिष्ठा या अत्यंत स्थानिक स्वरूपाच्या असतात. एखाद्या चांगल्या प्लंबरला किंवा डॉक्टरला ठरावीक लहान क्षेत्राच्या पलीकडे ओळख नसते आणि ती असावी याची त्यांना गरजही नसते. किरकोळ प्रतिष्ठा या बहुतांश वेळा राष्ट्रीय स्वरूपाच्या असतात, परंतु कोका कोला, सोनी यांसारख्या वाढत्या संख्येच्या तयार मालाच्या उत्पादकांनी जागतिक पातळीवर प्रतिष्ठा प्राप्त केली आहे. ब्रँडिंगनं आंतरराष्ट्रीय पातळीवर प्रतिष्ठा निर्माण केल्या आहेत. लेखांकन किंवा भाड्यानं कार देणं यांसारख्या स्थानिक पातळीवर दिल्या जाणाऱ्या वैविध्यपूर्ण उद्योगांमध्ये त्यांचा वापर केला जातो.''

–सर जॉन के[४]

अनेक बाजारपेठांमध्ये उत्पादनाची गुणवत्ता हा खरेदीच्या निर्णयाला चालना देणारा महत्त्वाचा घटक असला तरीही उत्पादनाच्या दीर्घकालीन वापराच्या अनुभवानंतरच उत्पादनाची गुणवत्ता निश्चित होते. विम्याच्या पॉलिसी आणि आरोग्य देखभाल क्षेत्रातील उत्पादनं ही अशा उत्पादनांची उदाहरणं आहेत. इतर अनेक बाजारपेठांमध्ये उत्पादनाच्या सुरुवातीच्या किमती महागड्या असतातच, पण त्यांच्या बाबतीत फक्त एवढी एकच गोष्ट नसते, तर ग्राहकांना पैसा खर्च झाल्यानंतरच अशा उत्पादनाच्या गुणवत्तेचं मूल्यमापन करता येतं. कार आणि महागडे टीव्ही ही याची काही उदाहरणं आहेत.

ग्राहक या दोन्ही बाजारपेठांमध्ये उत्पादनाची किंवा सेवेची गुणवत्ता ठरवण्यासाठी, कंपनीच्या प्रतिष्ठेच्या ताकदीचा वापर करतात. उदाहरणार्थ, महत्त्वाच्या शस्त्रक्रियेसाठी लोक शहरातील उत्तम रुग्णालयात जातात आणि महागडी घरगुती मनोरंजनाची साधनं खरेदी करताना जागतिक दर्जाच्या ब्रँडना प्राधान्य देतात. अशा उच्च स्तरीय सेवांकरिता किंवा महागड्या साधनांकरिता प्रतिष्ठा निर्माण करण्यासाठी अनेक वर्षं लागतात. प्रतिष्ठा निर्माण करणं अवघड आणि महागडं असतं. मात्र त्या बदल्यात प्रतिष्ठा हा स्पर्धात्मक लाभ मिळवून देणारी अत्यंत शक्तिशाली स्रोत असतो.

दैनंदिन वापरातील उत्पादनांचा विचार करता, सर्वसामान्यपणे गुंतवणूकदारांना ब्रँडच्या ताकदीची जाणीव असते. अधिक वैशिष्ट्यपूर्ण उत्पादनांच्या किंवा बी२बी उत्पादनांच्या बाबतीत (उद्योजकीय केबल, खाणकामाची साधनं, पालिकेच्या पाण्याचं शुद्धीकरण साधनं आणि अर्धवाहक) गुंतवणूकदारांकडे बहुतांश वेळा

सुसंगत बाजारपेठांमधील प्रमुख ब्रँडविषयीच्या प्रत्यक्ष माहितीचा अभाव असतो. अशा प्रसंगी, ब्रँडचं मूल्यमापन करण्यासाठी ते पुढील गोष्टींकडे वळतात :

- व्यापारविषयक नियतकालिकांकडून करण्यात आलेली ब्रँड ओळखीची सर्वेक्षणं.
- फर्मकडून दिल्या जाणाऱ्या वॉरंटीचा कालावधी. (वॉरंटीचा कालावधी जितका दीर्घ असेल तितक्या अधिक प्रमाणात फर्मच्या ब्रँडविषयी निःसंदिग्ध खात्री दिली जाते.)
- फर्म किती काळापासून बाजारात आहे तो कालावधी. (उदा. 'सन १९१५मध्ये स्थापन झालेली कंपनी', ही ओळ ग्राहकाला असा विश्वास देऊन जाते की, ही कंपनी एका शतकाहून अधिक काळापर्यंत बाजारात टिकून राहिली आहे याचा अर्थ तिच्यात काहीतरी वैशिष्ट्यपूर्ण आहे.)
- पणनावर आणि जाहिरातीवर फर्म करत असलेला खर्च. (फर्मच्या महसुलांच्या तुलनेत पणनावर खर्च करण्यात आलेल्या खर्चाचा आकडा जितका मोठा असेल, तितकी ती सहसा ब्रँडविषयी विश्वासार्हता दर्शवणारी बाब असते.)
- आपल्या प्रतिस्पर्ध्यांच्या तुलनेत किती मूल्य प्रीमियम वसूल करण्यास फर्म सक्षम आहे, त्यावरून ब्रँडची ताकद दिसून येते.

शेअरधारकांना मिळणारे परतावे हा सातत्यपूर्ण लाभ मिळवण्यासाठी ब्रँडच्या ताकदीचं आणि त्याच्या प्रतिष्ठेचं मूल्यमापन करण्याचा एक मार्ग आहे. भारताच्या काही अत्यंत विश्वासार्ह ब्रँडनी गेल्या दशकभरात कशी कामगिरी केली आहे त्यावर नजर टाकणं हा असं मूल्यमापन करण्याचा एक मार्ग आहे. यासाठी आपण इकनॉमिक टाइम्सच्या वार्षिक सर्वेक्षणाचा विचार करूया. तक्ता क्र. ८३ मध्ये दिसत आहे त्याप्रमाणे गेल्या दशकात अत्यंत शक्तिशाली ब्रँड असलेल्या सूचीबद्ध कंपन्यांनी मोठ्या प्रमाणात मान्यता मिळवलेल्या आघाडीच्या शेअर बाजाराच्या इंडेक्सवर महसूल, कमाई आणि शेअरच्या किमतीची हालचाल या संदर्भात अतिशय आरामात मात केली आहे.

पुढे दिलेल्या तक्त्यात आम्ही मोठ्या एफएमसीजी कंपन्यांची आणि त्यांच्या लोकप्रिय ब्रँडची (ब्रँड सर्वेक्षणातील त्यांच्या श्रेणीसह) त्यांच्याशी संबंधित असलेल्या गेल्या दशकातील महसुलातील वाढीशी, ईपीएस वाढीशी आणि शेअरच्या किमतीतील वाढीशी तुलना केली आहे. उदाहरणार्थ, सर्वोच्च ४० ब्रँड्समध्ये हिंदुस्तान युनिलिव्हरचे (एचयूएलचे) सात ब्रँड येतात. हॉर्लिक्स, सर्फ, डव्ह, लाईफबॉय, पेप्सोडेंट, लक्स आणि पाँड्स हे ते ब्रँड होत. एचयूएलची गेल्या

दशकातील महसूल वाढ ८ टक्के, ईपीएस वाढ १३ टक्के आणि स्टॉक किंमतीतील वाढ २३ टक्के होती, तर याच काळातील बीएसई सेन्सेक्समधील वाढ ८.८ टक्के होती. त्यामुळे एचयूएलनं अगदी आरामात बीएसई सेन्सेक्सला मागे टाकलं होतं.

तक्ता क्र. ८३ : अत्यंत विश्वासार्ह ब्रँडसह सूचिबद्ध कंपन्यांची कामगिरी

कंपनी	विश्वासार्ह ब्रँड*	दहा वर्षांतील वाढ (२०११–२०) (%सीएजीआर)		
		महसूल	ईपीएस	शेअरची किंमत**
हिंदुस्तान युनिलिव्हर	हॉर्लिक्स(९), सर्फ (१७), डव्ह (१८), लाईफबॉय(२४), पेप्सोडेंट (२८), लक्स (३०), पाँड्स (३६) इ.	८%	१३%	२३%
नेस्ले इंडिया	मॅगी (१३), किटकॅट (४४) इ.	९%	१२%	१७%
पिडिलाईट	फेविकॉल (१०)	१३%	१५%	२८%

स्रोत : मार्सेलस इन्व्हेस्टमेंट मॅनेजर्स, एस इक्विटी, कंसातील आकडे ब्रँडची इकनॉमिक टाइम्सच्या मोस्ट ट्रस्टेड ब्रँड्स २०२० (सर्वाधिक विश्वासार्ह ब्रँड, २०२०) यादीतील ब्रँडची श्रेणी दर्शवतात. (*स्रोत :* http://brandequity.economictimes.indiatimes.com/news/imdustry/most-trusted-brands-2020/74800967), **शेअर किंमतीतील कामगिरीचं मापन २०११च्या जानेवारीपासून २०२० च्या डिसेंबरपर्यंत करण्यात आलं आहे.

आर्किटेक्चर [५]

''आर्किटेक्चर ही फर्म अंतर्गत संबंधांची किंवा फर्मच्या तिच्या ग्राहकांशी किंवा पुरवठादारांशी किंवा दोहोंशीही असलेल्या संबंधांची यंत्रणा असते. सर्वसामान्यपणे ही यंत्रणा क्लिष्ट असते आणि संबंधांचे घटक हे स्पष्ट असण्याऐवजी संदिग्ध असतात. तिच्या अटींच्या अंमलबजावणीवर देखरेख ठेवणं आणि त्यांची अंमलबजावणी करणं यांविषयीच्या सातत्यपूर्ण परस्पर बांधिलकीवर या यंत्रणेची रचना अवलंबून असते.

अशी वैशिष्ट्यपूर्ण आर्किटेक्चरचा लाभ असलेली फर्म ही फर्मची उत्पादनं आणि बाजारविशिष्ट माहिती संघटनेच्या अंतर्गत आणि तिच्या ग्राहकांना व पुरवठादारांना स्थानांतरीत करण्याच्या तिच्या क्षमतेतून ताकद मिळवते. ती बदलत्या परिस्थितींना झपाट्यानं आणि लवचीकपणे प्रतिसाद देऊ शकते. अशा प्रकारचं आर्किटेक्चर विकसित करण्याच्या महान क्षमतेच्या माध्यमातून जपानी फर्मनी त्यांच्या अमेरिकन प्रतिस्पर्ध्यांच्या तुलनेत स्पर्धात्मक लाभ प्रस्थापित केले.''

–सर जॉन के[६]

''तुम्ही एकट्यानं जे स्वप्न बघता, ते फक्त एक स्वप्न असतं. पण तुम्ही सगळे मिळून एकत्रितपणे जे स्वप्न बघता, ते वास्तव असतं.''

–सर जॉन लेनन

फर्मचं आर्किटेक्चर हे फर्मचं तिच्या कर्मचाऱ्यांशी, पुरवठादारांशी आणि ग्राहकांशी असलेल्या औपचारिक आणि अनौपचारिक कंत्राटांच्या जाळ्याशी संबंधित असतं. अशा प्रकारे वास्तुशास्त्रात फर्म तिच्या कर्मचाऱ्यांशी करत असलेल्या नोकरीच्या औपचारिक कंत्राटांचा समावेश होऊ शकेल. शिवाय त्याच्यात कर्मचाऱ्यांना सातत्यानं प्रशिक्षण देत राहण्याच्या अधिक अनौपचारिक दायित्वाचाही समावेश होऊ शकतो. तसंच त्यात आपल्या पुरवठादारांना वेळेवर मालाचा पुरवठा करण्याचं कायदेशीर बंधन आणि जर तीन महिन्यांत उत्पादनात घट करण्याचं नियोजन केलं जात असेल तर पुरवठादारांना तसं आगाऊ कळवणं या अधिक अनौपचारिक बंधनाचाही समावेश असतो.

वैशिष्ट्यपूर्ण संघटनात्मक शैली किंवा मूल्यं जतन केलेल्या फर्ममध्ये अशा प्रकारचं आर्किटेक्चर आढळतं, कारण व्यवसाय करण्यासाठी सुसंघटित आणि दीर्घ काळापासून सुप्रस्थापित प्रक्रियांचा किंवा दिनक्रमांचा संच तयार करण्याकडे अशा फर्मचा कल असतो. उदाहरणार्थ, भारतात तुम्ही कधी कर्ज घेतलं असेल तर कर्ज व्यवसायातील इतर कंपन्यांच्या तुलनेत एचडीएफसी ज्या गतीनं आणि व्यावसायिकतेनं कर्जाच्या अर्जांवर प्रक्रिया करते, त्यात लक्षणीय फरक असल्याचं दिसून येईल. इतर कर्जदात्यांच्या तुलनेत एचडीएफसीचा शाखा व्यवस्थापक अर्जदाराला अधिक नेमके प्रश्न विचारतो. या गृहकर्जदात्याकडून अर्जदारावर आणि मालमत्तेवर घेतल्या जाणाऱ्या आवश्यक परिश्रमांमुळे कर्ज देण्याची प्रक्रिया अधिक जलद गतीनं आणि सखोलपणे केली गेल्यासारखी वाटते.

मग आपण विश्लेषण करत असलेल्या फर्मकडे आर्किटेक्चर आहे की नाही, याचं मूल्यमापन गुंतवणूकदार कसं काय करू शकतील? खरं तर गुंतवणूकदारांना फर्मच्या नेमक्या प्रक्रिया आणि कार्यपद्धती माहीत नसतील तर त्यांनी पहिल्यांदा फर्मकडे अशा प्रक्रिया आणि कार्यपद्धती आहेत का, याचं मूल्यमापन केलं पाहिजे. त्यासाठी फर्ममध्ये पुढील गुणवैशिष्ट्यं आहेत का, हे त्यांनी पाहिलं पाहिजे :

- फर्मच्या विविध विभागांमधील आणि स्थानांमधील कर्मचाऱ्यांमध्ये परस्पर-सहकार्याचं असलेलं प्रमाण.
- कर्मचाऱ्यांनी कंपनी सोडून जाण्याचा दर (काही वेळा वार्षिक अहवालात हे देण्यात आलेलं असतं. परंतु जर या अहवालात तपशीलवार माहितीचा अभाव असेल तर 'लिंक्डइन'सारख्या समाजमाध्यमांवरून प्रमुख व्यवस्थापकीय व्यक्तींच्या करिअरच्या प्रगतीचा मागोवा घेऊन याविषयीची व्यापक जाण निर्माण होऊ शकते.)
- एकच प्रश्न विचारल्यानंतर फर्मच्या विविध भागांतील कर्मचारी देत असलेल्या संदेशातील समानतेचं प्रमाण.
- उत्पादनांमधील किंवा सेवांमधील किंवा उत्पादन प्रक्रियांमधील नावीन्यपूर्ण कल्पनांमधील सातत्य टिकवून ठेवण्याच्या फर्मच्या क्षमतेचं प्रमाण.

यशस्वी आर्किटेक्चरच्या केंद्रस्थानी सहकार्य (एकाच टीममधील सहकाऱ्यांमधील, फर्मच्या भिन्न टीममधील, फर्म आणि तिचे पुरवठादार यांच्यातील) आणि परस्परांशी गोष्टी वाटून घेणं (माहिती, ग्राहकांच्या मर्मदृष्टी आणि अखेरीस बक्षिसं किंवा पुरस्कार) यांचा समावेश असतो. आर्किटेक्चरची उचित उभारणी झाली असेल तर सर्वसामान्य लोकांच्या फर्ममधून असामान्य परिणाम मिळू शकतात.

कदाचित अशा प्रकारच्या आर्किटेक्चरचं भारतातील सर्वाधिक ठळक प्रात्यक्षिक हे ना नफा तत्त्वावरील बिगरसूचीबद्ध कृषी सहकारी कंपनी गुजरात को ऑपरेटिव्ह मिल्क मार्केटिंग फेडरेशन लिमिटेड (गुजरात सहकारी दुग्ध विपणन लि. – जीसीएमएमएफ) मधून म्हणजेच सर्वसामान्य भारतीयांना मोठ्या प्रमाणात माहीत असलेल्या 'अमूल'मधून दिसून येतं.

अमूल ही भारतातील दंतकथा बनून गेलेली दूध आणि दुग्धजन्य पदार्थ क्षेत्रातील कंपनी आहे. ज्या व्यक्तीनं या लक्षणीय उद्योगाची रचना केली आणि त्याला कीर्ती प्राप्त करून दिली, ती आहे वर्गीस कुरियन. केरळमधील एका श्रीमंत सीरियन अँग्लिकन कुटुंबात सन १९२१मध्ये त्यांचा जन्म झाला. शिक्षणात आणि क्रीडाक्षेत्रात त्यांनी अत्यंत चमकदार कामगिरी केली. पहिल्यांदा चेन्नईच्या लोयोला कॉलेजमध्ये आणि नंतर गिंडीच्या कॉलेज ऑफ इंजिनिअरिंगमध्ये त्यांनी शिक्षण

घेतलं आणि अखेरीस भारत सरकारनं प्रायोजित केलेली प्रतिष्ठेची शिष्यवृत्ती मिळवून ते मिशिगन स्टेट युनिव्हर्सिटीत शिक्षणासाठी दाखल झाले. सन १९४९मध्ये तिथून भारतात परतल्यानंतर सरकारनं त्यांना आणंदमध्ये दूध, दुग्धजन्य पदार्थांच्या एका प्रकल्पावर[७] काम करण्यासाठी पाठवलं. त्या वेळी आणंद हा प्रकल्प मुंबई राज्याचा भाग होता. आता तो गुजरातमध्ये आहे.

कुरियन यांचं मन आणंदमधील सरकारी कामात रमलं नाही. त्यांना सरकारी कामाचा तिटकारा वाटला आणि काही महिन्यांतच त्यांनी ती नोकरी सोडली. त्या वेळी तिथेच राहून कैरा डिस्ट्रिक्ट को ऑपरेटिव्ह मिल्क प्रोड्युसर्स युनियन लिमिटेडला (कैरा जिल्हा सहकारी दूध उत्पादक संघटना, हिलाच पुढे अमूल डेअरी या लोकप्रिय नावानं ओळखलं जाऊ लागलं.) मदत करण्यासाठी स्थानिक शेतकरी नेते त्रिभुवनदास पटेल यांनी कुरियन यांचं मन वळवलं. त्यानंतर पंचवीस वर्षांनी या सहकारी संस्थेचं आणखी एका सहकारी संस्थेत विलीनीकरण करून आता दंतकथा बनून गेलेल्या गुजरात को-ऑपरेटिव्ह मिल्क मार्केटिंग फेडरेशन लि.ची (जीसीएमएमएफची) निर्मिती करण्यात आली.

भारतातील व्यापक प्रमाणातील शाश्वत सहकार्याचं अत्यंत लक्षणीय उदाहरण म्हणून पाहिलं जात असलेल्या या प्रकल्पानं २०१९ या आर्थिक वर्षात ३३,००० कोटी रुपयांचा (सुमारे ४.५ अब्ज डॉलरचा) महसूल मिळवला. हा महसूल नेस्ले इंडिया या त्यांच्या अगदी निकटच्या प्रतिस्पर्धी कंपनीच्या महसुलाच्या सुमारे तिप्पट होता आणि एचयूएलच्या महसुलांच्या तुलनेत फक्त २० टक्क्यांनी तो कमी होता. या मापनानुसार, जीसीएमएमएफ ही भारताची दुसऱ्या क्रमांकाची सगळ्यात मोठी एफएमसीजी कंपनी आहे. पण जीसीएमएमएफ ही फक्त मोठी कंपनीच नाही, तर तिच्या प्रतिस्पर्ध्यांच्या तुलनेत ती अधिक झपाट्यानं वाढतही चालली आहे. गेल्या दशकभरात जीसीएमएमएफचा महसूल सीएजीआरच्या १७ टक्के इतका वाढला आहे, तर याच काळात नेस्लेचा ९ टक्के आणि एचयूएलचा ८ टक्के इतका वाढला आहे. गेल्या पाच वर्षांत तर जीसीएमएमएफ आणि तिच्या प्रतिस्पर्धी कंपन्या यांच्यातील ही तफावत आणखी वाढली आहे. लोणी, चीज आणि बंद पाकिटातील दूध या वर्गवारीतील उत्पादनांमध्ये अमूलचं बाजारातील वर्चस्व मोडून काढण्यासाठी प्रतिस्पर्ध्यांच्या सातत्यानं सुरू असलेल्या प्रयत्नांवर मात करून अमूल ही बाजारात दीर्घ काळापर्यंत पाय रोवून असलेली आघाडीची कंपनी आहे. जीसीएमएमएफ ही भारतातील दुग्धजन्य पदार्थांची सगळ्यात मोठी निर्यातदार कंपनी आहे.[८]

एक वेळ वाढीचा विचार बाजूला ठेवला तरी जीसीएमएमएफ ज्या व्यापक प्रमाणात कामकाज करत आहे ते आश्चर्यजनक आहे. जीसीएमएमएफ १८,७०० हून अधिक खेड्यांमधील दुग्ध सहकारी सोसायट्यांकडून २.३ कोटी लिटर दुधाची दैनंदिन खरेदी करते. (या सोसायट्यांचे ३६ लाख दूध-उत्पादक सदस्य आहेत.) या सदस्यांनी

तयार केलेलं दूध जीसीएमएमएफकडून खेड्यांमधील सहकारी डेअरींमध्ये गोळा केलं जातं आणि नंतर ते मुख्य डेअरीमध्ये आणलं जातं. अनेक व्यवस्थापन तज्ज्ञांनी त्यांच्या या कामकाजाचा अभ्यास केला आहे. मग जीसीएमएमएफ त्यांच्या ग्राहक शेतकऱ्यांना, त्यांच्या व्यवस्थापन टीमना, त्यांच्या दहा हजार डीलरना, दहा लाख किरकोळ विक्रेत्यांना आणि कोट्यवधी ग्राहकांना इतका चांगला सौदा कसा काय देऊ शकते? या अग्रगण्य सहकारी संस्थेच्या यशाच्या केंद्रस्थानी चार घटक असल्याचं दिसतं :

ब्रँडची काळजीपूर्वक रुजवणूक

पोल्का डॉटचा लाल पोशाख घातलेल्या काल्पनिक छोट्या मुलीचं ठळक चित्र असलेला त्यांचा साठ वर्षांचा जुना ब्रँड हा अमूलच्या यशाच्या केंद्रस्थानी आहे. या ब्रँडची त्यांनी अत्यंत परिश्रमपूर्वक आणि संयमपूर्वक रुजवणूक केली आहे. अनेक सर्वेक्षणांमधून असं दिसून आलं आहे की, अमूल हा देशातील सर्वाधिक विश्वासार्ह ब्रँडपैकी एक आहे. 'आय टू हॅड अ ड्रीम'[१] या आत्मचरित्रात कुरियननी असं म्हटलं आहे :

> ''आम्हाला बाजारात शक्य तितक्या जास्तीत जास्त प्रमाणात आकर्षक असलेली उत्पादनंच बाजारात आणावी लागणार होती. आम्ही जाहिरात व्यावसायिकांची मदत घेतली. सन १९६६मध्ये ॲडव्हर्टायजिंग अँड सेल्स प्रमोशन कंपनीला (एएसपीला) अमूलची माहिती देण्यात आली आणि त्यांना असं सांगण्यात आलं की, त्यांनी मुंबईतील 'प्रीमिअर ब्रँड' या स्थानावरून पोल्सनला हटवलं पाहिजे. त्या वेळी एएसपीच्या युस्टन्स फर्नांडिसनं एका खोडकर, लडिवाळ छोट्या मुलीच्या रूपात अमूलचं छानसं प्रतीक तयार केलं. अमूल मुलीची ही प्रतिमा ग्राहकांना इतकी भावली की, लवकरच ती मुलगी म्हणजे अमूल असं समीकरण तयार झालं. त्याबरोबरच एएसपीच्या टीमनं अतिशय आकर्षक आणि संस्मरणीय अशी 'अटर्ली, बटर्ली डिलिशस,' ही टॅगलाइनही दिली. भारताच्या जाहिरातींच्या इतिहासात दीर्घ काळापर्यंत सुरू असलेल्या जाहिरात मोहिमांचे सगळे विक्रम तिने मोडले आहेत.''

स्टेकधारकांच्या स्वारस्याशी शाश्वत सुसंगतता

शेतकऱ्यांना चांगला सौदा दिला जाणं आणि ग्राहक व उत्पादक यांच्यातील मध्यस्थांना दूर सारण्याची कल्पना या दोन गोष्टींची रोज अंमलबजावणी केली जात आहे आणि त्या व्यवहार्य संकल्पना लाखो घरांमध्ये पोहोचल्या आहेत. 'इंडियाज

न्यू कॅपिटलिस्ट : कास्ट, बिझनेस अँड इंडस्ट्री इन अ मॉडर्न नेशन'[१०]मध्ये हरिश दामोदरन यांनी पुढीलप्रमाणे ही गोष्ट स्पष्ट केली आहे :

> "सन २००४-०५ मध्ये गुजरात को ऑपरेटिव्हला सहा टक्के स्निग्धांश घटक असलेलं म्हशीचं दूध विकणाऱ्या एखाद्या शेतकऱ्याला प्रतिलिटर १३-१४ रुपये दिले जात होते. ही किंमत देशातील इतर डेअरींकडून संबंधित शेतकऱ्यांना दिल्या जाणाऱ्या दराच्या तुलनेत २५-३० टक्क्यांनी अधिक होती. सरासरी १३ रुपये इतका दर धरला तरी सन २००४-०५मध्ये जीसीएमएमएफ दुग्धालयांनी (डेअरींनी) त्यांच्या शेतकरी सदस्यांना सुमारे २८०० कोटी रुपये दिले होते. ही रक्कम त्यांच्या ४,००० कोटी रुपयांच्या एकूण उलाढालीच्या ७० टक्के इतकी होती. उलटपक्षी, नेस्ले इंडियासारख्या कंपन्यांच्या बाबतीत त्यांच्या उत्पादन विक्रीच्या मूल्याच्या तुलनेत खरेदीची किंमत ही ५० टक्क्यांहून कमी होती. यातून शेतकरी नियंत्रित सहकारी संस्था आणि गुंतवणूकदाराच्या मालकीची कंपनी यांच्यातील महत्त्वाचा फरक स्पष्ट होतो.

मोठ्या प्रमाणातील राजकीय आणि नियामक पाठिंबा

जीसीएमएमएफ आणि कुरियन यांना गुजराती शेतकऱ्याच्या हिताला प्रोत्साहन देण्याकरिता स्वतंत्र भारतातील जवळजवळ प्रत्येक महत्त्वाच्या राजकारणी व्यक्तीचं सहकार्य मिळवण्यात यश आलं. कुरियन यांच्या आत्मचरित्रातून दिसून येतं त्याप्रमाणे त्यांना सरदार पटेल, जवाहरलाल नेहरू, लाल बहादूर शास्त्री, मोरारजी देसाई, टी. टी. कृष्णम्माचारी, यशवंतराव चव्हाण, इंदिरा गांधी यांच्यासारख्या अनेक नेत्यांचं पाठबळ मिळालं होतं. मूलतः नवी दिल्लीतील किंवा पश्चिम भारतातील जवळजवळ प्रत्येक महत्त्वाच्या व्यक्तीला आणि पश्चिम भारतातील राजकारण्याला आणंदमध्ये आणण्यात आलं होतं. हे लोक आणंदमधील चमत्काराची व्याप्ती पाहून अवाक झाले होते. त्यानंतर अमूलला प्रोत्साहन देण्यास ते तयार झाले होते. बंदी, प्रतिबंध, जकात किंवा इतर शुल्कं लादणं इ. प्रकारे प्रतिस्पर्ध्यांना नामोहरम करण्यासाठी आपल्या राजकीय संबंधांचा आपण कसा वापर केला ते कुरियन यांनी त्यांच्या आत्मचरित्रात वारंवार सांगितलं आहे. सन १९६२मध्ये एक रोचक घटना घडली होती.[११] त्या वेळी भारतीय लष्कराच्या विनंतीवरून कुरियननी खुल्या बाजारात अमूल बटरचा पुरवठा करणं बंद केलं आणि त्याऐवजी आपलं सगळं उत्पादन लष्कराला पाठवून दिलं. त्या वेळी आपल्या लोण्याची किंमत वाढवून पोल्सन या प्रतिस्पर्धी कंपनीनं या परिस्थितीचा फायदा घेण्याचा प्रयत्न केल्यावर कुरियन सरळ सरकारकडे गेले आणि पोल्सनचं उत्पादन गोठवण्यात आलं. पोल्सनच्या संतप्त

प्रवर्तकानं याविषयी अहमदाबादच्या संबंधित मंत्र्याकडे तक्रार केल्यानंतर कुरियननी त्या मंत्र्याच्या समोरच त्याला सुनावलं. ते म्हणाले, ''यू ब्लडी बास्टर्ड, तू मंत्र्यांकडे येऊन खोटं बोलतोस? मी तुझं खच्चीकरण करून टाकेन.''[१२]

भारताची सगळ्यात मोठी कार उत्पादक कंपनी मारुती सुझुकी तिच्या पुरवठादारांशी काहीशा रूक्ष, परंतु इतक्याच प्रभावी प्रकारच्या संरचना शैलीनं (आर्किटेक्चरनं) जोडली गेली आहे. या कंपनीचे दिल्लीच्या बाहेरच्या भागात त्यांच्या प्रकल्पांच्या जवळ सुमारे २५० स्थानिक आणि इतर वीस जागतिक पुरवठादार आहेत.[१३] या वेगवेगळ्या २७० पुरवठादारांपैकी प्रत्येकाला मारुतीच्या विशिष्ट घटकाच्या रचनेची नेमकी मोजमापं माहीत आहेत आणि प्रत्येकाकडे मारुतीशी संलग्न असलेलं स्वतःचं उद्योजकीय संसाधन योजना (एंटरप्राइज रिसोर्स प्लॅनिंग – ईआरपी) सॉफ्टवेअर आहे. या पुरवठादारांनी कंपनीशी दीर्घकालीन कंत्राटं केली आहेत. परिणामी, अनेक दशकांच्या कालावधीत ते कंपनीशी समन्वय राखून काम करत आहेत.

याहूनही अधिक स्वारस्याची बाब म्हणजे या पुरवठादारांपैकी अनेक पुरवठादारांकडे गुरगाव–मानेसर भागात आणखी काही लहान पुरवठादार आहेत. ते त्यांना उत्पादनाचे काही घटक पुरवतात. या सगळ्यांचा विचार केला तर ती एक अधिक मोठी उपयंत्रणाच तयार होते आणि तिच्यातून मारुती कार तयार होते. आंतरदुव्यांचं असं किचकट जाळं असलं तरी मारुतीची पुरवठा साखळी सुरळीतपणे कार्य करते. १९८०च्या दशकात मारुती हव्या असलेल्या उत्पादन घटकांकरिता त्यांच्या पुरवठादारांना तीस दिवसांची नोटीस देत असे. आता ती दुसऱ्या दिवशी ज्या दोन तासांच्या विशिष्ट स्लॉटमध्ये घटक उत्पादनांनी त्यांच्या असेंब्ली लाइनपर्यंत पोहोचणं अपेक्षित असतं, त्याविषयी पुरवठादारांना आदल्या रात्री नोटीस देते. भारतीय बाजारात नव्यानं प्रवेश करणाऱ्या कार उत्पादकाला कदाचित इतकी सक्षम पुरवठा साखळी तयार करण्यासाठी काही वर्षांचा किंवा काही दशकांचा कालावधीही लागू शकेल. कंपनीच्या अंगभूत आर्किटेक्चरची हीच खरी ताकद असते. ती विविध कंपन्यांना मनात एकच उद्दिष्ट ठेवून एका जाळ्यात एकत्र आणते.

नावीन्यपूर्ण कल्पना

> ''काही नेते मोठं चित्र रेखाटण्यातील कौशल्याच्या साहाय्यानं नावीन्यपूर्ण कल्पनांना पुढे नेतात. हीच गोष्ट इतर काही जण तपशिलांवर प्रभुत्व मिळवून करतात. स्टीव्ह जॉजनं मात्र अथकपणे या दोन्ही गोष्टी केल्या.''
>
> –वॉल्टर इस्साक्सन, 'स्टीव्ह जॉज' या पुस्तकात व्यक्त केलेलं मत.

नावीन्यपूर्ण कल्पना हा स्पर्धात्मक लाभाचा स्रोत असल्याविषयी नेहमीच बोललं जात असलं तरी विशेषतः तंत्रज्ञान आणि औषधनिर्मिती या क्षेत्रांमध्ये नावीन्यपूर्ण कल्पना हा शाश्वत स्पर्धात्मक लाभाचा अत्यंत नाजूक स्रोत असतो, कारण :

- नावीन्यपूर्ण कल्पना अमलात आणणं ही महागडी गोष्ट असते.
- नावीन्यपूर्ण कल्पनांचं यश अनिश्चित असतं. एक तर ती अत्यंत यशस्वी होणारी किंवा साफ अपयशी ठरणारी प्रक्रिया असते.
- प्रक्रियेच्या स्वैर स्वरूपामुळे नावीन्यपूर्ण कल्पनेचं व्यवस्थापन करणं कठीण असतं.

याशिवाय अगदी एखाद्या महागड्या नावीन्यपूर्ण प्रक्रियेनं व्यापारीदृष्ट्या उपयुक्त परिणाम दिले तर इतर स्पर्धकही त्या कल्पनेची नक्कल करून ती कल्पना लढवणाऱ्याची आणि /किंवा तिची अंमलबजावणी करणाऱ्या कर्मचाऱ्यांचं अनुकरण करून तिच्यापासून मिळणाऱ्या लाभांकरिता स्पर्धा करू शकतात. अशा प्रकारे मोठ्या प्रमाणात पैसा खर्च करून त्या कल्पनेचा लाभ पळवला जाण्याची शक्यता असते.

खरं म्हणजे ज्या वेळी आधी उल्लेख केलेल्या प्रतिष्ठा आणि आर्किटेक्चर या दोन लक्षणीय क्षमतांसह नावीन्यपूर्ण कल्पना वापरली जाते त्या वेळी ती अधिक शक्तिशाली असते. नावीन्यपूर्ण कल्पनांसंदर्भात स्पष्टपणे प्रतिष्ठा प्राप्त केलेल्या समकालीन कंपनीचं ॲपल हे एक सर्वज्ञात महत्त्वपूर्ण उदाहरण आहे. (गेल्या दशकात ॲपलनं बाजारात आणलेल्या उत्पादनांचा विचार करा. पहिल्यांदा लोकांची संगीतापर्यंत पोहोचण्याची पद्धत बदलणं, नंतर फोनविषयीचं त्यांचं आकलन बदलणं आणि अखेरीस वैयक्तिक संगणकांच्या त्यांच्या वापरात बदल घडवून आणणं).

व्यूहरचनात्मक संपदा

आपण आता चर्चा केलेल्या तीन वैशिष्ट्यपूर्ण क्षमतांच्या उलट व्यूहरचनात्मक संपदांना स्पर्धात्मक लाभांचे स्रोत म्हणून ओळखणं अधिक सोपं असतं. या संपदा विविध बुरख्यांआडून समोर येतात.

- बौद्धिक गुणधर्म, म्हणजे पेटंट किंवा मालकीविषयक माहिती (उदा. कोकच्या प्रसिद्ध सिरपची पाककृती. ती अत्यंत गोपनीय असून जॉर्जियातील अटलांटामधील कंपनीच्या वस्तुसंग्रहालयात ती ठेवण्यात आली आहे.)
- जनतेला विशिष्ट सेवा पुरवण्यासाठी परवाने आणि नियामकांच्या परवानग्या, उदा., दूरसंचार, वीज, गॅस किंवा सार्वजनिक वाहतूक.

- नैसर्गिक संसाधनांची उपलब्धता, उदा., कोळसा किंवा खनिज लोखंडाच्या खाणी.
- राष्ट्रीय, राज्यस्तरीय किंवा शहर पातळीवरचे राजकीय संबंध.
- पहिल्यांदा खेळी खेळलेल्यानं गुंतवलेली रक्कम. त्यामुळे इतर स्पर्धकांना त्या प्रकल्पाच्या किंवा सेवेच्या बाजारपेठेपासून दूर राहण्याचा निर्णय घ्यावा लागतो. उदा., आयआरबीनं आधीच मुंबई-पुणे महामार्ग सुरू केला आहे. त्यामुळे इतर कोणी त्यांच्याशी स्पर्धा करून तसाच आणखी एक महामार्ग बांधण्यात काहीच अर्थ नाही.
- नैसर्गिक मक्तेदारी. म्हणजे फक्त एक किंवा दोनच फर्मना समाविष्ट करणाऱ्या बाजारपेठा. उदा. मुंबईला वीजपुरवठा करण्याची बाजारपेठ ही फक्त एकाच फर्मपुरती मर्यादित आहे आणि टाटा पॉवर ही ती फर्म आहे.

व्यूहरचनात्मक संपदा विविध स्वरूपात येऊ शकत असल्या तरी त्या सगळ्यांचाच प्रतियुनिट उत्पादन खर्च हा ज्या फर्मकडे इतर स्पर्धकांच्या तुलनेत त्या संपदेवरची मालकी असते तिच्या तुलनेत अधिक असतो. उदाहरणार्थ, टाटा स्टीलकडे कोळसा आणि खनिज लोखंडाच्या खाणींची मालकी आहे. त्यामुळे भारतातील इतर कोणत्याही पोलाद उत्पादक कंपनीच्या तुलनेत टाटा स्टीलला त्यांनी उत्पादित केलेल्या प्रतिटन स्टीलमधून अधिक पैसा मिळतो.

टाटा स्टीलसाठी एकूण कच्च्या मालाची किंमत (खाणकामाच्या खर्चासह) प्रतिटन सुमारे १७,००० रुपये आहे. तर जेएसडब्ल्यू स्टीलसाठी ही किंमत २२,००० रुपये प्रतिटन आहे, कारण त्यांना टाटाच्या मालकीच्या स्रोतांमधील प्रमुख कच्चा माल उपलब्ध नाही.

म्हणून सन १९९५मध्ये निफ्टी५० सुरू झाल्यापासून बाजार भांडवलीकरणाचा विचार करून निवडण्यात आलेल्या भारतातील सर्वोच्च ५० कंपन्यांमध्ये सातत्यानं फक्त टाटा सन्स हा एकच समूह आहे, यात आश्चर्य वाटण्याजोगं काहीच नाही. या समूहात तीन कंपन्या आहेत. टाटा पॉवर, टाटा स्टील आणि टाटा मोटर्स. हा समूह आजतागायत इंडेक्समध्ये कमी-जास्त प्रमाणात दिसून येत आहे.

खरं म्हणजे सर्वाधिक उत्तम नावीन्यपूर्ण कल्पना लढवणाऱ्यांमध्ये त्यांची गणना होत नसली तरीही व्यवसायांची उभारणी कशी करावी याचं टाटा हे एक आदर्श उदाहरण आहे. त्यांनी आर्किटेक्चर आणि ब्रँड यांचं मिश्रण करून महान परिणाम साधला आहे आणि त्याद्वारे शाश्वत स्पर्धात्मक लाभांच्या भक्कम स्रोतांची निर्मिती केली आहे. या समूहानं परिणाम साधण्याच्या किमान तीन विशिष्ट व्यवस्था निर्माण करून त्यांच्याद्वारे स्पर्धात्मक लाभांचे स्रोत टिकून राहतील याची हमी मिळवल्याचं दिसतं.

पहिली व्यवस्था म्हणजे टाटा सन्स. ही सूचीबद्ध नसलेली कंपनी आहे. (टाटा कुटुंबातील अनेक सदस्यांनी देणगी दिलेल्या आणि परोपकारी कामं करण्यासाठी तयार करण्यात आलेल्या अनेक ट्रस्टची तिच्यावर मालकी आहे.) कार्यरत असलेल्या मुख्य टाटा कंपन्यांची ती प्रवर्तक आहे आणि या कंपन्यांमध्ये तिचे लक्षणीय प्रमाणात शेअर्स आहेत. टाटा सन्सनं हळूहळू मोठा आणि भक्कम व्यवसाय उभारण्यासाठी आवश्यक असलेला संयम आणि दीर्घकालीन अभिमुखता दर्शवली आहे. सूचीबद्ध टाटा व्यवसायांना स्थैर्य प्राप्त करून देण्यात या गोष्टींनी महत्त्वाची भूमिका बजावली आहे.

दुसरी व्यवस्था म्हणजे टाटा क्वालिटी मॅनेजमेंट सर्व्हिसेस (टाटा गुणवत्ता व्यवस्थापन सेवा - टीक्यूएमएस). हा टाटा सन्सचा विभाग आहे. तो टाटा बिझनेस एक्सलन्स मॉडेल (टाटा व्यावसायिक उत्कृष्टता मॉडेल), मॅनेजमेंट ऑफ बिझनेस एथिक्स (व्यावसायिक मूल्यांचं व्यवस्थापन), टाटा कोड ऑफ कंडक्ट (टाटा आचारसंहिता) यांच्या माध्यमातून टाटा कंपन्यांना त्यांच्या व्यवसायांच्या उत्कृष्टतेच्या दिशेनं सुरू असलेल्या घोडदौडींमध्ये साहाय्य करतो. टीक्यूएमएस टाटा साम्राज्याच्या विविध भागांमधील प्रघातांमध्ये, पद्धतींमध्ये एकसंधपणा आणण्यासाठी आवश्यक असलेलं आर्किटेक्चर पुरवते.

टाटा सन्स ही तिसरी व्यवस्था आहे. ही कंपनी टाटा या नावाची आणि भारतात व जगभर इतरत्र नोंदवण्यात आलेल्या अनेक टाटा ट्रेडमार्कची मालक आहे. त्यांच्या उद्योजकीय नावाचा एक भाग म्हणून आणि/ किंवा त्यांच्या उत्पादनांच्या आणि सेवांच्या संदर्भात टाटा सन्सकडून मिळालेल्या परवान्यांतर्गत मिळालेली परवानगी म्हणून - विविध टाटा कंपन्यांकडून या ट्रेडमार्कचा वापर केला जातो. टाटा कंपन्यांकडून समूहचिन्हाचा आणि लोगोचा वापर करण्याच्या संदर्भातील अटींचं नियमन हे टाटा सन्स आणि टाटा कंपन्या यांच्यामध्ये झालेल्या ब्रँड इक्विटी अँड बिझनेस प्रमोशन (बीईबीपी) कराराद्वारे केलं जातं.

सारांशानं, स्पर्धेत पुढे जाण्यासाठी आणि सातत्यानं पुढेच राहण्यासाठी कंपन्यांनी सातत्यानं नावीन्यपूर्ण कल्पनांमध्ये, ब्रँडमध्ये आणि आपल्या स्टेकधारकांभोवती भक्कम आर्किटेक्चरची उभारणी करण्यात गुंतवणूक करत राहिलं पाहिजे. हे शाश्वत स्पर्धात्मक लाभ याच कंपन्यांच्या आवश्यक 'मोट' असतात आणि स्पर्धेत पुढे राहण्यासाठी त्यांची उभारणी केली जाते. नेहमीप्रमाणेच शाश्वत स्पर्धात्मक लाभाच्या व्यवहार्य उपयोगाविषयी केपेक्षा इतर कोणीही अधिक चांगल्या प्रकारे स्पष्टीकरण देऊ शकत नाही. के म्हणतो की :

बीएमडब्ल्यू कार सर्वाधिक प्रभावशाली किंवा अत्यंत विश्वासार्ह नाहीत अगर त्या बाजारपेठेतील अतिशय आरामदायक कारही नाहीत, अर्थातच या सगळ्या निकषांच्या कसोट्या त्या चांगल्या प्रकारे पार पाडतात, पण त्या निकषांमध्ये त्या

सर्वोत्तम नाहीत. पण तरीही कोणीही कधीच त्या स्वस्त आहेत असंही सुचवलेलं नाही. बीएमडब्ल्यू आपल्या तंत्रज्ञानाच्या गुणात्मकतेवर आणि प्रगत स्वरूपावर उचितपणे भर देत असली तरी तिची उत्पादनं अगदी अपवादात्मक प्रकारे नावीन्यपूर्ण नाहीत. दोन निकटच्या परस्पर-संबंधित घटकांवर बीएमडब्ल्यूच्या यशांची उभारणी झाली आहे. उत्पादित कारमध्ये नेहमी आढळणाऱ्या अभियांत्रिकीच्या तुलनेत कंपनी उच्च दर्जाची अभियांत्रिकी देते. बहुतांश कार जुळणी (असेंब्ली) या अलीकडे रोबोटकडून किंवा कमी पगारावर काम करत असलेल्या कामगारांकडून केल्या जात असल्या तरी बीएमडब्ल्यू त्यासाठी कुशल जर्मन कामगार दलाचा वापर करते. जर्मनीत मोठ्या प्रमाणातील लोकांना, खूपच मोठ्या प्रमाणात मूलभूत तांत्रिक कौशल्यं देणाऱ्या शैक्षणिक यंत्रणा आहे. इतर अनेक जर्मन फर्मप्रमाणे या कंपनीलाही या यंत्रणेचा लाभ होतो. अशा यशांमुळे फर्मची प्रतिष्ठा निर्माण झाली आहे.

तरीही बीएमडब्ल्यूचं यश हे ना सोपं होतं, ना निश्चित होतं. ज्या वेळी फर्मच्या क्षमतांचा अत्यंत प्रभावीपणे वापर करून घेणारी बाजारपेठ फर्मला ओळखता आली, त्या वेळी तिच्या वाटचालीला खरी कलाटणी मिळाली. उच्च कामगिरीच्या सलून कारसाठीची बाजारपेठ त्यांना ओळखता आली आणि अद्याप ती बीएमडब्ल्यूशीच सुसंगत राहिली आहे. बीएमडब्ल्यू १५०० ही सन १९६१ मध्ये बाजारात आणण्यात आली. या कारनं बीएमडब्ल्यू ऑटोमोबाइल ब्रँडमध्ये अभियांत्रिकी गुणवत्तेसाठी प्रतिष्ठा प्रस्थापित केली. त्या बदल्यात ब्रँडनं तरुण, श्रीमंत युरोपियन व्यावसायिकांचं प्रतीक अशी खास ओळख संपादित केली. कंपनीनं निवडलेल्या बाजारपेठेच्या भागात कंपनीला उत्पादनाच्या गुणवत्तेच्या संदर्भात जगभर प्रतिष्ठा प्राप्त करण्याचा विशिष्ट लाभ मिळवून देणारी उत्पादन यंत्रणा आणि ग्राहकांचे हेतू व महत्त्वाकांक्षा तत्काळ ओळखणारा एक ब्रँड या दोहोंच्या संगमातून बीएमडब्ल्यू ही सातत्यानं जगातील सर्वाधिक नफा मिळवणारी ऑटोमोबाइल उत्पादक कंपनी राहिली आहे.

आज हे लाभ कमाल प्रमाणात मिळावेत या दृष्टीनं बीएमडब्ल्यूच्या व्यवसायाची रचना करण्यात आली आहे. बीएमडब्ल्यू कारवरील किरकोळ मार्जिन तुलनेत उच्च आहेत. कंपनीनं तिच्या वितरण जाळ्यावर कडक नियंत्रण राखलं आहे. या नियंत्रणामुळे ब्रँडच्या प्रतिमेला आधार मिळतो आणि बाजारपेठेच्या विभाजनात भर पडते. विविध राष्ट्रीय बाजारपेठांमध्ये बीएमडब्ल्यू कार वेगळ्या प्रकारे आणल्या जातात आणि त्यांच्या किमतीही वेगवेगळ्या असतात. पुरवठादारांशी असलेल्या बीएमडब्ल्यूच्या संबंधांमधूनही असंच कडक नियंत्रण दिसून येतं. या बहुतेक पुरवठादारांचे कंपनीशी दीर्घ काळापासून संबंध आहेत. बीएमडब्ल्यूचं कामकाज जवळजवळ दोन उत्पादन श्रेणींवर केंद्रित आहे – उच्च कामगिरी करणाऱ्या सलून कार आणि कंपनीची स्पर्धात्मक ताकद दाखवून देणाऱ्या मोटर बाईक.

बीएमडब्ल्यू ही व्यूहरचनेची उत्तम अंमलबजावणी करणारी कंपनी आहे. सुरुवातीला अनेक चुकीची पावलं टाकल्यानंतर कंपनीला आपल्या वैशिष्ट्यपूर्ण क्षमता ओळखता आल्या आणि त्यांचा पुरेपूर वापर करून घेणाऱ्या बाजारपेठेची व त्यापाठोपाठ इतर बाजारपेठांची निवड करता आली. पुरवठादारांशी आणि वितरकांशी ती करत असलेले सौदे, तिचा किंमतविषयक दृष्टिकोन, ब्रँडिंग आणि जाहिरातीच्या व्यूहरचना या सगळ्या गोष्टींची उभारणी या ओळखीभोवती आणि निवडींभोवतीच करण्यात आली आहे. १९५९ मध्ये बीएमडब्ल्यू ज्या स्थानी होती, तिथून ती आज जिथे आहे तिथपर्यंत येण्यासाठी कोणतीही प्रमुख योजना (मास्टर प्लॅन) आखण्यात आली नव्हती किंवा कोणताही एखादाच दृष्टिकोनही वापरण्यात आला नव्हता.[१४]

***

परिशिष्ट ३

रॉबर्ट कर्बीची कॉफी कॅन गुंतवणूक पद्धत[1]

गुंतवणुकीसाठी कमी जोखमीचा दृष्टिकोन

> ''ऑटो – शर्यत जिंकण्यासाठी तुम्ही शर्यतीतील प्रत्येक फेरी जिंकण्याची गरज नसते, तर तुम्हाला ती संपूर्ण शर्यत पूर्ण करावीच लागते. गुंतवणुकीचंही तसंच आहे. काही जोखमी पत्करण्यासाठी चालकाची तयारी झाली असली तरीही जर त्याने भरमसाट जोखमी पत्करल्या तर तो कुंपणावर जाऊन आदळेल. काही जोखमी या सुज्ञपणानं घेतल्या जातात आणि काही जोखमींमध्ये सुज्ञपणाचा लवलेशही नसतो.''
>
> –रॉबर्ट जी. कर्बी, कॅपिटल ग्रुप[2]

या पुस्तकात आम्ही 'कॉफी कॅन इन्व्हेस्टिंग : द लो रिस्क रूट टू स्टुपेंडस वेल्थ' या पुस्तकाचा अनेक वेळा संदर्भ दिला आहे. या परिशिष्टात आता या संकल्पनेचं आम्ही तपशीलवार स्पष्टीकरण देणार आहोत.

लॉस अँजेलिस इथे मुख्यालय असलेला कॅपिटल ग्रुप हा जगातील सर्वांत मोठ्या संपत्ती व्यवस्थापन फर्मपैकी एक समूह आहे. हा समूह सुमारे १.७ ट्रिलिअन डॉलरहून अधिक संपत्तीचं व्यवस्थापन करत आहे. १९६०च्या दशकाच्या उत्तरार्धात कॅपिटल ग्रुपनं कॅपिटल गार्डियन ट्रस्टची स्थापना केली. श्रीमंत व्यक्तींना पारंपरिक गुंतवणूक सल्ला सेवा पुरवणं हा तिचा हेतू होता. सन १९६५मध्ये मुख्य गुंतवणूक

व्यवस्थापक म्हणून रॉबर्ट कर्बी कॅपिटल गार्डियन ट्रस्टमध्ये रुजू झाला. विपुल संपत्ती असलेल्या ग्राहकांना गुंतवणूकविषयक सल्ला देणं आणि त्यांच्या पोर्टफोलिओंचं व्यवस्थापन करणं हे त्याचं काम होतं. त्यानंतर सुमारे वीस वर्षांनी त्याने एक लक्षणीय लेख लिहिला आणि त्याच्यातून जगाला 'कॉफी कॅन पोर्टफोलिओ'ची ओळख झाली.

सन १९८४मध्ये लिहिलेल्या त्याच्या लेखात[३] कर्बीनं त्याच्या एका महिला ग्राहकाच्या पतीचा समावेश असलेली एक घटना सांगितली. त्या सद्गृहस्थानं कर्बीनं सुचवलेले प्रत्येकी ५,००० डॉलर मूल्य असलेले स्टॉक खरेदी केले होते. परंतु कर्बीनं त्याच्याकडचे स्टॉक विकले असले तरी त्याने आपल्या पोर्टफोलिओतील एकही स्टॉक न विकता सुमारे दहा वर्षं तसेच ठेवून दिले. या प्रक्रियेतून त्याला प्रचंड संपत्तीची निर्मिती करता आली. ज्या वेळी कर्बी खरेदी करत होता त्या वेळी तोही खरेदी करत होता, पण नंतर त्यांची विक्री करत नव्हता. पोर्टफोलिओतील एक पोझिशन तशीच ठेवून दिल्यामुळे सुमारे ८,००,००० डॉलर इतकी प्रचंड संपत्ती निर्माण झाली होती. झेरॉक्सच्या भरपूर संख्येच्या शेअरमुळे ही संपत्ती निर्माण झाली होती. 'खरेदी करा आणि विसरून जा,' असा या सद्गृहस्थांनी स्वीकारलेला दृष्टिकोन होता. या दृष्टिकोनामुळे प्रभावित झालेल्या कर्बीनं त्यासाठी 'कॉफी कॅन पोर्टफोलिओ' अशी संज्ञा वापरली. पूर्वीच्या काळी बँकांचा प्रसार झालेला नसताना अमेरिकन लोक त्यांच्या मूल्यवान गोष्टी रिकाम्या कॉफी कॅनमध्ये ठेवत आणि ते कॅन त्यांच्या अंथरुणांखाली ठेवून देत. कर्बीनं हा संदर्भ लक्षात घेऊनच या संज्ञेचा वापर केला होता.

कर्बीनं 'कॉफी कॅन' पोर्टफोलिओला खूपच गंभीर रूप दिलं असलं तरी त्याच्या या संज्ञेच्या गुंफणीमागची मध्यवर्ती मर्मदृष्टी अशी होती की, खरोखरच श्रीमंत व्हायचं असेल तर गुंतवणूकदारानं सुज्ञपणानं पोर्टफोलिओ तयार केला पाहिजे आणि दीर्घ काळापर्यंत त्याला स्पर्शसुद्धा करता कामा नये. ही मध्यवर्ती मर्मदृष्टी अत्यंत प्रभावी आणि तितकीच प्रगाढ होती – जर खऱ्या अर्थानं श्रीमंत व्हायचं असेल तर गुंतवणूकदारानं विवेकीपणानं तयार केलेला पोर्टफोलिओ दीर्घ काळापर्यंत तसाच अस्पर्श ठेवला पाहिजे. मग तो जितका शक्तिशाली असतो तितकाच प्रगाढही असतो. काहीही झालं तरी एका कष्टाळू, बुद्धिमान गुंतवणूकदाराच्या दृष्टीनं आपला पोर्टफोलिओ ठरावीक काळानं अद्ययावत करण्याचा प्रयत्न करणं ही सर्वसामान्य बाब असते. सहसा वर्षातून एकदा असं केलं जातं. गुंतवणूकदारांच्या दृष्टीनं दहा वर्षांपर्यंत आपला पोर्टफोलिओ अस्पर्श अवस्थेत तसाच सोडून देणं अतिशय अवघड असतं. एखाद्या किरकोळ गुंतवणूकदाराला ज्या वेळी त्याच्या पोर्टफोलिओत स्टॉकच्या किमतीत घसरण झाल्याचं दिसतं त्या वेळी तो पोर्टफोलिओत हस्तक्षेप करण्यास उद्युक्त होतो. एखाद्या व्यावसायिक गुंतवणूकदाराला असं वाटू शकतं की, जर

पोर्टफोलिओतील काही भाग खराब कामगिरी करत असतील तर त्यांमध्ये हस्तक्षेप करणं ही त्या पोर्टफोलिओचा विश्वस्त म्हणून त्याची जबाबदारी आहे. परंतु कर्बीची अंतःप्रेरणेच्या विरोधातील अंतर्दृष्टी त्याला असं सांगते की, जर पोर्टफोलिओला हात न लावता, तसंच ठेवून दिलं तर तो अधिक पैसा कमावू शकेल.

भारतीय शेअर बाजारासाठी कर्बीच्या कॉफी कॅन गुंतवणूक दृष्टिकोनाची निर्मिती करणं शक्य आहे. 'कॉफी कॅन इन्व्हेस्टिंग : द लो रिस्क रुट टू स्टुपेन्डस वेल्थ' (२०१८) या सौरभ मुखर्जी, रक्षित रंजन आणि प्रणव उनियाल यांच्या पुस्तकात या दृष्टिकोनाचं तपशीलवार वर्णन करण्यात आलं आहे. त्या पुस्तकात देण्यात आलेल्या दृष्टिकोनाचा सारांश आता देत आहोत.

रॉबर्ट कर्बीच्या सिद्धान्ताचा भारतात उपयोग

आम्ही १०-२५ उच्च गुणवत्तेचे स्टॉक ओळखण्यासाठी प्रत्यक्ष किंवा थेट गुंतवणूक कसोट्यांचा किंवा चाचण्यांचा वापर करतो आणि त्यानंतर दहा वर्षांसाठी पोर्टफोलिओ तसाच ठेवून देतो. बॅक टेस्टिंग आणि लाइव्ह पोर्टफोलिओ या दोन्ही दृष्टिकोनांपेक्षाही अस्पर्श पोर्टफोलिओच्या साध्या दृष्टिकोनातून नेत्रदीपक परतावे मिळत असल्याचं आम्हाला आढळून आलं आहे. विशेषतः हा पोर्टफोलिओ सातत्यानं बेंचमार्कपेक्षा फक्त अत्युच्च कामगिरीच करत नाही, तर संपूर्ण निकोप परतावेही देतो आणि विशेषतः ज्या वेळी व्यापक बाजारात तणावाचा अनुभव येतो त्या वेळी तो अतिशय चांगली कामगिरी करतो.

गुंतवणुकीच्या या दृष्टिकोनातून मिळालेल्या परताव्यांचा तपशील पाहण्याच्या आधी उत्तम कंपन्यांच्या स्टॉकची खरेदी करणं आणि तुमच्या पोर्टफोलिओला दीर्घ काळापर्यंत तसाच अस्पर्श अवस्थेत सोडून देणं या कर्बीच्या तत्त्वज्ञानाशी सुसंगत असलेल्या पोर्टफोलिओची उभारणी करण्यासाठी सहजपणे वापरणं शक्य असलेल्या साध्या गुंतवणूक कसोट्या पाहू या. सुरुवातीला, किमान शंभर कोटी रुपये बाजार भांडवलीकरण असलेल्या भारतातील सुमारे ६,००० सूचीबद्ध कंपन्यांपुरताच आपला हा शोध आपण मर्यादित ठेवणार आहोत, कारण याहून लहान कंपन्यांविषयीची माहिती ही काहीशी संशयास्पद असते. भारतात सुमारे १,५०० सूचीबद्ध कंपन्यांचं (एक तर मुंबई शेअर बाजारातील किंवा राष्ट्रीय शेअर बाजारातील) बाजार भांडवलीकरण किमान शंभर कोटी रुपयांहून अधिक आहे. या कंपन्यांपैकी ज्या कंपन्यांची विक्री गेल्या दशकात दर वर्षी किमान दहा टक्क्यांनी वाढत गेली आहे आणि ज्या कंपन्यांनी त्याबरोबरच करपूर्व एकूण भांडवलावर किमान १५ टक्क्यांनी परतावा दिला आहे, अशा कंपन्या आपण शोधणार आहोत.

वापरण्यात आलेल्या भांडवलावरचा परतावाच (आरओसीई) का?

या पुस्तकात आधी आपण आरओसीईची समर्पकता आणि महत्त्व यांवर प्रकाश टाकला आहे. कंपनी मालमत्तांमध्ये भांडवलाची गुंतवणूक करते आणि त्या बदल्यात त्यांच्यातून कॅशफ्लोची आणि नफ्याची निर्मिती होते. कंपनीनं गुंतवलेल्या एकूण भांडवलामध्ये इक्विटी आणि कर्जं यांचा समावेश होतो. आरओसीई हे गुंतवलेल्या भांडवलाच्या कंपनीसाठीच्या क्षमतेचं मापन करतं. व्याज आणि करपूर्व कमाई (ईबीआयटी) आणि वापरण्यात आलेलं भांडवल यांच्या गुणोत्तराच्या स्वरूपात त्याचं मापन केलं जातं. यात ईबीआयटी अंशात आणि वापरण्यात आलेलं भांडवल (कर्ज दायित्वं आणि शेअरधारकांची इक्विटी यांची बेरीज) छेदात घेऊन गुणोत्तर काढलं जातं. आरओसीई जितकी अधिक उच्च असेल तितकी कंपनीची भांडवल गुंतवण्याची क्षमता अधिक चांगली असते.

१५ टक्के आरओसीईच्या कसोटीचा वापर का केला पाहिजे?

आपण किमान म्हणून १५ टक्क्यांची कसोटी ठेवली आहे, कारण आमचा असा विश्वास आहे की, भांडवली खर्चावर मात करण्यासाठी किमान इतक्या परताव्याची गरज असते. जोखीममुक्त दर (सन २०२१च्या सुरुवातीला भारतात हा दर सुमारे ६.२ टक्के होता.) ७–७.५ टक्के इतक्या इक्विटी जोखीम प्रीमियममध्ये[४] मिळवल्यामुळे परताव्याचा अपेक्षित दर किंवा व्यापकपणे त्या व्याप्तीतील भांडवल मूल्य मिळतं. इक्विटी जोखीम प्रीमियमचं मापन हे चार टक्के (दीर्घकालीन यूएस इक्विटी जोखीम प्रीमियम) अधिक भारताच्या (क्रेडिट रेटिंगकरिता) पत मानांकनाकरिता (एस अँड पीनुसार, बीबीबी) २.५–३ टक्के असं केलं जातं. देशाच्या पत मानांकनाचा जोखीम प्रीमियमवर परिणाम होतो. उच्च मानांकन (उदा., एएए, एए) देशाचं अधिक आर्थिक स्थैर्य सूचित करतं. कमी पत मानांकनातून तुलनेत कमी आर्थिक स्थैर्य सूचित होतं. त्यामुळे त्या देशात गुंतवणूक करण्यातील जोखीम प्रीमियम वाढतो.

दरवर्षी दहा टक्के महसूल वाढीची कसोटी का वापरली पाहिजे?

गेल्या दहा वर्षांहून अधिक काळापर्यंत भारताचा नाममात्र सकल देशांतर्गत उत्पादन वाढीचा दर (नॉमिनल जीडीपी ग्रोथ रेट) हा सरासरी १३ टक्के आहे. नॉमिनल जीडीपी वाढ ही वास्तविक (रिअल) जीडीपी वाढीहून भिन्न असते. प्रत्यक्ष जीडीपी वाढीप्रमाणे नॉमिनल जीडीपी वाढीचं चलनवाढीसाठी समायोजन करण्यात आलेलं नसतं.

साध्या शब्दांत सांगायचं झालं तर हे सकल देशांतर्गत उत्पादनाचं (जीडीपीचं) सध्याच्या बाजार किमतीवर केलेलं मूल्यांकन असतं. (विशिष्ट कालावधीत देशाच्या सीमांतर्गत करण्यात आलेल्या सर्व अंतिम मालाच्या आणि सेवांच्या उत्पादनाचं चलनविषयक मूल्य म्हणजे जीडीपी होय.) म्हणूनच भारतात काम करत असलेल्या प्रत्येक विश्वासार्ह फर्मकडे वार्षिक किमान १३ टक्के इतकी विक्रीवाढ देण्याची क्षमता असावी लागते. मात्र मार्सेलसनं विश्लेषण केलेल्या सुमारे १,५०० सूचीबद्ध कंपन्यांचा विचार करता अत्यल्प म्हणजे दहापैकी फक्त सहाच कंपन्यांना अशी वाढ मिळवणं शक्य झाल्याचं स्पष्ट झालं आहे! म्हणून मार्सेलसनं हा आकडा कमी करून त्याला सलग दहा वर्षं दर वर्षी वार्षिक दहा टक्के वाढीवर आणलं आहे.[५]

आर्थिक सेवा स्टॉकच्या बाबतीत विचार करता, इक्विटीवरचा परतावा (आरओई) आणि विक्री वाढ यांच्या कसोट्यांमध्ये आम्ही पुढीलप्रमाणे बदल केला आहे :

१५ टक्क्यांचा आरओई

आम्ही इक्विटीवरच्या परताव्याला (आयओईला)[६] संपत्तीवरच्या किंवा मालमत्तेवरच्या परताव्यापेक्षा (आरओएपेक्षा)[७] अधिक महत्त्व देतो, कारण कालौघात, दिलेल्या इक्विटी भांडवलावर सक्षमपणे उच्चतर उत्पन्नाची निर्मिती करण्याच्या बँकेच्या आणि बिगर बँक कर्जदात्यांच्या क्षमतेचं आयओईद्वारे अधिक न्याय्यपणे मापन केलं जातं.[८]

कर्जात १५ टक्के वाढ

गेल्या दशकभरात भारतातील नॉमिनल जीडीपी वाढ १३ टक्के असल्यामुळे कर्जात किमान १५ टक्के वाढ होणं हे व्यावसायिक चक्रांवर कर्ज देण्याच्या बँकेच्या क्षमतेचं निदर्शक आहे.

आता परिणामांवर एक नजर टाकू या. हा गुंतवणूक दृष्टिकोन कितपत अचूक ठरतो हे पाहण्यासाठी आधी हा दृष्टिकोन स्वीकारल्यानंतर कोणते परिणाम हाती आले त्याचा मागोवा घेऊ या. १९९१पासूनच्या माहितीचा विचार केला तर असं दिसतं की, बहुतेक कालावधींमध्ये अशा प्रकारचा दृष्टिकोन हा बेंचमार्कवर मात करतो. ज्या वेळी सर्वांगीण शेअर बाजार गडगडलेला असतो त्या वेळी अगदी अशा तणावग्रस्त काळामध्येही (सन २००८ मधील लेहमन आपत्ती आणि २०२० मधील कोविड महामारी यांच्यासारख्या.) हा पोर्टफोलिओ प्रशंसनीय कामगिरी करतो. कोणताही हस्तक्षेप किंवा बदल न करता सुमारे दशकभरासाठी गुंतवणूक तशीच ठेवण्यात आली तर हा पोर्टफोलिओ बेंचमार्कपेक्षा अतिशय (गेल्या १९ वर्षांतील

मध्यक कम्पाऊंडेड ॲन्युलाइज्ड आउटपरफॉर्मन्स ७ टक्के आहे.) लक्षणीय प्रमाणात परतावे देतो.

तक्ता क्र. ८४: कर्बीच्या दृष्टिकोनानं विविध बेंचमार्क इंडेक्सवर वीस आंतरक्रियांपैकी एक वगळता सगळ्या वेळी मात केली आहे.[९]

		सीसीपी प्रारंभ		सीसीपी अखेर		सीसीपी टीएसआर	सीसीपी टीएसआर	अधिक कामगिरी
प्रारंभीचं वर्ष	स्टॉकची संख्या	तारीख	मूल्य	तारीख	मूल्य	सीएजीआर	सीएजीआर	सेन्सेक्सच्या तुलनेत
२०००	५	०१ जुलै ००	५००	३० जून १०	३,८३१	२२.६%	१६.०%	६.६%
२००१	६	०१ जुलै ०१	६००	३० जून ११	९,८०२	३२.२%	२०.५%	११.७%
२००२	८	०१ जुलै ०२	८००	३० जून १२	७,६३१	२५.३%	२०.२%	५.१%
२००३	९	०१ जुलै ०३	९००	३० जून १३	१०,११७	२७.४%	२०.२%	७.२%
२००४	१०	०१ जुलै०४	१,०००	३० जून १४	१६,८८०	३२.७%	१९.७%	१२.९%
२००५	९	०१ जुलै०५	९००	३० जून१५	६,६५९	२२.२%	१६.१%	६.०%
२००६	१०	०१ जुलै०६	१,०००	३० जून १६	६,३७६	२०.४%	११.४%	९.०%
२००७	१५	०१ जुलै०७	१,५००	३० जून १७	९,०३०	१९.७%	९.३%	१०.३%
२००८	११	०१ जुलै०८	१,१००	३० जून १८	७,४४२	२१.१%	१२.२%	८.९%
२००९	११	०१ जुलै०९	१,१००	३० जून १९	५,९५०	१८.४%	१२.०%	६.४%
२०१०	७	०१ जुलै१०	७००	३० जून २०	१,९८२	११.०%	८.७%	२.२%
२०११	१४	०१ जुलै११	१४००	३१ डिसें.२०	३,७५०	१०.९%	११.९%	−०.९%
२०१२	२२	०१ जुलै१२	२,२००	३१ डिसें.२०	१३,३३६	२३.६%	१४.१%	९.५%
२०१३	१८	०१ जुलै१३	१,८००	३१ डिसें. २०	९,४४९	२४.७%	१४.१%	१०.६%
२०१४	१७	०१ जुलै१४	१,७००	३१ डिसें. २०	५,८५६	२०.९%	११.५%	९.४%
२०१५	२०	०१ जुलै१५	२,०००	३१ डिसें. २०	४,४३२	१५.५%	११.६%	४.०%
२०१६	१७	०१ जुलै१६	१,७००	३१ डिसें. २०	३,३४६	१६.२%	१४.७%	१.५%
२०१७	१३	०१ जुलै१७	१,३००	३१ डिसें. २०	२,२२४	१६.६%	१४.५%	२.०%
२०१८	९	०१ जुलै१८	९००	३१ डिसें. २०	१,३७३	१८.४%	१४.०%	४.४%
२०१९	९	०१ जुलै१९	९००	३१ डिसें. २०	१,३५८	३१.५%	१४.४%	१७.१%

स्रोत : मार्सेलस इन्व्हेस्टमेंट मॅनेजर्स, एस इक्विटी

कोणत्याही स्टॉकसाठी आणि खरं तर कोणत्याही पोर्टफोलिओसाठी आपण गुंतवणूक परताव्याच्या स्रोतांना दोन स्रोतांमध्ये विभाजित करू शकतो : अ) नफ्यातील वाढ आणि ब) मूल्य/उत्पन्न (पी/ई) गुणकातील वाढ. सेन्सेक्सहून सातत्यानं अधिक कामगिरी करण्याच्या कर्बीच्या दृष्टिकोनाच्या क्षमतेहूनही या अधिक चांगल्या कामगिरीचा स्रोत ही अधिक रोचक बाब आहे. पोर्टफोलिओतील स्टॉकच्या पी/ई पुनर्मूल्यांकनापेक्षाही नफ्यातील निकोप वाढ हा तो स्रोत आहे. प्रतिशेअर कमाईद्वारे नफ्यातील निकोप वाढीचं मापन केलं जातं. (तक्ता क्र. ८५ मधील ईपीएस सीएजीआर) तक्त्याच्या अंतिम तीन स्तंभांमधून दिसून येतं त्याप्रमाणे अधिकांश पुनरावृत्तींमध्ये नफ्यातील वाढ हा परताव्यांचा प्रमुख प्रेरक घटक आहे. (ईपीएस वाढीद्वारे त्याचं मापन केलं जातं.)

तक्ता क्र. ८५ : कर्बीच्या गुंतवणूक दृष्टिकोतून मिळालेल्या परताव्यांचं नफ्यातील वाढ (ईपीएस सीएजीआरद्वारे मोजली जाते.) आणि पीई वाढ यांच्यामध्ये करण्यात आलेलं विभाजन[१०]

तारीख	मूल्य	तारीख	मूल्य	ईपीए सीएजीआर	पीई सीएजीआर	टीएसआर सीएजीआर
२०००	५००	२०१०	३,८३१	१९.०%	३.१%	२२.६%
२००१	६००	२०११	९,८०२	१७.३%	१२.८%	३२.२%
२००२	८००	२०१२	७,६३१	१६.८%	७.३%	२५.३%
२००३	९००	२०१३	१०,११७	१९.२%	६.९%	२७.४%
२००४	१,०००	२०१४	१६,८८०	१८.६%	११.९%	३२.७%
२००५	९००	२०१५	६,६५९	१५.३%	६.०%	२२.२%
२००६	१,०००	२०१६	६,३७६	१८.७%	१.४%	२०.४%
२००७	१,५००	२०१७	९,०३०	१५.६%	३.५%	१९.७%
२००८	१,१००	२०१८	७,४४२	११.७%	८.४%	२१.१%
२००९	१,१००	२०१९	५,९५०	१२.८%	५.०%	१८.४%
२०१०	७००	२०२०	१,९८२	८.०%	२.७%	११.०%
२०११	१,४००	२०२०	३,७५०	२.४%	८.३%	१०.९%
२०१२	२,२००	२०२०	१३,३३६	५.६%	१७.०%	२३.६%

२०१३	१,८००	२०२०	९,४४९	८.३%	१५.२%	२४.७%
२०१४	१,७००	२०२०	५,८५६	१०.७%	९.३%	२०.९%
२०१५	२,०००	२०२०	४,४३२	१०.५%	४.६%	१५.५%
२०१६	१,७००	२०२०	३,३४६	७.५%	८.१%	१६.२%
२०१७	१,३००	२०२०	२,२२४	१०.०%	५.९%	१६.६%
२०१८	९००	२०२०	१,३७३	१२.५%	५.२%	१८.४%
२०१९	९००	२०२०	१,३५८	१३.०%	१६.४%	३१.५%

स्रोत : मार्सेलस इन्व्हेस्टमेंट मॅनेजर्स, एस इक्विटी

पुढील तक्त्यात आम्ही कर्बीचा दृष्टिकोन वापरलेल्या या वीस ऐतिहासिक पोर्टफोलिओंच्या कामगिरींचं विश्लेषण केलं आहे. यांपैकी प्रत्येक पोर्टफोलिओ हा धारण कालावधीपासून (होल्डिंग पीरियडपासून) दहा वर्षांपर्यंत तसाच ठेवण्यात आला होता. याचा अर्थ संचयी पोर्टफोलिओ गुंतवणुकी या १५० वर्षांहून अधिक कालावधीच्या आहेत. तीन वर्षांहून अधिक होल्डिंग कालावधीसाठी मध्यक (मेडियन) पोर्टफोलिओ परतावा[११](चक्रवाढ किंवा कम्पाऊंडेड आणि वार्षिक) हा २२-२३ टक्के इतका ऐतिहासिक स्वरूपाचा आणि भक्कम राहिला आहे. याशिवाय हा गुंतवणूकविषयक दृष्टिकोन सर्व होल्डिंग कालावधींसाठी वार्षिक परताव्यांच्या संदर्भात अत्यंत कमी पातळीवरचं अस्थैर्य दर्शवतो. ही गोष्ट आपल्या संपत्तीत इक्विटींचा मोठ्या प्रमाणात समावेश करणाऱ्या गुंतवणूकदारांच्या दृष्टीनं आवश्यक असते.

अधिक तांत्रिक भाषेत सांगायचं झालं तर तक्ता क्र. ८४ आणि ८५ मागच्या आकड्यांच्या विश्लेषणातून असं दिसून येतं की, गेल्या वीस वर्षांमध्ये या दृष्टिकोनातून निर्माण झालेले परतावे पाच वर्षं किंवा त्याहून अधिक काळाच्या सर्व होल्डिंग कालावधींसाठी सकारात्मक आहेत. साध्या शब्दांत सांगायचं झालं तर याचा अर्थ कर्बीच्या दृष्टिकोनाचा वापर केला आणि गुंतवणूकदारांनी किमान तीन वर्षांपर्यंत गुंतवणुका तशाच ठेवून दिल्या तर सकारात्मक परतावे मिळण्याची शक्यता ९५ टक्क्यांहून अधिक असते. जर किमान पाच वर्षांसाठी गुंतवणुकी तशाच ठेवल्या तर गुंतवणूकदारांना सहा टक्क्यांहून अधिक परतावे मिळण्याची शक्यता ९५ टक्क्यांहून अधिक असते.

तक्ता क्र. ८६ : विविध होल्डिंग कालावधींसाठी ('क्ष' अक्षावर दर्शवण्यात आलेल्या) कर्बीच्या गुंतवणूकविषयक दृष्टिकोनातून मिळालेले परतावे भक्कम आहेत आणि त्यांच्यामध्ये कमी अस्थैर्य आहे. उभ्या स्तंभांच्या उंचींमधून ते दर्शवण्यात आलं आहे. हे स्तंभ परताव्यांच्या दोन मानांकित विचलनांचं (९५ टक्के विश्वास माध्यान्ह – कॉन्फिडन्स इंटर्व्हल) मापन करतात.[१२]

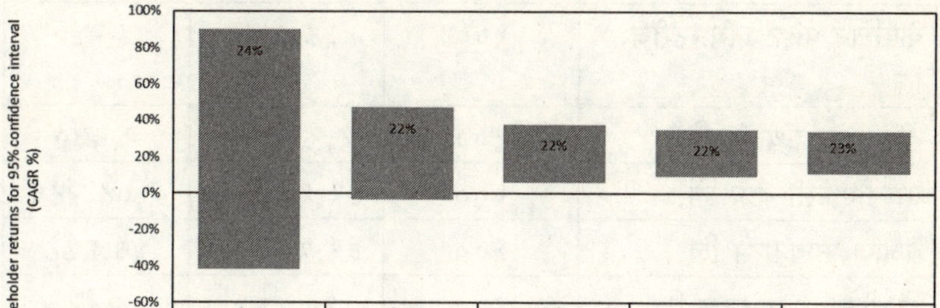

	1 yr	3 yr	5 yr	7 yr	10 yr
Upper Bound of 95%	90%	47%	38%	35%	34%
Median	18%	21%	22%	22%	23%
Mean	24%	22%	22%	22%	23%
Lower Bound of 95%	-42%	-3%	6%	10%	12%

स्रोत : मार्सेलस इन्व्हेस्टमेंट मॅनेजर्स, एस इक्विटी

फक्त १८–२३ टक्के सीएजीआर परताव्यांच्या महत्त्वावर भर देण्यासाठी वार्षिक २६ टक्के परताव्याच्या रन–रेटनं दहा वर्षांत पोर्टफोलिओचा आकार दहा पटींनी वाढतो, वीस वर्षांत शंभर पटींनी आणि तीस वर्षांत १,००० पटींनी वाढतो.

रॉब कर्बीचं अनुकरण करा आणि... स्वतःचा पोर्टफोलिओ तयार करा

कर्बीच्या गुंतवणूक दृष्टिकोनाच्या मूल्यांवर इतकी चर्चा केल्यानंतर, जर एखाद्यानं महसूल वाढीविषयीच्या (किंवा बँकांसाठी कर्ज–बुकवाढीच्या) आणि नफा कमावण्याविषयीच्या आमच्या जुळ्या कसोट्यांचा वापर केला असता आणि सन २०२०च्या जुलैमध्ये १०० कोटी रुपयांहून अधिक बाजार भांडवलीकरण असलेल्या सूचीबद्ध कंपन्यांच्या संपूर्ण वर्णपटातील, २०११–२०२० या कालावधीतील प्रत्येक आर्थिक वर्षाची तपासणी केली असती, तर त्याला तक्ता क्र. ८७ मध्ये देण्यात आलेल्या सात स्टॉकची यादी मिळाली असती.

तक्ता क्र. ८७ : सन २०२० मध्ये कर्बीच्या गुंतवणूकविषयक दृष्टिकोनाचा वापर

कंपनीचं नाव	गुंतवण्यात आलेली रक्कम (रुपये)	एमकॅप (रुपयांत) (रुपये Mn)*	एमकॅप (डॉलर Mn)*
अॅबट इंडिया लि.	१००	३,३५,०८२	४,५८७
कॅपलिन पॉइंट लॅबोरेटरीज लि.	१००	३८,३०५	५२४
डॉ. लाल पॅथलॅब लि.	१००	१,९२,१३१	२,६३०
एचडीएफसी बँक लि.	१००	७९,१०,६४८	१,०८,२८६
बजाज फायनान्स लि.	१००	३१,९०,८२०	४३,६७८
निओजेन केमिकल्स लि.	१००	१६,९६२	२३२
व्ही मार्ट रिटेल लि.	१००	४६,२१०	६३३

स्रोत : मार्सेलस इन्व्हेस्टमेंट मॅनेजर्स, एस इक्विटी* ३१ डिसेंबर २०२०नुसार.

आधीच्या पानांवर चर्चा करण्यात आली आहे त्याप्रमाणे हा दृष्टिकोन वापरून आज एक पोर्टफोलिओ तयार करण्यासाठी वर दिलेल्या यादीत उल्लेख करण्यात आलेल्या सर्व स्टॉकमध्ये समान गुंतवणूक करण्याची आवश्यकता आहे. त्यानंतर हा पोर्टफोलिओ पुढच्या दहा वर्षांसाठी हात न लावता तसाच ठेवून दिला पाहिजे. या दहा वर्षांच्या होल्डिंग काळातील अल्पावधीत त्याने कितीही चांगली किंवा वाईट कामगिरी केली तरी पोर्टफोलिओला हात लावता कामा नये. असा पोर्टफोलिओ तुमच्यासाठी पैशाची निर्मिती करेल का? इक्विटी गुंतवणुकीचा विषय येतो, त्यावेळी तिच्यातून किती परतावे मिळतील याची खात्री देता येत नाही. परंतु आपण जर अशा प्रकारच्या गुंतवणुकीच्या ऐतिहासिक ट्रॅक रेकॉर्डचा विचार करून त्यानुसार गुंतवणूक करायची असं ठरवलं तर तक्ता क्र. ८४ मधून असं दिसतं की, कर्बीच्या दृष्टिकोनावर आधारित गुंतवणूक बहुसंख्य कालावधींमध्ये सेन्सेक्सच्या तुलनेत अधिक चांगली कामगिरी करते. याशिवाय ती अ) तुम्हाला क्वचितच नकारात्मक किंवा ऋण परतावे देते आणि ब) बहुतांश कालावधीत ती लक्षणीय सकारात्मक किंवा धन परताव्यांची निर्मिती करते.

***

शब्दसूची

संज्ञा	अर्थ
डिस्काउंटेड कॅशफ्लो	मालमत्तांचं किंवा संपत्तीचं (यात कंपन्यांचाही समावेश होतो.) मूल्यांकन करण्याची पद्धत. या मालमत्तांमधून कंपनीच्या जीवनकाळात येणाऱ्या आणि कंपनीबाहेर जाणाऱ्या (खर्चाच्या) सर्व रोख प्रवाहांच्या सध्याच्या निव्वळ मूल्याची गणना करून तो मोजला जातो.
सध्याचं किंवा वर्तमानकालीन मूल्य	भविष्यकालीन कॅशफ्लोंच्या प्रवाहांचं आजचं मूल्य. हे सहसा सवलतीच्या दराच्या संदर्भात व्यक्त केलं जातं. उदाहरणार्थ, जर दहा टक्के दरानं गुंतवणूक करण्यात आली तर १०० रुपये हे एक वर्षानं ११० रुपये होतील. म्हणून ११० रुपयांचं सध्याचं किंवा वर्तमानकालीन मूल्य हे १०० रुपये आहे.
स्पर्धात्मक लाभ	ज्या गोष्टींमुळे कंपनीला तिच्या स्पर्धकांवर मात करून अधिक चांगली कामगिरी करणं शक्य होतं आणि त्यांच्या तुलनेत आपल्या शेअरधारकांना निकोप परतावे देता येतात, त्या गोष्टी.
सहसंबंध	दोन चलं एकमेकांच्या संदर्भात कशा प्रकारे हालचाल करतात त्याचं प्रमाण मोजणारं संख्यांकन.

परिपक्कतेच्या वेळी मिळणारं उत्पन्न (यिल्ड टू मॅच्युरिटी)	परिपक्कतेपर्यंत ठेवण्यात आलेल्या बाँडवर किंवा रोख्यावर मिळणारा एकूण परतावा. यात त्याच दरानं पुनर्गुंतवणूक करून मिळालेल्या व्याजाचाही समावेश असतो.
मार्क-टू-मार्केट	मालमत्तेचं किंवा संपत्तीचं उचित मूल्य मोजणं. सहसा यात संबंधित मालमत्तेच्या किंवा संपत्तीच्या बाजार मूल्याचा वापर केला जातो.
प्रवेशातील अडथळे	उच्च प्रारंभिक किमती किंवा इतर अडथळे. त्यांच्यामुळे नवीन स्पर्धकांना त्या उद्योगात किंवा व्यवसायाच्या क्षेत्रात सहजासहजी प्रवेश करण्यास प्रतिबंध होतो.
भांडवलाचं मूल्य	कर्जावरचा व्याजदर आणि/ किंवा इक्विटी भांडवलावरचा शेअरधारकांना अपेक्षित असलेला परतावा.
प्राइस टू बुक व्हॅल्यू (पी/बी)	बुक मूल्याचा किंवा प्रतिशेअर निव्वळ किमतीच्या गुणकाच्या स्वरूपात स्टॉकच्या किमतीचं मापन करणारं मूल्यांकन गुणोत्तर
प्राइस अर्निंग्ज (पी/ई)	प्रती शेअर नफा/कमाईचा गुणकाच्या स्वरूपात स्टॉकच्या किमतीचं मापन करणारं मूल्यांकन गुणोत्तर
रिटर्न ऑन कॅपिटल एम्प्लॉईड (आरओसीईई)	व्यवसायात वापरण्यात आलेल्या प्रती एकक भांडवलावर कमावण्यात आलेला परतावा. ईबीआयटी /वापरण्यात आलेलं भांडवल या सूत्राद्वारे तो मोजला जातो.
इक्विटीवरचा परतावा (आरओई)	कंपनीच्या एकूण संपत्तीच्या टक्केवारीच्या स्वरूपात कमावण्यात आलेला नफा

कंपाउंडेड वार्षिक वाढीचा दर (कम्पाउंडेड ॲन्युअल ग्रोथ रेट) सीएजीआर	एका बिंदूपासून दुसऱ्या बिंदूपर्यंतच्या गुंतवणुकीच्या परताव्याचा वार्षिक दर. यात सगळ्या नफ्यांची किंवा लाभांची पुनर्गुंतवणूक करण्यात आल्याचं गृहीत धरलेलं असतं.
बाजार भांडवलीकरण	कंपनीचं बाजार मूल्य. कंपनीच्या आउटस्टँडिंग किंवा एकूण शेअर्सच्या संख्येला बाजार मूल्यानं गुणून ते काढलं जातं.
कॅशफ्लो फ्रॉम ऑपरेशन्स (सीएफओ)	खेळत्या भांडवलातील बदलांसाठी समायोजन करण्यात आल्यानंतरचा रोख नफा
कॅपिटल वर्क इन प्रोग्रेस	वापरण्याकरिता तयार न झालेल्या स्थावर मालमत्तांच्या उभारणीवर करण्यात. येत असलेला खर्च. या मालमत्ता अद्याप उभारल्या जात असल्यानं त्यांना लेखांकनांच्या वह्यांमध्ये स्थावर मालमत्ता असं म्हणता येत नाही.
एकूण संपत्ती (ग्रोस ब्लॉक)	कंपनीच्या स्थावर मालमत्तांचं हिशेबवह्यांमधील एकूण मूल्य.
ड्युपॉन्ट विश्लेषण	इक्विटीवरील परताव्याला त्याच्या मुख्य प्रेरकांमध्ये विभाजित करण्याचं विश्लेषणात्मक साधन. ड्युपॉन्ट विश्लेषणासाठी वापरलं जाणारं सूत्र = निव्वळ नफा मार्जिन x मालमत्तेची उलाढाल x इक्विटी गुणक. फर्ममधील मालमत्तेची उलाढाल ही विक्री /एकूण मालमत्ता या सूत्रानं मोजली जाते आणि इक्विटी गुणक म्हणजे एकूण मालमत्ता/ एकूण मूल्य होय.
व्याज, घसारा आणि कर्जफेड पूर्व कमाई (ईबीआयटीडीए)	सर्व कामकाजविषयक (ऑपरेटिंग) खर्च केल्यानंतरचा महसूल
एकूण कर्ज/इक्विटी	एकूण कर्ज / एकूण संपत्ती

निव्वळ कर्ज/इक्विटी	एकूण कर्ज वजा रोख आणि रोख समतुल्य /एकूण संपत्ती
कंपनीची पत (गुडविल)	संपादित करावयाच्या कंपनीच्या मालमत्तांच्या निव्वळ मूल्याहून अधिक किंमतीला एखादी कंपनी तिचं संपादन करते, त्यावेळी निर्माण झालेली अमूर्त मालमत्ता
क्वालिफाईड इन्स्टिट्यूशन प्लेसमेंट	सूचिबद्ध कंपनीकडून म्युच्युअल फंड, विमा कंपन्या, परदेशी संस्थात्मक गुंतवणूकदार यांच्यासारख्या संस्थात्मक गुंतवणूकदारांना देण्यात येणारा शेअर्सचा इश्श्यू. (गुंतवणूकदारांना फर्मकडून नवीन शेअरचं वाटप केलं जाण्याची प्रक्रिया.)
बीआयएफआर	औद्योगीक आणि वित्तीय पुनर्रचना मंडळ, कंपन्यांच्या पुनरुज्जीवनासाठी आणि /किंवा आजारी (दिवाळखोर) कंपन्या बंद करण्यासाठी काम करणारं सरकारी मंडळ.
इंड-एएस	भारतीय कंपन्यांना लागू होणारी लेखांकन मानांकनं.
पीएमएस	पोर्टफोलिओ व्यवस्थापन सेवा
परताव्याचा अंतर्गत दर (आयआरआर)	ज्या दरावर कॅशफ्लोच्या प्रवाहाचा एनपीव्ही शून्य असतो, तो दर.
ईव्ही/ईबीआयटीडीए	कंपनीच्या ईबीआयटीडीएच्या माध्यमातून कंपनीच्या उद्योग मूल्याचं मापन करणारं मूल्यांकन गुणोत्तर. कंपनीचं बाजार भांडवलीकरण अधिक तिचं नवीन कर्ज म्हणजे उद्योग मूल्य होय.

***

संदर्भसूची

ओळख

१. राहुल द्रविड - टाइमलेस स्टील : कलेक्टेड रायटिंग्ज ऑन इंडियन क्रिकेट्स गो -टू मॅन (द वॉल्ट डिज्नी कंपनी, २०१२)

२. https://www.bbc.com/news/world-asia-india-१७३०८९८१.

३. संबित बाल यांनी घेतलेली राहुल द्रविड यांची मुलाखत. विज्डेन एशिया क्रिकेट मॅगझिनमध्ये सन २००४ मध्ये ती पहिल्यांदा प्रसिद्ध झाली.

४. देवेंद्र प्रभुदेसाई, अ बायोग्राफी ऑफ राहुल द्रविड : द नाइस गाय हू फिनिश्ड फर्स्ट (रुपा, २०१९)

५. https://www.youtube.com/watch?v=3at5EHBXc9s

६. आकाश चोप्रा, प्रकरण ११ : 'रिडेम्प्शन अँड इम्मॉरटॅलिटी', देवेंद्र प्रभुदेसाई यांच्या 'अ बायोग्राफी ऑफ राहुल द्रविड : द नाइस गाय हू फिनिश्ड फर्स्ट' मध्ये. (रूपा, २०१९).

७. जेसन गिलेस्पी, नागराज गोलापुडी यांच्याशी बोलताना, 'आय कान्ट रिकॉल बिटिंग हिम मोअर दॅन वन बॉल इन अ रो', ESPNcrisinfo, ९ मार्च २०१२.

८. रोहित ब्रिजनाथ, 'ट्विट्र ट्रिटायजेस इन करेज,' राहुल द्रविड - टाइमलेस स्टील :कलेक्टेड रायटिंग्ज ऑन इंडियन क्रिकेट्स गो -टू मॅन (द वॉल्ट डिज्नी कंपनी, २०१२).

९. संबित बाल यांनी घेतलेली राहुल द्रविड यांची मुलाखत. विज्डेन एशिया क्रिकेट मॅगझिनमध्ये सन २००४ मध्ये ती पहिल्यांदा प्रसिद्ध झाली.

१०. रोहित ब्रिजनाथ, 'ट्विट्र ट्रिटायजेस इन करेज,' राहुल द्रविड - टाइमलेस स्टील : कलेक्टेड रायटिंग्ज ऑन इंडियन क्रिकेट्स गो-टू मॅन (द वॉल्ट डिज्नी कंपनी, २०१२).

११. https://www.bbc.com/news/world-asia-india-१७३०८९८१.

१२. https://www.espncrisinfo.com/story/rahul-dravid-stats-analysis-india-s-overseas-hero-and-much-more-५५६७६६

१३. https://www.sportskeeda.com/cricket/top-five-indian-batsmen-with-highest-average-overseas-conditions/६.

१४. https://www.espncrisinfo.com/story/rahul-dravid-stats-analysis-india-s-overseas-hero-and-much-more-५५६७६६

१५. https://www.espncrisinfo.com/story/samir-chopra-on-meeting-rahul-dravid-६२०९२०

१६. https://www.bbc.com/news/world-asia-india-१७३०९८०१.

१७. https://www.espncrisinfo.com/story/jason-gillespie-i-can-t-recall-beating-dravid-more-than-one- ball-in-a-row-५५६७९२

१८. संबित बाल, 'द मॅन हू अॅक्वायर्ड ग्रेटनेस,' राहुल द्रविड – टाइमलेस स्टील : कलेक्टेड रायटिंग्ज ऑन इंडियन क्रिकेट्स गो-टू मॅन (द वॉल्ट डिज्नी कंपनी, २०१२).

१९. राहुल भट्टाचार्य, 'पंडित्स फ्रॉम पाकिस्तान : ऑन टुर विथ इंडिया,' (पेंग्विन इंडिया,२००४)

२०. विरेंदर सेहवाग, देवेंद्र प्रभुदेसाई, अ बायोग्राफी ऑफ राहुल द्रविड : द नाइस गाय हू फिनिश्ड फर्स्ट मध्ये. (रूपा, २०१९)

प्रकरण १ : भारतीय गुंतवणुकीतील चार सर्वाधिक हानिकारक मिथकं

१. मोनिका हलन, लेट्स टॉक अबाउट मनी : यू हॅव वर्क्ड हार्ड फॉर इट, नाऊ मेक इट वर्क फॉर यू (हार्परबिझनेस, २००८).

२. https://rbidocs.rbi.org.in/rdoes/PublicationsReport/pdfs/HFCRA28D0415E2144A009112DD314ECF5C07.PDF.

३. https://residex.nhbonline.org.in/#:~:text=NHB%20RESIDEX%2C%20India's%20first%20official,stakeholders%20from%20the%20housing%20market

४. https://www.globalpropertyguide.com/rental-yields.

५. https://www.livemint.con/Money/0FkDebceEB43YSoZuPQorJ/Debt-funds-are-not-riskfree-Tread-carefully.html.

६. https://marcellus.in/blogs/nifty-indian-gdp-a-complete-breakdown-im-relationship.

७. https://aswathdamodaran.blogspot.com/२०२०/.

८. https://www8.gsb/columbia.edu/sites/valueinvesting/files/files/Buffett1984.pdf.

९. https://www.investopedia.com/terms/c/capm.asp.

१०. शेअरच्या खरेदीचा किंवा विक्रीचा परिणाम म्हणून स्टॉकच्या किमतींमध्ये बदल होतो. किमतीचा प्रभाव हा या बदलाशी संबंधित असतो.

११. सोअर्स : वर्ल्ड बँक

१२. सौरभ मुखर्जी, राकेश रंजन आणि प्रणव उनियाल, कॉफी कॅन इन्व्हेस्टिंग : द लो रिस्क रोड टू स्टुपेन्डस वेल्थ (पेंग्विन इंडिया, २०१८).

१३. बेंजामिन ग्रॅहॅम आणि डेव्हीड आय. डॉड, सिक्युरिटी ॲनालिसीस (मॅक-ग्रॉ हिल, १९३४).

१४. https://www8.gsb.columbia.edu/sites/valueinvesting/files/files/Buffett1984.pdf.

प्रकरण २ : काय खरेदी करावं - भाग १
लेखांकन गुणवत्ता (अकाउंटिंग क्वालिटी)

१. बर्कशायर हॅथवे, चेअरमन्स लेटर, १९८८.

२. सत्यम कॉम्प्युटर्स सर्व्हिसेस लि.च्या संचालक मंडळाला बी. रामलिंग राजूने ७ जानेवारी २००९ रोजी लिहिलेलं पत्र.

३. 'सत्यम स्कॅम : ऑल यू नीड टू नो अबाउट इंडियाज बिगेस्ट अकाउंटिंग फ्रॉड,' हिंदुस्तान टाइम्स, ९ एप्रिल २०१९.

४. बीएसई, मार्सेलस इन्व्हेस्टमेंट मॅनेजर्स.

५. हॉवर्ड एम. शिल्ट्स 'फिनान्शियल शेनॅनिगन्स : हाऊ टू डिटेक्ट अकाउंटिंग गिमिक्स अँड फ्रॉड इन फिनान्शियल रिपोर्ट्स' (मॅक्-ग्रॉ हिल, पहिली आवृत्ती, १९९३, सध्या चौथ्या आवृत्तीत, २०१८).

६. कॅपिटल वर्क इन प्रोग्रेस (सीडब्ल्यूआयपी) याचा अर्थ वापरण्याकरिता तयार न झालेल्या स्थावर मालमत्तांच्या उभारणीवर करण्यात येत असलेला खर्चाचा भाग असा आहे. या मालमत्ता अद्याप उभारल्या जात असल्यानं त्यांना लेखांकनांच्या वह्यांमध्ये स्थावर मालमत्ता असं म्हटलं जात नाही.

७. https://indiaoutbound.info/market-analysis/a-royal-downfall-of-cox-kings/.

८. https://www.indiatoday.in/magazine/economy/story/19970915-ratan-tata-proves-his-supremacy-by-ousting-ajit-kerkar-from-taj-group-of-hotels-८३०५७०-१९९७-०९-१५.

९. ग्रोस ब्लॉक टर्नओव्हर, निव्वळ विक्रीला स्थावर मालमत्तांनी किंवा संपत्तींनी भागून ही उलाढाल काढली जाते. हे गुणोत्तर स्थावर मालमत्तांमधील प्रत्येक एककासाठी निर्माण करण्यात आलेल्या महसुलाचं मापन करतं.

१०. https://mumbaimirror.indiatimes.com/mumbai/other/cox-kings-says-staff-caused-company-loss-of-rs-5564-cr/articleshow/78084391.cms.

११. तमल बंडोपाध्याय, 'बँक्स टू ब्लेम फॉर ॲम्टेक ऑटोज ब्लोटेड डेट,' लाइव्हमिंट, ७ डिसेंबर २०१५.

प्रकरण ३. लेखांकन गुणवत्ता : खोडकर धनकोंचा (कर्जदात्यांचा) शोध घेणं

१. मेरी बफे आणि डेव्हीड क्लार्क, 'वॉरन बफे अँड द इंटरप्रिटेशन ऑफ फिनान्शियल स्टेटमेंट्स,' (स्क्रिबनर, २०००).

२. मार्सेलसच्या गुणवत्तापूर्ण रूपरेषा चौकटीवर (फ्रेमवर्कवर) आधारित.

३. डीएचएफएलचा आर्थिक वर्ष १३ चा वार्षिक अहवाल.

४. डीएचएफएलचा आर्थिक वर्ष१६ चा वार्षिक अहवाल.

५. प्रकल्प कर्जं हा मूलभूत सुविधांसाठी करण्यात आलेला दीर्घकालीन वित्तपुरवठा असतो. हे प्रकल्प म्हणजे त्यांच्या प्रायोजकांच्या ताळेबंदांऐवजी प्रकल्पांच्या प्रक्षेपित कॅश फ्लोंवर आधारित उद्योजकीय प्रकल्प असतात.

६. तमल बंडोपाध्याय, 'पँडेमोनियम – द ग्रेट इंडियन बँकिंग ट्रॅजेडी' (रोली बुक्स, २०२०).

७. http://www.financialexpress.com/industry/banking-finance/dhfl-claims-cross-rs-1-lakh-crore/1907431/.

प्रकरण ४: काय खरेदी करावं – भाग २ : उत्तम फ्रँचायझी

१. बर्कशायर हॅथवेच्या सन २००३ च्या वार्षिक बैठकीत वॉरन बफेंनी एका प्रश्नाला दिलेल्या उत्तरातून.

२. ब्रुस ग्रीनवाल्ड आणि जुड कान, कॉम्पिटिशन डीमिस्टिफाईड (पोर्टफोलिओ, २००७).

३. http://www.johnkay.com/1993/06/01/the-structure-of-strategybusiness-strategy-revi६-१९९३.

४. एशियन पेंट्सच्या माजी कर्मचाऱ्यांशी मार्सेलसनं केलेली चर्चा.

५. http://www.garwarefibres.com/norway/x12-lice-shield-the-proven-patented-sea-lice-solution/; http://www.garwarefibres.com/wp-content/uploads/2020/01/fish-farmer-magazine.pdf.

६. http://www.johnkay.com/1993/06/01/the-structure-of-strategybusiness-strategy-review-1993.

७. सौरभ मुखर्जी, 'द अनयुज्वल बिल्यनेअर्स' (पेंग्विन इंडिया, २०१६).

८. http://www.thehindubusinessline.com/markets/stock-markets/hdfc-mf-recovers-entire-investment-in-essel-group-ncds/article31976941.ece.

९. एचडीएफसी एएमसी प्रकटनं (डिस्क्लोजर्स).

१०. एडीएफसी एएमसी वार्षिक अहवाल.

११. http://www.johnkay.com/1993/06/01/the-structure-of-strategybusiness-strategy-revi६-१९९३.

१२. सौरभ मुखर्जी आणि अनुपम गुप्ता, 'द व्हिक्टरी प्रोजेक्ट : सिक्स स्टेप्स टू पीक पोटेन्शियल' (पेंग्विन, २०२०)

१३. पिडिलाईटच्या वितरण चॅनेल भागीदारांशी मार्सेलसची चर्चा.

१४. http://economictimes.indiatimes.com/there-is-enough-opportunity-in-adhesive-segment-madhukar-parekh-pidilite/articleshow/6811400.cms?from=mdr.

१५. http://www.johnkay.com/1993/06/01/the-structure-of-strategybusiness-strategy-review-१९९३.

१६. सौरभ मुखर्जी, 'द अनयुज्वल बिल्यनेअर्स' (पेंग्विन इंडिया, २०१६).

१७. http://www.gmmfaudler.com/contenet/investor_Presentation_Sep_2020.pdf.

१८. वरीलप्रमाणे.

१९. औषध कंपनीच्या प्रतिनिधींशी मार्सेलसची चर्चा.

२०. एस इक्विटीकडून मिळवलेली माहिती.

२१. https://brandequity.economictimes.indiatimes.com/news/industry/most-trusted-brands-२०२०/७४८००९६७.

२२. एस इक्विटीकडून घेण्यात आलेली माहिती.

२३. पीटर थिएल, 'झिरो टू वन : नोट्स ऑन स्टार्टअप्स ऑन हाऊ टू बिल्ड द फ्युचर' (करन्सी, २०१४).

२४. ब्लूमबर्ग आणि एस इक्विटी यांच्याकडून मिळवण्यात आलेली माहिती.

२५. आर्थिक वर्ष २०१८-१९ चा एआयएलचा वार्षिक अहवाल.

२६. आर्थिक वर्ष २०११ चा एआयएलचा वार्षिक अहवाल.

२७. आर्थिक वर्ष २०११ चा एआयएलचा वार्षिक अहवाल.

२८. एआयएलचे वार्षिक अहवाल आणि मार्सेलसचं संशोधन.

२९. https://fortune.com/2015/04/03/how~abbot-labs-is-crushing-it-in-asia/.

३०. https://fortune.com/2015/04/03/how~abbot-labs-is-crushing-it-in-asia/.

३१. https://www.forbesindia.com/article/india-rich-list-2019/indias-richest-2019-divis-journey-into-the-elite-league-of-drug-makers/56291/1.

३२. https://www.forbesindia.com/article/india-rich-list-2014/murali-divi-the-accidental-chemist/38771/1.

३३. केमिनॉर ही डॉ. रेड्डीज लॅबोरेटरीजची उपकंपनी होती (नंतर डीआरएलनं ती संपादित केली.) ती डॉ. रेड्डीज लॅबोरेटरीजची कंत्राट निर्मिती शाखा म्हणून काम करत होती. दिवीज लॅबोरेटरीजची स्थापना करण्यापूर्वी मुरली दिवी हे या केमिनॉरचे व्यवस्थापकीय संचालक होते.

३४. https://www.forbesindia.com/article/india-rich-list-2014/murali-divi-the-accidental-chemist/38771/1.

३५. एशियन पेंट्सच्या माजी कर्मचाऱ्यांशी मार्सेलसची चर्चा.

३६. एशियन पेंट्सच्या वितरण चॅनेल भागीदारांशी मार्सेलसची चर्चा.

३७. https://www.cognizant.com/perspectives/asian-paints-the-digital-odyssey-of-a-serial-reinventor.

३८. https://new.abb.com/cpm/industry-specific-solutions/consumer-fine-chemicals/one-of-world-s-largest-dcs-and-mes-projects-for-integrated-paint-process.

३९. https://sightmachine.com/pr/asian-paints-deploys-sight-machine-for-digital-transformation-of-manufacturing/.

४०. उद्योगातील सहभागी लोकांशी मार्सेलसची चर्चा.

४१. मार्सेलसच्या गुंतवणूक व्यवस्थापकांचं संशोधन.

प्रकरण ५ : काय खरेदी करावं - भाग ३
भांडवल वाटपातील तज्ज्ञ

१. विल्यम एन. थॉर्न्डाईक, ज्यु. द आउटसायडर्स : एट अनकन्व्हेन्शनल सीईओज अँड देअर रॅडिकली रॅशनल ब्ल्यूप्रिंट फॉर सक्सेस (हार्वर्ड बिझनेस स्कूल प्रेस इंडिया लिमिटेड, २०१२).

२. व्याज आणि कर यापूर्वीची कमाई (या इतर उत्पन्नाचा समावेश असतो.)

३. https://brandequity.economictimes.indiatimes.com/news/marketting/how-kelloggs-is-taking-on-the-breakfast-challenge/७३१४२२२३.

४. केलॉगचा वार्षिक अहवाल, https://www.sec.gov/Archives/edgar/data/55067/0000950124-95-000907.txt.

५. इन्फो एज (इंडिया) लि. आणि मॅट्रिमोनी डॉट कॉल लि. यांच्याशी कॉन्फरन्स कॉल.

६. https://www.hul.co.in/news/press-releases/2020/glaxosmithkline-consumer-healthcare-limited-merges-with-hindustan-unilever.html.

७. सोसायटी ऑफ इंडियन ऑटोमोबाईल मॅन्युफॅक्चरर्स.

८. मार्सेलस इन्व्हेस्टमेंट व्यवस्थापकांचं संशोधन.

९. https://www.coca-colaindia.com/newsroom/coca-cola-india-launches-ready-drink-flavoured-milk-offering-vio-banglore.

१०. https://www.moneycontrol.com/news/business.milk-it-coca-cola-plans-to-re-enter-dairy-business-with-vio-brand-2795521.html.

११. https://www.coca-colaindia.com/newsroom/beat-the-heat-this-summer-with-vio-spiced-buttermilk-a-refreshi.

१२. परदेशांमधील व्यवसायांमध्ये गुंतवण्यात आलेल्या एकूण भांडवलाची गणना ही एकत्रित भांडवल वजा स्टँडअलोन भांडवल एम्प्लॉईड वजा उपकंपन्यांमधील गुंतवणुका अशा प्रकारे केली जाते. ऑपरेटिंग कॅशफ्लोंसाठी ज्या कालावधीत संपादनं केलेली असतात, त्या कालावधीचा विचार केला जातो.

१३. फर्मनी नफा आणि तोटा यांच्या विवरणपत्राच्या माध्यमातून जाण्याऐवजी थेट राखीव निधीतून (रिझर्व्हमधून) अमूर्त संपदा उणे केल्या असतील तर आम्ही त्यांना वापरण्यात आलेल्या एकूण भांडवलात पुन्हा मिळवलं आहे. यात २०१४ या आर्थिक वर्षासाठी मारिकोनं रिझर्व्हमधून ७२३

कोटींच्या अमूर्त मालमत्तांचं केलेलं समायोजन हे सर्वाधिक मोठं समायोजन आहे. स्टँडअलोन आरओसीई हे एकूण वापरण्यात आलेल्या (एम्प्लॉईड) भांडवलातून उपकंपन्यांमधील आणि भागीदार कंपन्यांमधील गुंतवणुकांना वजा करून काढलं जातं. बिगर-मुख्य व्यवसायांकरिता केलेल्या भांडवलाच्या वितरणाआधी फर्मच्या मुख्य व्यवसायाकडून निर्माण करण्यात आलेल्या आरओसीईची कल्पना येण्यासाठी हे समायोजन केलं जातं.

१४. टाटा स्टीलचे वार्षिक अहवाल.

१५. https://www.worldsteel.org/steel-by-topic/statistics/steel-data-viewer/C_asu_per_capita_cse/KOR/CHN.

१६. https://www.worldsteel.org/steel-by-topic/statistics/steel-data-viewer/C_asu_per_capita_cse/KOR/CHN.

१७. टाटा स्टीलचे वार्षिक अहवाल, एस इक्विटी.

१८. मार्सेलस इन्व्हेस्टमेंट मॅनेजर्स, व्यवस्थापकीय मुलाखती आणि गुंतवणूकदार कॉन्फरन्स कॉल्सवर आधारित.

१९. पिडिलाईटचे वार्षिक अहवाल. यात पिडिलाईटच्या उपकंपन्यांचाही समावेश आहे.

२०. https://www.bseindia.com/xml-data/corpfiling/AttachLive/1cd804fa-dbce-4749-a3f1-fd1248177b8f.pdf.

२१. https://www.huntsman.com/investors/newsroom/news-releases/detail/460/huntsman-announces-the-sale-of-its-india-based-diy-consumers.

२२. सत्यम कॉम्प्युटर सर्व्हिसेस लि. च्या संचालक मंडळाला बी. रामलिंग राजू याने ७ जानेवारी २००९ रोजी लिहिलेले पत्र.

२३. https://www.hindustantimes.com/business/satyam-scam-all-you-need-to-know-about-india-s-biggest-accounting-fraud/story-YTfHTZy9K6NvsW8PxIEEYL.html.

२४. जॉन सी. मॅक्सवेल, द २१ इर्रिफ्युटेबल लॉज ऑफ लीडरशिप : फॉलो देम अँड पीपल विल फॉलो यू (हार्पर कोलीन्स लीडरशिप, २००७).

२५. https://www.asianpaints.com/about-us.html/

२६. https://www.hdfcbank.com/personal/about-us/overview/board-of-director.

प्रकरण ६ : खरेदी कधी करावी?

१. जॉन सी. बोगल, कॉमन सेन्स ऑन म्युच्युअल फंड्स : न्यू इम्पिरेटिव्हज फॉर द इंटेलिजंट इन्व्हेस्टर (जॉल विली अँड सन्स, २०००).

२. चार्ली मुंगेर, 'द आर्ट ऑफ स्टॉक पिकिंग,' https://csinvesting.org/wp-content/uploads/2013/01/Charlie-Munger-ART-of-Stock-Picking.pdf.

३. बेन कार्ल्सन, 'अ वेल्थ ऑफ कॉमन सेन्स–व्हाय सिम्पलिसिटी ट्रम्प्स कॉम्प्लेक्सिटी इन एनी इन्व्हेस्टमेंट प्लॅन (ब्लूम्सबर्ग प्रेस, २०१५).

४. https://www.spglobal.com/spdji/en/documents/spiva/spiva-india-yearend-2019.pdf.

५. सौरभ मुखर्जी, रक्षित रंजन, प्रणव उनियाल, 'कॉफी कॅन इन्व्हेस्टिंग : द लो रिस्क रोड टू स्टुपेन्डस वेल्थ' (पेंग्विन इंडिया, २०१८).

६. https://www8.gsb.columbia.edu/articles/columbia-business/superinvesters.

७. फ्री कॅश फ्लो टू इक्विटी (एफसीएफई) हा भांडवली खर्चावर खर्च केल्यानंतर (देखभालीकरिता आणि वाढीसाठी/ विस्तारीकरणासाठी अशा दोहोंवरच्या खर्चाचा यात समावेश असतो.) आणि कर्जधारकांना पेमेंट (व्याज आणि मुद्दलाची परतफेड या दोहोंकरिता) दिल्यानंतर उरलेला म्हणजेच अवशिष्ट कॅशफ्लो असतो. आपण कंपनीच्या इक्विटींचं मूल्य काढत असल्यामुळे एफसीएफई हे फ्री कॅशफ्लो टू फर्म (एफसीएफएफ) च्या तुलनेत अधिक सुसंगत मापन आहे. एफसीएफएफ ही कर्जसेवेच्या आधीची मुक्त रोकड असते. या कॅशफ्लोच्या दृश्य सादरीकरणाकरिता तक्ता क्र. ६० पाहा.

८. सन २०२० च्या डिसेंबरपर्यंतचे परतावे. डिसेंबर २०२० मध्ये पंचवीस वर्षं पूर्ण होण्यास तीन महिने कमी होते.

प्रकरण ७ : गुंतवणूक योजना तयार करणं

१. https://www.sebi.gov.in/sebiweb/other/OtherAction.do?doRecognisedFpi=yes&intmId=13.

२. https://marcellus.in/video/marcellus-consistent-compounders-philosophy-www-marcellus-in/.

३. मार्सेलस इन्व्हेस्टमेंट मॅनेजर्स, एस इक्विटी. सीसीपी गुंतवणूक दृष्टिकोनातून मिळालेले परतावे हे त्या कालावधीतील सर्व लाईव्ह पोर्टफोलिओ

पुनरावृत्तीच्या सरासरीच्या स्वरूपात घेण्यात आले आहेत. स्टॉकच्या किमतीतील बदल अधिक लाभांश व पुनखरेदी या स्वरूपात शेअरधारकांना दिलेले रोख परतावे म्हणजे एकूण शेअरधारक परतावा असतो.

४. वरीलप्रमाणे.

५. सरकारी रोख्यांवर सहा टक्के परतावे मिळाल्याचं आणि सीसीपीवर (करपश्चात) १८ टक्के परतावे मिळाल्याचं गृहीत धरण्यात आलं आहे.

६. पहिल्या प्रकरणात स्पष्ट करण्यात आलं आहे त्याप्रमाणे देविकाला निवृत्तीच्या वेळी सुस्थितीत राहण्याइतकी संपत्ती हवी असेल तर पुढील दशकभरात तिच्या संपत्तीत वार्षिक नऊ टक्क्यांच्या कंपाउंडिंगनं वृद्धी करण्याची गरज आहे.

७. १) १५,००० कोटी रुपयांचं बाजार भांडवलीकरण असलेल्या कंपन्यांचं आपण लार्ज कॅप कंपन्या म्हणून वर्गीकरण करतो. ३,००० ते १५,००० कोटी रुपयांचं बाजार भांडवलीकरण असलेल्या कंपन्यांची मिड कॅप कंपन्यांमध्ये गणना होते आणि ३,००० कोटी रुपयांहून कमी बाजार भांडवलीकरण असलेल्या कंपन्या या स्मॉल कॅप कंपन्या असतात. २) लार्ज, मिड आणि स्मॉल कॅप या तीन वर्गांकरिता परताव्यांचं मापन करण्यात आलं आहे. या वर्गांतर्गत येणाऱ्या प्रत्येक स्टॉकला समान भांडवल वितरण करण्यात आलं आहे. बाजार भांडवलीकरणाच्या निकषावर वार्षिक पातळीवर दर जुलैमध्ये स्टॉकमध्ये पुनर्समतोल साधला जातो. ३) वर देण्यात आलेल्या परताव्यांच्या मोजणीत लाभांश, व्यवहार खर्च आणि इतर शुल्कं (चार्जेस) यांचा विचार करण्यात आलेला नाही. ४) लार्ज, मिड आणि स्मॉल कॅप या तीन वर्गांमधील कमाईतील वाढ ही त्या प्रत्येक वर्गातील प्रत्येक स्टॉकला समान भांडवल वितरण करण्यात आल्याचं गृहीत धरून मोजण्यात आली आहे.

८. https:/marcellus.in/video/marcellus-webinar-introducing-little-champs-marcellus-small-cap-pms/.

निष्कर्ष : राहुल द्रविडकडून शिकलेले धडे : वर्तनात्मक कौशल्यांची तांत्रिक क्षमतांशी सांगड घालणं

१. संबित बाल यांनी घेतलेली राहुल द्रविड यांची मुलाखत. विज्डेन एशिया क्रिकेट मॅगझिनमध्ये सन २००४ मध्ये ती पहिल्यांदा प्रसिद्ध झाली.

२. जॉन राईट हे सन २००० ते २००५ च्या दरम्यान भारतीय क्रिकेट संघाचे प्रशिक्षक होते. ईएसपीएन क्रिसइन्फोच्या शारदा उग्रा यांच्याशी बोलताना त्यांनी केलेलं प्रतिपादन. 'राहुल द्रविड – टाइमलेस स्टील ःकलेक्टेड रायटिंग्ज ऑन इंडियन क्रिकेट्स गो –टू मॅन' मध्ये. (द वॉल्ट डिज्नी कंपनी, २०१२).

३. https://www.espncrisinfo.com/story/vijeeta-dravid-on-her-husband-rahul-५५६९७९.

४. फझल खलील यांची ईएसपीएन क्रिसइन्फोच्या नागराज गोलापुडी यांनी घेतलेली मुलाखत. ही मुलाखत 'राहुल द्रविड – टाइमलेस स्टील : कलेक्टेड रायटिंग्ज ऑन इंडियन क्रिकेट्स गो–टू मॅन'मध्ये. (द वॉल्ट डिज्नी कंपनी, २०१२) मध्ये आली.

५. ईएसपीएन क्रिसइन्फोमध्ये २९ मार्च २०१२ रोजी आलेली शारदा उग्रा यांनी घेतलेली राहुल द्रविड यांची मुलाखत.

६. https://www.espncrisinfo.com/story/vijeeta-dravid-on-her-husband-rahul-556979.

७. संबित बाल यांनी घेतलेली राहुल द्रविड यांची मुलाखत. विज्डेन एशिया क्रिकेट मॅगझिनमध्ये सन २००४ मध्ये ती पहिल्यांदा प्रसिद्ध झाली.

८. जॉन राईट हे सन २००० ते २००५ च्या दरम्यान भारतीय क्रिकेट संघाचे प्रशिक्षक होते. ईएसपीएन क्रिसइन्फोच्या शारदा उग्रा यांच्याशी बोलताना त्यांनी केलेलं प्रतिपादन. 'राहुल द्रविड – टाइमलेस स्टील :कलेक्टेड रायटिंग्ज ऑन इंडियन क्रिकेट्स गो–टू मॅन' मध्ये. (द वॉल्ट डिज्नी कंपनी, २०१२).

९. https://www.espncrisinfo.com/story/aakash-chopra-on-rahul-dravid-s-evolution-as-a-batsman-५५७६९८.

१०. ग्रेग चॅपेल, 'राहुल द्रविड – टाइमलेस स्टील : कलेक्टेड रायटिंग्ज ऑन इंडियन क्रिकेट्स गो–टू मॅन'मध्ये. (द वॉल्ट डिज्नी कंपनी, २०१२) मध्ये.

११. रोहित ब्रिजमोहन 'राहुल द्रविड – टाइमलेस स्टील : कलेक्टेड रायटिंग्ज ऑन इंडियन क्रिकेट्स गो–टू मॅन'मध्ये. (द वॉल्ट डिज्नी कंपनी, २०१२) मध्ये.

१२. वरीलप्रमाणे.

१३. https://www.espncrisinfo.com/story/vijeeta-dravid-on-her-husband-rahul-५५६९७९.

परिशिष्ट १ : मार्सेलिसची चेकलिस्ट

१. अतुल गावंडे, द चेकलिस्ट मॅनिफेस्टो : हाऊ टू गेट थिंग्ज राईट (पिकॅडोर, २०११).

परिशिष्ट २ सर जॉन केची आयबीएएस चौकट

१. हे परिशिष्ट म्हणजे 'द अनयुज्वल बिल्येनिअर्स' या सौरभ मुखर्जी यांच्या सन २०१६ मध्ये लिहिलेल्या पुस्तकातील पहिल्या परिशिष्टाची सुधारित आवृत्ती आहे. सौरभ यांनी सर जॉन यांच्या कामाविषयी प्रसारमाध्यमांमध्ये प्रसिद्ध झालेल्या काही स्तंभांमध्येही लेखन केलं आहे. उदा., http://www.moneycontrol.com/news/features/3-bookschanged-ambit-ceo-saurabh-mukherjeas-life_1157700.html.

२. http://www.thebuffett.com/quotes/How-to-Think-About-Businesss.html#i९२.

३. अँथनी बोल्टन, 'इन्व्हेस्टिंग अगेन्स्ट द टाईड : लेसन्स फ्रॉम अ लाइफ ऑफ रनिंग मनी', (फिनान्शियल टाइम्स, २००९).

४. http://www.johnkay.com/1993/06/01/the-structure-of-strategy-business-strategy-review-१९९३.

५. या उपविभागातील काही साहित्य हे 'द व्हिक्टरी प्रोजेक्ट : सिक्स स्टेप्स टू पीक पोटेन्शियल' या सौरभ मुखर्जी आणि अनुपम गुप्ता यांच्या सन २०२० च्या पुस्तकातील सातव्या प्रकरणातून घेण्यात आली आहे.

६. http://www.johnkay.com/1993/06/01/the-structure-of-strategy-business-strategy-review-१९९३.

७. दुग्धजन्य पदार्थांच्या दुकानातून लोणी, चीज, क्रीम या गोष्टी तयार करून विकल्या जातात आणि दुधाचीही विक्री केली जाते.

८. नेस्ले आणि एचयूएल यांचे वार्षिक अहवाल आणि जीसीएमएमएफशी संबंधित माहितीसाठी जीसीएमएमएफची वेबसाईट.

९. वर्गीस कुरियन, गौरी साळवी यांनी दिलेली माहिती. 'आय टू हॅड अ ड्रीम,' (लोटस कलेक्शन, २००५).

१०. हरिश दामोदरन, 'इंडियाज न्यू कॅपिटलिस्ट्स : कास्ट, बिझनेस अँड इंडस्ट्री इन अ मॉडर्न नेशन' (पालग्रेव्ह मॅक्मिलन, २००८).

११. वर्गीस कुरियन, 'आय टू हॅड अ ड्रीम,' (लोटस कलेक्शन, २००५).

१२. वरीलप्रमाणे, पान ७५.

१३. http://indiatransportportal.com/a-peek-into-maruti%E2%80%99s-supply-chain-management-3024.

१४. http://www.johnkay.com/1993/06/01/the-structure-of-strategy-business-strategy-review-1993.

परिशिष्ट ३ : रॉबर्ट कर्बीची 'कॉफी कॅन' गुंतवणूक पद्धत

१. हे परिशिष्ट म्हणजे 'द व्हिक्टरी प्रोजेक्ट : सिक्स स्टेप्स टू पिक पोटेन्शियल' या सौरभ मुखर्जी आणि अनुपम गुप्ता यांच्या सन २०२० च्या पुस्तकातील नवव्या प्रकरणाची सुधारित आवृत्ती आहे. सौरभ यांनी 'द अनयुज्वल बिल्येनिअर्स' (२०१६) आणि 'कॉफी कॅन इन्व्हेस्टिंग : द लो रिस्क रूट टू स्टुपेन्डस वेल्थ (२०१८) या त्यांच्या आधीच्या पुस्तकांमध्येही रॉबर्ट यांच्या कामाविषयी लिहिलं आहे.

२. चार्ल्स डी. एलिस, 'कॅपिटल : द स्टोरी ऑफ लाँग-टर्म इन्व्हेस्टमेंट एक्सलन्स' (होबोकेनः जॉन विली अँड सन्स, २००४).

३. रॉबर्ट जी. कर्बी, 'द कॉफी कॅन पोर्टफोलिओ,' जर्नल ऑफ पोर्टफोलिओ मॅनेजमेंट ११, क्र.१ (१९८४) पाने ७६-८०.

४. इक्विटी जोखीम प्रीमियममधून गुंतवणूकदाराला इक्विटीतील गुंतवणुकीतून परताव्याच्या जोखीममुक्त दराहून अधिक प्रमाणात अपेक्षित असलेला अतिरिक्त परतावा सूचित होतो.

५. आम्ही दहा वर्षांच्या कालावधीत किमान दहा टक्के इतक्या कंपाउंडेड वार्षिक दरानं विक्रीत वाढ केलेल्या कंपन्यांचा शोध घेत नाही ही गोष्ट आवर्जून लक्षात घेतली पाहिजे. त्याऐवजी आम्ही दहा वर्षांच्या काळात दर वर्षी प्रत्येक आधीच्या वर्षाहून किमान दहा टक्के दरानं विक्रीत वाढ करणाऱ्या कंपन्यांचा शोध घेत आहोत.

६. आरओई हे शेअरधारकाच्या इक्विटीच्या टक्केवारीच्या स्वरूपात कमावलेल्या नफ्याचं (कॉर्पोरेट कर भरल्यानंतरच्या) प्रमाण आहे.

७. आपल्या मालमत्तांचा किंवा संपदांचा वापर करून कमाई तयार करण्यात व्यवस्थापन टीम कशी सक्षम आहे, ते आरओएमधून दिसतं. कंपनीच्या वार्षिक नफ्याला (कॉर्पोरेट कर भरल्यानंतरच्या) तिच्या एकूण संपत्तीनं भागून तो काढला जातो.

८. बँकेच्या संपदा किंवा मालमत्ता म्हणजे तिच्या इक्विटी अधिक बँकेनं कर्जाऊ घेतलेला पैसा होय. म्हणून आरओएऐवजी आरओईवर नजर टाकून आपल्याला बँकेच्या लाभदायकपणे पैसा कर्जाऊ देण्याच्या क्षमतेचं मापन करता येतंच, शिवाय बँकेनं नेमक्या किती प्रमाणात पैसा कर्जाऊ घ्यावा याविषयीच्या तिच्या क्षमतेचा अंदाजही बांधता येतो.

९. सगळ्या स्टॉकच्या किमती या ३१ डिसेंबर २०२० रोजीच्या आहेत. 'सीसीपी स्टार्ट व्हॅल्यू' ही पोर्टफोलिओत त्या वर्षी राहण्यासाठी पात्र असलेल्या

शेअरकरिता करण्यात आलेलं समान १०० रुपये वाटप सूचित करतं. दर वर्षी ३० जूनला हा पोर्टफोलिओ पुन्हा नव्यानं तयार केला जातो.

सन २०११ पर्यंतच्या सर्व पोर्टफोलिओंचे सीएजीआर परताव्यांचा ३१ डिसेंबर २०२० पर्यंतचा हिशेब करण्यात आला आहे, कारण त्यांनी अद्याप (मूळ इंग्रजी पुस्तक प्रकाशित झालेल्या वेळी) दहा वर्षांचं चक्र पूर्ण केलेलं नाही. पोर्टफोलिओचे परतावे आणि इंडेक्सचे परतावे या दोहोंच्याही मोजणीकरिता टीएसआरचा वापर करण्यात आला आहे- म्हणजेच शेअरधारक परताव्यात लाभांशाचाही समावेश आहे. २०२०च्या पुनरावृत्तीची सुरुवात एक जुलै २०२० पासून झाली आहे आणि तिने अद्याप (मूळ इंग्रजी पुस्तक प्रकाशित झालेल्या वेळी) एक वर्ष पूर्ण केलेलं नाही. त्यामुळे त्याचे परतावे मोजण्यात आलेले नाहीत. २०१८ या आर्थिक वर्षात ॲस्ट्रल लिमिटेडचा समावेश करण्यासाठी विक्रीतील वाढीची कसोटी ९.५ टक्क्यांपर्यंत शिथिल करण्यात आली आहे, कारण ही कंपनी २०१७ च्या पुनरावृत्तीचा भाग होती आणि ती या कसोटीवर अत्यल्प फरकानं उतरलेली नाही.

१०. या तक्त्यातील सगळ्या स्टॉकच्या किमती या ३१ डिसेंबर २०२० रोजीच्या आहेत. विविध स्टॉककरिता बारा महिन्यांच्या ईपीएस माहितीचा मागोवा घेण्यात विस्कळीतपणा दिसून येत असल्यामुळे ईपीएस सीएजीआर आणि पी/ई सीएजीआर हे एप्रिल-मार्च कालावधीसाठी मोजण्यात आले आहेत. टीएसआर सीएजीआर मात्र जुलै-जून कालावधीकरिता मोजण्यात आला आहे. टीएसआर म्हणजे एकूण शेअरधारक परतावा होय. यात स्टॉक किमतीतील बदल अधिक लाभांश व पुनर्खरेदी यांच्या स्वरूपात शेअरधारकांना देण्यात आलेला रोख परतावा यांचा समावेश असतो.

११. मध्यक (मेडियन) मधून परताव्यांचा मध्यबिंदू सूचित होतो. या बिंदूच्या वरच्या बाजूला आणि खालच्या बाजूला समान संख्येचे परतावे असण्याची शक्यता असते.

१२. इथे जुलै २००० ते डिसेंबर २०२० या कालावधीचा विचार करण्यात आला आहे. गुंतवणूक क्षितिजांचा (इन्व्हेस्टमेंट हॉरिझॉन्सचा- गुंतवणूकदार एखादी सिक्युरिटी किंवा पोर्टफोलिओ एकूण किती काळापर्यंत आपल्या जवळ ठेवून घेण्याची अपेक्षा ठेवतो तो काळ.) साप्ताहिक रोलिंग आधारावर हिशेब करण्यात आला आहे. उदाहरणार्थ, एक वर्षाच्या परताव्याचं प्रमाणित विचलन हे ६,८५५ एक-वर्षीय कालावधींचा (सर्व सीसीपी पुनरावृत्तींकरिता) विचार करून काढण्यात आलेलं प्रमाणित विचलन आहे. यात ०१-०७-२०००पासून ०१-०७-२००१, ०८-०७-२००० ते ०८-०७-२००१ इ. वर्षांचा समावेश आहे.

ऋणनिर्देश

या पुस्तकात समाविष्ट करण्यात आलेल्या संकल्पना आणि कल्पना या मार्सेलस इन्व्हेस्टमेंट मॅनेजर्समध्ये आठवड्यातून दोनदा प्रत्येकी अर्ध्या दिवसांच्या कालावधीच्या घेण्यात येणाऱ्या संशोधन बैठकांमधून आल्या आहेत. प्रकरण २ आणि ३ मध्ये वापरण्यात आलेली फोरेन्सिक लेखांकन गुणोत्तरं, चौथ्या प्रकरणात देण्यात आलेलं स्पर्धात्मक लाभाचं कंपनी-विशिष्ट विश्लेषण, पाचव्या प्रकरणातील भांडवल वाटपाचा अभ्यास आणि पहिल्या व सहाव्या प्रकरणांमधील भारतीय गुंतवणूकदारांसमोरच्या आव्हानांच्या संकल्पना या सगळ्या गोष्टी म्हणजे मार्सेलसमधील बौद्धिक घुसळणीतून समोर आलेल्या संकल्पना आणि कल्पना आहेत. या बैठकांचा भाग होता आल्यामुळे सौरभ, रक्षित आणि सलिल - असे आम्ही तिघेही स्वतःला नशीबवान समजतो. या पुस्तकात आम्ही शक्य तितक्या जास्तीत जास्त प्रमाणात या संकल्पना आणि कल्पना स्पष्ट करण्याचा प्रयत्न केला आहे. टीमच्या अद्ययावत संशोधनाला तर्कसंगत निवेदनामध्ये रूपांतरित करण्यासाठी आम्हाला पाठबळ आणि संधी दिल्याबद्दल मार्सेलसच्या टीमचे आम्ही आभारी आहोत.

या पुस्तकाच्या केंद्रस्थानी असलेल्या नमुना उदाहरणांची माहिती तयार करण्यासाठी दिलेल्या वेळाबद्दल आणि घेतलेल्या परिश्रमांबद्दल आम्ही विशेषतः अश्विन शेट्टी, तेज शाह, सुधांशु नाहटा, देवेन कुलकर्णी, हर्ष शाह, मिनाली बाफना आणि ओंकार सावंत यांचे आभार मानतो.

मनिष कुमार या पेंग्विन रँडम हाऊसच्या संपादकांनी सौरभ यांना 'द व्हिक्टरी प्रोजेक्ट : सिक्स स्टेप्स टू पीक पोटेन्शियल' (सन २०२०, अनुपम गुप्ता याचे सहलेखक आहेत.) हे पुस्तक लिहिण्याकरिता नियुक्त केलं होतं. त्यानंतर या पुस्तकाची कल्पना घेऊन आम्ही त्यांना भेटलो, त्या वेळीही त्यांनी आमचं तसंच अगत्यशीलपणे स्वागत केलं. त्या वेळी ते कोविड-१९शी स्वतः संघर्ष करत होते, पण तरीही त्यांनी या पुस्तकातील माहितीचं एकत्रीकरण करण्यास आम्हाला मदत पुरवलीच, शिवाय हे पुस्तक कसं दिसावं आणि वाटावं याविषयीच्या आमच्या

अनेक विनंती ऐकून घेऊन त्याकरिताही त्यांनी मदत केली. मनिष यांचे आम्ही अतिशय आभारी आहोत. मनिष यांच्या सूचनांखेरीज सलोनी मित्तल यांनी अतिशय चोखंदळपणानं केलेल्या कॉपी-संपादनाचाही या पुस्तकाला लाभ झाला. आमच्या मनातील संदिग्ध कल्पनेला पुस्तकाच्या आकर्षक मुखपृष्ठामध्ये रूपांतरित केल्याबद्दल गुंजन अहलावत यांचेही आम्ही आभार मानतो.

या पुस्तकातील अनेक संकल्पना पहिल्यांदा मार्सेलसच्या वार्तापत्रांमधून प्रसिद्ध झाल्या होत्या. या वार्तापत्रांना फर्मच्या ग्राहकांनी आणि मित्रांनी अनेक अंतर्दृष्टी पुरवणाऱ्या प्रतिक्रियांनी प्रतिसाद दिला होता. त्या प्रतिक्रियांमुळे आमच्या विचारांना आणखी धार चढली. या पुस्तकाच्या विकासासाठी आम्हाला मार्सेलस इन्व्हेस्टमेंट मॅनेजर्सच्या कर्मचाऱ्यांनी, ग्राहकांनी आणि मित्रांनी ज्या प्रकारे पाठबळ दिलं, त्याबद्दल आम्ही त्या सर्वांचे ऋणी आहोत.

या पुस्तकात आम्ही विश्लेषण केलेल्या माहितीपैकी बरीचशी माहिती आम्हाला मोतीलाल ओसवाल फिनान्शियल सर्व्हिसेस आणि आयआयएफएल सिक्युरिटीज येथील आमच्या मित्रांनी दिली. आम्ही त्यांच्या या मदतीसाठी आणि पाठबळासाठी त्यांचे आभार मानतो.

सौरभ दर एकाआड एक वर्षी एकेक पुस्तक लिहिण्याची सुरुवात करत असल्याबद्दल सरबनी, जीत आणि मालिनी हे सौरभचे कुटुंबीय पहिल्यांदा भयभीत झाले होते. ('द व्हिक्टरी प्रोजेक्ट' सन २०२०मध्ये प्रसिद्ध झालं होतं आणि 'डायमंड्स इन द डस्ट' हे नेहमीच्या परिस्थितीत २०२२मध्ये प्रसिद्ध करण्याचा विचार करण्यात आला होता.) परंतु भारतातील प्रत्येकालाच सहन कराव्या लागलेल्या कोविड-१९च्या काळातील टाळेबंदीच्या वाढीव काळात सौरभना समजूतदार आणि शांत ठेवायचं असेल तर त्यांनी लेखन करणं हा उत्तम उपाय होता हे लवकरच त्यांच्या लक्षात आलं. सरबनी, जीत आणि मालिनी यांनी बाळगलेल्या संयमाबद्दल, दिलेल्या पाठबळाबद्दल आणि त्यांच्या प्रेमाबद्दल त्यांचे खूप, खूप आभार. चैताली आणि प्रशांत मुखोपाध्याय या आपल्या पालकांविषयीही सौरभ कृतज्ञ आहेत. त्यांच्या आई-वडलांनीच सौरभना पैशापेक्षाही बुद्धिमत्तेचं कौतुक करण्यास शिकवलं.

रक्षित त्यांची पत्नी रुहानी आणि इतर नातेवाईक, तसंच रुचीर व रिशान यांचे आभार मानू इच्छितात. आपल्या घरातील कार्यालयात रक्षित वरचेवर जात आणि दिसेनासे होत ही गोष्ट त्यांनी सहन केली. त्यांच्या असीम प्रेमाबद्दल आणि दिलेल्या प्रोत्साहनाबद्दल रक्षित या सर्वांचे आभार मानू इच्छितात. डॉ. सविता रंजन आणि डॉ. के.के. रंजन या त्यांच्या आई-वडिलांनी दिलेल्या भक्कम पाठबळाबद्दल रक्षित त्यांच्याशी कृतज्ञ आहेत.

सलिल हे नॅन्सी या त्यांच्या पत्नीचे आभारी आहेत. ती त्यांची प्रेरणा आणि आधारस्तंभ आहे. गेले अनेक महिने आपल्या घरातील कार्यालयात सलिल यांनी

या पुस्तकाचं काम करण्यात अनेक तास घालवले. आपले वडील बराच काळ घरातच असतात, पण आपल्या बरोबर फारसा वेळ घालवत नाहीत, हे समजून घेतल्याबद्दल जहान या त्यांच्या मुलाचेही ते आभार मानतात. त्यांचे दिवंगत वडील भारत देसाई यांनी सलिल यांच्या मनातील पुस्तकांविषयीच्या प्रेमाचं आणि वाचनाचं पोषण केलं आणि आई हेमा देसाई यांनी त्यांच्यावर अमर्याद प्रेम केलं, पाठबळ दिलं आणि आशीर्वादही दिले. या दोघांविषयी सलिल कृतज्ञ आहेत.

सौरभ आणि रक्षित यांच्याबरोबर सहलेखन केलेल्या 'कॉफी कॅन इन्व्हेस्टिंग : द लो-रिस्क रोड टू स्टुपेन्डस वेल्थ' या उत्तम खपाच्या पुस्तकातील संकल्पनांचा वापर करू देण्यास परवानगी दिल्याबद्दल प्रणव उनियाल यांचेही आम्ही तिघे आभारी आहेत.

'द व्हिक्टरी प्रोजेक्ट : सिक्स स्टेप्स टू पीक पोटेन्शियल' या सौरभ यांच्या बरोबर सहलेखन केलेल्या पुस्तकातील कल्पना वापरण्यास परवानगी दिल्याबद्दल आम्ही अनुपम गुप्ता यांचे ऋणी आहोत.

याशिवाय हर्ष मारीवाला, संजीव बिकचंदानी, मार्क मोबियस, मोनिका हलन, हरिश भट आणि सर जॉन के यांचेही लेखक आभार मानत आहेत. या सर्वांनीच 'डायमंड्स इन द डस्ट'मधील साहित्याचा आढावा घेण्यासाठी वेळ काढला आणि या पुस्तकाला मान्यता व पुष्टी दिली. त्याबद्दल आम्ही त्यांचे मनापासून आभार मानतो.

लेखकांशी पुढील पत्त्यावर संपर्क साधता येईल : salil@marcellus.in.

अनुवादक परिचय

शिक्षण – एम.एस्सी. एम.फिल (बॉटनी), एम.जे.सी. (पत्रकारितेतील पदव्युत्तर पदवी), एन.डी. (डॉक्टर ऑफ निसर्गोपचार). दहावीनंतर ओपन नॅशनल मेरीट स्कॉलरशिप. प्रत्येक पदवी आणि पदव्युत्तर परीक्षेत विद्यापीठात प्रथम किंवा द्वितीय येण्याचा समावेश. राज्यस्तरीय कबड्डी खेळाडू. नाट्य, नृत्य, वक्तृत्त्व स्पर्धेत अनेक पारितोषिके.

एम.फिल.चे शिक्षण सुरू असताना दोन वर्षे कोल्हापूरच्या राजाराम महाविद्यालयात सीनियर लेक्चरर. 'दैनिक सकाळ'मध्ये वरिष्ठ उपसंपादकपदी कामकाज. विद्यार्थी बातमीदार असल्यापासून एकूण २२ वर्षे काम. शोधपत्रकारितेच्या अनेक वृत्तमालिका गाजल्या. त्यांच्यासाठी काही मानसन्मान व प्रतिष्ठेची पारितोषिकं. शिवाजी विद्यापीठात चार वर्षे पत्रकारितेच्या मानद प्राध्यापिका. 'स्त्री-पुरुष समानता' विषयावरच्या युरोपमध्ये झालेल्या चर्चासत्रासाठी आंतरराष्ट्रीय पत्रकार संघाकडून निवड.

पत्रकारितेच्या क्षेत्रातून बाहेर पडल्यानंतर गेली दहा वर्षे अनुवादिका म्हणून काम सुरू. या कालावधीत ८८ इंग्रजी आणि ८ हिंदी पुस्तकांसह एकूण ९६ पुस्तकांचा मराठीत अनुवाद. सुमारे ११० पुस्तकांचे संपादन. अनुवाद आणि पत्रकारिता या क्षेत्रांतील कार्याबद्दल केंद्र शासनाच्या युवा व क्रीडा मंत्रालयाचा पुरस्कार, तसेच अनुवादासाठी नाशिकच्या १५० वर्षे जुन्या ग्रंथालयाचा प्रतिष्ठेचा स्वातंत्र्यवीर सावरकर पुरस्कार. दहा स्वतंत्र पुस्तकांचे लेखन. 'पदन्यास' या पुण्याच्या कथक नृत्य संस्थेत तीन वर्षे अध्यापन. काही न्यूज फिचर्ससाठी दैनंदिन घडामोडींवर आधारित लेखन सुरू. आकाशवाणी आणि दूरदर्शनच्या कार्यक्रमांमध्येही सहभाग.